AF766311

ಎಂ ಎಲ್ ಪ್ರಸನ್ನ

ಮೂಲತಃ ಮಂಡ್ಯ ಜಿಲ್ಲೆಯ ಮಳವಳ್ಳಿ ಇವರ ಹುಟ್ಟೂರು. ಓದಿದ್ದು ಎಲೆಕ್ಟ್ರಾನಿಕ್ಸ್‌ನಲ್ಲಿ ಇಂಜಿನಿಯರಿಂಗ್. ಆದರೆ ಆಯ್ದುಕೊಂಡ ಕ್ಷೇತ್ರ ಸಾಹಿತ್ಯ ಮತ್ತು ಸಿನಿಮಾ. ಆರಂಭದಲ್ಲಿ ಹಾಯ್ ಬೆಂಗಳೂರಿನಲ್ಲಿ ಉಪಸಂಪಾದಕರಾಗಿದ್ದ ಇವರು ನಂತರ ಸಾಕಷ್ಟು ಪತ್ರಿಕೆಗಳಲ್ಲಿ ಕೆಲಸ ಮಾಡಿದ್ದಾರೆ. ಪ್ರಸ್ತುತ 'ಕನ್ನಡ ಮಾಣಿಕ್ಯ' ಮಾಸಿಕದ ಸಂಪಾದಕರು. ಚಲನಚಿತ್ರ ಕ್ಷೇತ್ರದಲ್ಲಿ 20 ವರ್ಷಗಳ ಅನುಭವ. 'ಸಿಕ್ಸರ್', 'ಕೃಷ್ಣನ್ ಲವ್ ಸ್ಟೋರಿ', 'ಮೊಗ್ಗಿನ ಮನಸು', 'ಬಚ್ಚನ್', 'ಬಜಾರ್', 'ಒಂದು ಸರಳ ಪ್ರೇಮ ಕಥೆ' – ಮುಂತಾದ 20ಕ್ಕೂ ಹೆಚ್ಚು ಚಿತ್ರಗಳಿಗೆ ಕಥೆ ಚಿತ್ರಕಥೆ ಸಂಭಾಷಣೆ ಬರೆದಿದ್ದಾರೆ. 'ಚಿಟ್ಟೆ', 'ರಂಗಪ್ಪ ಹೋಗ್ಬಿಟ್ನಾ?' ಎಂಬ ಎರಡು ಚಿತ್ರಗಳನ್ನು ಸ್ವತಃ ನಿರ್ದೇಶಿಸಿದ್ದಾರೆ. ಧಾರವಾಹಿ ಲೋಕದಲ್ಲಿ 'ತಕಧಿಮಿತಾ', 'ಸುಕನ್ಯಾ', 'ಅಮೃತವರ್ಷಿಣಿ', 'ಗೋಕುಲದಲ್ಲಿ ಸೀತೆ', 'ಅಂಬಾರಿ' – ಹೀಗೆ ಸುಮಾರು 3000ಕ್ಕೂ ಹೆಚ್ಚು ಕಂತುಗಳ ಕಥೆ ಚಿತ್ರಕಥೆ ಸಂಭಾಷಣೆಯನ್ನು ಬರೆದಿದ್ದಾರೆ. 'ಮಲ್ಲಿಮಲ್ಲಿಗಿ' ಇವರ ಎರಡನೆಯ ಕಾದಂಬರಿ.

ಮಲ್ಲಿಮಲ್ಲಿಗಿ

ಎಂ ಎಲ್ ಪ್ರಸನ್ನ

ವೀರಲೋಕ

ವೀರಲೋಕ ಬುಕ್ಸ್ ಪ್ರೈ.ಲಿ.
207, 2ನೇ ಮಹಡಿ, 3ನೇ ಮೇನ್, ಚಾಮರಾಜಪೇಟೆ
ಬೆಂಗಳೂರು–560018. ಮೊಬೈಲ್: 70221 22121
ಇಮೇಲ್: veeralokabooks@gmail.com
ವೆಬ್‌ಸೈಟ್: www.veeralokabooks.com

MALLIMALLIGI
A novel written by **M L Prasanna**

Published by:
VEERALOKA BOOKS PVT. LTD.
207, 2nd Floor, 3rd Main
Chamarajpet, Bengaluru-560018

Mobile: +91 7022122121
E-mail: veeralokabooks@gmail.com
Website: www.veeralokabooks.com

Price: Rs. 210/-
Pages: 176
First Impression: 2023

Paper used: 70 GSM NS Maplitho
Book size: 1/8th Demy

ISBN: 978-93-94942-70-7

Cover page illustration by:
RajVishnu

Inner pages design by:
Vijaya Vikram

crew

Anand Rach
Anantha Kunigal
RajVishnu
Govind Vishnu
Vishwajith
Mamatha
Parvathi
Sai Raghav

ಅರ್ಪಣೆ

ನನ್ನ ಬರವಣಿಗೆಯ ಮೇಲೆ ಇನ್ನಿಲ್ಲದಷ್ಟು
ಪ್ರೀತಿ ಅಭಿಮಾನಗಳನ್ನಿಟ್ಟುಕೊಂಡು
ನನ್ನನ್ನು ನನ್ನ ಕನಸುಗಳನ್ನು ಬಹಳ ವರ್ಷಗಳಿಂದ
ಸಹಿಸುತ್ತಾ ಬೆಂಬಲಿಸುತ್ತಾ
ಪೋಷಿಸುತ್ತಾ ಒಡಹುಟ್ಟಿದವರಂತೆ ಜೊತೆ ನಿಂತ ಗೆಳೆಯ
ಶ್ರೀ ವೀರಕಪುತ್ರ ಶ್ರೀನಿವಾಸ್
ಅವರಿಗೆ ಈ ಕೃತಿ ಅರ್ಪಿಸುತ್ತಿದ್ದೇನೆ.

ಲೇಖಕರ ನುಡಿ

ಧಮನಿ ಧಮನಿಗಳಲ್ಲಿ ಭಾವಪ್ರವಾಹವೊಂದು ಝುರಿಯಾಗಿ ಹರಿಯುತ್ತಾ, ತನ್ನದೇ ಲೋಕದಲ್ಲಿ ಮುಳುಗೇಳಿಸುತ್ತಾ ತಲ್ಲೀನಗೊಳಿಸುತ್ತಾ ರಸಕಂಪನಗಳಿಗೆ ಮೈಒಡ್ಡಿಕೊಂಡು... ವಾಹ್... ನಿಜ! ಆ ಸುಖಿಸುವ ಕ್ಷಣಗಳಿಂದ ವಂಚಿತನಾಗಿಬಿಟ್ಟಿದ್ದೆ. ಇಷ್ಟು ವರುಷ ನಾನು ನನ್ನ ಅದ್ಭುತ ಭಾವುಕ ಪ್ರಪಂಚವನ್ನು ಮರೆತೇ ಬಿಟ್ಟಿದ್ದೆ ಎನಿಸಿತು... ಈ 'ಮಲ್ಲಿಮಲ್ಲಿಗಿ' ಬರೆದು ಮುಗಿಸಿದಾಗ!

ಕಳೆದ 23 ವರ್ಷಗಳಿಂದ ದುಡಿದ ದುಡ್ಡು, ಬರೆದ ಮೆಗಾ ಸೀರಿಯಲ್‌ಗಳು, ಸಿನಿಮಾ ಕಥೆ ಚಿತ್ರಕಥೆ ಸಂಭಾಷಣೆ ಇತ್ಯಾದಿ ಸಾಹಿತ್ಯ ಸಂಬಂಧಿ ಕೆಲಸಗಳು ನೀಡದ ಸುಖ... ಈ ಕಾದಂಬರಿ ನೀಡಿತು. ಮರೆತೇ ಹೋಗಿದ್ದ ನನ್ನನ್ನು ನನಗೆ ಪರಿಚಯಿಸಿತು. ಇದು ನನ್ನೊಬ್ಬನ ಅಭಿಪ್ರಾಯ ಮಾತ್ರವಾಗಿದ್ದರೆ ಪರವಾಗಿರಲಿಲ್ಲ... ಬರೆಯುವಾಗ ಜಗಮರೆತು ಕಂಪ್ಯೂಟರ್ ಪರದೆಯ ಮುಂದೆ ಹಲ್ಲುಕಿರಿಯುತ್ತಾ ಒಬ್ಬೊಬ್ಬನೇ ಓದಿ ನಗುತ್ತಾ ಸುಖಿಸುತ್ತಾ ಭಾವುಕನಾಗುತ್ತಾ ಇದ್ದದ್ದು ಕಂಡ ಹೆಂಡತಿ... 'ಇಷ್ಟು ವರ್ಷ ಏನನ್ನೇ ಆದರೂ ಬರೆಯುವಾಗ ನಿಮ್ಮ ಮುಖದಲ್ಲಿ ಈ ಖುಷಿ ಕಂಡಿರಲಿಲ್ಲಾ' ಎಂದಾಗ ಮಾತ್ರಾ... ನಾನು ಕಳೆದುಕೊಂಡದ್ದೇನು ಎಂಬುದರ ಖಚಿತ ಅರಿವಾಗಿಹೋಯಿತು. ನನ್ನ ಅಪರಾಧದ ಬಗ್ಗೆ ಪಶ್ಚಾತ್ತಾಪವಾಯಿತು. 24 ವರ್ಷದ ನಂತರ ನನ್ನ ಎರಡನೇ ಕಾದಂಬರಿಯಾಗಿ ಮಲ್ಲಿಮಲ್ಲಿಗಿ ಪ್ರಕಟವಾಗುತ್ತಿದೆ. ಇದನ್ನೂ ಕೂಡಾ ಬರೆಯಲು ಹೊರಟದ್ದು ಬೇರೆ ಉದ್ದೇಶಕ್ಕೆ. ಆದರೆ ಬರೆಯುತ್ತಾ ಬರೆಯುತ್ತಾ ಇದು ನನ್ನ ಬದುಕಿನ ಮೇಲೆಯೇ ಪ್ರಭಾವ ಬೀರಿಬಿಟ್ಟಿತು. ಹಾಗೆ ಈ ಬದಲಾವಣೆಗೆ ನನ್ನನ್ನು ಒಡ್ಡಿಕೊಳ್ಳಲು ಕಾರಣವಾದ ಈ 'ಮಲ್ಲಿಮಲ್ಲಿಗಿ' ಕೃತಿಗೆ ನನ್ನ ಮೊದಲ ಕೃತಜ್ಞತೆಗಳು.

23 ವರ್ಷದ ಹಿಂದೆ ಇಂಥದ್ದೊಂದು ಅದ್ಭುತವಾದ ಕಥೆಯಂತಾ ಅನುಭವವನ್ನೋ, ಅನುಭವದಂತಾ ಕಥೆಯನ್ನೋ ಹೇಳಿ ಗೊಂದಲಗೊಳಿಸಿ, ಭಾವಲೋಕದಲ್ಲಿ ತನ್ಮಯಗೊಳಿಸಿದ, ಆಗಿನಿಂದಲೂ ಕಾದಂಬರಿ ಬರೆಯಬೇಕೆಂದು ಹಂಬಲಿಸುವಂತೆ ಮಾಡಿದ, ಅಪರೂಪದ ವ್ಯಕ್ತಿತ್ವದ ಗೆಳೆಯ ಸುನಿಲ್ ಕುಮಾರ್ ಸುಧಾಕರನಿಗೆ ನನ್ನ ಎರಡನೆಯ ಕೃತಜ್ಞತೆಗಳು ಸಲ್ಲುತ್ತವೆ. ಆತನ ಹೆಸರೇ ಕಥಾನಾಯಕನ ಹೆಸರಾಗಿದೆ.

ಕೃತಿ ಬರೆವ ಆರಂಭದಲ್ಲಿಯೇ ಕೆಲವು ಅಧ್ಯಾಯಗಳನ್ನು ಓದಿ 'ಭಾಷೆ ಹೀಗೇ ಇರಲಿ. ಪೂರ್ಣ ಉತ್ತರ ಕರ್ನಾಟಕದ ಭಾಷೆಗೆ ಬದಲಿಸಲು ಹೋಗಿ ರಸಭಂಗ ಅಗುವುದು ಬೇಡಾ' ಎಂದು ಸೂಕ್ತ ಸಲಹೆ ನೀಡಿದ್ದಲ್ಲದೆ ಪುಸ್ತಕ ಹೊರಬರುತ್ತಿದೆ ಎನ್ನುವ ಸುದ್ದಿ ತಿಳಿಯುತ್ತಿದ್ದಂತೆಯೇ ದುಡ್ಡು ಕಳಿಸಿ ಮೊದಲ ಪುಸ್ತಕ ಕಾದಿರಿಸಿದ ಶ್ರೀ ಗುರುರಾಜ್ ಕೊಡ್ಕಣಿ ಅವರಿಗೆ ಅವರಿಗೆ ನನ್ನ ಮೂರನೆಯ ಕೃತಜ್ಞತೆಗಳು ಸಲ್ಲುತ್ತವೆ.

ಈ ಕಾದಂಬರಿಯ ಮೊದಲ ಓದುಗರಾದ ಶ್ರೀಮತಿ ಶೋಭಾ ರಾವ್ ಅವರ ಅಭಿಪ್ರಾಯ ಮಾತಿಗೆ ನಿಲುಕುವಂಥದ್ದಲ್ಲ... ಯಾಕೆಂದರೆ ಓದಿ ಮುಗಿಸಿದ ಅವರು ಮಾತೇ ಆಡಲಿಲ್ಲ. ಅಭಿಪ್ರಾಯ ಹೇಳಲು ಫೋನು ಮಾಡಿದವರು ಮಾತೇ ಆಡಲಾಗದಷ್ಟು ಭಾವುಕರಾಗಿದ್ದರು. ಅತ್ಯಂತ ಕಷ್ಟಪಟ್ಟು ನಾಲ್ಕು ಸಲ ಥ್ಯಾಂಕ್ಯೂ ಎಂದದ್ದಕ್ಕೆ, ಅವರ ಮಾತಿಲ್ಲದ ಮಾತು ಕೊಟ್ಟ ಧೈರ್ಯಕ್ಕೆ, ನಾನು ಸರಳವಾಗಿ ಥ್ಯಾಂಕ್ಸ್ ಹೇಳಿದರೆ ಸಾಲುವುದಿಲ್ಲ.

ನಿಜ. ತುಂಬ ಅತ್ಮವಿಶ್ವಾಸದೊಂದಿಗೆ ಹೇಳುತ್ತೇನೆ. ಈ ಕೃತಿ ನಿಮ್ಮನ್ನು ಉಸಿರು ಬಿಗಿಹಿಡಿದು ಓದಿಸಿಕೊಂಡು ಹೋಗುತ್ತದೆ. ಭಾವುಕತೆಯ ಉತ್ಕಂಠತೆಗೆ ನಿಮಗೇ ಅರಿವಿಲ್ಲದಂತೆ ಕೊಂಡೊಯ್ಯುತ್ತದೆ. ಮೊದಲಿಗೆ ಅವಸರದಲ್ಲಿ ಜಿದ್ದಿಗೆ ಬಿದ್ದು ಓದಿ ಮುಗಿಸಿ ಅಂತ್ಯಕ್ಕೆ ಬಂದು ಸುಧಾರಿಸಿಕೊಂಡು... ಒಂದಷ್ಟು ನರಳಿಸಿ... ನಂತರ ಕೆಲವು ದಿನ ಬಿಟ್ಟು ಮತ್ತೊಮ್ಮೆ ಓದಬೇಕು ಎನಿಸುವಂತೆ ಮಾಡುತ್ತದೆ. ಕಾರಣ ಇಷ್ಟೇ.... ಬರೆದ ನಾನೇ ಪದೇ ಪದೇ ಆ ಕೆಲಸ ಮಾಡಿದೆ. ಇದು ಬರೆದದ್ದು ನಾನೇನಾ ಅಂತ ನನಗೇ ಗೊಂದಲವಾಗುವ ಹಾಗೆ ಮರೆತೂ ಮರೆತೂ ಬರೆದೆ.. ಅಲ್ಲಲ್ಲ... ಮೈಮರೆತು ಬರೆದೆ. ಇದಕ್ಕಿಂತ ಕೃತಿಯ ಬಗ್ಗೆ ಇನ್ನೇನೂ ಹೇಳಲಾಗದಷ್ಟು ಮೌನಕ್ಕೆ ಸರಿಯುತ್ತೇನೆ.

ಈ ಕೃತಿ ನಿಮ್ಮಲ್ಲಿನ ಓದುವ ಹಸಿವನ್ನು ಮತ್ತಷ್ಟು ಹೆಚ್ಚಿಸುವಂತಾದರೆ, ಓದಿದ ಕ್ಷಣಗಳು ವ್ಯರ್ಥ ಎನಿಸದಿದ್ದರೆ, ಅಲ್ಲಿಗೆ ನನ್ನ ಜೀವನ ಮತ್ತು ಈ ಕೃತಿ ಸಾರ್ಥಕ.

ಬದುಕನ್ನು ಸದಾ ಭಾವುಕವಾಗಿ ಚಿಂತಿಸಿ, ಅದರಂತೆಯೇ ಹೃದಯವಂತಿಕೆಯಿಂದ ಬದುಕಲು ಕಾರಣನಾದ ಗೆಳೆಯ ಶ್ರೀ ಎಂ ಜಿ ರಂಗಸ್ವಾಮಿ ಸೇರಿದಂತೆ, ನನ್ನನ್ನು ಕೈ ಹಿಡಿದು ನಡೆಸಿದ ಎಲ್ಲ ಮಿತ್ರವೃಂದಕ್ಕೆ ಹಾಗೂ ಆತ್ಮೀಯ ಬಂಧುಬಳಗಕ್ಕೆ ಕೃತಜ್ಞತೆಯಿಂದ ನಮಸ್ಕರಿಸುತ್ತೇನೆ.

ಮಲ್ಲಿಮಲ್ಲಿಗಿ... ಇನ್ನು ನಿಮ್ಮ ಮಡಿಲ ಕೂಸು!

ಆ ಕೂಸಿಗೂ ನನಗೂ ನಿಮ್ಮ ಹಾರೈಕೆ ಪ್ರೀತಿಗಳಿರಲಿ.

ಹೃತ್ಪೂರ್ವಕ ವಂದನೆಗಳೊಂದಿಗೆ,

–ಎಂ.ಎಲ್. ಪ್ರಸನ್ನ

ಪ್ರಕಾಶಕರ ನುಡಿ

ವೀರಲೋಕಕ್ಕೀಗ ಭರ್ತಿ ಒಂದೂವರೆ ವರ್ಷ. ಈ ಅವಧಿಯಲ್ಲಿ ಅದರ ಹತ್ತು ಹಲವು ಹೊಸತನಗಳನ್ನು ಕನ್ನಡಿಗರು ಮೆಚ್ಚಿ ಹರಸಿದ್ದಾರೆ. ನವೆಂಬರ್ ತಿಂಗಳೊಂದರಲ್ಲೇ ದಾಖಲೆಯ ಪುಸ್ತಕ ಮಾರಾಟ ಮಾಡಿದ್ದೇವೆ. ಆ ಮೂಲಕ ಕನ್ನಡ ಪುಸ್ತಕ ಲೋಕದಲ್ಲಿ ಉದ್ಯಮವಿದೆ ಎಂಬುದನ್ನು ಜಗಜ್ಜಾಹೀರುಗೊಳಿಸಿದ್ದೇವೆ. ಸಾಂಪ್ರದಾಯಿಕ ಶೈಲಿಯ ಪುಸ್ತಕ ಲೋಕವನ್ನು ಶತಮಾನಗಳಿಂದ ನಾವು ಕಾಣುತ್ತಲೇ ಬರುತ್ತಿದ್ದೇವೆ. ಕಲೆ, ಸಾಹಿತ್ಯವು ಪೋಷಕರ ಮರ್ಜಿಯಲ್ಲೇ ಇನ್ನೆಷ್ಟು ದಿನ ಉಳಿಯಬೇಕು? ಅದು ಉದ್ಯಮದ ರೂಪ ಪಡೆದು ತನ್ನ ಕಾಲ ಮೇಲೆ ತಾನು ನಿಲ್ಲಲೇಬೇಕು. ಗ್ರಂಥಾಲಯ ಖರೀದಿ, ಸರ್ಕಾರದ ಅನುದಾನ, ಪ್ರಕಾಶಕನ ಮುಲಾಜುಗಳಿಲ್ಲದೆ ಲೇಖಕ ಉಳಿಯುವಂತಾಗಬೇಕು. ಪುಸ್ತಕಲೋಕವು ಪುಸ್ತಕೋದ್ಯಮವಾಗಬೇಕಾದ ಅನಿವಾರ್ಯತೆ ಈಗ ಎಂದಿಗಿಂತಲೂ ಹೆಚ್ಚಿದೆ. ಹಾಗಾದಾಗ ಮಾತ್ರ ಹೊಸತನ ಇಲ್ಲಿ ತರಲು ಸಾಧ್ಯ. ಹೊಸತನವಿದ್ದಾಗ ಕಟ್ಟಕಡೆಯ ಓದುಗನನ್ನೂ ತಲುಪಬಹುದು, ಹೊಸ ಓದುಗರ ಸೃಷ್ಟಿಗೆ ಕಾರಣವಾಗಬಹುದು. ಅದೇ ನಾವೂ ನೀವು ಮಾಡಬಹುದಾದ ನೈಜ ಕನ್ನಡ ಸಾಹಿತ್ಯದ ಕೆಲಸ. ಈ ಕಾರಣದಿಂದಲೇ ನಾವೀಗ ರಾಜ್ಯದ ಮೂವತ್ತೂ ಜಿಲ್ಲೆಗಳಲ್ಲಿ ಪುಸ್ತಕದ ಅಂಗಡಿ ತೆರೆಯುವ ಯೋಚನೆ ಹೊಂದಿದ್ದೇವೆ. ಶಾಲೆ, ಕಾಲೇಜುಗಳಲ್ಲಿ ಪುಸ್ತಕ ಬಿಡುಗಡೆ ಸಮಾರಂಭಗಳನ್ನು, ಪ್ರತಿ ಜಿಲ್ಲೆಯಲ್ಲೂ ಪುಸ್ತಕ ಮೇಳಗಳನ್ನು ಆಯೋಜಿಸಲು ಸಂಕಲ್ಪಿಸುತ್ತಿದ್ದೇವೆ.

ಇದೀಗ 2024ನೇ ವರ್ಷವನ್ನು ಸ್ವಾಗತಿಸಲು ಸಜ್ಜಾಗುತ್ತಿದ್ದೇವೆ. ಅದರ ಜೊತೆ ಡಿಸೆಂಬರ್ 31ರಂದು "ಸಾಹಿತ್ಯ ಬಂಧನ" ಎಂಬ ವಿಭಿನ್ನ ಕಾರ್ಯಕ್ರಮದಲ್ಲಿ ಏಳು ಪುಸ್ತಕಗಳನ್ನು ಓದುಗರಿಗರ್ಪಿಸಿ ಸಂಭ್ರಮಿಸುತ್ತಿದ್ದೇವೆ. ಇದೇ ಕ್ರಮದಲ್ಲಿ ಬಿಡುಗಡೆಗೊಳ್ಳುತ್ತಿರುವ ಎಂ ಎಲ್ ಪ್ರಸನ್ನ ಅವರ "ಮಲ್ಲಿಮಲ್ಲಿಗಿ" ಕೃತಿ ಕೂಡ ಒಂದು. ಲೇಖಕರು ನಾಡಿನ ಜನಪ್ರಿಯ ಪತ್ರಿಕೆ ಕನ್ನಡ

ಮಾಣಿಕ್ಯದಲ್ಲಿ ಪ್ರಧಾನ ಸಂಪಾದಕರಾಗಿ ಎಂಟು ವರ್ಷಗಳಿಂದ ನಿರಂತರವಾಗಿ ಕಾರ್ಯನಿರ್ವಹಿಸುತ್ತಿದ್ದಾರೆ. ಓದುಗನ ಗಮನವನ್ನು ಕತೆಯ ತುದಿಯವರೆಗೂ ಹಿಡಿದಿಟ್ಟುಕೊಳ್ಳುವ ಸರಳ ನಿರೂಪಣೆ ಈ ಕೃತಿಗಿದೆ. ಇನ್ನೊಂದು ಪ್ಲಸ್ ಪಾಯಿಂಟ್ ಎಂದರೆ ಇಲ್ಲಿ ಬಳಸಲಾಗಿರುವ ಪ್ರಾದೇಶಿಕ ಭಾಷೆಯ ಸೊಗಡು. ಓದುವಾಗ ಎರಡು ಮುಗ್ಧ ಮನಸುಗಳ ನಡುವಿನ ನವಿರಾದ ಭಾವವನ್ನು ಎಷ್ಟು ಸೂಕ್ಷ್ಮವಾಗಿ ಗ್ರಹಿಸಿ ಬರೆದಿದ್ದಾರೆ ಎನ್ನಿಸದೆ ಇರದು. ಮಲ್ಲಿ ತಾನು ಜಗತ್ತಿನ ಮುಂದೆ ತೋರಿಸಕೊಳ್ಳಬೇಕಾದ ರೂಪವೇ ಬೇರೆ, ಒದಗಿಬಂದಿರುವ ರೂಪವೇ ಬೇರೆ.. ಯಾಕೆ ಹೀಗೆ? ಎಂದು ಪ್ರಶ್ನಿಸಿಕೊಳ್ಳುವ ತೃತೀಯಲಿಂಗಿಯ ಮನಸ್ಸನ್ನು ಅರ್ಥಮಾಡಿಕೊಳ್ಳುವುದು ಅಷ್ಟು ಸುಲಭದ ಮಾತಲ್ಲ! ಅಂಥವರನ್ನು ಮೂಲೆಗುಂಪು ಮಾಡಿ, ನೋಡಿದರೂ ನೊಡದಿರುವಂತೆ ಸರಿದುಬಿಡುವವರ ಮಧ್ಯೆ ಇಲ್ಲಿ ಬರುವ ಸುನಿಲ ಭಿನ್ನವಾಗಿ ಕಾಣುತ್ತಾನೆ.

ಈ ಕೃತಿಯನ್ನು ಓದುವ ಸುಖ ನಿಮ್ಮದಾಗಲಿ.

ಪ್ರೀತಿಯಿಂದ,

ವೀರಕಪುತ್ರ ಶ್ರೀನಿವಾಸ

ಪ್ರಕಾಶಕ, ವೀರಲೋಕ ಬುಕ್ಸ್

ಅಧ್ಯಾಯ 1

ಕ್ಲಿಕ್... ಕ್ಲಿಕ್... ಕ್ಲಿಕ್...!

ಒಂದು ತಪಸ್ಸಿನಂತೆ, ತನ್ಮಯನಾಗಿ ಕ್ಯಾಮರಾದ ಹಿಂದೆ ಮುಖ ಹುದುಗಿಸಿ ಫೋಟೋಗಳನ್ನು ತೆಗೆಯುತ್ತಿದ್ದ ಸುನಿಲ್ ಕುಮಾರ. ಇದ್ದಕ್ಕಿದ್ದಂತೆ ಅವನ ಹಿಂದಿನಿಂದ,

“ಏಯ್ ರಾಜ... ನಮ್ಮದೂ ಒಂದೆರಡು ಫೋಟೋ ತೆಗಿ ಮತ್ತ” ಎಂಬ ಧ್ವನಿ ಕೇಳಿಸಿ ತಿರುಗಿ ನೋಡಿದ.

ಅಲ್ಲಿ ‘ಆಕೆ’ ನಿಂತಿದ್ದಳು!

ಆಕೆಯನ್ನು ನೋಡಿ ಒಮ್ಮೆ ನಸುನಕ್ಕ ಸುನಿಲ್ ಕುಮಾರ. ನಂತರ ಇನ್ನಷ್ಟು ನಗೆ ಅರಳಿಸಿ,

“ಅರೆ! ಬಾ ಮಹಾರಾಣಿ... ನಿನಗೆ ಇಲ್ಲ ಅಂತಾರೇನ? ನೀ ಚಂದಕ್ ಒಂದು ಪೋಸ್ ಕೊಡು ಮತ್ತ” ಎಂದು ಹೇಳಿ ಸರಸರಸನೆ ಆಕೆಯ ಫೋಟೋಗಳನ್ನು ತೆಗೆಯತೊಡಗಿದ.

ಮದುವೆಮನೆಯ ತುಂಬಾ ಇದ್ದ ಜನರೆಲ್ಲ ಸುನಿಲ್ ಕುಮಾರನನ್ನು ಮತ್ತು

ಆಕೆಯನ್ನು ಅಚ್ಚರಿಯಿಂದ, ವ್ಯಂಗ್ಯದಿಂದ, ಅಪಹಾಸ್ಯದಿಂದ ನೋಡುತ್ತಾ ನಸುನಗುತ್ತಿದ್ದರು.

ಅದರಲ್ಲಿ ಅಚ್ಚರಿಯೇನು ಇರಲಿಲ್ಲ.

ಏಕೆಂದರೆ, 'ಆಕೆ' ಆಕೆಯಾಗಿರಲಿಲ್ಲ... ಮತ್ತು ಆತನೂ ಆಗಿರಲಿಲ್ಲ!

ಆ ಸೃಷ್ಟಿಕರ್ತ ಕೂಡಾ ಮನುಷ್ಯನ ಥರಾ. ಅಥವಾ ಮನುಷ್ಯನ ಸೃಷ್ಟಿಯೇ ಅವನಿರಬಹುದೇನೋ? ಆತ ಗೊತ್ತಿದ್ದೂ ಗೊತ್ತಿದ್ದೂ ಆಗಾಗ ಚೇಷ್ಟೆಗೆ ತಪ್ಪು ಮಾಡುತ್ತಾನೆ. ಆಗ ಜಗತ್ತಿನಲ್ಲಿರುವ ಎರಡೇ ಎರಡು ಜಾತಿಗಳಾದ ಹೆಣ್ಣು ಮತ್ತು ಗಂಡು ಎಂಬ ಜನ್ಮರೂಪಗಳು ಹಾನಿಗೊಳಗಾಗಿ ಆಕೆಯನ್ನು ಅಥವಾ ಆತನನ್ನು ಸೃಷ್ಟಿಸಿರುತ್ತದೆ. ಜಗತ್ತು ಅವರನ್ನು ತೃತೀಯಲಿಂಗಿಗಳು ಎಂದು ಕರೆಯುತ್ತದೆ. ಮಂಗಳಮುಖಿಯೆಂದು ಗುರುತಿಸುತ್ತದೆ. ಅವರನ್ನು ಇನ್ನೂ ಬೇರೆ ಬೇರೆ ಹೆಸರಿನಿಂದ ಕ್ರೌರ್ಯಕ್ಕೆ, ದಾಸ್ಯಕ್ಕೆ, ಅಪಹಾಸ್ಯಕ್ಕೆ, ಅವಮಾನಕ್ಕೆ ಈಡಾಗುವ ರೀತಿಯಲ್ಲಿ ಕೂಡ ಕರೆಯುತ್ತದೆ.

ಸುನಿಲ್ ಕುಮಾರ ಎಲ್ಲರ ಹಾಗಲ್ಲಾ. ಅವನಿಗೆ ಯಾರ ಮೇಲೆಯೂ ಕೀಳುನೋಟ ಇಲ್ಲವೇ ಇಲ್ಲ. ಯಾರೇ ಮಾತಾಡಿಸಿದರೂ ಎಂಥದೇ ಸಂದರ್ಭದಲ್ಲೂ ಆತ ಸದಾ ಹಸನ್ಮುಖಿ. ಏನಾದರೂ ಮಾತಾಡಿದರೆ ಅದು ಸೀದಾ ಎದೆಯಿಂದ ತುಳುಕುತ್ತಿತ್ತೇ ಹೊರತು ಹುಳುಕು ಹುಡುಕೋ ಮಾತೇ ಇಲ್ಲ. ಹಿ ಈಸ್ ಜೆಮ್ ಆಫ್ ಎ ಪರ್ಸನ್! ಹಾಗಂತ ಅದು ಅವನನ್ನು ಟೀಕಿಸುವವರೇ ಕೊಟ್ಟ ಬಿರುದು!

ಸುನಿಲ್ ಕುಮಾರ ಸಂತೆಯಂತಾಗಿದ್ದ ಆ ಮದುವೆಮನೆಯ ಬೇರೆ ಜನಗಳ ಅಪಹಾಸ್ಯದ ಭಾವನೆಗಳನ್ನು ಗಮನಿಸಲೇ ಇಲ್ಲ. ಆತ 'ಆಕೆ'ಯ ಭಾವನೆಯನ್ನು ಗಮನಿಸುತ್ತಿದ್ದ. ಆಕೆ ಮಾತ್ರಾ ಅತ್ತ ಕಡೆ ಜಗತ್ತನ್ನು ಗಮನಿಸುತ್ತಾ, ಅವರ ಅಪಹಾಸ್ಯಗಳನ್ನು ಸಹಜವೆಂಬಂತಹ ರೀತಿಯಲ್ಲಿ ಸ್ವೀಕರಿಸುತ್ತಾ, ತನ್ನ ಎಂದಿನ ಹೆಣ್ಣಿನ ನಟನೆಯ ಶೈಲಿಯಲ್ಲಿ ಒಂದಾದ ಮೇಲೊಂದು ಪೋಸು ಕೊಡುತ್ತಿದ್ದಳು. ಆಕೆಯನ್ನು ಸುನಿಲ್ ಕುಮಾರ ಮತ್ತಷ್ಟು ಮತ್ತಷ್ಟು ಪ್ರೋತ್ಸಾಹಿಸುತ್ತಿದ್ದ. ಚೆಂದ ಅನಿಸಿದಾಗಲೆಲ್ಲಾ ಮುಕ್ತವಾಗಿ ನುಡಿದು ಹುರಿದುಂಬಿಸುತ್ತಿದ್ದ. ಆತ 'ವಾಹ್ ವಾಹ್' ಎಂದು ಪ್ರೋತ್ಸಾಹಿಸಿದಂತೆಲ್ಲ ಆಕೆ ಸವಾಲಿಗೆ ಬಿದ್ದವಳಂತೆ ವಿವಿಧ ಬಿನ್ನಾಣಗಳನ್ನು ತೋರುತ್ತ ಪೋಸು ಕೊಡುತ್ತಿದ್ದಳು. ಆ ಪ್ರತಿ ಪೋಸಿಗೂ ಸುತ್ತಲಿದ್ದ ಜನ ಮತ್ತಷ್ಟು ನಗುತ್ತಿದ್ದರು. ಸುನಿಲ್ ಕುಮಾರ ಜನರೆಡೆಗಿನ ತನ್ನ ಅಸಹನೆಯನ್ನು ಅದುಮಿಡುತ್ತಾ ತನ್ನ ಮುಕ್ತ ಮಂದಹಾಸದ ನಗುವಿನೊಂದಿಗೆ ಆಕೆಯನ್ನು ಪ್ರೋತ್ಸಾಹಿಸುತ್ತಲೇ ಹೋದ.

ಅದು... ಅದು... ಹಾಂ... ನಿಯತ್ತಾಗಿ ನಮ್ಮ ನಮ್ಮ ಕೆಲಸ ಮಾಡುವಾಗ ನೂರು ಜನ ನೂರು ಮಾತಾಡಬಹುದು. ಆದರೆ ಎಲ್ಲೋ ತಲುಪಬೇಕಾದ

ಕೆಲವರ ಎದೆಗೆ ಅದು ತಲುಪಿಯೇ ತಲುಪುತ್ತದೆ. ಅವನ ಪ್ರೋತ್ಸಾಹದ ನುಡಿಗಳನ್ನು ನಿಧಾನಕ್ಕೆ ಗಮನಿಸುತ್ತಾ ಹೋದ ಆಕೆ...

ಜನಗಳನ್ನು ಮರೆತು, ತನ್ನ ಕಣ್ಣ ಮಿಂಚನ್ನು ಮತ್ತಷ್ಟು ಹೊಳಪುಗೊಳಿಸುತ್ತಾ, ಯಾವುದೋ ಒಂದು ಘಳಿಗೆಯಲ್ಲಿ ಪೂರ್ಣ ಮೈಮರೆತು ತಾನು ನಿಜವಾದ ಹೆಣ್ಣೇನೋ ಎಂಬಂತೆ ಒಂದಷ್ಟು ಪೋಸುಗಳನ್ನು ನೀಡತೊಡಗಿದಳು. ಸರಕ್ಕನೆ ಸುನಿಲ್‌ಕುಮಾರನ ಒಳಗೆ ಅವನ ನೈಜ ಛಾಯಾಗ್ರಾಹಕ ಜಾಗೃತನಾಗಿ ಆಕೆಯ ರಸಭಾವಗಳನ್ನು ನಾನಾ ಭಂಗಿಗಳಲ್ಲಿ ಸೆರೆ ಹಿಡಿಯುತ್ತಾ ಹೋದ. ಕೆಲಕ್ಷಣಗಳ ಕಾಲ ಜಗತ್ತು ಮರೆತ ಎರಡು ಜೀವಗಳು ತಮ್ಮದೇ ಲೋಕದಲ್ಲಿ ಮುಳುಗಿಹೋದ ಅದ್ಭುತ ಕ್ಷಣಗಳಿಗೆ ಸಾಕ್ಷಿಯಾಗಿ, ಆ ಚಿತ್ರಗಳು ಸುನಿಲ್‌ಕುಮಾರನ ಕ್ಯಾಮೆರಾದಲ್ಲಿ ದಾಖಲಾದವು. ಒಂದು ಹಂತದಲ್ಲಿ ತನ್ನ ಕ್ಯಾಮರಾ ಕೈಚಳಕವನ್ನು ನಿಲ್ಲಿಸಿದ ಸುನಿಲ್ ಕುಮಾರ ಸಣ್ಣ ತೃಪ್ತಿಯೊಂದಿಗೆ ಆಕೆಯ ಬಳಿ ಬಂದ.

"ಮಹಾರಾಣಿ, ನೋಡಿಲ್ಲಿ... ನಿನ್ ಫೋಟೋ ಎಷ್ಟು ಚಂದಕ್ಕೆ ಬಂದೈತಿ. ಇದಲ್ಲ... ಇದು... ಇದು ನೋಡು. ಈ ನಗುನಲ್ಲಿ ನೀನು ಎಷ್ಟು ಚೆನ್ನಾಗಿ ಕಾಣಿಸ್ತಿದ್ದೀ ನೋಡು. ಅದೂ... ಅಲ್ಲಿ ಏನಾಯ್ತು ಗೊತ್ತಾ? ಈ ನಗು ಮಿಂಚೋವಾಗ ನೀನು ನಿನ್ನ ಸುತ್ತ ಇರೋರನ್ನೆಲ್ಲಾ ಮರ್ತು, ನನ್ನ ದನಿಗೆ ಕಿವಿಯಾದೆ... ಮನಸ್ಸು ತೆರೆದೆ... ಅದಕ್ಕೆ ಮೈ ಒಡ್ಡಿದೆ... ನಕ್ಕಿದೆ. ಅದಕ್ಕೆ... ನೋಡು... ಇದು ಎಷ್ಟು ಚೆನ್ನಾಗಿ ಬಂದಿದೆ ಹೌದಿಲ್ಲೋ" ಎಂದ.

ಒಂದು ಕ್ಷಣ ಆಕೆ ಕಣ್ಣು ಪಟಪಟಿಸಿದಳು. ಸುನಿಲ್ ಕುಮಾರನಿಗೆ ಅರ್ಥವಾಗುತ್ತಿತ್ತು ಆ ನೋಟದ ಭಾವ. ಆಕೆಗೆ ಆತನ ಮಾತುಗಳನ್ನು ಕೇಳಿ ಅಚ್ಚರಿಯಾಗಿತ್ತು. ಅರೆ ಹೌದಲ್ಲ! ಶುರುವಾತಿನಲ್ಲಿ ತಾನು ವ್ಯಂಗ್ಯದಿಂದಲೇ ಪೋಸು ಕೊಟ್ಟಿದ್ದು. ಆದರೆ ಸುನಿಲ್ ಕುಮಾರ ಪ್ರಾಮಾಣಿಕವಾಗಿ ತನ್ನ ಕೆಲಸ ಮಾಡಿದ್ದ. ಮೊದಮೊದಲಿಗೆ ಸುತ್ತಲಿದ್ದ ಜನರ ಕೆಣಕುಮಾತಿಗೆ, ಕೆಣಕು ನಗುವಿಗೆ ವ್ಯಂಗ್ಯದೊಂದಿಗೆ ಬಿಡುಬೀಸಾಗಿ ಪೋಸು ಕೊಡುತ್ತಿದ್ದ ಆಕೆ, ಯಾವುದೋ ಒಂದು ಹಂತದಲ್ಲಿ ಆತ ಉತ್ತೇಜಿಸುವ ರೀತಿಯಲ್ಲಿ ಮಾತನಾಡುವಾಗ, ಆಕೆಯ ಅಂದ ಚಂದವನ್ನು, ಬಿಂಕ ಬಿನ್ನಾಣಗಳನ್ನು ಹೊಗಳುತ್ತಾ... ಮೈಮರೆಸಿದಾಗ, ತನ್ನನ್ನು ನಿಜಕ್ಕೂ ಹೆಣ್ಣು ಎಂದುಕೊಂಡು ಯಾವುದೋ ಕಲ್ಪನೆಯ ಲೋಕದಲ್ಲಿ ಮುಳುಗಿ ಹೋಗಿದ್ದ ಅವಳ ತುಟಿಯಲ್ಲಿ ಅರಳಿದ ಆ ನಗುವೊಂದು ಸುನಿಲ್ ಕುಮಾರನ ಕ್ಯಾಮರಾದಲ್ಲಿ ಸರಿಯಾಗಿ ಸೆರೆಯಾಗಿಬಿಟ್ಟಿತ್ತು. ಆ ಫೋಟೋ ನೋಡಿದ ಆಕೆ ಕೂಡ 'ಅರೆ ಇದು ನಾನಾ' ಎಂದು ಅಚ್ಚರಿಗೊಳ್ಳುತ್ತಿದ್ದಾಗ, ಹಿಂದೆಯೇ ಸುನಿಲ್ ಕುಮಾರ ಆ ಕ್ಷಣದ ತನ್ನ ಇಡೀ ಭಾವನೆಗಳನ್ನು ಕೆಲವೇ ಪದಗಳಲ್ಲಿ ಸೆರೆಹಿಡಿದು ಕೊಟ್ಟಿದ್ದ. ಅದಕ್ಕೇ ಆಕೆ

ಆತನನ್ನು ನಿಬ್ಬೆರಗಾಗಿ ನೋಡಿದ್ದಳು. ಅದರಲ್ಲಿ ಮೆಚ್ಚುಗೆ ಇತ್ತು, ಗೌರವವಿತ್ತು. ಮನಸು ಭಾವುಕವೂ ಆಗಿತ್ತು.

"ನೀನೇನು ಥ್ಯಾಂಕ್ಸ್ ಹೇಳಬೇಕಾಗಿಲ್ಲ ಮಹಾರಾಣಿ. ಇದೇ ನನ್ನ ಕೆಲಸ. ನಾನು ಪ್ರೊಫೆಷನಲ್ ಫೋಟೋಗ್ರಾಫರ್. ಈ ಮದುವೆ ಗಂಡು ನನ್ನನ್ನ ಕರೆಸಿರೋದೇ ಇದಕ್ಕೆ. ಇಷ್ಟು ದಿನ ಇಷ್ಟು ವರ್ಷ ನಾನು ನೂರಾರು ಮದ್ವೆ ಮನೆ ಫೋಟೋ ತೆಗೆದಿದೇನೆ. ಹಾಗೆ ತೆಗೆದಿರೋ ಲಕ್ಷಾಂತರ ಫೋಟೋದಲ್ಲಿ... ಒಂದು ಬೇರೆನೇ ವಿಭಿನ್ನವಾದ ಮುಕುಟಮಣಿ ನೀನು. ಈ ಫೋಟೋ ಎಷ್ಟು ಚಂದ ಇದೆ ನೋಡು" ಎಂದು ಆಕೆಯ ಅತಿ ಸನಿಹ ನಿಂತು ಮತ್ತೆ ಆ ಫೋಟೋ ತೋರಿಸಿದ.

ಆಕೆ ತೃಪ್ತಿಯಿಂದ ಮತ್ತು ಭಾವುಕತೆಯಿಂದ ಆತನನ್ನು ಇನ್ನೂ ಹಾಗೆಯೇ ನೋಡುತ್ತಿದ್ದಳು.

"ಒಂದ್ ವಿಷ್ಯ ಗೊತ್ತಾ ಮಹಾರಾಣಿ? ಮನಸ್ಸು ತೆರೆದು ಮುಕ್ತವಾಗಿ ನಕ್ಕಾಗ ಎಲ್ಲರೂ ತುಂಬ ಸುಂದರವಾಗಿ ಕಾಣ್ತಾರೆ. ಎಳೇ ಮಗುವಿನ ಹಾಗೆ... ಹಸುಗೂಸಿನ ಹಾಗೆ... ಪ್ರತಿ ಮನುಷ್ಯನ ಸೌಂದರ್ಯ ಅವನ ನಗುವಲ್ಲಿದೆ. ಆ ಹೃದಯದಲ್ಲಿದೆ" ಎಂದ.

ತಟ್ಟನೆ ಆಕೆ ತೀರಾ ಭಾವುಕಳಾಗಿಬಿಟ್ಟಳು. ಏನೋ ಹೇಳಲು ಹೋದ ತುಟಿ ಹಾಗೇ ನಡುಗಿ ಸುಮ್ಮನೆ ನಿಂತಿತು. ಈಗ ತಾನೂ ಎಚ್ಚೆತ್ತ ಸುನಿಲ್‌ಕುಮಾರ ಇನ್ನೂ ಸಾವಧಾನವಾಗಿ ನಗುತ್ತಾ,

"ನೋಡಿ ಮಹಾರಾಣಿ ಅವ್ರೆ. ಈ ನಿಮ್ಮ ಫೋಟೋನ ನಾನು ಎಲ್ಲಾ ಫೋಟೋ ಕಾಂಪಿಟಿಷಿನ್‌ಗೂ ಕಳಿಸ್ತೀನಿ. ಒಂದು ವೇಳೆ ಅದರಲ್ಲಿ ಯಾವುದಾದರೂ ಪ್ರಶಸ್ತಿ ಪ್ರೈಜು ಬಂದರೆ ಅದರಲ್ಲಿ ಅರ್ಧ ರೊಕ್ಕ ನಿಮಗೆ. ಓಕೇನಾ? ನಿಮ್ಮ ಫೋಟೋ ಬೇರೆ ಕಡೆ ಕಳಿಸೋದಕ್ಕೆ ನಿಮ್ಮ ಒಪ್ಪಿಗೆ ಇದೆಯಾ?" ಎಂದು ಮುಕ್ತವಾಗಿ ನಕ್ಕ.

ಆತನನ್ನೇ ಅರೆತೆರೆದ ಬಾಯಿಂದ ಒದ್ದೆಯಾದ ಕಣ್ಣುಗುಡ್ಡೆ ಮೇಲೆ ಅರೆ ನಿಮೀಲಿತ ನೇತ್ರಳಾಗಿ ನೋಡುತ್ತಿದ್ದ ಆಕೆ ನಿಡಿದಾದ ಉಸಿರು ಬಿಟ್ಟಳು.

"ಮತ್ತ... ಈ ಫೋಟೋ ನನಗೂ ಕೊಡ್ರಲ್ಲಾ" ಅಂದಳು.

"ನಿಮ್ಮ ಫೋನ್ ನಂಬರ್ ಕೊಡಿ ಮಹಾರಾಣಿ" ಎಂದ ಸುನಿಲ್ ಕುಮಾರ. ಆಕೆ ಆತನನ್ನೇ ಅಚ್ಚರಿಯಿಂದ ನೋಡಿದಳು.

"ಹು... ಮತ್ತ... ನಿಮ್ಮ ಫೋನ್ ನಂಬರ್ ಕೊಟ್ರೆ ಮೊಬೈಲಿಗೆ ಕಳಿಸ್ತೀನಿ. ಪೋಸ್ಟಲ್ ಅಡ್ರೆಸ್ ಕೊಟ್ರೆ ಪ್ರಿಂಟ್ ಹಾಕಿ ಕಳಿಸ್ತೀನಿ" ಎಂದು ಹೇಳಿ ತಿಳಿಯಾಗಿ ನಕ್ಕ.

ಮತ್ತೊಮ್ಮೆ ಆತನನ್ನೇ ದೀರ್ಘವಾಗಿ ನೋಡಿ ನಿಟ್ಟುಸಿರಿಟ್ಟ ಆಕೆ "ಯಾವೂರು ನಿಂದು... ರಾಜ?" ಎಂದಳು.

"ನಮ್ಮೂರ್ ತಗೊಂಡು ನೀವ್ ಏನ್ ಮಾಡ್ತೀರಿ ಮಹಾರಾಣಿ. ಈಗ ಇಲ್ಲಿ ನಿಮ್ಮೂರಾಗಿದ್ದೀನಿ. ನಿಮ್ಮದು ಒಂದಷ್ಟು ಚಂದದ ಫೋಟೋ ತೆಗೆದೀನಿ. ಈಗ ಅಂದ್ರ ಈಗ ಎಲ್ಲಾನೂ ಕಳಸಕ್ ಆಗಂಗಿಲ್ಲ. ಇದನ್ನ ಕಂಪ್ಯೂಟರ್ಗೆ ಡೌನ್ಲೋಡ್ ಮಾಡಿ, ಆಮೇಲೆ ಇದಕ್ಕೆ ಸ್ವಲ್ಪ ಎಫೆಕ್ಟ್ ಕೊಟ್ಟು ಇನ್ನೂ ಚೆಂದ ಮಾಡಿ ಕಳಿಸ್ತೀನಿ. ಆಗ ನೋಡಿ ಮಹಾರಾಣಿ ಅವರೇ, ನೀವಿನ್ನೂ ಎಷ್ಟು ಮಹಾರಾಣಿ ಥರಾ ಕಾಣ್ತೀರಿ ಅಂತ" ಎಂದು ಹುಬ್ಬು ಕುಣಿಸಿದ.

ಆಕೆ ತಟ್ಟನೆ ಒಂದು ಕ್ಷಣ ಆತನ ಕಣ್ಣಲ್ಲಿ ಕಣ್ಣಿಟ್ಟು ಹುಡುಕಾಡಿದಳು. ಆ ಹುಡುಕಾಟದಲ್ಲಿ ಅವಳಿಗೆ ಆತನ ಮಾತಿನಲ್ಲಿ ಒಂದು ಕೂದಲಿನ ಎಳೆಯಷ್ಟು ಕೂಡ ಕಲ್ಮಶವೇ ಕಾಣಿಸಲಿಲ್ಲ. ಅದು ಸತ್ಯ. ಆತನ ಮಾತುಗಳು ಸದಾ ನಿಷ್ಕಲ್ಮಶ. ಮನಸ್ಥಿತಿ ಸರಿ ಇಲ್ಲದವರು ಮಾತ್ರ ಅಂಥವರಲ್ಲೂ ಹುಡುಕಿ ಹುಡುಕಿ ಹುಳುಕು ಪಡೆಯುತ್ತಾರೆ.

"ನಿನ್ನಂಥ ಮನುಷ್ಯನ್ನ ನಾ ಇಲ್ಲಿವರೆಗೂ ನೋಡೇ ಇರ್ಲಿಲ್ಲ" ಅಂದಳು ಆಕೆ.

"ಅದ್ ನನಗ್ ಗೊತ್ತು. ಐ ಯಾಮ್ ಒನ್ ಅಂಡ್ ಓನ್ಲೀ ಕ್ಯಾರಕ್ಟರ್. ನನ್ನ ಹೃದಯ ಮತ್ತು ಮನಸ್ಸು ಎರಡೂ ಸದಾ ಶುದ್ಧ. ಅದು ನಿಮಗ್ ಮಾತ್ರಾ ಅಲ್ಲ. ನನಗೋಸ್ಕರಾ ನಾನು ಹಾಗೆ ಇಟ್ಕೊಂಡಿರ್ತೀನಿ. ಎನಿವೇ ಥ್ಯಾಂಕ್ ಯು ಫಾರ್ ಯುವರ್ ಕಾಂಪ್ಲಿಮೆಂಟ್ಸ್" ಎಂದು ನಕ್ಕ ಸುನಿಲ್ ಕುಮಾರ. ಆತ ತನ್ನ ಫೋನ್ ನಂಬರ್ ಹೇಳಿದಾಗ ಆಕೆ ಅದನ್ನು ತನ್ನ ಫೋನಿಗೆ ಎಂಟ್ರಿ ಮಾಡಿ ಕರೆ ಮಾಡಿದಳು. ಈಗ ಆ ನಂಬರ್ ರಿಜಿಸ್ಟರ್ ಮಾಡಿಕೊಂಡ ಸುನಿಲ್‌ಕುಮಾರ,

"ಗುಡ್... ಇನ್ನು ಎರಡು ದಿನ ಕಳೆದು... ನಿಮ್ಮ ಫೋಟೋ ನಿಮಗೆ ಸಿಕ್ಕತ್ತೆ ಮಹಾರಾಣಿ ಅವರೇ. ಈಗ ಅಪ್ಪಣೆ ಕೊಟ್ಟರೆ ನಾನು ನನ್ನ ಕೆಲಸ ಮುಂದುವರಿಸುತ್ತೇನೆ. ಹೊಟ್ಟೆಪಾಡು... ನೋಡ್ಬೇಕಲ್ಲಾ" ಎಂದು ನಗುತ್ತಾ ತಲೆಬಾಗಿ ನಮಸ್ಕರಿಸಿದ.

ಒಂದು ಕ್ಷಣ ಮುಂದೆ ಬಂದ ಆಕೆ ತನ್ನ ಪರ್ಸ್‌ನಿಂದ ಒಂದು ರೂಪಾಯಿ ಕಾಯಿನ್ ತೆಗೆದು ಅದಕ್ಕೆ ಮುತ್ತಿಟ್ಟು ಕಣ್ಮುಚ್ಚಿ ಏನೋ ಪ್ರಾರ್ಥಿಸುತ್ತಾ ನಿಂತಳು. ಆಕೆಯ ನಡೆ ಆತನಿಗೂ ಅರ್ಥವಾಗಿತ್ತು. ಕೆಲವು ಕ್ಷಣ ಪ್ರಾರ್ಥಿಸಿದ ಆಕೆ ಆತನಿಗೆ ಆ ಒಂದು ರೂಪಾಯಿ ನಾಣ್ಯವನ್ನು ಕೊಟ್ಟು ಆತನ ತಲೆಯ ಮೇಲೆ ಕೈ ಇಟ್ಟು ಮತ್ತೆ ಒಂದು ಕ್ಷಣ ಕಣ್ಣುಮುಚ್ಚಿ ಪ್ರಾರ್ಥಿಸಿ, ನಂತರ ಕೈ ತೆರೆದಳು.

"ಮೊದಲನೇ ಸಲ... ನನಗೆ ನೆನಪಿರೋ ಹಾಗೆ... ಮನಸಾರೆ ಪ್ರಾರ್ಥನೆ ಮಾಡಿ ಕೊಟ್ಟೀನಿ. ನಿನ್ನ ಜೀವ ಇದೆಯಲ್ಲಾ... ಚಿನ್ನ... ಚಿನ್ನ ನನ್ನ ರಾಜ. ಚೆನ್ನಾಗಿರು" ಎಂದು ಹೇಳಿ ಸರಸರನೇ ಹೊರ ನಡೆದು ಬಿಟ್ಟಳು.

ಆಕೆ ಹೋದ ಕಡೆಯೇ ಒಮ್ಮೆ ದೀರ್ಘವಾಗಿ ನೋಡಿ ನಿಟ್ಟುಸಿರಿಟ್ಟ ಸುನಿಲ್ ಕುಮಾರ, ಈಗ ಸುತ್ತ ತಿರುಗಿ ನೋಡಿದರೆ ಇಡಿಯ ಮದುವೆಮನೆಯ ಪ್ರತಿಯೊಬ್ಬರೂ ಈ ದೃಶ್ಯವನ್ನು ನೋಡುತ್ತಾ ಒಂದುಕ್ಷಣ ಹಾಗೆಯೇ ಸ್ತಂಭನಕ್ಕೆ ಒಳಗಾದವರಂತೆ ಇದ್ದದ್ದು ಗಮನಕ್ಕೆ ಬಂತು.

ನಿಜವೇ! ಯಾವುದೇ ಸತ್ಯ ಕಣ್ಣ ಮುಂದೆ ನದಿಯಂತೆ ತನ್ನ ಪಾಡಿಗೆ ಸಾಗುವಾಗ ಅಕಸ್ಮಾತ್ ತೆರೆದುಕೊಂಡ ಪ್ರತಿ ಮನಸ್ಸೂ ಕೂಡಾ ಆ ಸತ್ಯದ ಜುಳುಜುಳು ನಾದವನ್ನು ಗ್ರಹಿಸಬಲ್ಲದು. ಅಲ್ಲಿ ಸಾಮೂಹಿಕವಾಗಿ ಅಂತಹುದೊಂದು ಮಾಂತ್ರಿಕ ಕ್ಷಣ ಜರುಗಿ ಹೋಗಿತ್ತು. ಎರಡು ಜೀವಗಳು ಮೈಮರೆತು ಕಟ್ಟಿಕೊಂಡ ತಮ್ಮ ಲೋಕವನ್ನು ಸುತ್ತಲಿದ್ದ ಜನ ತಮ್ಮ ಕಣ್ಣುಗಳಿಗೂ ಆಯಾಚಿತವಾಗಿ ತುಂಬಿಸಿಕೊಂಡಿದ್ದರು. ಆ ಕ್ಷಣ ಅವರೂ ಕೂಡಾ ಮೈಮರೆತು ಆ ಮಾಯಾಜಗತ್ತಿನ ಒಂದು ಭಾಗವಾಗಿದ್ದರು. ಅದಕ್ಕೆ ಅವರ ಅರೆತೆರೆದ ಬಾಯಿ ಮತ್ತು ಒಂದು ಕ್ಷಣದ ಮೌನ ಸಾಕ್ಷಿಯಾಗಿ ತನ್ನ ಸಹಿ ಹಾಕಿತ್ತು. ಎಚ್ಚೆತ್ತ ಸುನಿಲ್‌ಕುಮಾರ ಕಿರುನಗುತ್ತಾ ಸುತ್ತ ನೋಡತೊಡಗಿದ. ಆತನ ಕಣ್ಣು ಸರಿದ ಕಡೆಯೆಲ್ಲ ಇದ್ದ ಜನ ತಟ್ಟನೆ ತಮ್ಮ ಭಂಗಿ ಬದಲಿಸಿ ಏನೂ ಗಮನಿಸಲೇ ಇಲ್ಲವೇನೋ ಎಂಬಂತೆ ನಟಿಸುತ್ತಾ ತಮ್ಮ ಚಟುವಟಿಕೆಗಳನ್ನು ಮುಂದುವರಿಸತೊಡಗಿದರು.

"ಛೆ! ಮಿಸ್ ಆಯ್ತಲ್ಲ. ಎಂಥಾ ಒಳ್ಳೊಳ್ಳೆ ರಿಯಾಕ್ಷನ್ಸ್ ಇತ್ತು. ಈ ಮುಖಗಳದೂ ಒಂದೊಂದು ಫೋಟೋ ತೆಗೆದಿದ್ದರೆ ಎಷ್ಟು ಅದ್ಭುತವಾಗಿರ್ತಿತ್ತಲ್ಲ. ಎಂಥ ಕೆಲಸ ಆಯಿತು" ಎಂದು ಸುನಿಲ್ ಕುಮಾರ ಮನಸ್ಸಿನೊಳಗೆ ಕೈಕೈ ಹಿಸುಕಿಕೊಂಡ.

ಅಧ್ಯಾಯ 2

ಸುತ್ತ ಕಣ್ಣು ಹಾಯಿಸಿದಷ್ಟೂ ದೂರ ಸಸ್ಯಶಾಮಲೆ ಸೆರಗು ಸೀರೆ ಎಲ್ಲ ಹಾಸಿ ಹೊದ್ದು ಮಲಗಿದ್ದಳು. ಮುಸುಕಿದ ಮಂಜಿನ ತೆರೆ ಮಾತ್ರಾ ಆಗಾಗ ಆ ಹಸಿರನ್ನು ಮರೆ ಮಾಡುತ್ತಿತ್ತಾದರೂ ಅದೂ ಒಂದೇ ಸೊಗಸೇ! ಆ ಸಹ್ಯಾದ್ರಿಯ ನೆತ್ತಿಯ ಮೇಲೆ ನಿಂತರೆ ಎಂಥವರಿಗೂ ಅಂಗೈ ಚಾಚಿ ಆಗಸ ಹಿಡಿವ ಹುಮ್ಮಸ್ಸು!

ಹಾಗೆ ಒಮ್ಮೆ ಸಹ್ಯಾದ್ರಿಯ ನೆತ್ತಿ ಮೇಲೆ ನಿಂತ ಆ ಹೊತ್ತಿನಲ್ಲಿಯೇ ಸುನಿಲ್ ಕುಮಾರ ಧೃಢವಾಗಿ ನಿರ್ಧರಿಸಿಬಿಟ್ಟಿದ್ದ, ಇನ್ನು ಮುಂದೆ ಕ್ಯಾಮರಾ ಮತ್ತು ಬರವಣಿಗೆ ಮಾತ್ರ ನನ್ನ ಬದುಕು ಅಂತ. ಬರೀ ನಿರ್ಧರಿಸಿದ್ದು ಮಾತ್ರ ಅಲ್ಲ. ಅದನ್ನು ನಂಬಿಯೇ ಸಾಗಿದ್ದ ಆತ. ಬದುಕು ಆತನನ್ನು ನಿರಾಶೆಗೊಳಿಸಲಿಲ್ಲ. ಕಣ್ಣಿಗೆ ಕಾಣುವ ಜಗತ್ತನ್ನು ತನ್ನ ಕೈಯಲ್ಲಿದ್ದ ಕ್ಯಾಮೆರಾದ ಕಣ್ಣಿನ ಮೂಲಕ ಸೆರೆ ಹಿಡಿಯುತ್ತಿದ್ದ ಸುನಿಲ್‌ಕುಮಾರ, ಬರೆಯಲು ಕುಳಿತನೆಂದರೆ ತಣ್ಣಗೆ ತನ್ನ ಕಣ್ಣಿಗೆ ಮಾತ್ರ ಕಂಡಿದ್ದ ಲೋಕವನ್ನು ಪದಗಳಲ್ಲಿ ಸೆರೆಹಿಡಿದು ಕಟ್ಟಿಕೊಡುವ ಕಾಯಕವನ್ನು

ಮುಂದುವರೆಸಿದ್ದ. ಆದರೆ ಎಲ್ಲ ಬರಹಗಳೂ ಗುಪ್ತನಾಮದಲ್ಲಿದ್ದವು. 'ಅಮ್ಮನ ಕೂಸು' ಎಂಬ ಗುಪ್ತನಾಮದಲ್ಲಿ ಆತ ಬರೆಯುತ್ತಿದ್ದ ಬರಹಗಳು ಅದೆಷ್ಟು ಭಾವುಕವಾಗಿ ಇರುತ್ತಿದ್ದವೆಂದರೆ ಫೇಸ್‌ಬುಕ್‌ನ ತುಂಬ ಯಾರು ಆ ಬರಹಗಾರ ಎಂಬ ದೊಡ್ಡ ಚರ್ಚೆಯೇ ನಡೆಯುತ್ತಿತ್ತು. ಅಷ್ಟೊಂದು ಭಾವುಕವಾಗಿ ಬರೆಯುವ 'ಅಮ್ಮನ ಕೂಸು' ಹೆಣ್ಣಿರಬೇಕು ಅಂತ ಕೆಲವರು ವಾದಿಸಿದರೆ ಗಂಡಿರಬೇಕು ಅಂತ ಕೆಲವರ ವಾದ. 'ಅಮ್ಮನ ಕೂಸು' ಅದೆರಡು ವರ್ಗಕ್ಕೂ ಸೇರಿದ್ದಲ್ಲ, ಹಾಗಾಗಿಯೇ ಮರೆಯಿಂದ ಹೊರಗೆ ಬರುತ್ತಿಲ್ಲ ಎಂಬ ಕುಹಕವೂ ಕೆಲವರದಿತ್ತು. ಅಮ್ಮನ ಕೂಸು ಯಾರೆಂಬುದು ಆತನ ಅತಿ ಹತ್ತಿರದ ಗೆಳೆಯರಿಗೂ ಗೊತ್ತಿರಲಿಲ್ಲ. ಆತನಿಗೆ ಜನಪ್ರಿಯತೆಯ ಹಂಬಲವೇ ಇರಲಿಲ್ಲ. ಬರಹ ತನ್ನ ಅಂತರ್ಯದ ಬೇಗುದಿಯ ಹೊರಹಾಕಲು ಒಂದು ನೆಪವಾಗಿತ್ತು. ಅದು ಹೆಸರು ಮಾಡಲು ಅಲ್ಲ. ಹಣ ದುಡಿಯಲೂ ಕೂಡಾ ಅಲ್ಲ. ತನ್ನ ಭಾವನೆಗಳಿಗೆ ಒಂದು ಸ್ಪಷ್ಟತೆಯನ್ನು ಕಂಡುಕೊಳ್ಳುವ ಪ್ರಯತ್ನ ಮತ್ತು ಅದಕ್ಕೆ ಜಗತ್ತು ಹೇಗೆ ಪ್ರತಿಕ್ರಿಯಿಸುತ್ತದೆ ಎಂಬ ಕುತೂಹಲ. ಅಷ್ಟೇ.

ಬದುಕುವುದಕ್ಕೆ ಆತನಿಗೆ ಬೇರೆಯೇ ಒಂದು ವೃತ್ತಿ ಇತ್ತು. ತಿಂಗಳಿಗೆ ನಾಲ್ಕು ದಿನ ಕ್ಯಾಮೆರಾ ಹಿಡಿದರೆ ಸಾಕು, ತಿಂಗಳಿಗಾಗುವಷ್ಟು ಸಂಪಾದನೆ ಆಗುತ್ತಿತ್ತು. ಅದೂ ಕೂಡಾ ಬಯಸಿ ಮಾಡುತ್ತಿದ್ದುದ್ದಲ್ಲ. ಆತನ ಕ್ಯಾಮೆರಾದ ಮೋಹವನ್ನು ಕಂಡಿದ್ದ ಗೆಳೆಯರು ಆತನನ್ನು ತಮಗೂ ಫೋಟೋಗಳನ್ನು ತೆಗೆದುಕೊಡು ಎಂದು ದುಂಬಾಲು ಬಿದ್ದಿದ್ದರು. ಅವರ ಒತ್ತಾಯಕ್ಕೆ ಮಣಿದು ವಿವಿಧ ಸಮಯಗಳಲ್ಲಿ ವಿವಿಧ ವೇಷಗಳಲ್ಲಿ ಅವರ ಭಾವನೆಗಳನ್ನು ಮೂಡ್‌ಗಳನ್ನು ವಿವಿಧ ಕೋನಗಳಲ್ಲಿ ಸೆರೆಹಿಡಿದು ಕೊಡಲು ತೊಡಗಿದ. ಆತನಿಗೆ ಹೊರಜಗತ್ತು ಹೇಗೆ ಪ್ರತಿನೋಟದಲ್ಲೂ ವಿಭಿನ್ನವಾಗಿ ಕಾಣುತ್ತಿತ್ತೋ ಹಾಗೆಯೇ ಮನುಷ್ಯನ ಒಳಜಗತ್ತಿನ ಭಾವಗಳು ಆಗಾಗ ಹೊರಗೆ ಹಣಿಕಿ ಹಾಕುವಾಗ ಅದನ್ನು ಕುತೂಹಲದಿಂದ ಗ್ರಹಿಸುವ, ಆಸ್ವಾದಿಸುವ, ಅದನ್ನು ಚಿತ್ರವಾಗಿ ಸೆರೆ ಹಿಡಿಯುವ ಉತ್ಸಾಹ ಹುಟ್ಟಿಬಿಟ್ಟಿತು. ಅದರಲ್ಲಿ ಕೂಡಾ ಮನಃಪೂರ್ವಕವಾಗಿ ತೊಡಗಿಕೊಂಡ. ಗೆಳೆಯರು ಅದಕ್ಕೆ 'ಕ್ಯಾಂಡಿಡ್ ಫೋಟೋಗ್ರಫಿ' ಅಂತ ಹೆಸರಿಸಿ ಹುರಿದುಂಬಿಸಿದ್ದಲ್ಲದೆ ಆತ ಬೇಡಬೇಡವೆಂದರೂ ಹೆಚ್ಚು ಪ್ರಚಾರ ಕೊಡಲು ತೊಡಗಿದರು. ಕೊನೆಗೆ ತಾರೆಗಳು, ಸೆಲೆಬ್ರಿಟಿಗಳು ಎನಿಸಿಕೊಂಡವರು ಕೂಡಾ ಆತನ ಈ ಕ್ಯಾಂಡಿಡ್ ಫೋಟೋಗ್ರಫಿಗೆ ಮರುಳಾಗಿ ಆತನನ್ನು ಹುಡುಕಿಕೊಂಡು ಬರತೊಡಗಿದರು.

ಮನಃಪೂರ್ತಿಯಾಗಿ ಪ್ರೀತಿಸದ ಹೊರತೂ ಯಾವ ವಿದ್ಯೆಯೂ ಯಶಸ್ಸು ತರುವುದಿಲ್ಲ. ಯಶಸ್ಸಿಗಾಗಿ ಹಂಬಲಿಸಿ ವಿದ್ಯೆಯ ಹಿಂದೆ ಹೋಗುವುದಕ್ಕಿಂತ,

ವಿದ್ಯೆಯನ್ನು ಪ್ರೀತಿಸುತ್ತಾ ಹೋದ ಸುನಿಲ್‌ಕುಮಾರನಿಗೆ ಯಶಸ್ಸು ತಾನಾಗಿ ಒಲಿದು ಬಂದಿತ್ತು. ಅದೂ... ಬೇಡಬೇಡವೆಂದು ಬೇಡಿಕೊಳ್ಳುವಷ್ಟು ಅವಕಾಶಗಳು ಹುಡುಕಿಕೊಂಡು ಬರುತ್ತಿತ್ತು. ಆ ಬೇಡಿಕೆಗಳನ್ನು ಪೂರೈಸಲಾಗದೇ ಆತ ಸಂಭಾವನೆ ಹೆಚ್ಚು ಮಾಡಿದಷ್ಟೂ ಆತನ ಬೇಡಿಕೆ ಹೆಚ್ಚುತ್ತಲೇ ಹೋದದ್ದು ಆತನಿಗೇ ಅಚ್ಚರಿ.

ಹಾಗಂತ ಸುನಿಲ್‌ಕುಮಾರ ದುಡ್ಡಿನ ಹಿಂದೆ ಬಿದ್ದವನಲ್ಲ. ಶ್ರೀಮಂತಿಕೆಯಲ್ಲೇ ಬೆಳೆದಿದ್ದ ಅವನ ಹಿನ್ನಲೆ ಬಹುತೇಕ ಆತ್ಮೀಯ ಗೆಳೆಯರಿಗೂ ಗೊತ್ತಿರಲಿಲ್ಲ. ಸದಾ ನಗುನಗುತ್ತಲೇ ಮಾತನಾಡುವ ಸುನಿಲ್‌ಕುಮಾರ ಯಾವತ್ತಿಗೂ ಯಾರಲ್ಲಿಯೂ ತನ್ನ ಗತಬದುಕಿನ ಬಗ್ಗೆ ಹೇಳಿಕೊಂಡವನಲ್ಲ. ಅದಕ್ಕೆ ಕಾರಣ... ಅಲ್ಲೊಂದು ಅರಗಿಸಿಕೊಳ್ಳಲಾಗದ ವಿಷಾದತೆಯಿತ್ತು. ಅದನ್ನು ಮೀರಿ ಎದ್ದು ಬದುಕಿನ ಸವಾಲುಗಳನ್ನು ಎದುರಿಸಿ ಗೆದ್ದ ಕಥೆಯೂ ಇತ್ತು. ಆ ವಿಚಾರಗಳನ್ನು ಆತ ಯಾರೊಂದಿಗೂ ಹಂಚಿಕೊಳ್ಳುತ್ತಿರಲಿಲ್ಲ. ಅದೇನೇ ಇದ್ದರೂ ಆತ ಎಲ್ಲರಿಗೂ ಇಷ್ಟವಾಗುತ್ತಿದ್ದ. ಒಮ್ಮೆ ಆತನ ಸ್ನೇಹದ ಸವಿ ಸವಿದವರು ಯಾರೂ ಆತನನ್ನು ಬಿಟ್ಟು ಹೋಗುತ್ತಿರಲಿಲ್ಲ.

ದೀಪಕ್ ಅಂತಹ ಒಬ್ಬ ಆತ್ಮೀಯ ಗೆಳೆಯ. ಅವನ ಪ್ರೀತಿಯ ಒತ್ತಾಯವನ್ನು ಮೀರಲಾಗದೆ ಸುಧಾಕರ ಆತನ ಮದುವೆಯ ಫೋಟೋಗಳನ್ನು ತೆಗೆಯಲು ಬಿಜಾಪುರಕ್ಕೆ ಬಂದಿದ್ದ. ಮದುವೆಮನೆಯಲ್ಲಿ ಫೋಟೋಗಳನ್ನು ತೆಗೆದು ಎಷ್ಟೋ ದಿನ ಆಗಿ ಹೋಗಿತ್ತು. ಒಂದು ಲೆಕ್ಕದಲ್ಲಿ ಮರೆತೇಹೋಗಿತ್ತೇನೋ. ದೀಪಕ್ ಆತನಿಗೆ ಮದುವೆ ಅಟೆಂಡ್ ಮಾಡುವುದಷ್ಟೇ ಅಲ್ಲ, ಆತನಿಂದ ತನ್ನ ಮದುವೆ ಸಮಯದ ಸಾಧ್ಯವಾದಷ್ಟೂ ಕ್ಷಣಗಳನ್ನು ಹಚ್ಚಹಸಿರು ನೆನಪಾಗಿ ಉಳಿಸಿಕೊಳ್ಳಲು ಆಸೆಪಟ್ಟಿದ್ದ. ಮನೆಯವರೆಲ್ಲರ ಮಾತನ್ನು ಮೀರಿ ಆತ ಸುನಿಲ್‌ಕುಮಾರನನ್ನು ಸ್ವಾಗತಿಸಲು ಖುದ್ದಾಗಿ ಬಸ್‌ಸ್ಟ್ಯಾಂಡಿಗೆ ಬಂದಿದ್ದ.

"ಅರೆ! ನಾಳೆ ನಿನ್ನ ಮದುವೆ. ಅಂಥದ್ರಲ್ಲಿ ಇದೇನೋ ಇದು? ಮದುವೆಗಂಡು ಅರಿಶಿಣದ ಮೈಯಲ್ಲಿ ಹೊರಬರಬಾರದು ಕಣೋ" ಎಂದು ನಕ್ಕ ಸುನಿಲ್‌ನನ್ನು ಬಾಚಿ ತಬ್ಬಿದ್ದ ದೀಪಕ್, "ದೋಸ್ತಾ... ನೀನ್ ಬರ್ತಿದೀ ಅನ್ನೋ ಖುಷೀಗೆ ಯಾರ್ ಮಾತಿಗೂ ತಲೆಕೆಡಿಸ್ಕೊಳ್ದೆ ಬಂದೀನಿ. ಬಾ...ಬಾ. ಈಗ ಒಟ್ಟಿಗೆ ಹೋಗಿ ಬೈಸ್ಕೊಳೋಣು. ಈ ಕ್ಷಣದಿಂದ ಪ್ರತಿಕ್ಷಣ ನೀ ನನ್ನ ಜತಿಗೇ ಇರ್ಬೇಕ್ ನೋಡು. ಈ ಸಮಾರಂಭ ನನಗ ಸದಾ ಮನಸಲ್ಲಿ ಉಳಿಯೋ ಹಾಗೆ ಒಳ್ಳೊಳ್ಳೆ ಫೋಟೋ ತೆಗೀಬೇಕು" ಅಂದಿದ್ದ.

ಈ ಮದುವೆಗೂ ಮುಂಚೆ ಆತ ದೀಪಕ್‌ನ ಪ್ರೀವೆಡ್ಡಿಂಗ್ ಶೂಟ್ ಕೂಡಾ ಮಾಡಿದ್ದ. ಅದು ಎಷ್ಟು ವೈರಲ್ ಆಗಿತ್ತೆಂದರೆ ಈಗ ಪ್ರೀವೆಡ್ಡಿಂಗ್ ಶೂಟ್

ಎಂಬುದೇ ಸುನಿಲಕುಮಾರನ ಪಾಲಿಗೆ ಬಹುದೊಡ್ಡ ಕಸುಬಾಗಿ ಹೋಗಿತ್ತು. ಬೇಸತ್ತು ಹೋಗುವಷ್ಟು ಕೆಲಸ ಹುಡುಕಿಕೊಂಡು ಬರುತ್ತಿತ್ತು. ಒಂದು ರೀತಿಯಲ್ಲಿ ಆತ ಸ್ಟಾರ್ ಆಗಿಬಿಟ್ಟಿದ್ದ. ಹೀಗಿರುವಾಗ ದೀಪಕ್ ಇನ್ನು ಮದುವೆ ಫೋಟೋ ತೆಗೆಸದೆ ಬಿಟ್ಟಾನೆಯೆ? ದೀಪಕನ ಮನವಿಯಂತೆ ಪ್ರತಿಕ್ಷಣವೂ ಆತನ ಹಿಂದೆಯೇ ಇದ್ದು ಮದುವೆಮನೆಯಲ್ಲಿ ಆತನ ಮೂಡ್‌ಗಳ ಒಳ್ಳೊಳ್ಳೆ ಕ್ಷಣಗಳನ್ನು ತನ್ನ ಕ್ಯಾಮೆರಾದಲ್ಲಿ ಸೆರೆ ಹಿಡಿಯುತ್ತಿದ್ದ ಸುನಿಲ್. ಆಗಾಗ ಆತ ಬಿಡುವು ಕೊಟ್ಟಾಗ ಆ ಮದುವೆಮನೆಯ ಬೇರೆ ಬೇರೆ ಜನಗಳ ವಿವಿಧ ಮೂಡ್‌ಗಳನ್ನು ಸೆರೆ ಹಿಡಿಯುತ್ತಿದ್ದ. ಬೊಚ್ಚುಬಾಯಿಯ ಹಿರಿಯ ಜೀವಗಳನ್ನಾಗಲೀ, ಹಾಲುಗಲ್ಲದ ಹಸುಳೆಗಳನ್ನಾಗಲೀ, ಹುಡುಕಿ ಹುಡುಕಿ ಗಮನಿಸಿ ನಗಿಸಿ ಮಾತಾಡಿಸಿ ವಿವಿಧ ಭಾವಭಂಗಿಗಳ ಫೋಟೋ ತೆಗೆಯುತ್ತಿದ್ದಷ್ಟೂ ಖುಷಿ ಆತನಿಗೆ. ಬಹಳಷ್ಟು ಜನರಿಗೆ ಆತ ಯಾರ ಫೋಟೋ ತೆಗೆಯುತ್ತಿದ್ದಾನೆ ಎನ್ನುವುದೇ ಗೊತ್ತಾಗುತ್ತಿರಲಿಲ್ಲ. ಹಾಗಾಗಿಯೇ ಆತನ ಫೋಟೋಗಳಲ್ಲಿ ಬಹುತೇಕರ ಚಿತ್ರಗಳು ಕೃತ್ರಿಮವಾಗಿ ನಗುವ ಹಾಗೆ ಇರುತ್ತಿರಲಿಲ್ಲ.

ಆತ ಹೀಗೆ ಮೈಮರೆತು ಫೋಟೋ ತೆಗೆಯುತ್ತಿದ್ದ ಸಮಯದಲ್ಲೇ, ಅಲ್ಲಿ ಸುನಿಲ್‌ನಿಗೆ ಈ 'ಮಹಾರಾಣಿ' ಕಣ್ಣಿಗೆ ಬಿದ್ದಿದ್ದು. ಆತ ಆಕೆಯ ಕೆಲವು ಫೋಟೋಗಳನ್ನು ಸೆರೆಹಿಡಿದದ್ದು. ದೂರದಿಂದಲೇ ಆತನನ್ನು ಗಮನಿಸುತ್ತಿದ್ದ ದೀಪಕ್ ಅಷ್ಟಕ್ಕೇ ಉರಿದುಕೊಂಡಿದ್ದ. ಸುನಿಲ ತನ್ನ ಕೆಲಸ ಮುಗಿಸಿ ಈತನ ಹತ್ತಿರ ಬಂದಾಗ "ಮುಗೀತಾ?: ಅವ್ಳ್ ಹಿಂದೆನೇ ಹೊರಟೇ ಬಿಡ್ತೀಯಾ ಅಂದ್ಕೊಂಡಿದ್ದೆ" ಎಂದು ಗುರುಗುಟ್ಟಿದ್ದೂ ಆಯಿತು. ಸುನಿಲ್ ಕುಮಾರ ಆತ ರೇಗಿದ್ದಕ್ಕೆ ಜೋರಾಗಿ ನಕ್ಕು ತೆಕ್ಕೆಗೆ ಬಿದ್ದಿದ್ದ. ಆಮೇಲೆ ಮದುವೆಕಾರ್ಯ ಎಲ್ಲ ಮುಗಿದು ಗಂಡ ಹೆಂಡತಿ ಪರಸ್ಪರರಿಗೆ ಊಟ ಮಾಡಿಸುವ ಕಾರ್ಯಕ್ರಮವೂ ಮುಗಿದ ಮೇಲೆ,

"ಹಾಂ.. ನೋಡು ದೋಸ್ತ.. ಇನ್ನು ಹತ್ತು ನಿಮಿಷದೊಳಗ ಊಟ ಮುಗಿಶಿ ಮತ್ತ ನನ್ನ ಮುಂದ ಇರ್ಬೇಕು ನೋಡು" ಎಂದು ಗುರಾಯಿಸಿ ಹೋಗಿದ್ದ. ಆತನ ಮಾತಿಗೆ ನಕ್ಕು ಊಟಕ್ಕೆ ಕುಳಿತ ಸುನಿಲ್‌ಕುಮಾರನಿಗೆ ಕೆಲವು ತುತ್ತು ತಿನ್ನುವಷ್ಟರಲ್ಲಿ ಮತ್ತೆ ಅದೇ ಧ್ವನಿ ಕೇಳಿಸಿತು.

"ಏಯ್ ರಾಜಾ..."

ತಿರುಗಿ ನೋಡಿದರೆ 'ಆಕೆ' ಅಲ್ಲಿ ನಿಂತಿದ್ದಾಳೆ.

"ಅರೆ! ಏನ್ ಮಹಾರಾಣಿ? ಮತ್ತೆ ಬಂದಿದೀರಿ?"

"ಮತ್ತ... ಮತ್ತ... ನಿನಕೂಡಾ ಇನ್ನೊಂದ್ ಕೇಳೋದಿತ್ತು. ಕೇಳಂತೀಯೇನು?"

"ಕೇಳ್ರಲಾ... ಬಂದಾ ಹಾಜರ್ ಹೈ... ಆಪ್ ಕಾ ಹುಕುಂ..."

"ಮತ್ತ... ಮತ್ತ... ನಂದು ಇನ್ನೂ ಒಂದೀಟು ಫೋಟೋ ತೆಕ್ಕೊಡ್ತೀರೇನು? ನಾ ಮತ್ತ... ಬೇರೆ ಸೀರಿ ಉಟ್ಟು ಬರ್ತೀನಿ"

ಆಕೆಯನ್ನೇ ಒಂದುಕ್ಷಣ ನೇರವಾಗಿ ನೋಡಿದ ಸುನಿಲ್‌ಕುಮಾರ. ಆತನಿಗೆ ಆ ಕ್ಷಣಕ್ಕೆ ಅಲ್ಲಿ ಆ ಮುಖದಲ್ಲಿ... 'ಇನ್ಯಾರೋ' ಕಂಡರು. ಆ ಮುಖವೂ ಕೂಡಾ ಹೀಗೆ ತುಂಬ ಆರ್ದ್ರತೆಯಿಂದ ಸಂಕೋಚದಿಂದ ಪ್ರೀತಿಯಿಂದ ಆತನನ್ನು ಇನ್ನೇನೋ ಕೇಳಿತ್ತು. ತಟ್ಟನೆ ತಲೆ ಒದರಿದ ಸುನಿಲ್‌ಕುಮಾರ,

"ಅದಕ್ಕೇನಂತ್ರೀ? ಒಂದ್ ಕೆಲಸ ಮಾಡ್ರೀ... ನಾನು ಸಂಜೀಮುಂದ ಐದು ಗಂಟೆ ಹೊತ್ತಿಗೆ ಬಾರಾಕಮಾನು ಹತ್ರ ಇರ್ತೀನಿ. ನೀವು ಸೀದಾ ಅಲ್ಲಿಗೇ ಬಂದುಬಿಡ್ರಲಾ. ಮತ್ತ ಆ ಸನ್ಸೆಟ್ ಎಫೆಕ್ಟಲ್ಲಿ ಎಂಥಾ ಫೋಟೋ ಕೂಡಾ ತುಂಬ ಚೆಂದ ಬರ್ತತಿ. ಒಂದ್ ಯಾಕ? ನಾಲಕ್ ಸೀರೆ ತಗೊಂಬರ್ರೀ. ನಿಮ್ದೊಂದು ಕ್ಯಾಂಡಿಡ್ ಫೋಟೋ ಆಲ್ಬಮ್ ಮಾಡಿಕೊಡ್ತೇನೆ."

"ಮತ್ತಾ... ಅದಕ್ಕ ರೊಕ್ಕ ಎಷ್ಟು ಕೊಡಬೇಕ್ರೀ" ಎಂದಳು ಆಕೆ.

ಒಮ್ಮೆ ಆಕೆಯ ಕಡೆ ನೋಡಿ ಜೋರಾಗಿ ನಕ್ಕ ಸುನಿಲ್‌ಕುಮಾರ,

"ರೊಕ್ಕದ್ ವಿಷ್ಯಾ ಯಾಕ್ ತೆಗೀತೀರಿ ಬಿಡ್ರೀ. ನೀವ್ ಮಹಾರಾಣೀ, ಕೇಳ್ದಷ್ಟು ರೊಕ್ಕ ಬಿಸಾಕ್ತೀರಿ. ಆದ್ರ ನೀವ್ ಕೊಡಬೇಕಾದ್ದು ಕೊಟ್ಟಾತಲ್ರೀ. ನೋಡಿ ನನ್ನ ಪರ್ಸ್‌ನಾಗ ನೀವು ಕೊಟ್ಟ ರೊಕ್ಕ ಹಂಗೇ ಬೆಚ್ಚಗ್ ಕೂತೈತಿ" ಎಂದು ಹೇಳಿ ಮತ್ತೆ ನಸುನಕ್ಕ.

ಒಂದು ಕ್ಷಣ ಆತನನ್ನೇ ದಿಟ್ಟಿಸಿ ಕಣ್ಣಲ್ಲಿ ಕಣ್ಣಿಟ್ಟು ನೋಡಿದ ಆಕೆ ದೂರದಿಂದಲೇ ನೆಟಿಕೆ ಮುರಿದು ಇಳಿ ತೆಗೆದುಹೋದಳು.

ಆಕೆ ಅತ್ತ ಹೋಗುತ್ತಿದ್ದಂತೆ ಅದ್ಯಾಕೋ ಒಂದು ಕ್ಷಣ ಸುನಿಲ್‌ಕುಮಾರನ ಮನಸ್ಸು ಮ್ಲಾನವಾಯಿತು. ಆಕೆ ಹೋದ ಕಡೆಯೇ ನೋಡುತ್ತಿದ್ದವನಿಗೆ ಅಲ್ಲಿ ಬೇರೆ ಯಾರೋ ಕಂಡರು...!

ಅಧ್ಯಾಯ 3

ಬಿಜಾಪುರದಲ್ಲಿ ಗೋಲ್‌ಗುಂಬಜ್‌ಗಿಂತ ಹೆಚ್ಚು ಇಷ್ಟವಾಗಿದ್ದು ಬಾರಾಕಮಾನು!

ಅದೇನೋ ಗೊತ್ತಿಲ್ಲ. ಅಳಿದುಳಿದ ಆ ಅವಶೇಷದ ಹಿಂದೆ ಅದನ್ನು ಕಟ್ಟುತ್ತಿರುವವನ ಹಲವು ನೂರು ಕನಸುಗಳು ಹಾಗೇ ಅಪೂರ್ಣವಾಗಿ ಉಳಿದುಹೋದಂತೆ, ಕಿವಿಗೊಟ್ಟು ಎದೆತೆರೆದು ಕುಳಿತವನಿಗೆ ಮಾತ್ರಾ ಆತ ಬಿಕ್ಕಿ ಬಿಕ್ಕಿ ಕಥೆ ಹೇಳಿದಂತೆ ಸುನಿಲ್‌ನಿಗೆ ಅನಿಸುತ್ತಿತ್ತು. ಹಾಗೊಮ್ಮೆ ಹಿಂದೆ ಎಂದೋ ಬಿಜಾಪುರಕ್ಕೆ ಬಂದು ಅಲ್ಲಿ ಸುತ್ತಾಡುವಾಗ ಆತನಿಗೆ ಅನಿಸಿದ್ದು ಯಾವುದಾದರೊಂದು ಬೆಳದಿಂಗಳ ರಾತ್ರಿಯಲ್ಲಿ ಅಲ್ಲಿ ಆ ಬಾರಾಕಮಾನಿನಲ್ಲಿ ಇಡಿಯ ರಾತ್ರಿ ಕುಳಿತು ಆ ಕಟ್ಟಡಕ್ಕೆ ಎದೆಯೊಡ್ಡಬೇಕು ಅಂತ. ಇರುಳು ಪೂರಾ ಒಬ್ಬನೇ ಕುಳಿತು ಮನಃಪೂರ್ತಿಯಾಗಿ ತಣ್ಣಗೆ ಏರುದನಿಯಲ್ಲಿ ಕಣ್ಮುಚ್ಚಿ ಹಾಡಿಕೊಳ್ಳುತ್ತಲೇ ಇರಬೇಕು ಎನಿಸಿತ್ತು. ಆ ಮೌನದಲೂ ಸುಳಿದಾಡುವ ಸಂಗೀತವನ್ನು ಸವಿಯಬೇಕು ಎನಿಸಿಬಿಟ್ಟಿತ್ತು.

ಅದಕ್ಕೆ ದೀಪಕ್‌ನ ಮದುವೆ ಒಂದು ಸದವಕಾಶವಾಗಿ ಸಿಕ್ಕಿತ್ತು. ಹುಣ್ಣಿಮೆಗೆ ಇನ್ನೂ ಎರಡು ದಿನ ಇದ್ದರೂ ಅಂದು ಬೇಕಾದಷ್ಟು ಬೆಳದಿಂಗಳಿರುವ ಸಾಧ್ಯತೆಯಿತ್ತು. ಸುನಿಲ್‌ಕುಮಾರ ಈ ಮೊದಲೇ ದೀಪಕ್‌ನ ಜೊತೆ ಆ ಒಂದು ಕಂಡೀಷನ್ ಹಾಕಿಯೇ ಬಿಜಾಪುರಕ್ಕೆ ಬಂದು ಇಳಿದಿದ್ದ.

"ನೋಡು ದೋಸ್ತಾ... ಇಡೀ ರಾತ್ರಿ ನಿನಗ ಹೆಂಗ್ ಬೇಕೋ ಹಂಗಿರು. ಯಾವ್ ಮಗಾನೂ ನಿನ್ನನ್ನ ಏನೂ ಕೇಳಂಗಿಲ್ಲ. ನಾ ಅಲ್ಲಿ ವಾಚ್‌ಮನ್‌ಗ ಹಂಗ್ ರೊಕ್ಕಾ ಕೊಟ್ಟೀನಿ. ರಾತ್ರಿಗ ಮೂರ್ ದೊಡ್ಡ ಬಾಟ್ಲು ಕಳ್ಸಾಕ್ ಹತ್ತೀನಿ. ನನ್ನಮಕ್ಳು... ಬಾಟ್ಲು ನೋಡಿ ಕುಡಿಯಾಕ್ ಕುಂತ್ರ... ಮಿನಿಸ್ಟ್ರು ಬಂದ್ರೂ ಹೋಗೋ ನಿಮ್ಮವ್ನ ಅಂತಾರ. ನೀ ನಿನಗ ಹೆಂಗ್ ಬೇಕೋ ಹಂಗಿರಪಾ. ಅದೇನ್ ನಿನ್ನ ಖಯಾಲಿ ಐತೋ ತೀರಿಸ್ಕಂಬಿಡು. ರಾತ್ರಿಗ ನೀ ನನ್ನ ಜೊತಿ ಇರಾದ್ ಬೇಡಾ. ನಾನೂ ನಿನ್ನ ಕೂಡಾ ಬರೋನಲ್ಲಾ. ನಮಗ್ ಭಾಳಾ ದೊಡ್ಡ ಕೆಲಸ ಇರತೈತಿ" ಎಂದು ಜೋರಾಗಿ ನಕ್ಕಿದ್ದ.

ಸಂಜೆ ಐದು ಗಂಟೆ ಹೊತ್ತಿಗೆ ಬಾರಾಕಮಾನಿಗೆ ಕಾಲಿಟ್ಟ ಸುನಿಲ್‌ಕುಮಾರನಿಗೆ ದ್ವಾರದ ಹತ್ತಿರವೇ ಕಾದು ನಿಂತಿದ್ದ ಆಕೆ ಕಾಣಿಸಿದಳು.

"ಅರೆ! ಮಹಾರಾಣಿಯವ್ರೇ... ನೀವ್ ಆಗ್ಲೇ ಬಂದುಬಿಟ್ಟೀರೇನ್ರೀ? ಛಲೋ ಆತ್ ಬಿಡ್ರೀ. ಬರ್ರಿ. ಈಗ ನಿಮ್ಮ ಫೋಟೋ ತೆಗೆಯೋಣು" ಅಂದ.

"ಮತ್ತ... ಮತ್ತ... ನಾ ಅಲ್ಲಿಗ್ ಬಂದಾಗ ಮುಖಕ್ಕ ಏನೂ ಹಚ್ಚಿರ್ಲಿಲ್ರೀ... ನೀವ್ ಹೇಳಿದ್ ಮ್ಯಾಲ ಹೋಗಿ ಮೇಕಪ್ ಮಾಡಿಸ್ಕೊಂಡ್ ಬಂದೀನ್ರೀ" ಎಂದಳು ಆಕೆ ವಯ್ಯಾರವಾಗಿ. ಆತ ತನ್ನನ್ನು ಸರಿಯಾಗಿ ಗಮನಿಸಲಿಲ್ಲ ಎಂದು ಆಕೆಗೆ ಅನಿಸಿದ್ದು ಸಹಜವೇ ಆಗಿತ್ತು.

ಆಕೆಯನ್ನೇ ಒಮ್ಮೆ ನೇರವಾಗಿ ನೋಡಿ ತಿಳಿಯಾಗಿ ನಕ್ಕ ಸುನಿಲ್,

"ನಾನ್ ಆಗ್ಲೇ ಹೇಳಿದ್ನಲ್ಲಾ ಮಹಾರಾಣಿಯವ್ರೇ... ಮನುಷ್ಯನ ಸೌಂದರ್ಯ ಬಣ್ಣದಲ್ಲಿಲ್ಲಾ... ಬಣ್ಣ ಹಚ್ಚಿಕೊಳ್ಳೋದ್ರಲ್ಲಿಲ್ಲಾ... ನೀವ್ ನನ್ನ ಕೂಡಾ ಫೋಟೋ ತೆಗೆಸ್ಬೇಕಂದ್ರೆ... ನೀವ್ ನನಗ ಒಂದ್ ಮಾತ್ ಕೊಡ್ಬೇಕ್ರೀ. ಕೇಳ್ಲೇನು?" ಅಂದ.

"ಹುಂ... ಮಾತು...! ಅಷ್ಟೇ ಏನು!? ನೀವ್ ಏನ್ ಕೇಳಿದ್ರೂ ಕೊಡೋಣು. ಮಹಾರಾಣಿ ಹಾಜಿರ್ ಹೈ... ಆಪ್ ಕಾ ಹುಕುಮ್" ಎಂದು ನಗುತ್ತಾ ಆಕೆ ಸಲಾಮ್ ಮಾಡಿದಳು.

ಈಗ ತಾನೂ ನಗುತ್ತಲೇ ಒಮ್ಮೆ ದೀರ್ಘವಾಗಿ ಉಸಿರೆಳೆದು, "ಮಹಾರಾಣೀಜೀ, ಬ್ಯಾರೆ ಏನೂ ಬೇಡ್ರೀ. ಇದೊಂದು ಸಂಜೆ... ನೀವು ತುಂಬ ಪ್ರಾಮಾಣಿಕವಾಗಿರಿ. ಯಾರನ್ನೂ ದ್ವೇಷಿಸ್ಬೇಡಿ. ದ್ವೇಷ ಇರೋ ಯಾರನ್ನೂ

ನೆನೀಬೇಡಿ. ನಿಮ್ಮ ಶತ್ರುಗಳನ್ನೂ ಕೂಡಾ ಒಂದ್ಸಲ ಪ್ರೀತಿಯಿಂದ ನೋಡ್ರಿ. ಆದೀತೇನು?" ಎಂದ.

ಆ ಸಂದರ್ಭಕ್ಕೂ ಆತನ ಮಾತುಗಳಿಗೂ ತಾಳೆಯೇ ಆಗಲಿಲ್ಲ. ಆಕೆ ಆತನಿಂದ ಅಂಥಾ ಮಾತುಗಳನ್ನು ನಿರೀಕ್ಷಿಸಿರಲಿಲ್ಲ. ತಟ್ಟನೆ ಆಕೆಯ ಮುಖ ವಿವರ್ಣವಾಯಿತು. ಆಕೆಯ ನಗುವೇ ಉಡುಗಿಹೋಯಿತು. ಆಕೆಗೆ ಏನು ಹೇಳಬೇಕೆಂಬುದೇ ತಿಳಿಯದೆ ಜಲಧರಿಸಿ ಹೋದಳು. ಆಕೆಯ ಒದ್ದಾಟ ಸುನಿಲ್‌ನಿಗೆ ಅರ್ಥವಾಗುತ್ತಿತ್ತು.

"ಗೊತ್ತು. ಅದು ನಿಮ್ಮಿಂದ ತುಂಬ ಕಷ್ಟ ಮಹಾರಾಣಿಯವ್ರೇ. ನಿಮ್ಮ ಬದುಕಿನ ಉದ್ದಕ್ಕೂ ನೋವುಗಳನ್ನೇ ಅನುಭವಿಸಿರ್ತೀರಿ. ಯಾರನ್ನ ನೋಡಿದ್ರೂ ನಿಮಗೆ ಕೆಂಡದಂತಹ ಕೋಪ ಇರತ್ತೆ. ಪ್ರತಿಯೊಬ್ಬರನ್ನೂ ಒಂದಲ್ಲಾ ಒಂದು ಕ್ಷಣಕ್ಕೆ, ಒಂದಲ್ಲಾ ಒಂದು ಕಾರಣಕ್ಕೆ ದ್ವೇಷಿಸ್ಬೇಕು ಅನ್ಸುತ್ತೆ. ಅದ್ರಲ್ಲೂ ದ್ರೋಹಿಗಳು ಶತ್ರುಗಳನ್ನ ಕಣ್ಣಲ್ಲೇ ಕೊಂದುಬಿಡ್ಬೇಕು ಅನ್ಸುತ್ತೆ. ಒಂದು ಕ್ಷಣಾನೂ ಅವರನ್ನ ಮರೆಯೋಕಾಗಲ್ಲಾ. ಅಂಥಾದ್ರಲ್ಲಿ... ಸ್ವಲ್ಪ ಹೊತ್ತು ಎಲ್ಲಾರ್ನೂ ಮರೆತ್ಬಿಡು ಅಂದ್ರೆ... ಅದು ಕಷ್ಟಾನೇ. ಆದ್ರೆ..."

ಎಂದವನು ಒಂದು ಕ್ಷಣ ಮಾತು ನಿಲ್ಲಿಸಿ ಆಕೆಯ ಕಡೆ ನೋಡಿದ.

ಆಕೆ ಆತನ ಮಾತುಗಳಿಗೆ ಕಿವಿಯಾಗಿದ್ದಳು. ಆತ ನಿಟ್ಟುಸಿರಿಟ್ಟು,

"ಆಗೋದೇ ಇಲ್ಲಾ ಅಂತೀರಾ? ಹಾಗನ್ನಬ್ಯಾಡ್ರೀ.. ಪ್ಲೀಸ್ ಇದೊಂದು ಸಂಜೆ... ನಾನು ಫೋಟೋ ತೆಗೀತಾ ಇರೋವಷ್ಟು ಹೊತ್ತು... ನಿಮ್ಮ ಎದೆನಲ್ಲಿ... ನೋವು ಸಿಟ್ಟು ದ್ವೇಷ ಏನೂ ಇಲ್ಲದೆ... ಬರೀ ಪ್ರೀತಿ ಮಾತ್ರಾ ಇರೋದಕ್ಕೆ ಸಾಧ್ಯಾನಾ?" ಎಂದ ಸುನಿಲ್.

ಎದೆ ಕದಲಿ ಹೋಯಿತು. ಪಟ್ಟನೆ ಆಕೆಯ ಕಣ್ಣಲ್ಲಿ ನೀರುಕ್ಕಿತು.

"ಹೇಗೆ? ಹೇಗೆ ಮರೀಲಿ? ಹೇಗೆ ಎಲ್ಲರ್ನೂ ಕ್ಷಮಿಸಲಿ. ನನಗೆ ಗೊತ್ತಾಗ್ತಿಲ್ಲಾ" ಎಂದು ಬಿಕ್ಕಿದಳು ಆಕೆ. ಆ ಬಿಕ್ಕುವಿಕೆಯ ಅಲೆಗಳಲ್ಲಿ ಎದೆಯಲ್ಲಿ ಅಡಗಿ ಕುಳಿತಿದ್ದ ಸಾವಿರ ಸಾವಿರ ನೋವಿನ ಕಥೆಗಳು ಸಟಕ್ಕನೆ ಬೆಸ್ತನೆಸೆದ ಬಲೆಯ ಹಾಗೆ ಬಿಚ್ಚಿಕೊಂಡು ಒಂದೇ ಕ್ಷಣದಲ್ಲಿ ಸುನಿಲ್‌ನನ್ನು ಎದೆಯ ಸುತ್ತ ಆವರಿಸಿಕೊಂಡವು.

ಒಂದು ಕ್ಷಣ ನಿಟ್ಟುಸಿರಿಟ್ಟ ಸುನಿಲ್ ನಂತರ ಸಮಾಧಾನವಾಗಿಯೇ,

"ನಾನು ಕೇಳ್ತಾ ಇರೋದು ತುಂಬಾ ಕಷ್ಟ ಅಂತ ನನಗ್ ಗೊತ್ತು. ಆದ್ರೆ ಇದು ಅನಿವಾರ್ಯ. ಇಲ್ಲಾಂದ್ರೆ ನನ್ನ ಫೋಟೋದಲ್ಲಿ ಜೀವಂತಿಕೆ ಇರಲ್ಲಾ. ಹಾಂ... ಒಂದ್ ಕೆಲಸ ಮಾಡಿ. ನಿಮ್ಮನ್ನ ಯಾರಾದ್ರೂ ನಿಜವಾಗ್ಲೂ ಪ್ರೀತ್ಸೋರಿದ್ರೆ, ಅಥವಾ ಯಾವಾಗ್ಲಾದ್ರೂ ಅವರು ನಿಮ್ಮನ್ನ ಪ್ರಾಮಾಣಿಕವಾಗಿ ಪ್ರೀತಿಸಿದ್ರೆ ಅವರನ್ನ ಮಾತ್ರ ಮನಸ್ಸಲ್ಲಿಟ್ಕೊಳಿ. ಅಥವಾ ನೀವು ಯಾರನ್ನಾದ್ರೂ

ಪ್ರಾಮಾಣಿಕವಾಗಿ ಪ್ರೀತಿಸಿದ್ರೆ ಅವರನ್ನ ಮನಸ್ಸಿಗೆ ತಂದ್ಕೊಳಿ. ನೀವೀಗ ಮಹಾರಾಣಿ ಅಲ್ಲ. ಪುಟ್ಟ... ಪುಟ್ಟ ರಾಜಕುಮಾರಿ ಅಂದ್ಕೊಳಿ. ಯಾವುದೋ ರಾಜಕುಮಾರನ ಕನಸು ಕಾಣ್ತಾ ಇರೋ ರಾಜಕುಮಾರಿ. ಜಸ್ಟ್... ಸುಮ್ನೆ... ಟ್ರೈ ಮಾಡಿ. ಆಗ ನೀವು ಬೇರೆನೇ ಆಗ್ಬೋದು. ಹಾಗೇನಾದ್ರೂ ಆದ್ರೆ... ಆಗ ಅದು ಅದೃಷ್ಟ... ಅಷ್ಟೇ" ಎಂದು ಹೇಳಿ ಕ್ಯಾಮೆರಾ ಮತ್ತಿತರ ಪರಿಕರಗಳನ್ನು ಜೋಡಿಸಿಕೊಳ್ಳತೊಡಗಿದ.

ಆ ಕೆಲವು ಕ್ಷಣಗಳಲ್ಲಿ...

ಆತ ಗಮನಿಸಲಿಲ್ಲ. ಆತನನ್ನೇ, ಆತನ ಕೆಲಸವನ್ನೇ ದೀರ್ಘವಾಗಿ ಗಮನಿಸುತ್ತಿದ್ದ ಆಕೆ ಹಾಗೇ ನಿಧಾನಕ್ಕೆ ಕಣ್ಣು ಮುಚ್ಚಿದ್ದಳು. ಆಕೆಯ ಮನದಲ್ಲಿ ಅದೇನೇನು ಚಿತ್ರಗಳು ಓಡತೊಡಗಿದವೋ, ಆಕೆ ಯಾವ ಲೋಕದ ರಾಜಕುಮಾರಿಯಾದಳೋ, ಅದಾವ ರಾಜಕುಮಾರನನ್ನು ಮೋಹಿಸಿದಳೋ, ಅದಾವ ಸುಪ್ತ ಕನಸುಗಳು ಅವಳ ಸುತ್ತ ಸುತ್ತಿ ಸುತ್ತಿ ಬರತೊಡಗಿದವೋ... ಅದಕ್ಕೆ ತಕ್ಕಂತೆ ನಿಧಾನಕ್ಕೆ ಆಕೆಯ ಮುಖದಲ್ಲಿ ತಿಳಿನಗುಗಳು ಅಲೆಅಲೆಯಾಗಿ ಸಾಗತೊಡಗಿದ್ದವು. 'ಆಹ್...' ಎಂದು ಆಕೆಯ ಮನಸ್ಸು ಪ್ರತಿಕ್ಷಣವನ್ನೂ ಆಸ್ವಾದಿಸುತ್ತಿತ್ತು. ತನ್ನದೇ ಕೆಲಸಗಳಲ್ಲಿ ಮುಳುಗಿ ಹೋಗಿದ್ದ ಸುನಿಲ್ ಅಕಸ್ಮಾತ್ತಾಗಿ ಆಕೆಯ ಕಡೆ ನೋಡಿದ. ಒಂದು ಕ್ಷಣ ಆಕೆಯ ಆ ಭಾವಸಮಾಧಿ ಆತನನ್ನೇ ಅಚ್ಚರಿಗೆ ನೂಕಿಬಿಟ್ಟಿತ್ತು. ಸರಸರನೆ ಸದ್ದಿಲ್ಲದೇ ತನ್ನ ಕ್ಯಾಮೆರಾ ತೆರೆದು ಆಕೆಯ ಆ ಮೌನ ಮತ್ತು ಕಣ್ಮುಚ್ಚಿ ನಗುತ್ತಿದ್ದ ಕ್ಷಣಗಳನ್ನು ಚಿತ್ರಿಸತೊಡಗಿದ. ಆಕೆಗೆ ಇದರ ಅರಿವೆಯೇ ಇರಲಿಲ್ಲಾ...

ನಂತರದ ಕ್ಷಣಗಳಲ್ಲಿ ಯಾಂತ್ರಿಕವಾಗಿ ಆತನ ಮಾತುಗಳಿಗೆ ದನಿಯಾಗುತ್ತಾ ಪೋಸು ಕೊಡುತ್ತಿದ್ದ ಆಕೆ ಯಾವುದೋ ಒಂದು ಕ್ಷಣದಲ್ಲಿ ಹೊರಲೋಕಕ್ಕೆ ತೆರೆದುಕೊಂಡು ಆತನತ್ತ ನೋಡಿ ನಕ್ಕಳು. ಫಳ್ಳನೆ ಮಿಂಚೊಂದು ಸುರುಳಿಸುರುಳಿಯಾಗಿ ಸುಳಿದು ಹೋದಂತಾಯಿತು. ಅದೇನಿತ್ತು ಆ ನಗುವಿನಲ್ಲಿ? ಅದಾವ ಪ್ರೀತಿ ಅಲ್ಲಿ ಮಾಯೆಯಾಗಿ ಸುಳಿದಿತ್ತು? ಅದಾವ ಪ್ರೀತಿ ಅದಾರ ಪಾಲಿಗೆ ಈ ಹೃದಯದಿಂದ ಹರಿದಿತ್ತು? ಗೊತ್ತಿಲ್ಲ. ಸುನಿಲ್‌ನ ಮೈಯಲ್ಲಿ ಝುಲ್ಲನೆ ಒಂದು ಭಾವಪ್ರವಾಹವೇ ಹರಿದಿತ್ತು. ಆತನ ನಿರೀಕ್ಷೆ ಮೀರಿ ಆಕೆ ಬದಲಾಗಿದ್ದಳು. ಆಕೆಯ ಆ ಭಾವಸಮಾಧಿ ಹಾಗೇ ಮುಂದುವರೆದಿತ್ತು. ಆಕೆ ಆತನ ಮಾತುಗಳಿಗೆಲ್ಲಾ ಯಾವುದೋ ಲೋಕದಲ್ಲಿ ಇದ್ದಂತೆ ಪ್ರತಿಕ್ರಿಯಿಸತೊಡಗಿದಳು. ಆತ ಕೇಳಿದಂತೆಲ್ಲಾ ಕೇಳಿದ ಹಾಗೆಲ್ಲಾ ನಿಂತು ಪೋಸು ಕೊಡುತ್ತಿದ್ದಳು. ಅದು ಯಾವುದೂ ಕೃತ್ರಿಮ ಎಂದು ಆತನಿಗೆ ಅನಿಸಲೇ ಇಲ್ಲಾ. ಆಕೆ ಅಕ್ಷರಶಃ ಈ ಲೋಕದಲ್ಲಿಯೇ ಇಲ್ಲಾ ಎಂಬ ಹಾಗೆ ಕಾಣುತ್ತಿದ್ದಳು. ಆಕೆ ಯಾರಾರೊಂದಿಗೋ ಮಾತನಾಡಿಕೊಳ್ಳುತ್ತಿದ್ದಳು. ಬಹುಶಃ

ಅವಳ ಬದುಕಿನಲ್ಲಿ ಆಗಾಗ ಬಂದು ಪ್ರೀತಿ ಹರಿಸಿ ಹೋದ ಎಲ್ಲ ಜೀವಗಳ ಮೆರವಣಿಗೆಯೇ ಸಾಗಿತ್ತೇನೋ. ಆಕೆ ಅವರೆಲ್ಲರನ್ನೂ ನೆನೆದು ತನ್ನ ಕೃತಜ್ಞತೆ ಶ್ರದ್ಧಾಂಜಲಿ ಸಲ್ಲಿಸುತ್ತಿದ್ದಳೇನೋ. ಆಕೆಯ ನಡಿಗೆಯೇ ಮೋಡದ ಮೇಲೆ ಹೆಜ್ಜೆ ಹಾಕಿದಂತಿತ್ತು. ಯಾರೋ ರಾಜಕುಮಾರ ಆಕೆಯನ್ನು ನಡೆಯಲೂ ಬಿಡದೆ ಮಗುವಂತೆ ಎತ್ತಿಕೊಂಡು ನಡೆಸುತ್ತಿದ್ದನೇನೋ. ಸುನಿಲ್ ಆಕೆ ತಂದಿದ್ದ ಮೇಕಪ್ ಸೆಟ್ ಕೂಡಾ ಬಳಸಿಕೊಂಡ. ತಾನೇ ಆಗಾಗ ಮೇಕಪ್ ಮಾಡಿದ. ಮಗುವಿನಂತೆ ಆತನ ಮುಂದೆ ಕುಳಿತಿದ್ದ ಆಕೆಯ ಮುಖದಲ್ಲಿ ತುಂಟತನದ ನಗುವೊಂದು ಲಾಸ್ಯವಾಡುತ್ತಲೇ ಇತ್ತು.

ಎಷ್ಟು ಸಮಯ ಕಳೆದರೂ ಆಕೆಯ ಮುಖದಲ್ಲಿ ಆ ನಗು ಮಾಸಲಿಲ್ಲ. ಸುನಿಲ್‌ನಿಗೇ ಸಾಕಾಗಿಹೋಗುವಷ್ಟು ಆಕೆ ಕಳೆದುಹೋಗಿದ್ದಳು. ಸಂಜೆ ಉರುಳಿ ರಾತ್ರಿಯಾಗಿತ್ತು. ನಡುವೆ ಆಕೆ ಮೂರ್‍ನಾಲ್ಕು ಬಾರಿ ಬೇರೆ ಬೇರೆ ಉಡುಪು ಬದಲಿಸಿದ್ದಳು. ಆಕೆಯನ್ನು ನೋಡುತ್ತಿದ್ದಷ್ಟೂ ಆ ಪ್ರತಿಯೊಂದೂ ಕ್ಷಣವನ್ನು ಸೆರೆ ಹಿಡಿಯಬೇಕೆಂಬ ಸುನಿಲ್‌ನ ಉತ್ಸಾಹ ಗರಿಗೆದರುತ್ತಲೇ ಇತ್ತು. ಸುನಿಲ್ ಜಿದ್ದಿಗೆ ಬಿದ್ದವನಂತೆ ಆಕೆಯ ಫೋಟೋ ತೆಗೆಯುತ್ತಲೇ ಹೋದ. ಇರುಳು ಕವಿಯುತ್ತಾ ಬಂದಂತೆ ಸೋರ್ಸ್ ಲೈಟ್‌ನಲ್ಲಿ ನೆರಳು ಬೆಳಕಿನ ಹೊಸ ಚಿತ್ತಾರಗಳಿಗೆ ಹುಡುಕಾಟ ನಡೆಸತೊಡಗಿದ. ಲೈಟರ್, ಮೊಬೈಲ್ ಟಾರ್ಚ್, ತನ್ನ ಬಳಿ ಇದ್ದ ಪುಟ್ಟ ಎಲ್‌ಇಡಿ ಸೆಟ್, ಬಾರಾಕಮಾನಿನ ದೀಪದ ವ್ಯವಸ್ಥೆಗಳು... ಆಹ್.. ಎಲ್ಲ ಇದ್ದಾಗ ಅಡಿಗೆ ಮಾಡುವುದಕ್ಕಿಂತ ಇದ್ದಿದ್ದರಲ್ಲೇ ಒಳ್ಳೆಯ ಅಡಿಗೆ ಮಾಡುವ ಹುಮ್ಮಸ್ಸು ಅದು.

ಒಂದು ಹಂತದಲ್ಲಿ ಆತನಿಗೇ ಸಾಕೆನಿಸುವಂತಾಯಿತು.

"ಮಹಾರಾಣಿಯವ್ರೇ, ಈಗಾ ಬೇರೆ ಇನ್ನೊಂದ್ ಸೀರೆ ಉಟಗೊಂಡ್ ಬರ್ರೀ" ಎಂದ.

ಅದಕ್ಕೆ ಮತ್ತೆ ಅಂಥದೇ ತಿಳಿನಗೆ ನಕ್ಕು ಒಂದು ಮೂಲೆಗೆ ಹೋದಳು ಆಕೆ. ಆಕೆ ಅಲ್ಲೊಂದು ಸೀರೆಯ ಕೋಟೆ ಕಟ್ಟಿಕೊಂಡಿದ್ದಳು. ಅಲ್ಲಿ ಸೀರೆ ಬದಲಾಯಿಸತೊಡಗಿದಳು.

"ಮಹಾರಾಣಿಯವ್ರೇ, ಬೇಗ ಬರ್ರೀ. ತುಂಬ ಟೈಮ್ ತಗೋಬೇಡ್ರೀ" ಎಂದ ಸುನಿಲ್.

ತನ್ನದೇ ಲಹರಿಯಲ್ಲಿದ್ದ ಆಕೆಗೆ ಒಂದು ಕ್ಷಣ ಏನನಿಸಿತೋ, ಆಕೆ ಆತ ಇದ್ದ ಕಡೆ ತಿರುಗಿ ಏನೋ ತುಂಟುತನ ನೆನೆದು ಕಿರುನಕ್ಕು ಮೆಲ್ಲಗೆ ತೋರುಬೆರಳಿನ್ನಿಟ್ಟು ಆ ಸೀರೆಯ ಕೋಟೆಗೋಡೆಯನ್ನು ಸ್ವಲ್ಪವೇ ಕೆಳಗೆ ಸರಿಸಿದಳು. ಸೀರೆಯ ಪರದೆಯ ಹಿಂದೆ ಇದ್ದ ಆಕೆಯ ಕಣ್ಣು ಶೃಂಗಾರ ಸುರೆಯಲ್ಲಿ ತೇಲುತ್ತಿತ್ತು. ಸಣ್ಣದಾಗಿ ಹುಶ್ ಹುಶ್ ಎಂದು ತುಂಟತನದಲ್ಲಿ

ಕರೆವ ಸದ್ದಿಗೆ ಅತ್ತ ತಿರುಗಿ ನೋಡಿದ ಸುನಿಲನಿಗೆ ಫೋಟೋ ತೆಗೆಯಬೇಕೂ ಎಂಬುದೂ ಮರೆತುಹೋಗುವಷ್ಟು ಆ ಕಣ್ಣುಗಳು ಫಳಫಳಿಸುತ್ತಿತ್ತು. ಸೀರೆಯ ತೆರೆಯ ಹಿಂದೆ ಸಿಂಗಾರಸಿರಿ ನಾರಿಯ ತುಂಟ ಕಣ್ಣುಗಳು ಮಾತ್ರಾ ಸುನಿಲನಿಗೆ ಕಾಣುವಂತಿತ್ತು.

"ಏಯ್ ರಾಜ, ನಾ ಸೀರೆ ಬದಲಾಯ್ಸೋವಾಗ ಬಂದು ನೋಡಬೇಕು, ನನ್ನ ಕಾಡಬೇಕು ಅನ್ಸಲ್ಲೇನು?" ಅಂದಳು.

ತಾನೂ ನಕ್ಕ ಸುನಿಲ್, "ಅಲ್ಲಿ ಬಂದು ಏನ್ ನೋಡ್ಲಿ?" ಎಂದ.

ಒಂದೇ ಕ್ಷಣ...!

ಆಕೆಯ ಮುಖದಲ್ಲಿ ಇದ್ದಕ್ಕಿದ್ದಂತೆ ರಕ್ತವೆಲ್ಲ ಸೋರಿಹೋಯಿತು. ತಟ್ಟನೆ ಸುನಿಲ್‌ಗೂ ತನ್ನ ದಾರುಣ ತಪ್ಪು ಅರಿವಾಯಿತು... ಆತ ಆಕೆಯ ಇಡಿಯ ಹೆಣ್ತನವನ್ನೇ ನಿರಾಕರಿಸಿಬಿಟ್ಟಿದ್ದ!

ಆಕೆಯ ಕಣ್ಣಲ್ಲಿ ಆ ಕ್ಷಣ ಕಂಡ ವಾಸ್ತವದ ಕಗ್ಗತ್ತಲು ಅಲ್ಲಿಯವರೆಗೂ ಇದ್ದ ಬೆಳಕನ್ನೇ ನುಂಗಿ ನೊಣೆದು ಆಪೋಶನ ತೆಗೆದುಕೊಂಡುಬಿಟ್ಟಿತ್ತು... ನಿರ್ಜೀವ ಪ್ರೇತದಂಥಾ ಮೊಗದಿಂದ ಒಂದು ಕ್ಷಣ ಆತನನ್ನೇ ಹಾಗೇ ಆ ಭಾವವಿಕಾರದಲ್ಲಿಯೇ ದಿಟ್ಟಿಸಿದಳು ಆಕೆ. ಆಕೆಯ ತೋರುಬೆರಳು ನಿಧಾನಕ್ಕೆ ಹಿಂದೆ ಸರಿದು ಸೀರೆಯ ಪರದೆ ಮೇಲೇರಿತು. ಆ ಮುಖ ಮರೆಯಾಯಿತು.

ಆಕಾಶದಲ್ಲಿದ್ದ ಚಂದ್ರ ಧಿಢೀಲ್ಲನೆ ಕೆಳಗೆ ಉರುಳಿ ಪಾತಾಳಕ್ಕೆ ಬಿದ್ದ!

ಅಧ್ಯಾಯ 4

ಅಲ್ಲೊಂದು ನೀರವ ಮೌನ ಹೊದ್ದು ಮಲಗಿತ್ತು. ಕಾನನದಲ್ಲೂ ಸ್ಮಶಾನದಲ್ಲೂ ಕಾಣಸಿಗದ ನೀರವ ಮೌನ ಅದು. ಅಸಲಿಗೆ ಹಾಗೇನೂ ಇರಲಿಲ್ಲ. ಸುತ್ತಲ ಜಗತ್ತು ತನ್ನ ಪಾಡಿಗೆ ತನ್ನ ಗದ್ದಲದಲ್ಲಿ ಮುಳುಗಿತ್ತು. ಆ ನೀರವ ಮೌನ ಆವರಿಸಿದ್ದು ಬಾರಾಕಮಾನಿನ ಒಳಗೆ ಮಾತ್ರಾ. ಸುರಿವ ಸಣ್ಣ ಬೆಳದಿಂಗಳ ಮಳೆಯನ್ನು ನಿರ್ವಿಕಾರವಾಗಿ ನೋಡುತ್ತಾ ಎಷ್ಟೋ ಹೊತ್ತಿನಿಂದ ಕಲ್ಲಿನ ಹಾಗೆ ಕುಳಿತಿದ್ದ ಆ ಎರಡು ಹೃದಯಗಳ ಒಳಗೆ...

ಇನ್ನು ತಡೆಯಲಾಗಲಿಲ್ಲ ಅವನಿಗೆ!

ಕಾಲುಚಾಚಿ ಯಾವುದೋ ಕಂಭಕ್ಕೆ ಒರಗಿ ಕುಳಿತಿದ್ದವನು ಅತ್ತ ಕಡೆ ತಿರುಗಿ ನೋಡಿದ. ಮಂಡಿಗೆ ಗದ್ದ ಆನಿಸಿ ಎತ್ತಲೋ ನೋಡುತ್ತಾ ಮೌನವಾಗಿ ಕುಳಿತಿದ್ದವಳ ನಿಟ್ಟುಸಿರು ಅವನನ್ನು ತಿವಿಯುತ್ತಲೇ ಇತ್ತು. ಇದ್ದಕ್ಕಿದ್ದಂತೆ ಆತ ಹಾಗೇ ಮಂಡಿಗಳ ಮೇಲೆ ಅಸಡಾ ಬಸಡಾ ನಡೆಯುತ್ತಾ ಅವಳಿರುವ ಕಡೆ ಸಾಗಿ

ಬಂದು ಮುಂದೆ ಮಂಡಿ ಊರಿ ಕುಳಿತು ಅವಳ ಕಾಲು ಮುಟ್ಟಿ "ನನ್ನನ್ನು ಕ್ಷಮಿಸು" ಎಂದ.

ಆತ ಹಾಗೆ ಕ್ಷಮೆ ಕೇಳಲೇಬೇಕಿತ್ತು!

ಅವನಿಂದ ಅಚಾನಕ್ಕಾಗಿ ತಪ್ಪಾಗಿತ್ತು. ಅರಿತೋ ಅರಿಯದೆಯೋ ನಡೆದುಹೋದ ಅಚಾತುರ್ಯವದು. ಆತ ಅವಳನ್ನು ಒಂದು ಕಲ್ಪನಾಲೋಕಕ್ಕೆ ತಳ್ಳಿದ್ದ. ಆ ಲೋಕದಲ್ಲಿ ಆ ಚಿರವಿರಹಿ ರಾಣಿಯಾಗಿದ್ದಳೋ ರಾಜಕುಮಾರಿಯಾಗಿದ್ದಳೋ... ಗೊತ್ತಿಲ್ಲ. ಆದರೆ ಅವನು ಹಾಕಿಕೊಟ್ಟ ಏಣಿ ಏರಿ ಆಕೆ ಆ ಮಾಯಾಲೋಕ ಸೇರಿ ಎಲ್ಲಿಗೋ ತಲುಪಿಬಿಟ್ಟಿದ್ದಳು. ಅವಳ ಪ್ರತಿಯೊಂದು ಭಾವ ಭಂಗಿಯೂ, ಆಕೆ ಅದೇನೋ ಕಥೆ ಹೇಳುವಂತಿತ್ತು. ಅಷ್ಟು ಹೊತ್ತೂ ಆಕೆ ಅದಾರೊಂದಿಗೋ ಮಾತನಾಡಿಕೊಳ್ಳುತ್ತಿದ್ದ ಹಾಗಿತ್ತು. ನೆಪಮಾತ್ರಕ್ಕೆ ಅವಳು ಆತನ ಸೂಚನೆಗಳಿಗೆ ಕಿವಿಯಾಗಿದ್ದಳೋ ಹೊರತು ಅವಳ ಕಿವಿತುಂಬ ಯಾವುದೋ ಗಂಧರ್ವ ಲೋಕದ ಸಂಗೀತ ತುಂಬಿಕೊಂಡಿತ್ತು. ಆ ಹುಬ್ಬುಗಳ ಚಲನೆ, ಆ ಕಣ್ಣ ಮಿಂಚುಗಳು ಖಂಡಿತವಾಗಿ ಹತ್ತು ಹಲವು ಕಥೆಗಳನ್ನು ಈತ ತೆಗೆವ ಪ್ರತಿಚಿತ್ರದಲ್ಲೂ ಜೀವ ತಳೆಯುವಂತೆ ಮಾಡುತ್ತಿದ್ದವು. ಆಕೆ ಪ್ರತಿಬಾರಿ ಪೋಸು ಕೊಡುವಾಗಲೂ ನಾಟ್ಯ ಕಲಿತವರ ಹಾಗೆ ಲಾಸ್ಯವಾಗಿಯೇ ಚಲನೆಗಳಲ್ಲಿಯೇ ಭಾವಾಭಿವ್ಯಕ್ತಿ ಮಾಡುತ್ತಿದ್ದಳು. ಆ ಚಲನೆ ನಾಟ್ಯ ಭಾವಭಂಗಿಗಳಲ್ಲಿ ಕಸುಬುದಾರಿಕೆ ಕಮ್ಮಿ ಇತ್ತಾದರೂ ಆ ಪರಿಶ್ರಮ ತೆಗೆದುಹಾಕುವ ಹಾಗಿರಲಿಲ್ಲ. ಆಕೆ ತನ್ನಲ್ಲೇ ಹಾಡೊಂದನ್ನು ಗುನುಗಿಕೊಳ್ಳುತ್ತಾ ನರ್ತಿಸುವಂತೆ ವರ್ತಿಸುತ್ತಿದ್ದಳು. ಹೀಗೆ ಗಂಟೆಗಟ್ಟಲೆ ಮೋಡದ ಮೇಲೆ ತೇಲುತ್ತಿದ್ದವಳನ್ನು ಆತನ ಒಂದು ಸಣ್ಣ ಮಾತು ನಿರ್ದಯವಾಗಿ ಸೀಳಿ ಹಾಕಿತ್ತು. ಸೀದಾ ಪಾತಾಳಕ್ಕೆ ತುಳಿದಿತ್ತು. ಆಕೆಯ ಕಲ್ಪನೆಯ ಗಾಳಿಗುಳ್ಳೆ ಒಡೆಯಲು ಒಂದು ಸಣ್ಣ ಸೂಜಿ ಮೊನೆ ತಾಗಿದ್ದು ಸಾಕೇ ಸಾಕಿತ್ತು.

ಆಕೆ ಮತ್ತೆ ಬೇರೆ ಸೀರೆ ಉಟ್ಟು ಬಂದಾಗ ಸುನಿಲ ಏನೂ ಆಗೇ ಇಲ್ಲವೇನೋ ಎಂಬಂತೆ ಆದಷ್ಟು ಸಹಜವಾಗಿರಲು ಯತ್ನಿಸಿದ. ಮತ್ತೆ ಮತ್ತೆ ಏನೇನೋ ಜೋಕು ಹೇಳಿ ನಗಿಸಿದ. ಆಕೆಯನ್ನು ಮತ್ತೆ ಮತ್ತೆ ಹೊಗಳಿ ಸ್ಫೂರ್ತಿ ತುಂಬಲು ಯತ್ನಿಸಿದ. ಆಕೆ ಅದಕ್ಕೆಲ್ಲಾ ನಕ್ಕಳು, ಆದರೆ ಆ ನಗುವಿನ ಹಿಂದೆ ಯಾವುದೋ ಬಿಕ್ಕಳಿಕೆ... ಲಿಂಗದ ಹಿಂದಿನ ಹಾವಿನಂತೆ ಹೆಡೆಯೆತ್ತಿ ನಿಂತಿತ್ತು. ಎದೆಯೊಳಗಿನ ಬಿಕ್ಕಳಿಕೆಗಳನ್ನು ತಡೆತಡೆದು ಅವಳು ಬಳಲಿ ಸೋತದ್ದು ಆ ಕಣ್ಣುಗಳಲ್ಲಿ ನಿಚ್ಚಳವಾಗಿ ಎದ್ದು ಕಾಣುತ್ತಿತ್ತು. ಮುಂದಿನದೆಲ್ಲಾ ಕಾಟಾಚಾರದ ಪೋಸುಗಳು. ಯಾವ ಚಿತ್ರದಲ್ಲೂ ಗುಲಗಂಜಿಯಷ್ಟೂ ಜೀವಂತಿಕೆ ಇರಲಿಲ್ಲ. ನಿಜ, ಆಕೆ ಜೀವಂತಿಕೆ ಕಳೆದುಕೊಂಡ ಬೊಂಬೆಯಾಗಿದ್ದಳು... ಜೀವಂತ ಪ್ರೇತವಾಗಿದ್ದಳು!

ಇನ್ನು ಈ ಆಟ ಸಾಕೆನಿಸಿ ಸುನಿಲ್ ಫೋಟೋ ತೆಗೆಯುವುದು ನಿಲ್ಲಿಸಿದ. ಆತ ಸಾಕು ಎಂದಿದ್ದಕ್ಕೆ ಪ್ರತಿಯಾಗಿ ಆಕೆ, ಏನೂ ಹೇಳದೆ ಸತ್ತ ಕಿರುನಗುವೊಂದನ್ನು ಎಸೆದು ಒಪ್ಪಿಕೊಂಡಳು. ಆತ ನಿಟ್ಟುಸಿರಿಟ್ಟು ಕೆಲ ಔಪಚಾರಿಕ ಮಾತುಗಳನ್ನು ಮುಗಿಸಿ 'ಇನ್ನು ಹೊರಡು' ಎಂದರೂ ಅಲ್ಲಿಂದ ತೆರಳದೆ ಆಕೆ ಹಾಗೇ ಅಲ್ಲೇ ಆತನ ಜೊತೆಗಿದ್ದಳು. ಜೊತೆಗೇ ಇದ್ದೂ ಇಲ್ಲದಂತೆ ಇದ್ದಳು. ಆತನಿಗೆ ಗೊತ್ತಾಗಿ ಹೋಗಿತ್ತು. ಆ ದುಃಖ ತೀರುವವರೆಗೂ ಆಕೆ ಅಲ್ಲಿಂದ ಕದಲುವವಳಲ್ಲ. ಆಡಬೇಕಿದ್ದ ಮಾತುಗಳು ಹೊರಜಾರುವವರೆಗೂ ಆಕೆ ಮನಸ್ಸು ಬದಲಿಸುವವಳಲ್ಲ.

ಎಷ್ಟೋ ಹೊತ್ತು ಹೀಗೇ ಯಾವುದೋ ಕಂಬಕ್ಕೆ ಒರಗಿ ಕುಳಿತು ಇಲ್ಲದ ಭಾವುಕ ಪ್ರಪಂಚವನ್ನು ಕಟ್ಟಿಕೊಂಡು ಏನೇನೋ ಮಾತನಾಡಲು ಯತ್ನಿಸಿದ್ದ ಸುನಿಲ್ ಕುಮಾರನಿಗೆ ಇನ್ನು ತಡೆಯುವುದು ಸಾಧ್ಯವೇ ಇಲ್ಲ ಎನಿಸಿತು. ಆತ ಆಕೆಯ ಬಳಿ ಹಾಗೇ ಮಂಡಿಯ ಮೇಲೆ ತೆವಳುತ್ತ ಸಾಗಿ ಕಾಲು ಮುಟ್ಟಿ ನಮಸ್ಕರಿಸಿ "ನನ್ನನ್ನು ಕ್ಷಮಿಸು" ಎಂದ.

ಸರಕ್ಕನೆ ಕಾಲು ಹಿಂದೆಳೆದುಕೊಂಡು ಆತನನ್ನೇ ನೋಡಿದವಳ ಕಣ್ಣಲ್ಲಿ... ಪಟ್ಟನೆ ಅಲ್ಲಿಯವರೆಗೂ ತಡೆ ಹಿಡಿದಿದ್ದ ಜಲಧಾರೆಯ ಸ್ಫೋಟವಾಯಿತು. ಬಿಕ್ಕುಬಿಕ್ಕುಗಳೊಂದಿಗೆ ಧಾರೆಧಾರೆಯಾಗಿ ಕಣ್ಣೀರು ಹರಿಸುತ್ತಾ ಆಕೆ ದುಃಖಿಸುತ್ತಿರುವುದು ಕಂಡ ಸುನಿಲನಿಗೆ ಕರುಳು ಕಲಕಿದಂತಾಯಿತು. ಆತ ಮತ್ತೆ ಬಾಗಿ ಅವಳ ಮಂಡಿಯ ಮೇಲೆ ಕೈ ಇಟ್ಟು,

"ಆಯ್ತು ಮಹಾರಾಣಿ. ನನ್ನನ್ನ ಕ್ಷಮಿಸು, ಬಾಯ್ತಪ್ಪಿ ಜಾರಿದ ಮಾತು ಅದು. ಪ್ಲೀಸ್" ಎಂದು ಕೈಮುಗಿದ.

ಆಕೆ ಬಿಕ್ಕಿ ಬಿಕ್ಕಿ ಅಳುತ್ತ ಅಳುತ್ತಲೇ, ಎಳೆಮಗುವಂತೆ ಉಸಿರು ಸಿಕ್ಕಿಸಿಕೊಂಡು.. ಎಳೆದೆಳೆದು.. ಉಸಿರುಗಟ್ಟಿ...

"ನಾ...ನು ಗಾ...ಳಿಯಲ್ಲಿ ಸುತ್ತೋ... ಒಂದು.. ಪಾ...ಪಿ ಪ್ರೇತಾತ್ಮ...ದ ಥರಾ... ಇದ್ದೆ. ಅದಕ್ಕೆ ನೀ...ನೇ ಜೀ...ಜೀವ ಕೊಟ್ಟು.. ಮ...ಮ...ಗು ಥರಾ ಮು...ದ್ದಾಡಿ ಆಟ ಮುಗೀ...ತು ಅಂತ ನೀನೇ ಕೊ... ಕೊ... ಕೊಂದುಬಿಟ್ರೆ... ಹೆಂಗೆ ರಾಜ?" ಅಂದಳು ಬಿಕ್ಕಳಿಸಿ ಬಿಕ್ಕಳಿಸಿ ಪದ ಜೋಡಿಸಿಕೊಳ್ಳುತ್ತಲೇ.

ಎದೆಯೆಲ್ಲ ದ್ರವಿಸಿ ಹೋಯಿತು ಆತನಿಗೆ. ನೊಂದ ಜೀವಗಳ ಎದೆಯಲ್ಲಿ ನೋಯಿಸಿದವರ ಮೇಲೂ ಅಪಾರ ಪ್ರೀತಿ ಇದ್ದಾಗ ಮಾತ್ರ ಈ ರೀತಿ ಭರ್ಜಿಯಿಂದಲೇ ಇರಿದಂತಹ ದಾರುಣ ನೋವಿನ ಸಾಲುಗಳು ಹೊಮ್ಮಲು ಸಾಧ್ಯ. ತನ್ನ ಇಡಿಯ ಜೀವನದಲ್ಲಿ ಯಾರನ್ನೂ ತಮಾಷೆಗೂ ನೋಯಿಸಬಾರದು ಎಂಬ ಹುಚ್ಚು ಮತ್ತು ಪೆದ್ದು ಕಲ್ಪನೆಗಳೊಂದಿಗೆ ಬದುಕಿದ್ದ ಸುನಿಲ್‌ಕುಮಾರ ಕೂತಲ್ಲೇ ಅಣುಅಣುವಾಗಿ ಕರಗಿ ಹೋದ. ತಟ್ಟನೆ ಆಕೆಯ ಪಾದಗಳನ್ನು ಗಟ್ಟಿಯಾಗಿ ಹಿಡಿದು,

"ನನ್ನಿಂದ ಮಹಾಪರಾಧ ಆಯಿತು ಮಹಾರಾಣಿ. ದಯವಿಟ್ಟು ನನ್ನ ಕ್ಷಮಿಸಿಬಿಡು. ಏನು ಬೇಕಾದರೂ ಶಿಕ್ಷೆ ಕೊಡು. ಛೀ..! ಅದ್ಯಾವುದೋ ದರಿದ್ರ ಘಳಿಗೆಯಲ್ಲಿ ಕಾಮಿಡಿ ಅನ್ನೋ ಥರಾ ತಪ್ಪು ಮಾತಾಡ್ಬಿಟ್ಟೆ. ಇಲ್ಲಾ... ಅದು ಖಂಡಿತಾ ತಮಾಷೆ ಅಲ್ಲ.. ನಾನು ಹಾಗೆ ಮಾತಾಡ್ಲೇಬಾರ್ದಿತ್ತು. ನಿಜವಾಗ್ಲೂ ನನಗೆ ಗೊತ್ತಿಲ್ಲದೇ ಆಗಿರೋ ತಪ್ಪು ಇದು. ಆದ್ರೆ ಇದು ಆ ಕ್ಷಣಕ್ಕೆ ನಿನ್ನನ್ನ ಇಷ್ಟು ನೋಯಿಸಬಹುದು ಅನ್ನೋ ಐಡಿಯಾನೇ ಇರ್ಲಿಲ್ಲ. ಆಕ್ಚುಯಲೀ, ನನಗೆ ಯಾರನ್ನೂ ನೋಯಿಸೋ ಮನಸ್ಸೇ ಇಲ್ಲ. ಅಂಥ ಸಮಯ ಬಂದರೆ ಎಲ್ಲೇ ಇದ್ದರೂ ಉಸಿರೆತ್ತದೆ, ಸದ್ದಾಗದ ಹಾಗೆ ಎದ್ದು ಹೋಗುತ್ತೇನೆ. ಅಂಥಾದ್ರಲ್ಲಿ ನಿನ್ನನ್ನ ನೋಯಿಸೋ ಮಾತು ನಾನ್ಯಾಕ್ ಆಡ್ಲಿ? ನನ್ನಿಂದ ನಿಜವಾಗ್ಲೂ ತಪ್ಪಾಗಿದೆ. ದಯವಿಟ್ಟು ನನ್ನನ್ನ ಕ್ಷಮಿಸು. ಪ್ಲೀಸ್ ಕೈಮುಗೀತೀನಿ. ಅಳು ನಿಲ್ಸು" ಅಂದ. ಪಶ್ಚಾತ್ತಾಪದಿಂದ ಅವನ ಕಣ್ಣಲ್ಲೂ ಧಾರೆಯಾಗಿ ನೀರು ಹರಿದಿತ್ತು.

ಕೆಲವು ಕ್ಷಣ ಕಳೆದು ಆತನ ಕೈ ಮೇಲೆ ತನ್ನ ಕೈ ಇಟ್ಟ ಆಕೆ ಅಳುತ್ತಳುತ್ತಲೇ, "ಇಲ್ಲಾ... ನಿನ್ನದೇ...ನು ತಪ್ಪಿಲ್ಲ ದೊರೆ. ತಪ್ಪು ನಂದೇ. ನಾ...ನು... ಮೈ ಮರೆತಿದ್ದೆ. ನನ್ನನ್ನೇ... ನಾ...ನಾ...ನು ಪೂರ್ತಿ ಮರೆತುಬಿಟ್ಟಿದ್ದೆ. ನನ್ನನ್ನ ನಾನು.. ನಿಜವಾ...ದ ಹೆ...ಹೆಣ್ಣು ಅಂದ್ಕೊಂಬಿಟ್ಟೆ. ಅಯ್ಯೋ... ಅದು...ಅದು... ತಪ್ಪಾಗಿತ್ತು. ನಿನ್ನ... ಆ ಸಣ್ಣ..ಮ.. ಮಾತು... ನಿಜ ಏ...ಏನೂಂತ ಕಣ್ಣ ಮುಂದೆ... ತಂದು ನಿಲ್ಲಿಸ್ತು. ಆದ್ರೆ... ಅದನ್ನ.. ಅದನ್ನ ನನಗೆ... ಸಹಿಸಕ್ಕಾಗ್ಲಿಲ್ಲಾ. ಈಗ್ಲೂ ಸಹಿಸಕ್ಕಾಗ್ತಿಲ್ಲಾ... ನಾ...ನ್ ಏನ್ ತಪ್ಪು ಮಾಡಿದೀನಿ. ಆ ಪಾಪಿ ದೇವ್ರು... ನನಗ್ಯಾಕ್ ಇಂಥಾ ಶಿಕ್ಷೆ ಕೊಟ್ಟುಬಿಟ್ಟಾ? ನಮ್ಮಂಥಾವ್ರು ಬದುಕ್ಲೇಬಾರ್ದಾ? ಹಾಗಾದ್ರೆ ನಮಗ್... ನಮಗ್... ನಮಗ್ಯಾಕ್ ಜನ್ಮ ಕೊಡ್ಬೇಕಿತ್ತು? ಇದು... ಇದು... ನಿನ್ನ ಕೇಳ್ತಾ ಇರೋದಲ್ಲಾ. ಅವನನ್ನ... ಅವನನ್ನ ಕೇಳ್ತಾ ಇದೀನಿ. ಇದು... ಅವನೇ ಮಾಡಿರೋ ತಪ್ಪು... ನಿನ್ನ ತಪ್ಪೇನೂ ಇಲ್ಲ ಬಿಡು" ಎನ್ನುತ್ತಾ ಆತನ ಕೈ ಕಣ್ಣಿಗೊತ್ತಿಕೊಂಡು ಮತ್ತಷ್ಟು ಅತ್ತಳು: ಬಿಕ್ಕಿ ಬಿಕ್ಕಿ ಅತ್ತಳು; ಎದೆಯ ನೋವು ಕರಗೋವರೆಗೂ ಭೋರಿಟ್ಟು ಭೋರಿಟ್ಟು ಅತ್ತಳು.

ನಿರುತ್ತರನಾಗಿದ್ದ ಸುನಿಲ ಹತಾಶೆಯಿಂದ ದುಃಖಿಸುತ್ತಿದ್ದ ಆಕೆಯನ್ನೇ ನೋಡುತ್ತಾ ಸುಮ್ಮನೆ ಕುಳಿತುಬಿಟ್ಟ. ಒಂದು ಮಟ್ಟಕ್ಕೆ ತನ್ನೊಳಗಿನ ನೋವಿನ ಕಡಲು ಖಾಲಿ ಮಾಡಿಕೊಂಡ ಆಕೆ ಕಣ್ಣೊರೆಸಿಕೊಂಡು ಒಮ್ಮೆ ಕಿರುನಕ್ಕಳು. ನಂತರ ಕಣ್ಣೊರೆಸಿಕೊಂಡು ಮಾತೃ ಹೃದಯಿಯಾದಳು. ಪೆಚ್ಚಾಗಿ ಕಣ್ತುಂಬಿ ಕುಳಿತಿದ್ದ ಸುನಿಲ್ ಕುಮಾರನ ಕೆನ್ನೆ ತಟ್ಟಿದ ಆಕೆ,

"ಹೋಗ್ಲಿ ಬಿಡು ರಾಜ. ನಿಂದೇನ್ ತಪ್ಪೈತಿ. ನೀ ಏನ್ ಹೇಳಬಾರದ್ದು ಹೇಳ್ದಿ. ಪಾಪ... ನಿಂದೇನೂ ತಪ್ಪಿಲ್ಲಾ. ನೀ ಯಾಕ ಇಷ್ಟು ನೊಂದ್ಕೋತೀ? ನಾವ್ ಹುಟ್ಟಿರೋದೇ ನೊಂದ್ಕೊಳ್ಳೋಕೇ. ಆ ನನ್ನ ಸವತಿ ಮಗ ಬ್ರಹ್ಮ... ನಮ್ಮ ಹಣೇಲಿ ಹಂಗೇ ಬರೆದಿದಾನ. ಬಿಡು. ನಂದೇ ತಪ್ಪು... ನಾ ಈ ಮಟಾ ರೊಳ್ಳೇ

ತಗೀಬಾರ್ದಿತ್ತು. ಆದ್ರೇ... ಒಂದ್ ವಿಚಾರ ನಿಜಾ ರಾಜಾ, ನಿನಗ್ ಗೊತ್ತೋ ಇಲ್ಲೋ... ಯಾರೇ ಆದ್ರೂ ತುಂಬ ದುಃಖದಲ್ಲಿದ್ದಾಗ ಕೆಣಕು. ಸುಮ್ನಿರ್ತಾರೆ. ತುಂಬ ಸಂತೋಷ ಆಗಿದ್ದಾಗ ಮಾತ್ರಾ ಅದನ್ನ ಹಾಳ್ ಮಾಡ್ಬೇಡಾ. ಎಷ್ಟು ಸಂತೋಷ ಇರತ್ತೋ ಅದರ ಹತ್ತರಷ್ಟು ಸಿಟ್ಟು ಸಂಕಟ ದುಃಖ ಉಕ್ಕುಕ್ಕಿ ಬರತ್ತೆ. ನನಗೆ ಹಂಗೇ ಆಗೋತು ರಾಜಾ... ನನಗ.. ನನಗ ಸಿಟ್ಟು ಬರ್ಲಿಲ್ಲ ರಾಜಾ. ನಿನ್ನ ಮಾತು ಕೇಳಿದ್ ತಕ್ಷಣ... ನನ್ನ ಕಲ್ಪನೆ ಎಲ್ಲ ಕರಗೋಗಿ... ತಟ್ಟಂತ... 'ಅಯ್ಯೋ.. ಇದೇನ್ ನನ್ನ ಜೀವ? ನಾನ್ಯಾಕ್ ಬದುಕಿದೀನಿ? ಹೀಗ್ ಯಾಕ್ ಬದುಕಿದೀನಿ' ಅನ್ನಿಸ್ಬಿಡ್ತು. ಆದ್ರೆ ಇದರಲ್ಲಿ ನಿಂದೇನೂ ತಪ್ಪಿಲ್ಲಾ... ತಪ್ಪಿಲ್ಲಾ ನಂದು. ನಂದೂ ಅಲ್ಲ. ನಮ್ಮನ್ನ ಈ ಭೂಮಿಗ್ ತಂದ್ ಬಿಟ್ಟನಲ್ಲಾ... ಆ ಭಗವಂತ... ಆ ದೇವ್ರು... ಆ ಬೇವರ್ಸಿದು" ಎನ್ನುತ್ತಾ ತನ್ನ ಮಂಡಿಯ ಮೇಲಿದ್ದ ಆತನ ಕೈ ಹಿಡಿದುಕೊಂಡು ಮತ್ತೆ ಬಿಕ್ಕಿ ಬಿಕ್ಕಿ ಅತ್ತಳು.

ನಿಟ್ಟುಸಿರಿಟ್ಟ ಸುನಿಲ ಆಕೆಯ ತಲೆ ಸವರುತ್ತಾ, ಆಕೆಯ ದುಃಖ ಆರುವವರೆಗೂ ವಿಧಿ ಇಲ್ಲದೆ ಕಾಯುತ್ತಾ, ಕಾಯುವ ಅನಿವಾರ್ಯತೆಯೊಂದಿಗೆ ಹಾಗೇ ಕುಳಿತಿದ್ದ.

ಅದೆಲ್ಲಿತ್ತೋ... ಅದೆಷ್ಟು ಜನ್ಮದ ದುಃಖವೋ... ಕಟ್ಟಿದ್ದ ಅಣೆಕಟ್ಟು ಒಡೆದು ತುಂಬ ಹೊತ್ತು ಭೋರ್ಗರೆದು ಹರಿದು ಖಾಲಿಯಾದ ಮೇಲೆ ಆಕೆ ತಲೆ ಎತ್ತಿ ಆತನ ಕಡೆ ನೋಡಿ ಭಾವುಕವಾಗಿ "ತುಂಬಾ ಥ್ಯಾಂಕ್ಸ್ ರಾಜ" ಎಂದಳು. ಎರಡು ಕ್ಷಣ ಕಳೆದು ಆಕೆ ಇನ್ನೂ ಜೋರಾಗಿ ನಕ್ಕು "ಹಿಂಗ ಒಂದ್ ಕೈ ಹಿಡ್ಕೊಂಡು ಮನಸಾರೆ ಅತ್ತು ಭಾಳಾ ವರ್ಷ ಆಗಿತ್ತು ಅದಕ್ಕೆ..." ಅಂದಳು. ಅದಕ್ಕೂ ಅತ ನಿಟ್ಟುಸಿರಿಟ್ಟು ತಲೆತಗ್ಗಿಸಿ ಕುಳಿತಿದ್ದ.

"ಒಂದು ಮಡಿಲು ಸಿಕ್ಕಿದ್ರೆ ಇನ್ನೂ ಛಂದಿರ್ತಿತ್ತು ರಾಜಾ. ದುಃಖ ಎಲ್ಲ ಪೂರ್ತಿ ಕರಗೋಗೋವಷ್ಟು ಛಂದಕ್ಕೆ ಅಳಬೋದಿತ್ತು" ಎಂದು ನಕ್ಕಳು. ತಟ್ಟನೆ ಆತ ಭಾವುಕನಾಗಿ ಆಕೆಯನ್ನು ಸೆಳೆದುಕೊಳ್ಳಲು ಮುಂದಾದಾಗ,

"ಬ್ಯಾಡಾ ಬಿಡು. ಇಷ್ಟು ಸಾಕು. ತುಂಬ ಅತ್ರೆ ಎಲ್ಲ ದುಃಖ ಖಾಲಿ ಆಗೋಗ್ತತಿ. ಹೃದಯ ಶುದ್ಧ ಆಗೋಗ್ತತಿ. ಶುದ್ಧ ಹೃದಯಕ್ಕೆ ಈ ಜಗತ್ತಲ್ಲಿ ಜಾಗ ಇಲ್ಲೋ ರಾಜಾ. ನಾ ಇನ್ನಾ ಬದುಕ್ಬೇಕು. ಇವತ್ತು ನಿನ್ನ ಮಡಿಲು ಸಿಕ್ಕಿ ಅಳೋ ಅಭ್ಯಾಸ ಆತಂದ್ರೆ... ಮತ್ತ ಬೇಕಂದಾಗ ನಾ ನಿನ್ನ ಹುಡಿಕ್ಕೊಂಡು ಬರ್ಲಿಕ್ಕಾಕತ್ತೇನೂ?" ಎಂದು ನಕ್ಕಳು. ಈಗ ಅಲ್ಲಿ ನಿಜಕ್ಕೂ ಒಂದು ತಿಳಿನಗು ಆತನಿಗೆ ಕಂಡಿತ್ತು.

ಆತ ನಿಟ್ಟುಸಿರಿಟ್ಟು ಒಂದು ಕ್ಷಣ ಹಾಗೇ ಕುಳಿತ. ಅದು ಸದ್ಯ ಎಲ್ಲ ಮುಗಿಯಿತಲ್ಲಾ ಎಂಬ ದಿವ್ಯ ಸಮಾಧಾನಕ್ಕೆ.

"ಹಾಗಾದ್ರೆ ತಾವು ನಮ್ಮನ್ನ ಕ್ಷಮಿಸಿದೀರಿ ಅಂತಾಯ್ತು"

"ಕ್ಷಮಿಸೋದಾ? ಹುಂ... ಬಿಡು... ಹಾಳು ಜೀವಕ್ಕೆ ಕನಸು ಕಾಣೋದೇ ಸತ್ತೋಗಿತ್ತು. ಆ ಕನಸುಗಳಿಗೆ ಒಂದಷ್ಟು ಹೊತ್ತು ಜೀವ ಕೊಟ್ಟಿದ್ಯಲ್ಲಾ ಅದಕ್ಕಿಂತ ಏನ್ ಬೇಕು? ನಮ್ಮಂಥವ್ರು ಯಾವಾಗ ಏನೇ ಕನಸು ಕಂಡ್ರೂ... ಅದು ಉರಿದುಬೂದಿ ಆಗೋದಕ್ಕೆ ಒಂದೇ ಕ್ಷಣ ಸಾಕು ರಾಜ. ನಮ್ಮ ದೇಹಕ್ಕೆ ಬೆಂಕಿ ಇಟ್ರೆ... ಒಂದೇ ಕ್ಷಣಕ್ಕೆ ಉರಿದು ಬೂದಿ ಆಗೋಗತ್ತೆ. ಯಾಕೆ ಹೇಳು? ನಾವು ಬರೀ ಬೂದಿ ನುಂಗಿ ನುಂಗಿ ಬದುಕಿದೋರು. ನಮ್ಮ ಒಳಗಿರೋದೆಲ್ಲ ಬೂದಿನೇ" ಎಂದು ಜೋರಾಗಿ ನಕ್ಕಳು ಆಕೆ. ಆ ನಗುವಲ್ಲಿ ಬೂದಿ ಇರಲಿಲ್ಲ. ಬೆಂಕಿಯೇ ಇತ್ತು. ನೋವಿನ ಬೆಂಕಿ! ಈ ಜೀವಗಳ ಎದೆ ಸದಾ ಅಗ್ನಿಕುಂಡ!

ಹಾಗೇ ಪೆಚ್ಚಾಗಿ ಕುಳಿತಿದ್ದವನನ್ನು ನೋಡಿ ಈಗ ಮನಸಾರೆ ನಕ್ಕಳು ಆಕೆ. ತಾನೇ ಮುಂದೆ ಬಾಗಿ ಆತನ ಎರಡೂ ಕೆನ್ನೆ ಕೈಗೆ ತೆಗೆದುಕೊಂಡಳು. ಅವಳ ಕಣ್ಣಾಲಿಗಳು ಪದೇ ಪದೇ ತುಂಬಿ ಬರುತ್ತಿತ್ತು. ದನಿಯಲ್ಲಿ ನೋವು ಆರ್ದ್ರತೆ ಜೊತೆಗೆ ಆತನ ಮೇಲೆ ಪ್ರೀತಿ ಗೌರವ.

"ಏ ರಾಜಾ. ನಮಗೆ ಈ ನೋವೆಲ್ಲ ಸದಾ ಇದ್ದಿದ್ದೇ. ಆದ್ರ ಖರೇ ಹೇಳ್ತೀನಿ ಕೇಳು. ನೀ ನಿಜವಾದ ಹೃದಯವಂತ. ನನ್ನಂಥಾವ್ರ ಎದೆನಲ್ಲೂ ಪ್ರೀತಿ ಹುಟ್ಟೋ ಹಾಂಗ್ ಮಾಡಿದ್ದೀ. ನಿನ್ನಿಂದ ತುಂಬ ಸಂತೋಷ ಆಗ್ಯೆತಿ. ತುಂಬ ಉಪಕಾರ ಆಗ್ಯೆತಿ. ಇದಕ್ಕ ಬದಲು... ನಾನು ನಿನಗ ಏನ್ ಕೊಡ್ಲಿ ಹೇಳು? ನೀ ಏನರೆ ಕೇಳಾ. ಇಲ್ಲೀವರೆಗೂ ನಮ್ಮ ಜನುಮ ಬರೀ ಕೇಳಾದೇ ಆಗಿತ್ತು. ಆದ್ರೆ ಈಗ ಹಂಗಿಲ್ಲ. ಮೊದಲ್ನೇ ಸಲ ನನಗ.. ಯಾರ್ಗಾರ ಏನಾರ ಕೊಡ್ಬೇಕು ಅನ್ಸಿದ್ರೆ... ಅದಕ್ಕೆ ನೀನೇ ಕಾರಣ. ನಿನಗೆ ಏನ್ ಬೇಕು ಕೇಳ" ಎಂದಳು ಆಕೆ.

ಆತ ಆಕೆಯನ್ನು ಹಾಗೇ ನೋಡುತ್ತಿದ್ದ. ಆತನ ನೋಟದಲ್ಲಿ ಆಕೆ ಏನನ್ನು ಗ್ರಹಿಸಿದ್ದಳೋ ತಟ್ಟನೆ ಆಕೆ,

"ಏಯ್ ರಾಜಾ... ಊರಾಗೆ ಎಂತೆಂಥಾವ್ರಿಗೆ ಏನೇನೋ ಕೊಟ್ಟೀನಿ... ತಂದು ಕೊಟ್ಟೀನಿ. ಕರ್ಕೊಂಡ್ ಬಂದು ಬಿಟ್ಟೀನಿ. ಅದರಲ್ಲೂ ಕೆಲವು ನಾಯಿಗಳು ಬಿಟ್ಟಿ ಕೇಳ್ತವೆ. ಇನ್ನು ಕೆಲವು ಹೊಟ್ಟೆ ಮೇಲೆ ಬರೀ ಹೊಡೆದು ಬದುಕಲ್ಲ... ಹೊಟ್ಟೆ ಸೀಳಿ ಬದುಕ್ತಾವೆ. ಆದ್ರೆ ನಿನ್ನಂಥಾ ಗಂಡು ಇಲ್ಲೀಮಟ ಕಂಡಿಲ್ಲ. ನೀ ಏನರೆ ಕೇಳಾ... ರೊಕ್ಕ ಬೇಕಂದ್ರೆ ಲಕ್ಷ ಕೊಟ್ಟೇನು. ಹೆಣ್ಣು ಬೇಕಂದ್ರೆ ಚೆನ್ನ... ಚೆನ್ನದಂಥಾ ಹೆಣ್ಣು ತಂದುಕೊಟ್ಟೇನು. ಹೂವು ಬೇಕಂದ್ರೆ ಯಾರೂ ಮುಟ್ಟದ ಹೂವು ಕೊಟ್ಟೇನು... ಮನ್ಷ ಇನ್ನೊಬ್ಬರ ಹತ್ರ ಇನ್ನೇನ್ ಕೇಳಾನು? ಅನುಭವ್ಸೋಕೆ ಬರೋದು... ಹೆಣ್ಣು ಹೊನ್ನು... ಸತ್ತಾಗ ಮಣ್ಣು" ಎಂದು ಜೋರಾಗಿ ನಕ್ಕ ಆಕೆ ತಟ್ಟನೆ ಆತನನ್ನೇ ಪ್ರೀತಿಯಿಂದ ನೋಡುತ್ತಾ ಮುಂದೆ ಬಂದಳು. ಆತನ ಗಲ್ಲವನ್ನು ಹಿಡಿದು ಸವರಿ ತುಂಬ ಭಾವುಕಳಾಗಿ,

"ಏ ರಾಜಾ, ನನ್ನ ಜೀವನದಾಗ ಮೊದಲ್ನೇ ಸಲ ನಾ ಯಾರನ್ನಾರ ನಿನಗೇನ್ ಬೇಕಂತ ಕೇಳೀನಿ. ನಾ ಕೊಡ್ಲೇಬೇಕು. ಏನ ಕೊಡ್ಲೀ ನಿನಗಾ? ನೀ ನೋಡೂದರಾಗಾ ನನಗ್ ತಿಳೀತೈತಿ... ನಿನಗ ನಾ ಬೇಡಂತ. ಹೌದಿಲ್ಲಾ? ಅದು ಗೊತ್ತಾತು. ತಪ್ಪೇನಿಲ್ಲ ಬಿಡು. ನೀ ಅಂಥವ್ನಲ್ಲ. ನಿನಗ ನಾ ಬೇಕಿಲ್ಲ... ನಿನ್ನಂಥೋನ್ನ ಪಡೆಯೋದಕ್ಕ ಎಂಥವ್ಳಾದ್ರೂ ಪುಣ್ಯ ಮಾಡಿರಬೇಕು ನೋಡು. ಮುಂದಿನ ಜನ್ಮ ಅಂತ ಇದ್ರ.. ನಾ ಹೆಣ್ಣಾಗೇ ಹುಟ್ಟಿ ನೀ ಹಿಂಗೇ ಗಂಡಾಗಿ ಹುಟ್ಟಿ... ನನ್ನ ಲಗಣಾ ಆಗು. ಅಷ್ಟು ಸಾಕು. ಸುಮ್ನೆ ಇದಕ್ಕ ಹೂಂ ಅನ್ನು. ಆಮೇಲೆ ಹಾಗೇ ಅದನ್ನ ಅಲ್ಲಿಗೇ ಬಿಡು. ಮುಂದಿನ ಜನ್ಮ ಯಾಂವ ಬಲ್ಲಾ. ಆ ನಂಬಿಕೆ ಈ ಜೀವಕ್ಕೆ ಸಮಾಧಾನ. ಅಷ್ಟೇ. ಈಗ ಹೇಳು... ನಿನಗ ಏನ್ ಬೇಕು ಹೇಳೋ ರಾಜಾ" ಎಂದಳು ಆಕೆ ಭಾವುಕಳಾಗಿ.

ಆಕೆಯನ್ನು ಹಾಗೇ ನೋಡುತ್ತಿದ್ದ ಸುನಿಲ್ ನಿಧಾನವಾಗಿ,

"ನಿನ್ನ ಹೆಸರೇನು?" ಅಂದ. ಪಕಪಕನೆ ನಕ್ಕ ಆಕೆ,

"ನೀನೇ ಇಟ್ಟಿದ್ದೀಯಲ್ಲ. ಮಹರಾಣಿ ಅಂತಾ. ಛಲೋ ಐತಿ. ನನಗ್ ಭಾಳಾ ಇಷ್ಟ ಆಗೈತಿ. ನನ್ನನ್ನ ಒಂದು ಹೆಣ್ಣು ಅಂತಾನೂ ಕರೀದೇ ಇದ್ದೋರ್ ಎದುರಿಗೆ, ನೀ ಮಹಾರಾಣಿ ಅಂದ್ಯಲ್ಲಾ. ಭಾಳ ಛಲೋ ಐತಿ ಬಿಡು" ಎಂದಳು.

"ಇಲ್ಲಾ... ನಿನ್ನ ಹೆಸರೇನು ಹೇಳು" ಎಂದ. ಆಕೆ ನಕ್ಕು ನಿಟ್ಟುಸಿರಿಟ್ಟು "ಮಲ್ಲಿಕಾ" ಎಂದಳು.

"ಅದು ನೀನು ಇಟ್ಟುಕೊಂಡಿದ್ದು. ಅಪ್ಪ ಅಮ್ಮಾ ಹುಟ್ಟಿದಾಗ ಇಟ್ಟ ಹೆಸರೇನು?" ಎಂದ.

ತಟ್ಟನೆ ಆಕೆಯ ಮುಖ ಇಳಿದು ಹೋಯಿತು. ಮುಖ ತಿರುವಿದಳು. ನಿಟ್ಟುಸಿರಿಟ್ಟಳು. ಮತ್ತೆ ನಿಧಾನಕ್ಕೆ ಆಗಸದಲ್ಲಿ ಮುಗಿಲು ಮರೆಯಾಗಿ ಮೋಡಗಳು ಹೆಪ್ಪುಗಟ್ಟುತ್ತಿರುವ ಹಾಗೆ ಭಾಸವಾಯಿತು. ಕೆಲವು ಕ್ಷಣ ತಡಬಡಾಯಿಸಿದ ಆತ ತಾನು ಮತ್ತೆ ತಪ್ಪು ಮಾಡಿದೆನಾ ಎಂದು ಯೋಚಿಸಿ ಮತ್ತೆ ಆಕೆಯ ಕ್ಷಮೆ ಕೇಳಬೇಕಾ ಎಂಬ ಹಾಗೆ ಆಕೆಯ ಕಡೆ ನೋಡಿದ. ಅಷ್ಟರಲ್ಲಿ ಆ ಕಡೆ ಮುಖ ತಿರುವಿ ಕುಳಿತಿದ್ದ ಆಕೆ ಮತ್ತೊಮ್ಮೆ ಜೋರಾಗಿ ನಿಟ್ಟುಸಿರಿಟ್ಟು, "ಅದೆಲ್ಲ ಯಾಕೆ ಬೇಕು ಬಿಡು ರಾಜಾ" ಎಂದಳು.

"ಇಲ್ಲ... ನನಗೆ ಬೇಕು. ಹೇಳು. ಅಪ್ಪ ಅಮ್ಮ ನಿನಗೆ ಇಟ್ಟ ಹೆಸರೇನು?"

ಆಕೆ ನಿಧಾನಕ್ಕೆ ಕಣ್ಣು ತುಂಬಿಕೊಳ್ಳುತ್ತಾ, "ಮಲ್ಲಿಕಾರ್ಜುನ" ಎಂದಳು.

ಈಗ ಕಿರುನಕ್ಕ ಸುನಿಲ್ ಒಂದು ಕ್ಷಣ ಹಾಗೇ ಯೋಚಿಸಿದ. ನಂತರ,

"ಊಹುಂ... ಅಪ್ಪ ಅಮ್ಮ ಇಟ್ಟ ಮಲ್ಲಿಕಾರ್ಜುನನೂ ಬೇಡ. ನೀನೇ ಇಟ್ಟುಕೊಂಡ ಮಲ್ಲಿಕಾಳೂ ಬೇಡಾ. ನಾನು ನಿನ್ನನ್ನ ಮಲ್ಲಿ ಅಂತಾ ಕರೀತೀನಿ. ಆಯ್ತಾ? ಮಲ್ಲಿ... ಹೆಣ್ಣಿನ ಹೆಸರೇ... ನಿನಗೆ ಇಷ್ಟ ಆಯ್ತಾ ಮಲ್ಲಿ?".

ಆಕೆ ಭಾವುಕಳಾಗಿ ಆತನನ್ನೇ ನೋಡಿ,

"ಏ ರಾಜ... ನೀನ್ ನನ್ನನ್ನ ಹ್ಯಾಂಗ್ ಕರೆದ್ರೂ ನನಗೆ ಇಷ್ಟಾನೇ. ಈ ಜೀವಕ್ಕೆ... ಇಂಥಾ ಜೀವಕ್ಕೂ ಎಷ್ಟು ಗೌರವ ಪ್ರೀತಿ ಕೊಟ್ಟಿದ್ದೀ. ಇಲ್ಲಾ... ನೀ ಮಾತು ಮರೆಸಬ್ಯಾಡ. ನಿನಗೆ ಏನ್ ಬೇಕು ಹೇಳು. ಏನೇ ಇರಲಿ. ನನ್ನ ಕೈಲಾಗಿದ್ದು ನಾನು ಕೊಟ್ಟೇ ಕೊಡುವಾಕಿ. ನಾನ್ ಹೇಳ್ತಾ ಇದೀನಿ. ಇದೇ ಮೊದಲ್ನೇ ಸಲ ನನ್ನ ಜನುಮದಾಗ ನಾನಾಗ್ ನಾನಾ ಕೊಡೂ ಮಾತಾಡೇನಿ. ಅಂದ್ ಮ್ಯಾಲ ಅದು ಆಗ್ಲಿಕ್ಕಾಬೇಕು..! ನಿನಗ ಏನ್ ಬೇಕು ಹೇಳಾ?" ಎಂದಳು. ಆತ ನಿಧಾನಕ್ಕೆ ಆಕೆಯನ್ನೇ ನೋಡಿ,

"ನನಗೆ ನೀನೇ ಬೇಕು... ನೀನಂದ್ರೆ ನೀನಲ್ಲ... ನಿನ್ನ ಎದೆ ಒಳಗಿರೋ ಆ ಹೆಣ್ಣು ಬೇಕು. ಅವಳ ನೋವು ನನಗ್ ಗೊತ್ತಾಗ್ಬೇಕು... ನನಗೆ ಅವಳ ಕತೆ ಬೇಕು... ಹೇಳ್ತೀಯೇನ? ನಿನ್ನ ಕತೆ ಹೇಳ್ತೀಯೇನ?" ಅಂದ. ಒಂದೊಂದು ಮಾತನ್ನೂ ಆತ ಬಿಡಿಸಿ ಬಿಡಿಸಿ ಒತ್ತುಕೊಟ್ಟು ಕೇಳುವಾಗ ಆ ಮಾತಿನ ಪ್ರಾಮಾಣಿಕತೆ ಆಕೆಯ ಎದೆಗೆ ಮುಟ್ಟದಿರುತ್ತದಾ?

ತಟ್ಟನೆ ಅತನನ್ನು ಅಚ್ಚರಿಯಿಂದ ನೋಡಿದಳು ಆಕೆ.

"ಏ ಮಲ್ಲಿ... ಇಲ್ಲೀವರೆಗೂ ನಿನ್ನ ಕೂಡಾ ಭಾಳಾ ಮಂದಿ ಬಂದಾರೆ. ಭಾಳಾ ಮಂದಿ ಕುಡಿದು ಅವ್ರ್ ಕಥೆ ಹೇಳಾರೆ. ಆದ್ರ ನೀ ಇಲ್ಲೀವರೆಗೂ ಯಾರ್ರೂ ನಿನ್ನ ಕಥಿ ಹೇಳಿರಂಗಿಲ್ಲ. ಯಾರಿಗೂ ನಿನ್ನ ಕಥಿ ಬೇಕಿಲ್ಲ ಮಲ್ಲಿ. ಯಾರೂ ನಿನ್ನ ನೋವೇನು ಅಂತ ಕೇಳಿರಂಗಿಲ್ಲ. ಆದ್ರೆ ನಾ ಕೇಳ್ತೀನಿ. ನನಗ ನಿನ್ನ ಕಥಿ ತಿಳೀಬೇಕು. ನಿನ್ನ ಒಳಗಿರೋ ಆ ನೋವಿನ ಕಥಿಗೆ ನಾ ಕಿವಿಯಾಗ್ಬೇಕು. ನೀನು ದನಿಯಾಗ್ಬೇಕು. ಹೇಳಿ ನೀ ಹಗುರಾಗ್ಬೇಕು. ನಿನ್ನೊಳಗ... ಈ ಜಗತ್ತಿನ ಮೇಲಿನ ಸಿಟ್ಟು ಇಳಿದು... ಪ್ರೀತಿ ನದಿಯಾಗ್ ಹರೀಬೇಕು. ಆದೀತೇನು? ನೀ ನನಗ ನಿನ್ನ ಕಥಿ ಹೇಳೀಯೇನು?" ಅಂದ.

ಆತನನ್ನು ಹಾಗೇ ಅದೇ ಬೆರಗುಗಣ್ಣುಗಳಿಂದ ನೋಡುತ್ತಾ ನೋಡುತ್ತಾ ನಿಧಾನಕ್ಕೆ ಹಾಗೇ ಹಿಂದೆ ಹಿಂದೆ ಸರಿದು ಕುಳಿತಳು ಆಕೆ. ಕಥೆ! ತನ್ನ ಕಥೆ ಬೇಕಾ? ತನಗೇ ಬೇಡದ ತನ್ನ ಕಥೆ ಕೇಳೋದಕ್ಕೆ ಒಂದು ಜೀವ ತನ್ನೆದುರಿಗೆ ಇದೆಯಾ? ಆಕೆಯ ತುಂಬಿಕೊಳ್ಳುತ್ತಿದ್ದ ಕಣ್ಣಕೊಳಗಳನ್ನೇ ನೋಡುತ್ತಾ ಹಾಗೇ ಕುಳಿತ ಸುನಿಲ್.

ಅವನಿಗೆ ಖಚಿತವಾಗಿ ಯಾರದೋ ನೆನಪಾಗಿತ್ತು!

ಅಮ್ಮ...!!

ಅಧ್ಯಾಯ 5

"ಅಮ್ಮಾ... ಕಥೆ ಹೇಳು"

ಎಂದು ತನ್ನ ಮಡಿಲಲ್ಲಿ ತಲೆ ಹುದುಗಿಸಿದ ಮಗನನ್ನೇ ಪ್ರೀತಿಯಿಂದ ನೋಡಿದಳು ಶಾರದ. ಆಕೆಗೆ ತನ್ನ ಮಗನ ಮೇಲೆ ಪ್ರೀತಿ ಹಾಗು ನಗು ಎರಡೂ ಉಕ್ಕುಕ್ಕಿ ಬಂದಿತು. ಆಕೆ ಆತನ ತಲೆಸವರಿ ನಗುತ್ತಲೇ,

"ಅಲ್ಲ ಪುಟ್ಟ... ನೀನೀಗ ಹೈಸ್ಕೂಲು ಸೇರುವ ವಯಸ್ಸಿಗೆ ಬಂದಿದ್ದೀಯಾ. ಇನ್ನೊಂದು ವರುಷ ಕಳೆದರೆ ನಿನ್ನ ಮುಖದಲ್ಲಿ ಚಿಗುರು ಮೀಸೆ ಮೂಡುತ್ತದೆ. ಇಷ್ಟು ವಯಸ್ಸಾದರೂ ಈಗಲೂ ಮಗುವಿನ ಹಾಗೆ ಮಡಿಲಲ್ಲಿ ಮಲಗಿ ಅಮ್ಮ ಕಥೆ ಹೇಳು ಎನ್ನುತ್ತಿಯಲ್ಲೋ" ಎಂದು ಮನಸಾರೆ ನಕ್ಕಳು ಶಾರದ.

ಆಕೆ ಹಾಗೆ ಮಗನನ್ನು ಆಕ್ಷೇಪಿಸುವ ಧ್ವನಿಯಲ್ಲಿ ಹೇಳಿದ್ದರೂ ಒಳಗೊಳಗೆ ಆಕೆಗೆ ಮಗ 'ಕಥೆ ಹೇಳು' ಎಂದು ಮಡಿಲಲ್ಲಿ ಮಲಗುವುದು ತುಂಬಾ ಇಷ್ಟ. ಅದು ಆಕೆಯ ಸಂತೃಪ್ತಿಯ ಕ್ಷಣಗಳು. ಮಗ ಎಷ್ಟೇ ಬೆಳೆದರೂ ಇನ್ನೂ ಮಡಿಲಲ್ಲೇ ಇದ್ದಾನೆ ಎಂಬ ತಾಯಿನಂಬಿಕೆಯ ನೆಮ್ಮದಿಯ ಕ್ಷಣಗಳು ಅದು.

ಕಲಿಯಬೇಕಾದದ್ದು, ಕಲಿಯಬಾರದ್ದು ಎಲ್ಲವನ್ನು ಕಲಿಯುತ್ತಾ ಮಕ್ಕಳು ದೊಡ್ಡವರಾಗುವ ಹೊತ್ತಿನಲ್ಲೂ ಮಗ ತಾಯಿಯ ಮಡಿಲಲ್ಲಿ ಮಲಗಿ ಕಥೆ ಕೇಳುವ ಅಭ್ಯಾಸ ಬಿಟ್ಟಿಲ್ಲದೆ ಇರುವುದು, ಆಕೆಗೆ ಹೃದಯ ತುಂಬಿ ಬರುವ ಭಾವುಕ ಕ್ಷಣ. ಆದರೂ, ಅದರಲ್ಲಿಯೂ ಒಂದು ಆತಂಕವಿತ್ತು. ಮಗ ಹೀಗೇ ಮಗುವಾಗೇ ಇದ್ದುಬಿಟ್ಟರೆ ಮುಂದೆ ಗತಿ ಏನು..?

ಅಂತದೇ ಎಂದೋ ಒಂದು ದಿನ ಆತ ಆಕೆಯ ಮಡಿಲಲ್ಲಿ ಮಗುವಾಗಿ ಮಲಗಿದ್ದ. ಹಾಗೆ ಮಲಗಿ ಆಕೆ ಹೇಳುವ ಕಥೆಯ ನಿರೀಕ್ಷೆಯಲ್ಲಿದ್ದ ಸುನಿಲನಿಗೆ,

"ಪುಟ್ಟ... ನೀನು ಬೆಳೆಯುತ್ತಾ ಹೋದ ಹಾಗೆ ಬದುಕು ನಿನಗೆ ತುಂಬಾ ಕೆಟ್ಟ ಕೆಟ್ಟ ಪಾಠಗಳನ್ನು ಕಲಿಸುತ್ತದೆ. ಒಳ್ಳೆಯವರು ಯಾರು? ಕೆಟ್ಟವರು ಯಾರು? ಬದುಕಲು ಬೇಕಾದದ್ದು ಏನು? ಕೆಟ್ಟವನಾಗಬೇಕಾ? ಬದುಕಬೇಕೆಂದರೆ ಕೆಟ್ಟವರಾಗಲೇಬೇಕಾ? ಒಳ್ಳೆಯವನಾಗಿ ಬದುಕಲು ಏನು ಮಾಡಬೇಕು?... ಹೀಗೆ ನೂರಾರು ಪ್ರಶ್ನೆಗಳನ್ನು ಬದುಕು ನಿನ್ನ ಮುಂದೆ ಇಡುತ್ತಾ ಹೋಗುತ್ತದೆ. ಆಗ ನಿನ್ನ ಆಯ್ಕೆಯೇನು?" ಎಂದು ಕೇಳಿದಳು ಆಕೆ.

ಅದೆಲ್ಲಾ ಆತನ ಅರಿವಿಗೆ ಮೀರಿದ ಮಾತಾಗಿತ್ತು ಎಂಬುದು ಆಕೆಗೆ ಗೊತ್ತಿಲ್ಲದ್ದೇನೂ ಆಗಿರಲಿಲ್ಲ. ಆದರೂ ಪ್ರಯತ್ನ ಎಂಬುದು ಮಾನವಸಹಜವಾಗಿ ಇದ್ದೇ ಇರುತ್ತದಲ್ಲ. ಅದು ಕೈಗೆಟುಕದ ಎತ್ತರಕ್ಕೇರುವ ಮನುಜನ ಯಾವತ್ತಿನ ಹಂಬಲ ಮತ್ತು ಪ್ರಯತ್ನ. ಅಷ್ಟೇ. ಇಂದು ಆಡುವ ಒಂದೊಳ್ಳೆ ಮಾತು ಎಂದೋ ಯಾವತ್ತೋ ನೆನಪಾಗಿ ಮಿದುಳಿನ ಮೂಲೆಯಲ್ಲೊಂದು ಕಡೆ ಅರಿವಿನ ಬಾಗಿಲು ತೆರೆಯಬಹುದು ಎಂಬುದು ಆಕೆಯ ನಂಬಿಕೆ. ಹಾಗಾಗಿ ಆಕೆ ಸದಾ ಆತನಿಗೆ ಒಳ್ಳೆಯದೇ ಹೇಳುತ್ತಿದ್ದಳು.

ಎಲ್ಲ ಮಾತುಗಳು ಆತನಿಗೆ ಅರ್ಥವಾಗದಿದ್ದರೂ ಒಂದು ವಿಷಯವಂತೂ ಆತನಿಗೆ ಬಲು ಚೆನ್ನಾಗಿ ಮನಸ್ಸಿಗೆ ಹತ್ತಿತ್ತು. ಅದು... ಅಮ್ಮ ಏನು ಹೇಳಿದರೂ ಒಳ್ಳೆಯದೇ ಹೇಳುತ್ತಾಳೆ. ಇವತ್ತಿಗೆ ಅದು ಅನುಭವಕ್ಕೆ ಬರದೇ, ಅರ್ಥವಾಗದೇ ಇದ್ದರೂ... ಆತ ಆಕೆಯ ಆ ಮಾತುಗಳನ್ನು ಮತ್ತೆ ಮತ್ತೆ ಹೇಳಿಕೊಳ್ಳುತ್ತಾ ಮನನ ಮಾಡಿಕೊಳ್ಳುತ್ತಿದ್ದ. ಮರೆಯಬಾರದಲ್ಲ! ಬಾಲ್ಯದಲ್ಲಿ ಕಂಠಪಾಠವಾದ ಶ್ಲೋಕ ಭಗವದ್ಗೀತೆ ಇತ್ಯಾದಿಗಳು ಮುಂದೆ ಎಂದೋ ಒಂದು ದಿನ ಬೆಳೆದ ಮೇಲೆ ಅನುಭವದ ಹೊಡೆತಕ್ಕೆ ಸಿಲುಕಿದ ನಂತರ ಅರ್ಥವಾಗುತ್ತದಲ್ಲ... ಹಾಗೆ. ಆತ ಆ ನಂಬಿಕೆಯ ಮೇಲೆಯೇ ತಾಯಿಯ ಮಾತುಗಳನ್ನು ಸದಾ ಮನಃಪೂರ್ವಕವಾಗಿ ಕೇಳಿಸಿಕೊಳ್ಳುತ್ತಿದ್ದ ಮತ್ತು ಪಾಲಿಸುತ್ತಿದ್ದ.

ಅಂದು ಆತನ ಅಮ್ಮ ಕೇಳಿದ ಹಲವಾರು ಪ್ರಶ್ನೆಗಳಲ್ಲಿ ಭವಿಷ್ಯದಲ್ಲಿ ಆತ ಹೇಗೆ ಬದುಕಬೇಕು ಎಂಬ ವಿಚಾರ ಹರಡಿಕೊಂಡಿತ್ತು. ಆಕೆಯ ಪ್ರಶ್ನೆ ಆತನ ಅರಿವಿಗೆ ಮೀರಿತ್ತು. ನಿಜ. ಆದರೆ ಆತ ಆ ದಿನ ಆಕೆಗೆ ಕೊಟ್ಟ

ಉತ್ತರ ಮುಂದಿನ ಅವನ ಬದುಕಿನ ಸ್ಪಷ್ಟ ಚಿತ್ರವಾಗಿತ್ತು. ಆತ ಹೇಳಿದ್ದು ಒಂದೇ ಮಾತು.

"ಅಮ್ಮ.. ನೀನು ಏನು ಹೇಳುತ್ತಿಯೋ ಹಾಗೆಯೇ ನಡೆದುಕೊಳ್ಳುತ್ತೇನೆ. ನಾನು ಹೇಗಿರಬೇಕು ಅಂತ ನೀನೇ ಹೇಳು" ಎಂದಿದ್ದ ಸುನಿಲ.

ಅಂದು ತೀರಾ ಭಾವುಕಳಾಗಿದ್ದಳು ಶಾರದಾ. ಆಕೆ ಕಣ್ತುಂಬಿಕೊಂಡು ಮಗನನ್ನು ಒಂದೇ ಮಾತು ಕೇಳಿದಳು.

"ಪುಟ್ಟ... ಯಾವುದು ಏನೇ ಆಗಲಿ, ಯಾರು ಏನೇ ಹೇಳಲಿ, ಎಷ್ಟೇ ಕಷ್ಟ ಬರಲಿ, ನೀನು ಒಳ್ಳೆಯವನಾಗಿ ಬದುಕಬೇಕು. ನಾನು ಇಲ್ಲಿಯವರೆಗೂ ಎಷ್ಟೇ ಕಷ್ಟಗಳನ್ನು ಅನುಭವಿಸಿದ್ದರೂ ಕೂಡ ಒಳ್ಳೆಯ ಹೃದಯ ಇಟ್ಟುಕೊಂಡೇ ಬದುಕಿದ್ದೇನೆ. ಅದೊಂದೇ ಕಾರಣಕ್ಕಾಗಿಯೇ ಆ ಭಗವಂತ ನನಗೆ ನಿನ್ನಂತಹ ಒಳ್ಳೆಯ ಮಗನನ್ನು ಕೊಟ್ಟಿದ್ದಾನೆ ಎಂಬ ಖುಷಿ ನನಗಿದೆ. ಬದುಕಿನಲ್ಲಿ ಇಂತಹ ಖುಷಿ ತೃಪ್ತಿ ಇಲ್ಲದೆ ಇದ್ದರೆ, ಎಷ್ಟು ವರ್ಷ ಬದುಕಿದ್ದು ಪ್ರಯೋಜನ ಏನು? ಈ ಕ್ಷಣಕ್ಕೆ ಬದುಕು ಮುಗಿದು ಹೋಗುತ್ತದೆ ಎನಿಸಿದರೂ ನಮ್ಮ ಹೃದಯದಲ್ಲಿ ಒಂದು ತೃಪ್ತಿ ಇರುತ್ತದಲ್ಲಾ, ಅದು ನನಗಿದೆ. ಸಾಯುವ ಕ್ಷಣದಲ್ಲಿ ಒಮ್ಮೆ ಹಿಂತಿರುಗಿ ನೋಡಿದರೆ ಬದುಕಿನಲ್ಲಿ ನಾನು ಯಾರಿಗೂ ಮೋಸ ಮಾಡಿಲ್ಲ, ಕಾರಣ ಇದ್ದರೂ ನೋಯಿಸಿಲ್ಲ, ವಿನಾಕಾರಣವಾಗಿಯಂತೂ ಯಾರನ್ನೂ ನೋಯಿಸಿಲ್ಲ. ಗೊತ್ತಿಲ್ಲದೆ ಆದ ತಪ್ಪಿಗೆ ಯಾರಾದರೂ ನೊಂದುಕೊಂಡಿದ್ದರೆ ಅದಕ್ಕೆ ನಾನು ಕಾರಣವೇ ಅಲ್ಲ. ಈ ಹೆಮ್ಮೆ ನನಗೆ ಸಾಕು. ಅಂತಹ ಹೆಮ್ಮೆ ಜೊತೆಗಿದ್ದಾಗ ಬದುಕು ಯಾವ ಕ್ಷಣಕ್ಕೆ ಮುಗಿದು ಹೋದರೂ ಪರವಾಗಿಲ್ಲ. ಇದು ನನ್ನ ನಂಬಿಕೆ. ಇದೇ ನಾನು ಬದುಕಿನ ಬಗ್ಗೆ ಕಟ್ಟಿಕೊಂಡಿರುವ ಸ್ಪಷ್ಟ ಚಿತ್ರ, ನನ್ನ ಮಗ ಕೂಡ ಹೀಗೆಯೇ ಬದುಕಬೇಕು. ಇದೇ ನನ್ನ ಆಸೆ. ನೀನು ಕೂಡ ನನ್ನ ಹಾಗೆಯೇ ಬದುಕುತ್ತೀಯ ಹೇಳು" ಎಂದು ಕೇಳಿದಳು ಶಾರದ.

ಮಡಿಲಲ್ಲಿ ಮಲಗಿದ್ದ ಸುನಿಲ ಎದ್ದು ಕುಳಿತು ಆಕೆಯನ್ನೇ ದಿಟ್ಟಿಸಿ ನೋಡಿದ. ಆಕೆಯ ಕಣ್ಣುಗಳಲ್ಲಿ ಕಣ್ಣಿಟ್ಟು ನೋಡಿದ. ಅದು ಕೂಡ ಶಾರದಾಳೇ ಹೇಳಿಕೊಟ್ಟ ಪಾಠ. 'ಕಣ್ಣಲ್ಲಿ ಕಣ್ಣಿಟ್ಟು ನೋಡಿದರೆ ನಮಗೇ ಅರಿವಾಗದಂತೆ ಹೃದಯಗಳು ತೆರೆದುಕೊಳ್ಳುತ್ತವೆ. ಮನಸು ತೆರೆದ ಪುಸ್ತಕವಾಗುತ್ತದೆ. ಹಾಗಾಗಿಯೇ, ಕಳ್ಳ ಮನಸ್ಸುಗಳು ಕಣ್ಣು ತಪ್ಪಿಸಿ ಮಾತನಾಡುತ್ತವೆ. ನೀನು ಯಾವತ್ತೂ ಹಾಗಾಗಬೇಡ. ಎದುರಿಗಿರುವವರ ಕಣ್ಣಲ್ಲಿ ಕಣ್ಣಿಟ್ಟು ಮಾತನಾಡುವುದಕ್ಕೆ ಧೈರ್ಯ ಬೇಕು. ಹೃದಯವಂತಿಕೆ ಬೇಕು. ಶುದ್ಧತೆ ಬೇಕು. ಮೊದಲು ಅದನ್ನು ಅಭ್ಯಾಸ ಮಾಡಿಕೊ ಮಗು' ಎಂದು ಆಕೆ ಚಿಕ್ಕವನಾಗಿದ್ದಾಗಿನಿಂದಲೂ ಹೇಳಿಕೊಟ್ಟಿದ್ದಳು. ಹಾಗಾಗಿಯೇ ಸುನಿಲ ಶಾಲೆಯಲ್ಲಿ ತಾನು ಮಾಡಿದ ಕೀಟಲೆಯಾಗಲಿ, ಜಗಳವಾಗಲಿ, ಯಾವುದನ್ನೇ ಆದರೂ ತಾಯಿಯ ಎದುರು

ಬಂದು ನಿಂತ ಕ್ಷಣದಲ್ಲಿ ಆಕೆಯ ಕಣ್ಣಲ್ಲಿ ಕಣ್ಣಿಟ್ಟು ನೋಡುತ್ತಿದ್ದಂತೆಯೇ ತಾನಾಗಿಯೇ ಹೇಳಿಬಿಡುತ್ತಿದ್ದ. ಅಮ್ಮ ಆತನನ್ನು ಗದರಿಸದೆ ಪ್ರೀತಿಯಿಂದ ತಪ್ಪು ತಿದ್ದುತಿದ್ದಳು. ತಪ್ಪುಗಳನ್ನು ಕ್ಷಮಿಸಿ ಬೆಳೆಯುವ ಪಾಠ ಹೇಳಿಕೊಡುತ್ತಿದ್ದಳು.

ಸದಾ ಸಿಟ್ಟಿಗೇಳುವ ಮನಸ್ಸು ಎಷ್ಟು ನೊಂದಿರುತ್ತದೆ, ಅದರ ಹಿಂದೆ ಎಷ್ಟು ಅಸಹಾಯಕತೆ ಇರುತ್ತದೆ, ಎಷ್ಟು ಕೀಳರಿಮೆಯಿಂದ ನರಳುತ್ತಿರುತ್ತದೆ... ಎಂಬುದನ್ನು ಆ ಚಿಕ್ಕ ವಯಸ್ಸಿಗೆ ಆತನಿಗೆ ಆಕೆ ಮನದಟ್ಟು ಮಾಡಿಕೊಟ್ಟಿದ್ದಳು. ಹಾಗಾಗಿಯೇ ಸುನಿಲ ತನ್ನ ಓರಗೆಯ ಎಲ್ಲ ಹುಡುಗರಿಗಿಂತ ವಿಭಿನ್ನವಾಗಿ ಬೆಳೆದಿದ್ದ. ಶಾಲೆಯಲ್ಲಿ ಯಾವುದೇ ಟೀಚರ್ ಏನನ್ನೇ ಹೇಳುವ ಮುನ್ನ ಆತನಿಗೆ ಎಲ್ಲವೂ ಗೊತ್ತಿರುತ್ತಿತ್ತು. ಆದರೂ ಸುಮ್ಮನೆ ಕುಳಿತು ಕೇಳುತ್ತಿದ್ದ. ಟೀಚರ್‌ಗಳ ಪಾಠದಲ್ಲಿ ತಪ್ಪಿದ್ದರೆ ಆತ ನಗುತ್ತಿರಲಿಲ್ಲ. ಅವರ ಜ್ಞಾನಕ್ಕೆ ಆತ ಪಾಪ ಅಂತ ಕನಿಕರಿಸುತ್ತಿದ್ದ. ಅವರನ್ನು ವ್ಯಂಗ್ಯ ಮಾಡುವ ಅಹಂಕಾರ ಪ್ರವೃತ್ತಿ ಕೂಡ ಬೇಡೆಂಬುದು ಶಾರದಾಳ ನಿಲುವಾಗಿತ್ತು. 'ಮರಕ್ಕಿಂತ ಮರ ದೊಡ್ಡದು. ಅವರಿಗಿಂತ ನಿನಗೆ ಜಾಸ್ತಿ ಗೊತ್ತು. ನಿನಗಿಂತ ಇನ್ನೊಬ್ಬರಿಗೆ ಗೊತ್ತು. ಪ್ರತಿಯೊಬ್ಬರನ್ನು ಗೌರವಿಸು. ಏಕೆಂದರೆ ಪ್ರತಿಯೊಬ್ಬರೂ ಇನ್ನೊಬ್ಬರಿಂದ ಕಲಿಯುವುದು ಏನೋ ಒಂದಷ್ಟು ಇದ್ದೇ ಇರುತ್ತದೆ' ಅಂತ ಅವನಿಗೆ ಶಾರದ ಹೇಳಿಕೊಟ್ಟಿದ್ದಳು. ಆಕೆ ಕೂಡಾ ಸುಖಾಸುಮ್ಮನೆ ಮಾತಾಡುತ್ತಿರಲಿಲ್ಲ. ತಾನೂ ಕೂಡಾ ಅಕ್ಷರಶಃ ಹಾಗೆಯೇ ನಡೆದುಕೊಂಡಿದ್ದಳು.

ಅದೊಂದು ದಿನ ಆಕ್ರೋಶದಿಂದ ಅಳುತ್ತಾ ಬಂದ ಸುನಿಲ ಕೇಳಿಯೇ ಬಿಟ್ಟಿದ್ದ. "ಅಮ್ಮ ಯಾಕಮ್ಮ... ನಿನಗೆ ಅಪ್ಪ ಹೊಡೆಯುತ್ತಾರೆ? ಅಪ್ಪ ಯಾಕಮ್ಮ ಅಷ್ಟು ಕೆಟ್ಟವನು? ನೀನೇಕೆ ಅವನಿಗೆ ನನ್ನ ಹಾಗೆ ಬುದ್ಧಿ ಹೇಳಿ ದಾರಿಗೆ ತರುತ್ತಿಲ್ಲ" ಎಂದು ಗೋಳೋ ಅಂತ ಆಕೆಯನ್ನು ಅಪ್ಪಿಕೊಂಡು ಅತ್ತಿದ್ದ.

ಶಾರದಾ ಏನು ತಾನೇ ಹೇಳುತ್ತಾಳೆ? ಮನುಷ್ಯರನ್ನು ಬದಲಿಸಬಹುದು. ಮೃಗಗಳನ್ನೂ ಬದಲಿಸಬಹುದು. ಆದರೆ ಆತ್ಮಸಾಕ್ಷಿ ಸತ್ತ ಜನಗಳನ್ನು ದೇವರೂ ಕೂಡಾ ಬದಲಿಸಲು ಸಾಧ್ಯವಿಲ್ಲ. ಇದನ್ನು ಅವಳು ಹೇಗೆ ತಾನೇ ಮಗನಿಗೆ ವಿವರಿಸಿಯಾಳು? ಆದರೆ, ಆವತ್ತು ಶಾರದ ಹೇಳಿದ ಮಾತು ಆತನನ್ನು ಮತ್ತಷ್ಟು ಬದಲಿಸಿತ್ತು.

"ಪುಟ್ಟಾ.. ಈ ಜಗತ್ತು ಒಂದು ಕಾಡು. ಇಲ್ಲಿ ಬರೀ ಜಿಂಕೆ ಮೊಲಗಳು ಮಾತ್ರ ಬದುಕಿಲ್ಲ. ಹುಲಿ ಸಿಂಹಗಳು ಕೂಡ ಬದುಕಿದೆ. ಇದು ಪ್ರಕೃತಿ ನಮಗೆ ಕೊಟ್ಟಿರುವ ವರ ಅಥವಾ ಶಾಪ ಅಂದುಕೊಳ್ಳುವ ಬದಲು ಪ್ರಕೃತಿ ಸೃಷ್ಟಿಸಿರುವ ನಿಯಮ ಅಂದುಕೋ. ಕೆಲವರು ಬದುಕಬೇಕು ಎಂದರೆ ಕೆಲವರು ಸಾಯಲೇಬೇಕು. ನಾವು ಹೀಗೆಯೇ ಬದುಕಬೇಕು ಎಂದು ಬಲವಾಗಿ ನಂಬಿದರೆ ಮನುಷ್ಯತ್ವ ಮರೆತು ಹೇಗೆ ಬೇಕೋ ಹಾಗೆ ಬದುಕಬಹುದು. ಆದರೆ

ಕೆಟ್ಟವರಾದ ಮಾತ್ರಕ್ಕೆ ಚೆನ್ನಾಗಿ ಬದುಕುತ್ತೇವೆ ಅಂತ ಯಾರೂ ಯಾರಿಗೂ ಗ್ಯಾರಂಟಿ ಕೊಟ್ಟಿಲ್ಲ. ದುರ್ಯೋಧನನಿಗೂ ಸಾವಿದೆ. ಧರ್ಮರಾಯನಿಗೂ ಸಾವಿದೆ. ಜನ ಮೆಚ್ಚೋದು ಪೂಜಿಸೋದು ಧರ್ಮರಾಯನನ್ನ. ಜನ ಮೆಚ್ಚುತ್ತಾರೆ, ಅದಕ್ಕಾಗಿ ನೀನು ಹಾಗೆ ಬದುಕು ಅಂತ ಹೇಳಿದರೆ ಅದು ಕೂಡಾ ತಪ್ಪು. ಧರ್ಮರಾಯ ಬದುಕಿದ್ದು ತನ್ನ ಇಚ್ಛೆಗೆ ತಕ್ಕ ಹಾಗೆ. ತನ್ನ ಖುಷಿಗೆ ತಕ್ಕ ಹಾಗೆ. ಸಾಯುವಾಗ ತನ್ನಲ್ಲಿ ಯಾವುದೇ ಪಶ್ಚಾತ್ತಾಪಗಳು ಇರದ ಹಾಗೆ ಬದುಕುವ ಹಂಬಲದಿಂದಷ್ಟೇ ಅವನು ಬದುಕಿದ್ದ. ನೀನು ಕೂಡ ಹಾಗೆಯೇ ಬದುಕು. ಯಾರೋ ಮೆಚ್ಚುತ್ತಾರೆ ಅಂತಲ್ಲ. ಸತ್ತ ಮೇಲೆ ಯಾರು ಮೆಚ್ಚಿದರೂ ಅದರಿಂದ ಪ್ರಯೋಜನ ಏನೂ ಇಲ್ಲ. ಬದುಕಿದ್ದಾಗ ನಮ್ಮ ಒಳಗಿರುವ ನಮ್ಮ ದೇವರು ಮೆಚ್ಚಬೇಕು. ನಮ್ಮ ಆತ್ಮ ಮೆಚ್ಚಬೇಕು. ಬದುಕುವಷ್ಟು ದಿನ ಹಾಗೆ ಬದುಕಬೇಕು. ಸಾವು ಹೇಗಾದರೂ ಬರಲಿ" ಎಂದು ಹೇಳಿದ್ದಳು ಆಕೆ.

ಆ ಮಾತುಗಳೆಲ್ಲ ಅವನಿಗೆ ಸಂಪೂರ್ಣವಾಗಿ ಅರ್ಥವಾಗಲಿ ಎಂದು ಆಕೆ ಬಯಸಿದ್ದು ನಿಜ. ಆದರೆ ಬರೀ ಸಾರವನ್ನಷ್ಟೇ ಹೇಳಿಬಿಟ್ಟರೆ ಅದು ಆ ಎಳೆಮನದ ತಲೆಗೆ ಹೋಗುವುದು ಹೇಗೆ? ಅದಕ್ಕೆ ಅಂತಲೇ ಆಕೆ ಪ್ರತಿಯೊಂದಕ್ಕೂ ಕಥೆ ಕಟ್ಟಿ ಹೇಳುತ್ತಿದ್ದಳು. ಆ ವಿಚಾರದಲ್ಲಿ ಇವತ್ತಿಗೆ ಯೋಚಿಸಿದರೆ ತನ್ನಮ್ಮ ಎಂಥ ದೊಡ್ಡ ಕಥೆಗಾರ್ತಿ, ಎಂಥ ಕ್ರಿಯಾಶೀಲ ಸೃಜನಾತ್ಮಕ ಜೀವ ಎನಿಸಿ ಗೌರವ ಮೂಡುತ್ತಿತ್ತು ಸುನಿಲನಿಗೆ. ಆಕೆ ಹೇಳುವ ತಿಳುವಳಿಕೆಗಳೆಲ್ಲವೂ ಸುನಿಲನ ತಲೆಯಲ್ಲಿ ಅಚ್ಚಾಗುತ್ತಿದ್ದುದು ಕಥೆಗಳ ಮೂಲಕವೇ. ಹಾಗಾಗಿ ಅವನು ಬೆಳೆದ್ದು ಪೂರ್ತಿಯಾಗಿ ಕಥೆಗಳ ಒಡನಾಟದಲ್ಲೇ.

ಶಾರದಾ ತುಂಬ ಬುದ್ಧಿವಂತ ಹೆಣ್ಣುಮಗಳು. ಪ್ರತಿಯೊಂದು ಕಥೆ ಹೇಳುವ ಮುನ್ನ ಅಥವಾ ನಂತರ ಶಾರದಾ ಮಗನ ಬಳಿ ಮಾತು ತೆಗೆದುಕೊಳ್ಳುತ್ತಿದ್ದಳು. ಅದು ಒಂಥರಾ ಭೂಮಿ ಹದಗೊಳಿಸಿ ಬೀಜ ಬಿತ್ತುವ ನಿಪುಣತೆ. ಆಕೆಯ ಆ ತಂತ್ರ ಮಗನ ಮೇಲೆ ಸಂಪೂರ್ಣವಾಗಿ ಗೆದ್ದಿತ್ತು. ಆಕೆಯ ದಿನಗಳು ಅಂದು ಮಗನಿಗೆ ಹೇಗೆ ಕಥೆ ಹೇಳಬೇಕು ಎಂಬುದರ ಸುತ್ತವೇ ಸುತ್ತುತ್ತಾ ಆಕೆಯ ಇಡಿಯ ದಿನವನ್ನು ಖುಷಿಯಾಗಿ ಇಡುತ್ತಿತ್ತು.

ಅಷ್ಟೊಂದು ಪ್ರೀತಿಯಿಂದ ಬೆಳೆಸಿದ ತನ್ನ ಆತ್ಮದಂತಿರುವ ಮಗನನ್ನು ಅನಿವಾರ್ಯವಾಗಿ ಆಕೆ ದೂರದ ರೆಸಿಡೆನ್ಷಿಯಲ್ ಸ್ಕೂಲ್‌ನಲ್ಲಿ ಸೇರಿಸಲು ನಿರ್ಧಾರ ಮಾಡಿದ್ದಳು. ರೆಕ್ಕೆ ಬಲಿತ ಹಕ್ಕಿಮರಿಗೆ ತನ್ನ ರೆಕ್ಕೆಗಳನ್ನು ಅಗಲಿಸಿ ಸ್ವತಂತ್ರವಾಗಿ ಹಾರುವ ಕಾಲ ಸನ್ನಿಹಿತವಾಗಿತ್ತು. ತಾಯಿಯಾಗಿ ಅದು ತನ್ನ ಕರ್ತವ್ಯ ಎಂದೇ ಶಾರದಾ ಭಾವಿಸಿದ್ದಳು. ತಾನು ಹೇಳಿಕೊಟ್ಟ ಬದುಕಿನ ಪಾಠಗಳನ್ನು ಮಗ ಜಗತ್ತಿನ ಜೊತೆಗೆ ಹೊಂದಿಸಿ ನೋಡಬೇಕಿತ್ತು. ತನ್ನ ಮಡಿಲು ತೊರೆದು ಆತ ಹಾರಾಡಿ ಬದುಕು ಅರಸಬೇಕಿತ್ತು. ತಾನು ಕಣ್ಮುಚ್ಚುವ

ಮುಂಚೆಯೇ ಇದರ ಸಾಧ್ಯತೆಯನ್ನು ಕೂಡಾ ಆಕೆ ಪರೀಕ್ಷಿಸಬೇಕಿತ್ತು. ದೂರ ಹೋಗುವುದಕ್ಕೆ ಒಪ್ಪದ ಸುನಿಲನ ಮನಸ್ಸು ಇರುವ ಇನ್ನು ಕೆಲವೇ ದಿನಗಳಲ್ಲಿ ಆದಷ್ಟೂ ಆಕೆಯ ಮಡಿಲಲ್ಲಿ ಮಲಗಿ ಕಥೆ ಕೇಳುವ ಹಂಬಲಕ್ಕೆ ಬಿದ್ದಿತ್ತು. ಶಾರದಾ ತನ್ನ ಆತ್ಮದ ಬಹುಮುಖ್ಯ ಭಾಗವೇ ಆಗಿಹೋಗಿದ್ದ ಮಗನನ್ನು ಹೊರಗೆ ಕಳಿಸಲು ಗಟ್ಟಿ ಮನಸ್ಸು ಮಾಡಿದ್ದೇನೋ ಆಗಿತ್ತು. ನಿಜ. ಆದರೆ ತನ್ನ ದುಃಖದ ಒಂದು ಎಳೆಯೂ ಕೂಡಾ ಮಗನಿಗೆ ಕಾಣದ ಹಾಗೆ ಅದೆಷ್ಟು ಜಾಗೃತೆ ವಹಿಸಿದ್ದಳು ಎಂಬುದು ಆತನಿಗೆ ಆಗ ಅರಿವಾಗಿರಲೇ ಇಲ್ಲ.

ತನ್ನ ನೋವನ್ನೆಲ್ಲಾ ಮೆಟ್ಟಿ ನಿಂತು ಸದಾ ನಗುನಗುತ್ತಿದ್ದ ಶಾರದಾ ಮಗನ ಮನಸ್ಸನ್ನು ಸದಾ ಹಾಗೆ ಹದಗೊಳಿಸುತ್ತಲೇ ಇದ್ದಳು. ಹಾಗೆ ಒಂದು ಹದಬಿದ್ದ ಕ್ಷಣದಲ್ಲಿಯೇ ತಾಯಿಯ ಕಣ್ಣಲ್ಲಿ ಕಣ್ಣಿಟ್ಟು ಮಗ ಹೇಳಿದ್ದ "ಅಮ್ಮ ನೀನು ಹೇಗೆ ಹೇಳುತ್ತೀಯೋ ನಾನು ಹಾಗೆಯೇ ಬದುಕುತ್ತೇನೆ. ನಾನು ಹೇಗಿರಬೇಕು ನೀನೇ ಹೇಳು" ಎಂದಿದ್ದ.

ಅಂತಹುದೊಂದು ಸಾರ್ಥಕ ಕ್ಷಣಕ್ಕೇ ಕಾದಿದ್ದ ಶಾರದಾ ಮಗನ ಅಂಗೈಯನ್ನು ತನ್ನ ಕೈಗೆ ತೆಗೆದುಕೊಂಡು,

"ಪುಟ್ಟಾ, ನೀನು ಹೊರಗಡೆ ಜಗತ್ತಿಗೆ ಕಾಲಿಡ್ತಾ ಇದ್ದೀಯಾ. ಇಷ್ಟು ದಿನ ನಿನಗೆ ನೋವಾದಾಗಲೆಲ್ಲ ನಾನು ಎದುರು ಸಿಗುತ್ತಿದ್ದೆ. ನಿನ್ನ ನೋವು ಮಾಯವಾಗುತ್ತಿತ್ತು. ಇನ್ನು ಮುಂದೆ ಹಾಗಲ್ಲಾ. ನೋವಾದಾಗಲೆಲ್ಲಾ ಅಮ್ಮ ಎದುರಿಗೆ ಇರುವುದಿಲ್ಲ. ಆದರೆ... ಆದರೆ... ನೀನು ಅಮ್ಮ ಎದುರಿಗಿದ್ದಾಳೆ ಅಂತಲೇ ಭಾವಿಸಬೇಕು. ನಿನ್ನ ಮನಸ್ಸು ಈ ಅಮ್ಮನ ಜೊತೆ ಮಾತಾಡಬೇಕು. ಆತ್ಮಸಾಕ್ಷಿಗಿಂತ ಬೇರೆ ಅಮ್ಮನಿಲ್ಲ ಕಂದಾ. ಅಮ್ಮ ಒಳ್ಳೆಯದೇ ಹೇಳುತ್ತಾಳೆ. ನೀನು ಕಷ್ಟವಾದರೂ ಸರಿ, ಅಮ್ಮ ಹೇಳಿದ ಹಾಗೆ ಕೇಳು. ನಿನಗೆ ಎಷ್ಟೇ ನೋವಾಗಲೀ, ಒಳ್ಳೆಯತನ ಮಾತ್ರ ಬಿಡಬೇಡ. ಅಗತ್ಯ ಬಿದ್ದ ಸನ್ನಿವೇಶಗಳಲ್ಲಿ ಹೋರಾಡು... ಆದರೆ ಒಳ್ಳೆಯತನ ಬಿಡದೆ ಹೋರಾಡು. ಒಳ್ಳೆಯತನ ಅಂದ್ರೆ ಮೂರ್ಖತನ ಅಲ್ಲ. ಹುಲಿಯ ಎದುರಿಗೆ ಜಿಂಕೆಯ ಯಾವ ಒಳ್ಳೆಯತನವೂ ನಡೆಯುವುದಿಲ್ಲ. ಅಲ್ಲಿ ಬೇಕಿರುವುದು ಎಚ್ಚರಿಕೆ. ಹುಲಿ ತನ್ನನ್ನು ತಿನ್ನುತ್ತದೆ, ಅದಕ್ಕೆ ಸಿಕ್ಕದಂತೆ ನಾನು ಓಡಿ ಬದುಕಿಕೊಳ್ಳಬೇಕು ಎಂಬುದು ಜಿಂಕೆಗೆ ಇರಲೇಬೇಕಾದ ಎಚ್ಚರಿಕೆ. ಇದರಲ್ಲಿ ಹುಲಿಯದೇನೂ ತಪ್ಪಿಲ್ಲ. ತನ್ನನ್ನು ಕೊಂದು ತಿನ್ನದೇ ಇದ್ದರೆ ಹುಲಿ ಬದುಕುವುದಿಲ್ಲ ಎಂಬ ಸತ್ಯ ಕೂಡಾ ನಿನಗೆ ಗೊತ್ತಿದ್ದರೆ ಹುಲಿಯ ಮೇಲೂ ನಿನಗೆ ಅನುಕಂಪ ಪ್ರೀತಿ ಹುಟ್ಟುತ್ತದೆ. ನೀನು ಗೆದ್ದದ್ದಕ್ಕೆ ಜೋರಾಗಿ ನಗು. ಆದರೆ ಹುಲಿಯ ಸಾವಿಗೆ ನಗಬೇಡಾ. ಶತ್ರುಗಳನ್ನು ಕೂಡಾ ಕ್ಷಮಿಸುವುದೇ ಇಂಥಹಾ ಈ ಶುದ್ಧ ಪ್ರೀತಿಯಿಂದ. ಈ ಶುದ್ಧ ಪ್ರೀತಿ ನಿನ್ನ ಎದೆಯಲ್ಲಿ ಸದಾ ಜೀವಂತವಾಗಿರಲಿ. ಆಗ ಯಾರನ್ನೂ

ಕೂಡಾ ನೀನು ತುಚ್ಛವಾಗಿ ನೋಡುವುದು ಸಾಧ್ಯವೇ ಇಲ್ಲ. ಕಳಬೇಡ ಕೊಲಬೇಡ ಹುಸಿಯ ನುಡಿಯಲು ಬೇಡ. ಅನ್ಯರಿಗೆ ಅಸಹ್ಯ ಪಡಬೇಡ. ಇದೇ ಅಂತರಂಗ ಶುದ್ಧಿ. ಇದೇ ಬಹಿರಂಗ ಶುದ್ಧಿ. ಎಲ್ಲಿಯವರೆಗೆ ನಿನ್ನ ಹೃದಯ ಇಷ್ಟು ಪರಿಶುದ್ಧವಾಗಿರುತ್ತದೋ ಅಲ್ಲಿಯವರೆಗೂ ನಾನು ನಿನ್ನ ಎದೆಯಲ್ಲೇ ಇರುತ್ತೇನೆ. ಯಾವತ್ತು ನಿನಗೆ ಈ ಅಮ್ಮ ಬೇಡಾ ಅನಿಸುತ್ತೆ, ಆವತ್ತು ನನ್ನನ್ನು ಎದೆಯಿಂದ ಆಚೆ ತಳ್ಳಿ, ನಿನಗೆ ಹೇಗೆ ಬೇಕೋ ಹಾಗೆ ಸುಖವಾಗಿರು. ನನಗೆ ಮಾತು ಕೊಡುತ್ತೀಯಾ?" ಎಂದು ಮಗನ ಕಣ್ಣಲ್ಲಿ ಕಣ್ಣು ನೆಟ್ಟು ಕೇಳಿದಳು ಶಾರದಾ.

ಹಾಗೇ ತಾಯಿಯನ್ನು ಕಣ್ಣಲ್ಲಿ ಕಣ್ಣಿಟ್ಟು ನೋಡಿದ ಸುನಿಲ,

"ಅಮ್ಮಾ, ನನಗೆ ನೀನು ಬೇಕು. ಯಾವತ್ತಿಗೂ ನೀನು ನನ್ನ ಎದೆನಲ್ಲಿ ಇರಬೇಕು. ನಾನು ನೀನು ಹೇಳಿದ ಹಾಗೇ ನಡ್ಕೊಳ್ತೀನಿ" ಎಂದು ತಾಯಿಯ ಕೈಮೇಲೆ ಮತ್ತೊಂದು ಕೈಯನ್ನು ಇಟ್ಟು ಒತ್ತಿ ಹೇಳಿದ.

ಶಾರದಾ ಕಣ್ಣಲ್ಲಿ ಅಂದು...

ಅದೆಷ್ಟು ಗಂಗೆ ಹರಿದಳೋ...!

ಅದನ್ನು ಸುನಿಲ ಯಾವತ್ತೂ ಮರೆಯಲಾರ. ಆವತ್ತಿಗೆ ಅಮ್ಮ ಅದ್ಯಾಕೆ ಹಾಗೆ ಅಷ್ಟೊಂದು ಬಿಕ್ಕಿ ಬಿಕ್ಕಿ ಅತ್ತಳು ಎಂಬುದು ಅವನಿಗೆ ಅರ್ಥವೇ ಆಗಲಿಲ್ಲ. ತಾನೊಂದು ಅತಿದೊಡ್ಡ ಪ್ರತಿಜ್ಞೆಯನ್ನು ತಾಯಿಯ ಕೈಗಿಡುತ್ತಿದ್ದೇನೆ ಎಂಬುದು ಆತನ ಅರಿವಿಗೇ ಬರಲಿಲ್ಲ. ಒಟ್ಟಾರೆ ತಲೆಗೆ ಹೋಗಿದ್ದು ಒಂದೇ. ಅಮ್ಮ ತುಂಬ ಸಂತೋಷವಾಗಿದ್ದಾಳೆ. ತನಗೆ ಇಷ್ಟು ಸಾಕು. ಅತ್ತು ಅತ್ತು ಸಾಕಾದ ಅಮ್ಮನ ಕಣ್ಣೊರೆಸಿದ ಸುನಿಲ ಮತ್ತೆ ಅಮ್ಮನ ಮಡಿಲಲ್ಲಿ ಮಲಗಿ,

"ಅಮ್ಮ ಕಥೆ ಹೇಳು" ಅಂದ.

ಅಧ್ಯಾಯ 6

ಜಿಂದಗಿ ಕೆ ಸಫರ್ ಮೇ ಗುಜರ್
ಜಾತೆ ಹೈ ಜೋ ಮಕಾಮ್
ಓ ಫಿರ್ ನಹಿ ಆತೆ
ಓ ಫಿರ್ ನಹಿ ಆತೆ

ಆ ಬೆಳದಿಂಗಳ ರಾತ್ರಿಯಲ್ಲಿ ಸುನಿಲ ಎದೆತೆರೆದು ಹಾಡುತ್ತಿದ್ದ. ಬೆಳದಿಂಗಳಿಗಿಂತಲೂ ಮಧುರವಾದ ತಂಪಾದ ಯಾತನೆಯೊಂದನ್ನು ದನಿಯಲ್ಲಿ ಸುರುಸುರುವಿ ಹಾಡುತ್ತಿದ್ದ. ಕೇಳಿದವನೆದೆಯಲ್ಲೂ ಹಾಡುವವನ ಎದೆಯೊಳಗೆ ಹೊತ್ತಿ ಉರಿವ ಪ್ರೀತಿರಾಹಿತ್ಯದ ಕಿಚ್ಚು ಆವರಿಸಿಕೊಳ್ಳುತ್ತಿತ್ತು. ಹೃದಯ ಹಿಂಡಿ ಹಿಡಿಯಾಗುತ್ತಿತ್ತು. ಭಾವಕ್ಕೆ ಹೃದಯಕ್ಕೆ ದನಿ ಎಂಬುದು ಧಣಿಯಾದರೆ ಅಲ್ಲಿ ಅದೆಂಥ ಮೋಹಕ ಏಕಾಂತದ, ಅವರ್ಣನೀಯ ಆನಂದದ ಕಿಕ್ಕು ನೆತ್ತಿಗೇರುತ್ತದೋ ಆ ಜಾದೂ ಸುನಿಲ ಹಾಗೆ ಎದೆತೆರೆದು ಪ್ರತಿಬಾರಿ ಹಾಡುವಾಗಲೂ ಆಗುತ್ತಲೇ ಇತ್ತು. ಇಂದು ಕೂಡಾ...

ಬಾನಿನಲ್ಲಿ ಚಂದಿರ ಪೂರ್ಣ ನಗು ಬೀರಲು ಇನ್ನೂ ಎರಡು ದಿನವಿತ್ತು. ಆದರೂ ಬಾರಾಕಮಾನಿನ ಅಂಗಳದಲ್ಲಿ ಅಂದು ಚಂದಿರ ಹಾಲಿನ ಮಡಕೆ ಒಡ್ಡಿದ್ದ. ಆ ಸ್ತಂಭಗಳ ನೆರಳು ಬೆಳಕಿನ ಮಾಯಾಲೋಕದ ಮಡಿಲಲ್ಲಿ, ಆ ನೀರವ ಮೌನದಲ್ಲಿ ಸುನಿಲ ದನಿಯತ್ತಿ ಹಾಡುತ್ತಿದ್ದ: ಮೈ ಮರೆತು ಕಣ್ಮುಚ್ಚಿ ಹಾಡುತ್ತಿದ್ದ.

ಅವನ ಗುರಿ ಅದೇ ಆಗಿತ್ತು. ಅದಕ್ಕಾಗಿಯೇ ಆತ ಅಲ್ಲಿಗೆ ಬಂದಿದ್ದ. ಚಂದಿರನ ಬೆಳಕಲ್ಲಿ ಬಾರಾಕಮಾನಿನ ಅಂಗಳದಲ್ಲಿ ತನ್ನ ಇಷ್ಟದ ಗೀತೆಗಳನ್ನು ತನ್ನಷ್ಟಕ್ಕೆ ತಾನೇ, ತಾನೊಬ್ಬನೇ, ಮೈಮರೆತು ಇಡೀ ರಾತ್ರಿ ಹಾಡಿಕೊಳ್ಳಬೇಕಿತ್ತು. ಆದರೆ ಅವನ ಅದೃಷ್ಟವೋ ದುರಾದೃಷ್ಟವೋ ಅಂದು ಆತನೊಟ್ಟಿಗೆ ಅಲ್ಲಿಯೇ ಇದ್ದಳು... ಮಲ್ಲಿ.

ಸುನಿಲ ಹೇಳಿದ ಒಂದು ಮಾತು ಮಲ್ಲಿಯನ್ನು ಅಲುಗಾಡಿಸಿ ಹಾಕಿಬಿಟ್ಟಿತ್ತು. ಹೌದಲ್ಲಾ. ತನ್ನೊಂದಿಗೆ ಸಂಬಂಧ ಬೆಳೆಸಿ ಬಂದವರೆಲ್ಲ ತನ್ನಿಂದ ಏನೋ ಒಂದಷ್ಟು ಹೀರಿ ಹೋಗಲು ಬಂದವರೇ. ಅವರಲ್ಲಿ ಯಾರೂ ಕೂಡಾ ಹೃದಯದ ಬಾಗಿಲು ತಟ್ಟಲಿಲ್ಲ. ನನ್ನ ನೋವು ಅರ್ಥ ಮಾಡಿಕೊಳ್ಳಲಿಲ್ಲ. ನಿನಗೇನು ಬೇಕು ಮಲ್ಲಿಕಾ ಎಂದು ಯಾವ ಬೇವಾರ್ಸಿ ಕೂಡಾ ಕಕ್ಕುಲಾತಿಯಿಂದ ಅಪ್ಪಿತಪ್ಪಿಯೂ ಕೇಳಲಿಲ್ಲ. ಕುಡಿದ ಮತ್ತಿನಲ್ಲಿ ತಮ್ಮ ಒಡೆದ ಬದುಕುಗಳ ಬಗ್ಗೆ ಹೇಳಿಕೊಂಡು ಅತ್ತು ಕಣ್ಣೀರಾದ ಹೆಣ್ಣು ಮಕ್ಕಳು ಗಂಡು ಮಕ್ಕಳು ಎಲ್ಲರೂ ಇದ್ದರು. ಆದಷ್ಟೂ ಮಲ್ಲಿ ನೊಂದ ಜೀವಗಳನ್ನು ಬೆಸೆಯುವ ಕೆಲಸ ಮಾಡುತ್ತಿದ್ದಳು. ಅದನ್ನೊಂದು ಕಟುವಾದ ವೃತ್ತಿಯಾಗಿ ಪರಿಗಣಿಸುವುದಕ್ಕಿಂತ ಅದರ ಹಿಂದೊಂದು ಮಾನವೀಯತೆಯ ಕೊಡೆ ಹಿಡಿದೇ ಸಾಗಿದ್ದ ಮೃದು ಅದರೆ ಎಚ್ಚರಿಕೆಯ ಹೃದಯ ಅದು. ಇತಿಹಾಸ ಬಗೆದರೆ ಬರೀ ತಿಪ್ಪೆ ಹುಳುಗಳೇ. ಯಾರೇ ಆದರೂ ಎಂದೇ ಆದರೂ ಆಕೆಯ ಬಳಿ ಕುಳಿತು ಆತ್ಮೀಯವಾಗಿ ತಲೆಸವರಿ ನಿನ್ನ ಕಥೆ ಹೇಳು ಎಂದಿರಲಿಲ್ಲ.

ಹೇಳಿಕೊಳ್ಳುವಂಥ ಕಥೆ ತನ್ನ ಬದುಕಿನಲ್ಲಿ ನಡೆದಿಲ್ಲ ಎಂಬುದು ಆಕೆಗೂ ಗೊತ್ತಿತ್ತು. ಯಾರಿಗಾದರೂ ತನ್ನ ನೋವು ಸಂಕಟ ಹೇಳಿಕೊಂಡರೆ ಹೇಳಿಕೊಂಡಷ್ಟೂ ತಾನು ಬೆಲೆ ಕಳೆದುಕೊಳ್ಳುತ್ತೇನೆ ಎಂದು ಆಕೆ ತನ್ನ ಅನುಭವದಿಂದ ಕಂಡುಕೊಂಡಿದ್ದಳು. ಹಾಗಾಗಿಯೇ ಯಾರ ಎದುರಿಗೂ ಆಕೆ ಕರಗುತ್ತಿರಲಿಲ್ಲ. ಇಡಿಯ ಊರಿಗೇ ಅಗತ್ಯವಿದ್ದ ಒಂದು ಸಮಾಜಕ್ಕೇ ಆಕೆ ತುಂಬ ಬೇಕಾಗಿದ್ದಳು. ಅಲ್ಲಿ ಹಣದ ಹರಿವೂ ಹೆಚ್ಚಾಗಿತ್ತು. ಹಾಗೆಯೇ ಅವಮಾನಗಳೂ ಹೆಚ್ಚಾಗಿರುತ್ತಿತ್ತು. ಅಚ್ಚ ಹೆಣ್ಣಿನಂತೆಯೇ ಅಂದವಾಗಿದ್ದ ಮಲ್ಲಿಯ ಮೇಲೆ ಅನೇಕರ ಮೋಹ ಕೂಡಾ. ಎಲ್ಲರ ಭಾವಗಳನ್ನೂ ಅರಗಿಸಿಕೊಂಡು ತನಗೆ

ಆಘಾತವಾಗದಂತೆ ಬದುಕಿದ್ದ ಮಲ್ಲಿಯ ಬದುಕಿನಲ್ಲಿ ಇಂಥದ್ದೊಂದು ದಿನ ತುಂಬ ಅನಿರೀಕ್ಷಿತವಾಗಿತ್ತು. ತನ್ನ ಕಥೆಯನ್ನು ಕಮರ್ಷಿಯಲ್ ಆಗಿ ಬರೆದು ಹಂಚಲು ಹಲವು ಪತ್ರಕರ್ತರು ಬಂದಿದ್ದರಾದರೂ ಮಲ್ಲಿ ಅವರು ಯಾರಿಗೂ ತನ್ನ ಕಥೆ ಕೇಳುವ ಅವಕಾಶ ಕೊಟ್ಟಿರಲಿಲ್ಲ. ಬಹಳಷ್ಟು ಸೇವಾಸಂಸ್ಥೆಗಳು ಆಕೆಯ ಜೊತೆ ಸಂಪರ್ಕದಲ್ಲಿದ್ದರೂ ಅವರೆಲ್ಲರ ಬಂಡವಾಳ ಕೂಡಾ ಆಕೆಗೆ ಗೊತ್ತಿತ್ತು. ಯಾರನ್ನೂ ನಂಬದೇ ತನ್ನ ವ್ಯಕ್ತಿತ್ವ ಬೆಳೆಸಿಕೊಂಡಿದ್ದ, ಜಗತ್ತಿನ ಮೇಲೆಯೇ ಒಂದು ವ್ಯಂಗ್ಯ, ಸಿಟ್ಟು, ಅಸಹನೆ, ಆಕ್ರೋಶ ಬೆಳೆಸಿಕೊಂಡಿದ್ದ ಮಲ್ಲಿಯ ಮನಸ್ಸಿನಲ್ಲಿ ಇಂದು ಸುನಿಲ ಹೊಸದೊಂದು ಭಾವವನ್ನು ಹುಟ್ಟಿಹಾಕಿದ್ದ. ಆಕೆ ಮರೆಯಲು ಯತ್ನಿಸಿದಷ್ಟೂ ಕಾಡುತ್ತಿದ್ದ ಆಕೆಯ ಬಾಲ್ಯ, ಯೌವ್ವನ, ಕಷ್ಟ, ನೋವು, ದುಃಖಗಳು ಎಲ್ಲ ಚಿತ್ರಗಳು ಆಕೆಯ ಕಣ್ಣ ಮುಂದೆ ಸುರುಳಿಸುರುಳಿಯಾಗಿ ಹಾದುಹೋಗುತ್ತಿದ್ದವು.

ಎಲ್ಲಿಂದ ಶುರು ಮಾಡುವುದು? ಯಾಕಾಗಿ ಹೇಳುವುದು? ಖುಷಿ ತಾರದ ತನ್ನನ್ನು ಅರ್ಥ ಮಾಡಿಕೊಳ್ಳಲಾರದ ಈ ಹಳೆಯ ನೆನಪುಗಳಾದರೂ ಯಾಕೆ ಬೇಕು? ಇಷ್ಟಕ್ಕೂ ನಾನು ಯಾಕಾಗಿ ಈ ಅಪರಿಚಿತನ ಮುಂದೆ ನನ್ನ ನೋವಿನ ಕಥೆ ಹೇಳಿಕೊಳ್ಳಬೇಕು? ಯಾವುದೇ ಬಾಂಧವ್ಯಗಳನ್ನು ಯಾರೊಂದಿಗೂ ಎದೆಗೆ ತಂದುಕೊಳ್ಳದೆ ಇಷ್ಟು ವರ್ಷ ಬದುಕಿಬಿಟ್ಟ ತಾನು ಇಂದು ಈ ಅಪರಿಚಿತನ ಮಾತಿಗೆ ಮರುಳಾಗಿ ತನ್ನ ಒಳಗಿನ ಎಲ್ಲ ಭಾವಗಳನ್ನು ತೆರೆದಿಡಬೇಕಾ? ಸೀರೆ ಬಿಚ್ಚಿದಷ್ಟೇ ಸುಲಭವಾಗಿ ಹೃದಯ ಬಿಚ್ಚಿ ಇಡಬಹುದಾ? ಈತನನ್ನು ನಿಜವಾಗಿ ನಂಬಹುದಾ? ಯಾವುದೇ ಕಲ್ಮಷಗಳೇ ಇಲ್ಲದಂತೆ ಹಾಡುತ್ತಾ ಕುಳಿತಿರುವ ಈ ಮನುಷ್ಯನನ್ನು ನಾನು ನಂಬಬಹುದಾ? ನನ್ನ ಒಳಹೊರಗನ್ನೆಲ್ಲಾ ತೆರೆದಿಡಬಹುದಾ? ಅದರಿಂದೇನಾದರೂ ಪ್ರಯೋಜನ ಉಂಟಾ? ಆಕೆ ಹಾಗೆ ನೂರಾರು ಪ್ರಶ್ನೆಗಳನ್ನು ಹಾಕಿಕೊಳ್ಳುತ್ತಾ ಕಣ್ಮುಚ್ಚಿ ಹಾಡುತ್ತಿದ್ದ ಸುನಿಲನನ್ನೇ ಗಮನಿಸುತ್ತಾ ಒಂದು ಮಾತೂ ಆಡದೆ ತನ್ನದೇ ಲಹರಿಯಲ್ಲಿದ್ದಳು.

ಅಲ್ಲಿ ಮಲ್ಲಿಯ ಇರುವಿಕೆಯನ್ನು ಕೂಡ ಮರೆತು ಸುನಿಲ ಮೈ ಮರೆತು ಹಾಡುತ್ತಿದ್ದ. ಆಗಾಗ ಕಣ್ತೆರೆದು ನೋಡಿ, ಮಲ್ಲಿಯ ಮೌನವನ್ನು ಸೀಳಿ ಮಾತುಗಳ ಭಂಡಾರ ಹೊರಗೆಳೆಯಲು ತನ್ನ ಪ್ರಾಮಾಣಿಕವಾದ ಮಾತು ಮತ್ತು ಹಾಡಿನ ಮೂಲಕ ಯತ್ನಿಸುತ್ತಿದ್ದ. ಅವನಿಗೆ ಮಲ್ಲಿಯ ಮನದ ಮೈದಾನದಲ್ಲಿ ಓಡುತ್ತಿದ್ದ ನೂರಾರು ಭಾವಗಳ ಕುದುರೆಗಳ ಖುರಪುಟದ ಧ್ವನಿ ಸ್ಪಷ್ಟವಾಗಿ ಕೇಳಿಸುತ್ತಿತ್ತು. ಆಕೆಯ ಅನುಮಾನ, ಅಸಹಾಯಕತೆ, ಸಂಕಟ, ಇದೀಗ ತಾನೇ ಹೊಮ್ಮುತ್ತಿರುವ ನಿರ್ವ್ಯಾಜ್ಯ ಅಂತಃಕರಣ... ಎಲ್ಲವೂ ಅರ್ಥವಾಗುತ್ತಿತ್ತು. ಅದೆಲ್ಲವೂ ಗೊತ್ತಿದ್ದರೂ ಗೊತ್ತೇ ಆಗದಂತೆ, ಆಕೆಯ ಒಡಲಾಳದ ಭಾವಗಳಿಗೆ

ಧ್ವನಿಯಾಗುವಂತೆ, ವಿಷಾದ, ನೋವು, ಪ್ರೀತಿ, ವಿರಹ, ನರಳಿಕೆ ಹೀಗೆ ಎಲ್ಲ ಭಾವಕ್ಕೂ ದನಿಯಾಗುವ ಹಾಡುಗಳನ್ನು ಮೈಮರೆತು ಹಾಡುತ್ತಾ ಕುಳಿತಿದ್ದ. ಅವನಿಷ್ಟದ ನೂರಾರು ಗೀತೆಗಳು ಸರದಿಗೆ ಕಾದು ನಿಂತಿದ್ದವು.

ಯೇ ಲಾಲ ರಂಗ್ ಕಭ್ ಮುಝೇ ಛೋಡೇಗಾ?
ಮೇರಾ ಗಮ್ ಕಬ್ ತಲಕ್ ಮೇರಾ ದಿಲ್ ಥೋಡೇಗಾ
ಹಾಯ್.. ಏ ಲಾಲ ರಂಗ್ ಕಭ್ ಮುಝೇ ಛೋಡೇಗಾ?

ಹೌದು... ಏನಿಲ್ಲವೆಂದರೂ ಹಾಡಿಕೊಳ್ಳುವ ಹೊತ್ತಿನಲ್ಲಿ ಸುನಿಲನಿಗೆ ಮದಿರೆ ಬೇಕೆನಿಸುತ್ತಿತ್ತು!

ಹಾಡಬೇಕೆನಿಸಿದಾಗಲೆಲ್ಲಾ ಮದಿರೆಯ ಮತ್ತಿನಲ್ಲಿ ಮುಳುಗಿ ಹಾಡಬೇಕು ಎನಿಸುತ್ತಿತ್ತು. ಅದಕ್ಕೆ ಗಾಲಿಬ್ ಅವನ ತಲೆಕೆಡಿಸಿದ್ದನಾ ಗೊತ್ತಿಲ್ಲ. ಒಟ್ಟಿನಲ್ಲಿ ಹಾಡಿಕೊಳ್ಳುವಾಗ ಮದಿರೆ ಇರಲೇಬೇಕಿತ್ತು ಅಥವಾ ಮದಿರೆಗೆ ಮೈ ಒಪ್ಪಿಸಿಕೊಂಡಾಗ ಮಾತ್ರ ಪೂರ್ತಿಯಾಗಿ ಮನಸ್ಸು ತೆರೆದು ಕಣ್ಮುಚ್ಚಿ ಹಾಡುತ್ತಿದ್ದ. ಅಂದು ಕೂಡ ಮದಿರೆಯ ಜೊತೆಗೆ ಬಂದು ಕುಳಿತು ಹಾಡಿಕೊಳ್ಳಬೇಕು ಎಂದು ಅನಿಸಿತ್ತು. ಆದರೆ ತರಲು ಅದೇಕೋ ಮರೆತ. ಅದಕ್ಕೆ ಕಾರಣವೂ ಇತ್ತು. ಆ ಜಾಗದಲ್ಲಿ ಇರಲು ಪರ್ಮಿಷನ್ ಸಿಕ್ಕುವುದೇ ಕಷ್ಟ. ಅಂತಹುದರಲ್ಲಿ ಡ್ರಿಂಕ್ಸ್ ಕೂಡ ತೆಗೆದುಕೊಂಡು ಹೋದರೆ ತಪ್ಪಾಗುತ್ತೇನೋ ಎಂದು ಅನಿಸಿದ್ದರಿಂದ ಆ ಯೋಚನೆ ಹಾಗೆಯೇ ಮರೆಯಾಗಿ ಹೋಗಿತ್ತು. ಹಾಗೂ ತೀರ ಅಗತ್ಯ ಬಿದ್ದರೆ ಅಲ್ಲಿಯ ವಾಚ್‌ಮನ್‌ಗೆ ತನ್ನ ಗೆಳೆಯ ಕೊಟ್ಟಿದ್ದ ಬಾಟಲ್‌ಗಳಲ್ಲಿ ಒಂದನ್ನು ಕೇಳಿಯೇ ಬಿಡೋಣ ಎಂದು ಕೂಡ ಅಂದುಕೊಂಡಿದ್ದ. ಆದರೆ ಅವನ ಅನಿಸಿಕೆಗಳೆಲ್ಲವಕ್ಕೂ ತಡೆಬಿದ್ದಿದ್ದು ಮಲ್ಲಿಯ ಆಗಮನ. ಆಕೆ ಅಲ್ಲಿಂದ ಹೋಗಲೊಲ್ಲಳು. ಈತನಿಗೆ ಬಲವಂತದಿಂದ ಆಕೆಯನ್ನು ಆಚೆ ದೂಕುವ ಮನಸಿರಲಿಲ್ಲ. ಜೊತೆಗೆ ಆ ಹೊತ್ತಿಗಾಗಲೇ ಈತನಿಗೆ ಆಕೆಯ ಕಥೆ ಕೇಳುವ ಹುಚ್ಚು ನೆತ್ತಿಗೇರಿಬಿಟ್ಟಿತ್ತು. ಇದೆಲ್ಲಾ ಅವನು ನಿರೀಕ್ಷಿಸದೇ ಇದ್ದ ಘಳಿಗೆಗಳೇ ಆದರೂ ಅದು ಹೊಸದೊಂದು ಅನುಭವಕ್ಕೆ ಒಡ್ಡಿಕೊಳ್ಳುತ್ತಿತ್ತು.

"ನನಗೇ ಅಂತ ಒಂದು ಹಾಡು ಹೇಳು ರಾಜ" ಎಂದಳು ಮಲ್ಲಿ, ಮೌನ ಮುರಿದು. ಈಗ ಕಿರುನಕ್ಕ ಸುನಿಲ. ಹೌದು. ಈಗ ಅಣೆಕಟ್ಟೆ ಬಿರುಕು ಬಿಡುತ್ತಿದೆ. ಒಂದು ಸಲ ತಡೆ ಹಿಡಿದಿದ್ದ ಭಾವಗಳೆಲ್ಲ ಕಟ್ಟು ಬಿಚ್ಚಿಕೊಂಡು ಅಣೆಕಟ್ಟೆಯೊಡೆದು ಭಾವದ ನದಿ ಹೊರಬಿದ್ದರೆ ಅಲ್ಲಿನ್ನು ಮಹಾಪೂರದ ಅಬ್ಬರ. ಅವನಿಗೆ ಬೇಕಿದ್ದದ್ದು ಅದೇ.

ಜೀವನ್ ಸೆ ಭರೀ ತೇರಿ ಅಂಖೇ
ಮಜಬೂರ್ ಕರೇ ಜೀನೇ ಕೇಲಿಯೇ
ಜೀನೇ ಕೇಲಿಯೇ
ಸಾಗರ್ ಬಿ ತರಸತೆ ರೆಹತೇ ಹೈ
ತೇರೆ ರೂಪ್ ಕ ರಸ್ ಪೀನೇ ಕೇಲಿಯೇ
ಇದ್ದಕ್ಕಿದ್ದಂತೆ ಕಿಲಕಿಲನೆ ನಕ್ಕಳು ಮಲ್ಲಿ.

"ಏ ರಾಜ, ಇದು ನನಗಲ್ಲ. ಯಾರಾದ್ರೂ ನಿಜವಾದ ರಾಜಕುಮಾರಿ ನಿನಗೆ ಸಿಕ್ತಾಳಲ್ಲ ಅವಳಿಗೆ ಹೇಳು. ಈ ಹಾಡು ನನ್ನದಲ್ಲ ನನಗೂ ಅಲ್ಲ. ನನ್ನಂಥವರಿಗೆ ಯಾರೂ ಈ ಹಾಡು ಹಾಡುವುದಿಲ್ಲ" ಎಂದು ಅಪ್ರಿಯವಾದ ಸತ್ಯವೊಂದನ್ನು ಒಪ್ಪಿಕೊಂಡು ನಿಟ್ಟುಸಿರಿಟ್ಟ ಮಲ್ಲಿ ಆತನ ಕಡೆಯೇ ನೇರವಾಗಿ ಒಮ್ಮೆ ನೋಡಿದಳು.

"ನನಗೆ ನೀನು ಯಾವ ಹಾಡು ಹೇಳಬೇಕು ಗೊತ್ತಾ?".

ಚಿಂಗಾರಿ ಕೊಯಿ ಭಡಕೆ
ತೋ ಸಾವನ್ ಉಸೇ ಭುಜಾ ದೇ
ಸಾವನ್ ಜೋ ಅಗನು ಲಗಾಯೇ
ಉಸೆ ಕೌನ್ ಭುಜಾದೆ

ಆಕೆಯ ಆಸೆಯಂತೆ ಆತ ಭಾವುಕವಾಗಿ ಹಾಡತೊಡಗಿದ. ಆ ಗೀತೆಯ ಘಮ್ಮತ್ತೇ ಅದು. ಅದರ ಸಾಹಿತ್ಯ ಎಂಥವನೆದೆಯನ್ನೂ ಸೀಳಿಬಿಡುತ್ತದೆ. ಜ್ವಾಲಾಮುಖಿ ಸಿಡಿದರೆ ಮಳೆ ಅದನ್ನು ಆರಿಸಿ ತಂಪುಗೊಳಿಸುತ್ತದೆ. ಮಳೆಯೇ ಬೆಂಕಿ ಸುರಿಸಿದರೆ ಅದನ್ನು ಆರಿಸುವವರಾರು? ಶಿಶಿರ ಹಾಳು ಮಾಡಿ ಹೋದ ತೋಟವನ್ನ ವಸಂತ ಬಂದು ಅರಳಿಸುತ್ತಾನೆ. ವಸಂತನೇ ಬಂದು ತೋಟ ಹಾಳು ಮಾಡಿ ಹೋದರೆ ಅದನ್ನು ಅರಳಿಸುವವರಾರು? ನದಿಯಲ್ಲಿ ದೋಣಿ ಮುಳುಗುವಂತಾದರೆ ನಾವಿಕ ಪಾರು ಮಾಡುತ್ತಾನೆ. ನಾವಿಕನೇ ದೋಣಿ ಮುಳುಗಿಸಿದರೆ ಕಾಪಾಡುವರಾರು? ಇಂತಹ ಸಾಲುಗಳ ಆ ಹಾಡು ಕೇಳುವ ಯಾರಿಗೇ ಆದರೂ ಎದೆಯೊಳಗೆ ನೆಗ್ಗಲುಮುಳ್ಳು ಚುಚ್ಚಿದ ಭಾವ ತಂದೇ ತರುತ್ತದೆ. ಅಯಾಚಿತವಾಗಿ ಹೃದಯ ದ್ರವಿಸಿ ಬಿಕ್ಕುತ್ತದೆ. ಅಲ್ಲಿ ಆಗಿದ್ದೂ ಅದೇ...

ಹಾಡು ಮುಗಿಯುವಷ್ಟರಲ್ಲಿ ಮಲ್ಲಿ ಬಿಕ್ಕಳಿಸತೊಡಗಿದಳು. ಹಾಡು ಮುಗಿದು ನಿಲ್ಲಿಸಿದ ಮೇಲೆ ಆಕೆಯ ಅಳು ಹೆಚ್ಚಾಗುತ್ತಲೇ ಹೋಯಿತು. ಅದು ದುಃಖದ ಅಣೆಕಟ್ಟೆ ಒಡೆವ ಸಮಯ. ಎರಡು ನಿಮಿಷ ಕಾದು ನೋಡಿದ

ಸುನಿಲ ನಿಧಾನವಾಗಿ ಆಕೆಯ ಮಂಡಿಗಳ ಮೇಲೆ ತನ್ನ ಕೈಯಿಟ್ಟ. ಆ ಕೈಗಳ ಮೇಲೆ ತನ್ನ ಹಣೆ ಒತ್ತಿದ ಮಲ್ಲಿ ಇದ್ದಕ್ಕಿದ್ದಂತೆ ಪಕ್ಕಾ ಮಗುವೊಂದರ ಹಾಗೆ ತಟ್ಟನೆ ಆತನ ಮಡಿಲಿಗೆ ಬಿದ್ದು ಬಿಕ್ಕತೊಡಗಿದಳು. ಅದು ಅಕ್ಷರಶಃ ಬೆಂದು ಉರಿದು ಬೂದಿಯಾದ ಆತ್ಮವೊಂದರ ಆಕ್ರಂದನ. ಕಲ್ಲಿಗೊಂದು ಹೃದಯ ಇದ್ದರೆ ಅದನ್ನೂ ಕರಗಿಸಿ ಹಾಕುವ ತಾಪದ ಪ್ರತಾಪವಿತ್ತು ಅಲ್ಲಿ.

ಮತ್ತೆರಡು ನಿಮಿಷ ಹೆಪ್ಪುಗಟ್ಟಿದ್ದ ನೋವೆಲ್ಲ ಹೊರಬರುವವರೆಗೂ ಕಾದಿದ್ದ ಸುನಿಲ ಆಕೆಯ ತಲೆಯ ಮೇಲೆ ಕೈಯಿಟ್ಟು ಏನೋ ಹೇಳಬೇಕು ಅಷ್ಟರಲ್ಲಿ,

"ಏನ್ ಭಾನಗಡೀ ನಡಿಸೀರ್ರಿ ಇಲ್ಲಿ?" ಎಂಬ ಕರ್ಕಶ ಧ್ವನಿಯೊಂದು ಕೇಳಿಸಿತು. ತಿರುಗಿ ನೋಡಿದ ಸುನಿಲನಿಗೆ ಅಲ್ಲಿ ವಾಚ್‌ಮ್ಯಾನ್ ಕೆಕ್ಕರಿಸಿ ನೋಡುತ್ತಾ ನಿಂತಿರುವುದು ಕಂಡಿತು!

ಅಧ್ಯಾಯ 7

ಬಾರಾಕಮಾನಿನಿಂದ ವಾಯುವ್ಯ ದಿಕ್ಕಿಗೆ ಸ್ವಲ್ಪವೇ ಸಾಗಿದರೆ ಅಲ್ಲಿ ಸಿದ್ದಲಿಂಗೇಶ್ವರ ಸ್ವಾಮಿ ದೇವಾಲಯವಿದೆ. ಬಿಜಾಪುರದಲ್ಲಿ ತುಂಬಾ ಪುರಾತನವಾದ ಮತ್ತು ಪ್ರಖ್ಯಾತವಾದ ದೇವಾಲಯ. ಹಾಗಾಗಿ ಹಗಲಲ್ಲಿ ಸದಾ ಜನಸಂದಣಿ ಹೆಚ್ಚು. ರಾತ್ರಿ ಸಮಯದಲ್ಲಿ ಕೂಡಾ ಆ ರಸ್ತೆಯಲ್ಲಿ ಹೆಚ್ಚು ಚಟುವಟಿಕೆಗಳಿರುತ್ತದೆ. ಹಸಿದವರಿಗೆ ಮತ್ತು ಕುಡುಕರಿಗೆ ತಳ್ಳುಗಾಡಿಗಳಲ್ಲಿ ಚಿತ್ರಾನ್ನ ಮಾಡುವವರು, ಮೆಣಸಿನಕಾಯಿ ಭಜಿ ಹಾಕುವವರು, ಎಗ್ ರೈಸ್ ಬೇಯಿಸುವವರು... ಅದಕ್ಕಾಗಿ ಹಸಿದ ತರಾವರಿ ಗ್ರಾಹಕರು... ಜೊತೆಗೆ ಮನೆಗೆ ಹೊರಟವರು... ಮನೆಗೆ ಹೊರಡದೆ ಹಾದಿ ತಪ್ಪಿದವರು...

ರಾತ್ರಿ ಇನ್ನೂ ಹತ್ತು ಗಂಟೆ ಮೀರಿಲ್ಲವಾದ್ದರಿಂದ ಸಿದ್ದಲಿಂಗೇಶ್ವರ ಸ್ವಾಮಿ ದೇವಸ್ಥಾನದ ರಸ್ತೆ ಗಿಜಿಗುಡುತ್ತಾ ಚಟುವಟಿಕೆಯಿಂದಿತ್ತು. ಚಂದ್ರನ ಬೆಳಕಿನಿಂದ, ಬೀದಿದೀಪಗಳಿಂದ ಮತ್ತು ಹೋಟೆಲು ಅಂಗಡಿಗಳ ಬೆಳಕಿನ ದೀಪಗಳಿಂದ ಆ ರಸ್ತೆ ವರ್ಣಮಯವಾಗಿತ್ತು.

ಸುತ್ತಲಿನ ಜನಗಳನ್ನೇ ನೋಡಿ ನಿಟ್ಟುಸಿರಿಟ್ಟು ಮಲ್ಲಿ ಒಂದು ಕ್ಷಣ ತಿರುಗಿ ನೋಡಿದಳು. ನೂರು ಅಡಿ ದೂರದಲ್ಲಿ ಆಕೆಯ ಹಿಂದೆ ಹೆಜ್ಜೆ ಹಾಕುತ್ತಾ ಬರುತ್ತಿದ್ದ ಸುನಿಲ್ ಕುಮಾರ್ ಸುಧಾಕರ.

ಇಡಿಯ ರಾತ್ರಿ ಬಾರಾಕಮಾನಿನಲ್ಲಿ ಕೂತು ಹಾಡಿಕೊಳ್ಳುವ ಸುಧಾಕರನ ಕನಸು ಕರಗಿಹೋಗಿತ್ತು. ಅನಿವಾರ್ಯವಾಗಿ ಆತ ಮಲ್ಲಿಯ ಹಿಂದೆ ಹೊಸದೊಂದು ಅನುಭವಕ್ಕೆ ತೆರೆದುಕೊಳ್ಳಲು ಕಾತರಿಸಿ ಹೆಜ್ಜೆ ಹಾಕುತ್ತಿದ್ದ. ಬೇರೆ ದಾರಿಯಿಲ್ಲದೆ ಬಾರಾಕಮಾನಿನಿಂದ ಹೊರಗೆ ಬರುವಂತಾಗಿತ್ತು.

ಅಸಲಿಗೆ ಹಾಗಾಗಲು ಅಲ್ಲಿದ್ದ ವಾಚ್‌ಮನ್ ತಪ್ಪೇನೂ ಇರಲಿಲ್ಲ. ದೊಡ್ಡ ದನಿಯಲ್ಲಿ ಹಾಡುತ್ತಿದ್ದ ಸುನಿಲನ ಧ್ವನಿ ಅವನಿಗೆ ಕೇಳಿಸಿದ್ದೇ ಒಂದು ಬಾಟಲು ಪೂರಾ ಕುಡಿದು ಮುಗಿಸಿದ ಮೇಲೆ. ಸುನಿಲ್‌ನಿಂದ ಇನ್ನೂ ಏನಾದರೂ ಒಂದಿಷ್ಟು ದುಡ್ಡು ಕೀಳಬೇಕು ಅನ್ನೋ ಆಸೆ ಅತಿಯಾದಾಗ ಅವನ ಕಡೆ ಹೆಜ್ಜೆ ಹಾಕಿದ್ದ, ಅವನು ಅಲ್ಲಿ ಕಾಲಿಟ್ಟ ಸಮಯಕ್ಕೆ ಸರಿಯಾಗಿ ಸುನಿಲ್ ಕುಮಾರ್ ಸುಧಾಕರ ಮಡಿಲಲ್ಲಿದ್ದ ಮಲ್ಲಿಯ ತಲೆಯ ಮೇಲೆ ಕೈ ಇಟ್ಟು ಸಮಾಧಾನ ಮಾಡುತ್ತಿದ್ದ. ಅದನ್ನು ನೋಡುತ್ತಿದ್ದಂತೆಯೇ ಆ ವಾಚ್‌ಮನ್ ಒಳಗಿದ್ದ ನೈತಿಕತೆ ಸಿಡಿದೆದ್ದು ನಿಂತಿತ್ತು. ಏನಿದು? ಆಗಿನಿಂದಲೂ ಇವಳು ಇಲ್ಲೇ ಇದ್ದಾಳಾ? ಅದೇನೋ ಬರೀ ಫೋಟೋ ತೆಗೆದು ಕಳಿಸುತ್ತಾನೆ ಎಂದುಕೊಂಡಿದ್ದರೆ... ಇದೆಲ್ಲಾ ಮಾಡುತ್ತಿದ್ದಾನಾ? ಅಂತ ಅನಿಸಿದ್ದೇ ಆತ ಜೋರಾಗಿ 'ಏನ್ ಭಾನಗಡೀ ನಡಿಸೀರಿ ಇಲ್ಲಿ' ಅಂತ ಘರ್ಜಿಸಿದ್ದು.

ಆತನ ಆ ಘರ್ಜನೆಗೆ ಸುನಿಲ್ ಏನೂ ಗಾಬರಿ ಬೀಳಲಿಲ್ಲ. ತಾನೇನೂ ತಪ್ಪು ಮಾಡಿಲ್ಲಾ. ಅಂದ ಮೇಲೆ ಯಾರಿಗೆ ಯಾಕಾದರೂ ಹೆದರಬೇಕು? ತಪ್ಪು ಮಾಡಿಲ್ಲದೇ ಇದ್ದಾಗ ತನಗೆ ಯಾರಿಂದಾದರೂ ಯಾಕಾದರೂ ತೊಂದರೆ ಆಗುತ್ತದೆ ಎಂದು ಭಾವಿಸುವಷ್ಟು ಹೃದಯವಂತ ಹುಂಬ ಆತ. ಆ ವಾಚ್‌ಮನ್ ತಪ್ಪು ತಿಳಿದು ರೇಗುತ್ತಿದ್ದಾನೆ ಎಂದಷ್ಟೇ ಭಾವಿಸಿ,

"ಏನಿಲ್ರೀ. ಆಕಿ ಅಳಾಕ್ ಹತ್ತಿದ್ಳು. ಸಮಾಧಾನ ಮಾಡ್ತಾ ಇದೀನಿ" ಅಂದ.

"ಸುಮ್ಮಗ್ ಯಾಕ್ ಅಳ್ತಾಳ ಆಕೀ? ನೀ ಏನ್ ಮಾಡ್ದಿ?" ಅಂದ ಆತ ಇನ್ನೂ ಜೋರಾಗಿ. ಸುನಿಲ್ ಇನ್ನೂ ಉತ್ತರಿಸಬೇಕು ಅಷ್ಟರಲ್ಲೇ ಮಲ್ಲಿಯ ಧ್ವನಿ ಗಡುಸಾಗಿ ತೂರಿಬಂದಿತ್ತು.

"ಏ, ಏನಾತಲೇ? ಏನೀಗ? ಆ ಸಾಹೇಬರನ್ನ ಏನ್ ಕೇಳ್ತೀ? ನನ್ನ ಕೇಳಾ" ಅಂದಳು ಮಲ್ಲಿ.

ಆತ ಆಕೆಗೆ ಅಪರಿಚಿತನೇನೂ ಆಗಿರಲಿಲ್ಲ. ಆಕೆ ಬಂದಾಗಲೇ ಒಮ್ಮೆ ಹುಬ್ಬು ಹಾರಿಸಿ ಕೇಳಿದ್ದ. ಅವರಲ್ಲಿ ಈ ಹಿಂದೆ ಬಹಳಷ್ಟು ಕೊಡುಕೊಳ್ಳುವಿಕೆಗಳು

ನಡೆದಿದ್ದವು. ಆದರೆ ಸುನಿಲನ ಎದುರಿಗೆ ಆಕೆ ಹಾಗೆ ಕೇಳಿದ್ದಕ್ಕೆ ಆತ ಅವಮಾನವಾದಂತೆ ಹುಬ್ಬುಗಂಟಿಕ್ಕಿ,

"ನಿನ್ನನ್ನ ಏನ್ ಕೇಳಾದು? ನೀ ಯಾಕ ಬಂದೀ ಇಲ್ಲಿಗಿ? ಮದಲ ಹೊರಡ್ತಾ ಇರು. ನೀ ದಂಧಿ ಮಾಡಕ್ಕ ಬೇರೆ ಇನ್ನೆಲ್ಲೂ ಜಾಗ ಸಿಗಲಿಲ್ಲೇನು?" ಅಂದ ಆತ.

ಸರಕ್ಕನೆ ಬಾಲ ತುಳಿಸಿಕೊಂಡ ಕಾಳಿಂಗಸರ್ಪದಂತೆ ಎದ್ದು ನಿಂತಳು ಮಲ್ಲಿ. ಅಷ್ಟು ಹೊತ್ತೂ ಇದ್ದ ಸಂತೋಷಕ್ಕೆ ಕಲ್ಲು ಹಾಕಿದ್ದಕ್ಕೋ ಏನೋ ಅದೆಲ್ಲೆತ್ತೋ ರೋಷ.. ಆ ಆವೇಶದಲ್ಲಿಯೇ...

"ಏ ಹಡಬಿಟ್ಟಿ ಮಗನಾ... ಮುಕಳಿ ಮುಚ್ಕೊಂಡ್ ಹೋಗ್ತಾ ಇರು. ಇನ್ನೂ ಅದೆಷ್ಟು ಕುಡೀತಿ ಕುಡಿದು ಮಕ್ಕೋ. ಮತ್ತೆ ನನ್ನ ಬಗ್ಗೆ ಮಾತಾಡ್ದೀ ಅಂದರ.. ತುಳಿದು ಸುಟ್ಟುಬಿಡ್ತೇನೆ. ಈ ಸಾಹೇಬರ ಬಗ್ಗೆ ಮಾತಾಡ್ತೀ ನೀ? ನಿನಗ ಅದರ ಯೋಗ್ಯತೆ ಐತೇನ? ಹಾಂ... ನೀ ಇಲ್ಲಿ ಏನೇನ ಭಾನಾಗಡಿ ನಡೆಸಿದ್ದೀ ಎಲ್ಲ ನಾ ಈಗ್ಲೇ ಹೋಗಿ ಪೊಲೀಸರ ಮುಂದೆ ಹೇಳುವಾಕಿ. ಸವಾಲ್ ಹಾಕ್ತೀಯೇನ?" ಅಂದಳು ಬುಸುಗುಡುತ್ತಾ.

ವಾಚ್‌ಮನ್ ಮುಖ ವಿವರ್ಣವಾಯಿತು. ಇದೆಲ್ಲಾ ಏನೋ ಅತಿರೇಕಕ್ಕೆ ಹೋಗುತ್ತಿದೆ ಎನಿಸಿ ಸುನಿಲ್ ಇಬ್ಬರಿಗೂ ಸಮಾಧಾನವಾಗುವಂತೆ,

"ಅಣ್ಣಾವ್ರೇ, ನೀವ್ ಅಂದ್ಕೊಂಡ್ ಹಾಗೆ ಇಲ್ಲೇನೂ ಆಗಿಲ್ಲ. ಆಯ್ತು. ನೀವ್ ಸಮಾಧಾನವಾಗಿರಿ. ನಾನು ಅವ್ಳಿಗೆ ಸಮಾಧಾನ ಮಾಡಿ ಕಳಿಸ್ತೀನಿ. ತಪ್ಪಾಯ್ತು. ಸಮಾಧಾನ. ಆಯ್ತಾ?" ಎಂದು ಕೈಮುಗಿದ.

"ಸಾಹೇಬ್ರೇ, ನೀವ್ಯಾಕ್ರೀ ಕೈಮುಗೀತೀರಿ? ನಿಮ್ಮಿಂದ ಏನ್ ತಪ್ಪಾಗೈತಿ? ನಿಮ್ಮ ಕಾಲಧೂಳಿಗ್ ಸಮಾ ಇಲ್ಲಾ ಇಂವ. ಇವ್ನಿಗಾ ನೀವ್ ಕೈ ಮುಗೀತೀರೇನು? ನೀವ್ ಸುಮ್ಮಗಿರ್ರಿ, ನಾನ್ ಮಾತಾಡ್ತೀನಿ? ಏ ಭಾಡ್ಯಾ? ಏನ್ ನಿಂದು? ನೀ ಕೇಳ್ ಕೇಳ್ದಾಗೆಲ್ಲಾ ಹುಡ್ಗೀರ್ ತಂದು ಇಲ್ಲೇ ಮಲಗಿಸೀನಿ. ಸಾಲಲ್ಲೇನ್ ನಿನಗ? ಇನ್ನೂ ಬೇಕಂದ್ರ ನಾಳಿಕ್ ಮಾತಾಡೋಣು. ಈಗ್ ನೀ ಹೋಕ್ಕೀಯೋ ಇಲ್ಲೋ?" ಎಂದು ಅಬ್ಬರಿಸಿದಳು.

ಆತ ಇನ್ನೂ ನೋವು ಅವಮಾನಗಳಿಂದ ಪೆಚ್ಚಾಗಿ ಆಕೆಯನ್ನೂ ಮತ್ತು ಸುನಿಲ್‌ನನ್ನೂ ನೋಡಿದ. ಸುನಿಲ್ ಇನ್ನೇನು ಹೇಳಬೇಕೋ ತಿಳಿಯದೆ ಸುಮ್ಮನೆ ಕೈಮುಗಿದ. ಅವಮಾನದಿಂದ ಕುದಿಯುತ್ತಿದ್ದ ಆತ ತಾಳಲಾಗದ ಅಸಹಾಯಕತೆಯಿಂದ,

"ಅಯ್ಯೋ ಪಾಪ ಹೋಗ್ಲೀಂತ ಒಳಗ್ ಬಿಟ್ರೆ... ನನ್ನ ಮೇಲೇ ಸವಾರಿ ಮಾಡ್ತೀರೇನು? ಇನ್ನು ಅರ್ಧ ತಾಸು ಒಳಗ ಇಲ್ಲಿಂದ ಜಾಗ ಖಾಲಿ ಮಾಡಿದ್ರ

ಸರಿ. ಇಲ್ಲಂದ್ರ... ನಾ ಏನ್ ಮಾಡ್ತೀನಿ ನೋಡ್ರೀ" ಎಂದು ಅಬ್ಬರಿಸುತ್ತಾ ಹೊರಟುಹೋದ.

"ಎಂಥ ಕೆಲಸ ಮಾಡ್ದೆ ಮಲ್ಲಿ. ನಾನು ಇಡೀ ರಾತ್ರಿ ಇಲ್ಲೇ ಕಳೆಯೋನಿದ್ದೆ." ಎಂದು ಬೇಸರಿಸಿದ ಸುನಿಲ್.

"ಅದಕ್ಯಾಕ್ ಚಿಂತಿ ಮಾಡ್ತೀರಿ ಸಾಹೇಬ್ರೇ. ನಿಮಗ್ ಬೇಕಂದ್ರ ಇನ್ನೂ ಎರಡ್ ದಿನ ಇಲ್ಲೇ ಇರಿ. ಅಂವ ಅದೇನ್ ಮಾಡ್ತಾನೋ ನಾನೂ ನೋಡ್ತೀನಿ. ಅಂವ ಏನೂ ಮಾಡಂಗಿಲ್ಲ. ಸುಮ್ಮಗ ಬೆದರಿಕಿ ಹಾಗ್ ಹೋಗ್ಯಾನ. ಅಷ್ಟೇ. ಅವ್ನ್ ಬಗ್ಗೆ ನನಗ್ ಗೊತ್ತಿಲ್ಲೇನು?" ಅಂದಳು.

ಸುನಿಲ್ ನಿಟ್ಟುಸಿರಿಟ್ಟು ಗಡಿಯಾರ ನೋಡಿ ಸುಮ್ಮನೆ ಕುಳಿತ. ಒಂದೆರಡು ಕ್ಷಣ ಆತನನ್ನೇ ನೋಡಿ ಮಲ್ಲಿಗೆ ಅದೇನನಿಸಿತೋ ಏನೋ ತಾನೂ ಹತ್ತಿರ ಕುಳಿತು ಮೆಲ್ಲಗೆ,

"ಕ್ಷಮಿಸಿ ಸಾಹೇಬ್ರೇ, ನನ್ನಿಂದ ನೀವು ಈ ನಾಯಿ ಕುನ್ನಿ ಹತ್ರ ಮಾತ್ ಕೇಳೋ ಹಾಗಾತು" ಎಂದಳು. ಒಂದು ಕ್ಷಣ ಹಾಗೇ ಸುಮ್ಮನಿದ್ದು ನಂತರ ಆಕೆಯನ್ನೇ ನೋಡಿದ ಸುನಿಲ ನಂತರ ನಿಧಾನವಾಗಿ,

"ಒಂದೇ ಒಂದ್ ಕಂಡಿಷನ್ ಮೇಲೆ ಕ್ಷಮಿಸ್ತೀನಿ. ನೀನು ಮತ್ತೆ ನನ್ನನ್ನ ಸಾಹೇಬ್ರೇ ಅನ್ನಬಾರ್ದು. ಮೊದಲು ಹೇಗಿದ್ಯೋ ಹಾಗೇ ಕರೀಬೇಕು. ಆಯ್ತಾ?" ಎಂದ. ತಟ್ಟನೆ ಲಜ್ಜೆಯಿಂದ ಮುಖ ಅರಳಿಸಿ ನಕ್ಕಳು ಮಲ್ಲಿ.

"ಹಾಂ.. ಗುಡ್. ಹೀಗೇ ನಗ್‌ನಗ್ತಾ ಇರು. ಸಾಕು. ನೀನಿನ್ನು ಹೊರಡು. ನಾನು ಇಲ್ಲೇ ಇರ್ತೀನಿ. ತೀರಾ ಅವ್ನೇನಾದ್ರೂ ಮತ್ತೆ ಬಂದು ಕೂಗಾಡಿದ್ರೆ ನಾನೇ ಹೇಗೋ ಮ್ಯಾನೇಜ್ ಮಾಡ್ತೀನಿ" ಎಂದ.

"ಇಲ್ಲ. ಇಲ್ಲ. ನಾನು ನಿಮ್ಮನ್ನ ಬಿಟ್ಟು ಎಲ್ಲೂ ಹೋಗೋದಿಲ್ಲ. ಈ ರಾತ್ರಿಯೆಲ್ಲ ನಿಮ್ಮ ಜೊತೆನೇ ಇರ್ತೀನಿ" ಎಂದಳು ಮಲ್ಲಿ. ಸುನಿಲ ಲೊಚಗುಟ್ಟಿ ಆಕೆಯ ಕಡೆಗೊಮ್ಮೆ ಗಂಭೀರವಾಗಿ ನೋಡಿದ. ಆಕೆ ಒಮ್ಮೆ ತುಟಿ ಅರಳಿಸಿ.

"ಏ ರಾಜಾ... ಪ್ರತಿದಿನ ರಾತ್ರಿ ಆಗ್ತಾ ಹೋದಂಗ ಎದೆನಲ್ಲಿ ಅವಲಕ್ಕಿ ಕುಟ್ಟಿದ ಹಾಗೆ ಆಗ್ತತಿ. ಬದಲಾಗದೇ ಇರೋ ಬದುಕು ನೆನೆಸ್ಕೊಂಡು ಸಂಕಟ ಆಗ್ತತಿ. ಇಲ್ಲೀವರೆಗೂ ನಾನು ಎಷ್ಟೋ ನಕ್ಕಿರ್ಬೋದು... ಎಷ್ಟೋ ಅತ್ತಿರ್ಬೋದು... ಆದ್ರೆ ಇವತ್ತು ನಕ್ಕಿರೋದು ಅತ್ತಿರೋದು ಎರಡೂ ಯಾವತ್ತೂ ಯಾವುದಕ್ಕೂ ಸಮ ಇಲ್ಲ. ಇದು... ಇದು... ಇಷ್ಟು ಬೇಗ ಮುಗಿದೋಗ್ಬಾರ್ದು. ನಾಳೆ ನಾನ್ಯಾರೋ ನೀನ್ಯಾರೋ... ಅದುಕ್ಕೆ ಮುಂಚೆ ಇದೊಂದು ರಾತ್ರಿ ನನಗೋಸ್ಕರ ಕೊಟ್ಟುಬಿಡು." ಎಂದು ಹೇಳುತ್ತಾ ಹೇಳುತ್ತ ಭಾವುಕಳಾಗಿ ಕೈಮುಗಿದಳು ಮಲ್ಲಿ.

ಆಕೆಯನ್ನೇ ಪ್ರೀತಿ ಹಾಗೂ ಅನುಕಂಪದಿಂದ ನೋಡಿದ ಸುನಿಲ ನಿಟ್ಟುಸಿರಿಟ್ಟ. ಕೆಲವು ಕ್ಷಣ ಹಾಗೇ ಯೋಚಿಸಿ ಕಿರುನಕ್ಕ.

"ನಿನಗೆ ಅಂತ ಒಂದು ದಿನ ಕೊಡದೇ ಇರೋವಷ್ಟು ನಾನು ದೊಡ್ಡವನಲ್ಲ ಮಲ್ಲಿ. ಸಂತೋಷವಾಗಿರು. ಆಗಲಿ. ಆದರೆ ಇವತ್ತು ರಾತ್ರಿಯೆಲ್ಲ ನಾನು ಇಲ್ಲಿ ಒಬ್ಬನೇ ಸಂತೋಷವಾಗಿ ಕಾಲಕಳೀಬೇಕು ಅಂತಿದ್ದೆ. ಅದಕ್ಕೆ ಕಲ್ಲು ಬಿತ್ತಲ್ಲಾ. ಆ ವಾಚ್‌ಮನ್ ಮತ್ತೆ ಮತ್ತೆ ಬಂದು ಗಲಾಟೆ ಮಾಡ್ತಾನಲ್ಲಾ" ಎಂದ. ವಾಚ್‌ಮನ್ ಬಗ್ಗೆ ಏನೋ ಹೇಳಲು ಸಿಟ್ಟಿನಿಂದ ಮುಂದಾದ ಮಲ್ಲಿ ಮರುಕ್ಷಣ ಹಾಗೇ ಸುಮ್ಮನೆ ಕುಳಿತಳು. ಒಂದೆರಡು ಕ್ಷಣ ಅವರಿಬ್ಬರ ನಡುವೆ ಹಾಗೆಯೇ ಮೌನ.

ಕೆಲವು ಕ್ಷಣಗಳ ನಂತರ ಮಲ್ಲಿ ಆ ಮೌನ ಮುರಿಯುತ್ತಾ,

"ಏ ರಾಜ. ಇಲ್ಲಿಗೆ ನೀನು ಯಾವತ್ತು ಬೇಕಾದ್ರೂ ಬರಬಹುದು. ಆದ್ರ ಇವತ್ತು ಒಂದು ದಿನ ನಂಜೊತೆ ಬಂದುಬಿಡು. ಈ ರಾತ್ರಿ ನನಗೂ ನಿನಗೂ ಇಬ್ಬರಿಗೂ ಸದಾ ನೆನಪಲ್ಲಿರೋ ಹಾಗೆ ಮಾಡೋಣ. ಬಾ ನನ್ನ ಜೊತೆ" ಎಂದಳು. ಆಕೆಯನ್ನೇ ಒಮ್ಮೆ ದೀರ್ಘವಾಗಿ ನೋಡಿದ ಸುನಿಲ್.

ಅಲ್ಲಿಂದ ಅರ್ಧ ಗಂಟೆವರೆಗೆ ನೂರಾರು ಮಾತಾಡಿದರು. ಕೊನೆಗೂ ಆತನನ್ನು ತನ್ನೊಂದಿಗೆ ಬರುವಂತೆ ಒಲಿಸಿಕೊಳ್ಳುವುದರಲ್ಲಿ ಮಲ್ಲಿ ಸಫಲಳಾಗಿದ್ದಳು. ಆತ ಎದ್ದು ಆಕೆಯ ಜೊತೆ ಬಾರಾಕಮಾನಿನಿಂದ ಹೊರಬರುತ್ತಿದ್ದಂತೆಯೇ ಆಕೆ ತನ್ನ ತಲೆಮೇಲೆ ಸೆರಗು ಹೊದ್ದು ಆತನ ಹತ್ತಿರ ಬಂದು,

"ಏ ರಾಜ, ನೋಡು. ನಾನು ಮುಂದೆ ಹೋಕ್ಕೀನಿ. ನೀನು ನೂರೆಜ್ಜೆ ಹಿಂದೆ... ನನ್ನ ಹಿಂದೆ ಹಿಂದೆ ಬರ್ಬೇಕು. ಆತಿಲ್ಲೋ" ಎಂದಳು.

"ಅರೆ, ಹಾಗ್ಯಾಕ್ ಹೇಳ್ತೀ ಮಲ್ಲಿ. ಜೊತಿಗ್ ಹೋಗೋಣು. ಅದರಾಗ ತಪ್ಪೇನೈತಿ?" ಎಂದ.

"ಇಲ್ಲಾ ರಾಜ, ನಾನ್ ಹೇಳಿದ್ದು ಕೇಳು. ನಿನಗ ಅಡ್ಡ ಬೀಳ್ತೀನಿ. ಹಾಳ್ ಮಂದಿ ಕಣ್ಣು ಸರಿ ಇಲ್ಲ." ಎಂದು ಹೇಳಿ ಸರಸರನೆ ಮುಂದೆ ನಡೆದು ಹೋಗಿ ಒಂದು ಅಂತರ ಗುರುತಿಸಿಕೊಂಡು ನಂತರ ಆತನಿಗೆ ಹಿಂದೆ ಬರುವಂತೆ ಸನ್ನೆ ಮಾಡಿದಳು. ಆಕೆಯನ್ನು ಹಾಗೆಯೇ ಹಿಂಬಾಲಿಸುತ್ತ ಸಿದ್ದಲಿಂಗೇಶ್ವರ ಸ್ವಾಮಿ ರಸ್ತೆಯವರೆಗೂ ಬಂದ ಸುನಿಲ ಆಕೆ ಒಮ್ಮೆ ತಿರುಗಿ ನೋಡಿದಾಗ ಪೂರ್ತಿಯಾಗಿ ನಗೆ ಅರಳಿಸಿ ನೋಡಿದ. ಅಷ್ಟು ಸಾಲದಂತೆ ಆಕೆಯ ಕಡೆ ಕೈ ಮೇಲೆತ್ತಿ ವಿಶ್ ಮಾಡಿದ.

ಸರಕ್ಕನೆ ತಿರುಗಿ ಹೆಜ್ಜೆ ಹಾಕತೊಡಗಿದಳು ಮಲ್ಲಿ. ಆಕೆಗೆ ಒಳಗೊಳಗೇ ಮುಜುಗರ. 'ಛೆ! ಇದೆಂಥ ಮನುಷ್ಯ ಈತ. ನಾನು ಪರಿಚಯವೇ ಇಲ್ಲದ ಹಾಗೆ ಮನೆಯ ಕಡೆ ಕರೆದುಕೊಂಡು ಹೋಗುತ್ತಿದ್ದೇನೆ. ಈ ಮನುಷ್ಯ ನಡುರಸ್ತೆಯಲ್ಲೇ ನನಗೆ ಕೈಬೀಸಿ ಕರೆಯುತ್ತಾನಲ್ಲ. ಹಾಳು ಮಂದಿ ಕಣ್ಣು

ನನ್ನ ಮೇಲೆ ಎಷ್ಟಾದರೂ ಬೀಳ್ಲಿ... ಈ ಕಾಗೆ ಕಣ್ಣು ನಾಯಿ ಕಣ್ಣುಗಳಿಗೆ ಬೇಕಾದಷ್ಟು ಉಣಬಡಿಸಿದ್ದೇನೆ. ಆದರೆ ಈ ಬಂಗಾರದಂಥ ಹುಡುಗನ ಬಗ್ಗೆ ಈ ನಾಯಿಕುನ್ನಿಗಳು ಹೊಲಸಾಗಿ ಮಾತಾಡಿದರೆ? ಛೆ...! ನೆನೆಸಿಕೊಂಡರೇ ಎದೆಗೆ ಚುಚ್ಚಿದಂತಾಗುತ್ತದೆ. ಇಲ್ಲಿಯವರೆಗೂ ನಾನು ಕಂಡೇ ಇಲ್ಲದ ಅಪರೂಪದ ಅಪರಂಜಿಯಂಥ ಮನುಷ್ಯ. ನನ್ನನ್ನ ಯಾವುದೇ ಕುಹಕಗಳಿಲ್ಲದೆ ಆತ್ಮೀಯವಾಗಿ ಕಂಡ ಜೀವ. ನನ್ನನ್ನೂ ಮನುಷ್ಯಳಾಗಿ ಕಂಡ ಏಕೈಕ ಜೀವಿ. ಆತನಿಗೆ ಎಲ್ಲೂ ಯಾರಿಂದಲೂ ಅಗೌರವ ಆಗಬಾರದು' ಎಂದುಕೊಳ್ಳುತ್ತಾ ಆಕೆ ಮತ್ತೆ ತಿರುಗಿ ನೋಡಿದರೆ...

ಸುನಿಲ ಅದಾವ ಮಾಯದಲ್ಲೋ ಆಕೆಯ ಹಿಂದೆಯೇ ಬಂದು ನಿಂತಿದ್ದ!

ಮಲ್ಲಿ ಬೆಚ್ಚಿ ನೋಡಿದವಳೇ ನಂತರ ಗಾಬರಿಯಾಗಿ ಅತ್ತಿತ್ತ ನೋಡಿ,

"ಏ ರಾಜ... ನಾನು ನೂರಡಿ ಹಿಂದೆ ಬಾ ಅಂತ ಹೇಳಿರಲಿಲ್ಲೇನು? ಹೋಗು ಹೋಗು. ಹಿಂದೆ ಸರಿ" ಎನ್ನುತ್ತಾ ತಿರುಗಿಕೊಳ್ಳುವಷ್ಟರಲ್ಲಿ ಸುನಿಲ ತಟ್ಟನೆ ಆಕೆಯ ಕೈ ಹಿಡಿದು ತಡೆದು ನಿಲ್ಲಿಸಿದ...

ಆಕೆ ಆತನನ್ನೇ ಅಚ್ಚರಿಯಿಂದ ನೋಡಿದಳು.

"ಮಲ್ಲಿ... ಇಷ್ಟು ವರ್ಷದಲ್ಲಿ ಯಾವ್ದೇ ಜೋಡಿ ಕೈಕೈ ಹಿಡಿದು ರಸ್ತೇನಲ್ಲಿ ನಡೆದು ಹೋಗೋವಾಗ, ನಿನಗೂ ಹಾಗೆ ಹೋಗ್ಬೇಕು ಅನ್ನಿಸ್ಲಿಲ್ಲೇನು?" ಎಂದ.

ಎದೆಯೆಲ್ಲ ಕಲಕಿ ಹೋಯಿತು ಮಲ್ಲಿಗೆ. ಕಣ್ಣ ಪೊರೆಯ ಮೇಲೆ ಜಾರಿದ ಹನಿ ಎದುರಿಗಿದ್ದ ಆತನ ಬಿಂಬವನ್ನು ಮುಸುಕು ಮುಸುಕಾಗಿಸಿತು. ಎಂಥ ಮಾತು? ಎಲ್ಲಾದರೂ ಉಂಟಾ? ಅಂಥದ್ದೊಂದು ಕನಸು ಇದಿಷ್ಟು ವರ್ಷಗಳಲ್ಲಿ ಅದೆಷ್ಟು ಬಾರಿ ಕಂಡು ಕಂಡು ಕೊನೆಗೆ ಕಣ್ಣೀರಿನೊಂದಿಗೆ ಕರಗಿಸಿದ್ದಳೋ... ಒಂದು ಗುಟುಕು ಪ್ರೀತಿಗಾಗಿ.. ತುಂಬು ಪ್ರೀತಿಯಿಂದ ಕೈಹಿಡಿದು ನಾಲ್ಕು ಹೆಜ್ಜೆ ಹಾಕುವ ಜೀವಕ್ಕಾಗಿ... ಅದೆಷ್ಟು.. ಉಫ್...! ಇಂದು ಇವನು ಹೀಗೆ ಕೇಳುತ್ತಾನಲ್ಲಾ..

"ಇವತ್ತು ನಾನು ಆ ನಿನ್ನ ಕನಸನ್ನ ನನಸು ಮಾಡ್ತೀನಿ. ಬಾ ನನ್ನ ಜೊತೆ" ಎಂದು ಆತ ಆಕೆಯ ಕೈ ಹಿಡಿದು ಮುಂದೆ ಹೆಜ್ಜೆ ಹಾಕಿದ. ಆಕೆ ಮುಂದಡಿ ಇಡದೆ ಹಾಗೇ ಕಲ್ಲಾಗಿ ನಿಂತಿದ್ದಳು. ತಿರುಗಿ ನೋಡಿದ ಆತ, ಅಚ್ಚರಿಯಿಂದ ನಂಬಲೇ ಆಗದಂತೆ ಕಣ್ಣಗಲಿಸಿ ನೋಡುತ್ತಿದ್ದ ಆಕೆಯನ್ನು ಕಂಡು ಮತ್ತೆ ನಕ್ಕು,

"ಬಾ ಮಲ್ಲಿ. ಇಷ್ಟು ದಿನ ನೀನು ಈ ರಸ್ತೆಗಳಲ್ಲಿ ನಡೆಯುವಾಗ ಅವಮಾನ ಸಂಕಟದಿಂದ ತಲೆತಗ್ಗಿಸಿ ಹೆಜ್ಜೆ ಹಾಕಿರುತ್ತೀ. ಆದರೆ ಇವತ್ತು ಈ ನೆಲ ನೀನು ಖುಷಿಯಾಗಿ ಹೆಜ್ಜೆ ಹಾಕುವುದನ್ನು ನೋಡಬೇಕು. ನಿನ್ನನ್ನ ಕಂಡು ಕುಹಕದಿಂದ ನಕ್ಕ ಜನಗಳು ಇವತ್ತು ನಿನ್ನನ್ನು ಕಣ್ಣರಳಿಸಿ ನೋಡಬೇಕು. ಇದೂ ಕೂಡಾ ನನ್ನ ಹಾಗೆಯೇ ಒಂದು ಜೀವ ಎಂದು ಪರಿಗಣಿಸದ ಜನ

ಇವತ್ತು ನಿನ್ನನ್ನು ಬಾಯಿಬಿಟ್ಟುಕೊಂಡು ನೋಡಬೇಕು. ಬಾ... ಈ ಮಾತು ನಾನು ಬಾರಾಕಮಾನಿನ ಹೊರಗೇ ಅಲ್ಲಿಯೇ ಹೇಳಬೇಕು ಎಂದಿದ್ದೆ. ಆದರೆ ಜನಸಂದಣಿ ಇರುವ ಕಡೆ ಹೇಳಬೇಕಂತ ಇಲ್ಲಿಯವರೆಗೂ ಕಾದೆ. ಬಾ... ನನ್ನ ಕೈಹಿಡಿದು ಹೆಜ್ಜೆ ಹಾಕು" ಎನ್ನುತ್ತಾ ಆಕೆಯ ಕೈತಟ್ಟಿ ಆಕೆಯ ಒಂದು ಕೈ ಹಿಡಿದು ತನ್ನ ಜೊತೆಜೊತೆಗೇ ಭುಜ ಬಳಸಿ ಕರೆದುಕೊಂಡು ಹೆಜ್ಜೆ ಹಾಕತೊಡಗಿದ.

ಅಂದು ಮಲ್ಲಿ ಒಂದು ಮಾತೂ ಆಡಲಿಲ್ಲ. ಆದರೆ ಆಕೆಯ ಕಣ್ಣಿಂದ ಒಂದೊಂದೇ ಹನಿಗಳು ಜಾರುತ್ತಲೇ ಇದ್ದವು... ಆಕೆ ಅಕ್ಷರಶಃ ನಡೆಯುತ್ತಲೇ ಇರಲಿಲ್ಲ... ಮೋಡದ ಮೇಲೆ ತೇಲುವಂತೆ ಹೆಜ್ಜೆ ಹಾಕುತ್ತಿದ್ದಳು... ಆಕೆಗೆ ಸುತ್ತ ಬಾಯಿಬಿಟ್ಟುಕೊಂಡು ನೋಡುತ್ತಿದ್ದ ಜನಗಳ ಕಡೆ ತುಚ್ಛವಾಗಿ ಒಮ್ಮೆ ನೋಡಿ ಹೆಮ್ಮೆಯಿಂದ ಹೆಜ್ಜೆ ಹಾಕಬೇಕು ಎನಿಸುತ್ತಿತ್ತು. ಆದರೆ ಅದೇನೂ ಬೇಕೆನಿಸಲೇ ಇಲ್ಲ... ಆ ದ್ವೇಷಕ್ಕಿಂತ ಅತಿ ಮಧುರವಾದ ತುಂಬು ಪ್ರೀತಿ ದೊರೆವ ರಸಘಳಿಗೆಯನ್ನು ಆಕೆ ಆಸ್ವಾದಿಸುತ್ತಾ ಸಾಗಿದ್ದಳು.. ಇಡಿಯ ದಾರಿಯುದ್ದಕ್ಕೂ ಆಕೆ ತನ್ನ ಕಣ್ಣುಗಳನ್ನು ಸುನಿಲನಿಂದ ಕಡೆಯಿಂದ ಅಲುಗಿಸಲೇ ಇಲ್ಲ. ಹಿನ್ನೆಲೆಯಲ್ಲಿ ಅವಳಿಗೆ ಅದೊಂದು ಅತಿಮಧುರವಾದ ರಾಗವೊಂದು ಕಿವಿ ತುಂಬುತ್ತಿತ್ತು. ಇದೇನಾ...? ತಾನು ಚಿಕ್ಕಂದಿನಿಂದಲೂ ಯಾವನೋ ಒಬ್ಬ ರಾಜಕುಮಾರ ತನ್ನನ್ನು ಕುದುರೆ ಮೇಲೆ ಹೊತ್ತು ಕರೆದುಕೊಂಡು ಹೋಗುತ್ತಾನೆ ಎಂದು ಕಂಡ ಕನಸು...? ಇದು ನಿಜವಾಗಿ ಕನಸಾ...? ನನಸಾ...? ಆಕೆಯ ಕಂಬನಿದುಂಬಿದ ಕಣ್ಣುಗಳಿಗೆ ಎಲ್ಲ ಮಂಜುಮಂಜಾಗಿ ಕಾಣಿಸುತ್ತಿತ್ತು. ಥೇಟು ಮೋಡದ ಮೇಲೆ ಹೆಜ್ಜೆ ಹಾಕುತ್ತಾ ಇದ್ದಂತೆ...

ಆ ಗೆಸ್ಚರ್ ಅಥವಾ ಅಂಥಾದ್ದೊಂದು ಔದಾರ್ಯ ಈ ಜಗತ್ತಿನಲ್ಲಿ ಮತ್ತೊಂದು ಮಾನವ ಜೀವಿಯಿಂದ ತನಗೆ ಸಿಗುತ್ತದೆಂಬ ನಂಬಿಕೆಯೇ ಇರಲಿಲ್ಲ ಆಕೆಗೆ... ಅದರ ಬೆಲೆ ಆಕೆಗೆ ಮಾತ್ರ ಗೊತ್ತಿತ್ತು!

ಅಧ್ಯಾಯ 8

ಸಿದ್ದೇಶ್ವರಸ್ವಾಮಿ ದೇವಸ್ಥಾನದ ರಸ್ತೆಯಿಂದ ಹಾಗೇ ವಾಯುವ್ಯ ದಿಕ್ಕಿಗೆ ಹೋದರೆ ಅಲ್ಲಿ ಸ್ವಲ್ಪ ದೂರದಲ್ಲಿಯೇ ಶಹಾಪುರ ಗೇಟ್ ಸಿಕ್ಕುತ್ತದೆ. ಹಾಗೇ ಶಹಾಪುರ ಗೇಟ್ ಹಾದಿಯಲ್ಲೇ ಮುಂದೆ ನಡೆದು ಹೋದರೆ ಮುಲ್ಲಾ ಮಸ್ಜಿದ್ ಸಿಗುತ್ತದೆ. ಆ ಮಸೀದಿಗೆ ಮುಂಚೆಯೇ ಬಲಭಾಗಕ್ಕೆ ತಿರುಗಿಕೊಂಡರೆ ಶ್ಮಶಾನದ ದಾರಿ. ಆ ದಾರಿಯಲ್ಲೇ ಇನ್ನೂ ಮುಂದೆ ಸಾಗಿದರೆ ಸ್ಮಶಾನ ಸಿಗುವುದಕ್ಕಿಂತ ಮುಂಚೆ ಸ್ವಲ್ಪ ನಿರ್ಜನವಾದ ಕೆಲವು ನಿವೇಶನ ಮತ್ತು ಪಕ್ಕಾ ಹಳೆಯ ಕಾಲದ ಚಾಳ್‌ನಂತಹ ಮನೆಗಳಿವೆ. ಸ್ಮಶಾನಕ್ಕೆ ಮುಂಚಿನ ಕೊನೆಯ ಅಂಥದೊಂದು ಪುರಾತನ ಪುಟ್ಟ ಬಂಗಲೆ ಅಥವಾ ದೊಡ್ಡಮನೆಯ ಮುಂದೆ ಸುನಿಲನನ್ನು ಕರೆತಂದು ನಿಲ್ಲಿಸಿದ ಮಲ್ಲಿ,

"ನೋಡು ರಾಜ... ಇದೇ ನಿನ್ನ ಮಹಾರಾಣಿ ಅರಮನೆ" ಎಂದಳು. ಸುತ್ತಲೂ ಒಮ್ಮೆ ಕಣ್ಣು ಹಾಯಿಸಿ ಕಿರುನಕ್ಕ ಸುನಿಲ,

"ಹೂಂ... ಒಳ್ಳೇ ಜಾಗದಲ್ಲೇ ಇದೆ" ಎಂದು ಹೇಳಿ ಮತ್ತೆ ಕಿರುನಕ್ಕ.

"ಯಾಕೆ ನಕ್ಕಿದ್ದು? ಭೂತಬಂಗಲೆ ಅಂತಾನಾ? ಹೂಂ... ಈ ಮನೆಯಿಂದ ಆ ಕಡೆ ಇರೋದು ಶ್ಮಶಾನ. ರಾತ್ರಿ ಮನೆಗೆ ಬಂದು ಬೇಜಾರಾದಾಗೆಲ್ಲ ಆ ಕಡೆ ಬಾಗಿಲು ತೆಗೆದು ಭೂತಗಳ ಜೊತೆ ಮಾತಾಡ್ತಾ ಕೂತಿರ್ತೀನಿ" ಎಂದು ನಕ್ಕಳು ಮಲ್ಲಿ. ಅದಕ್ಕೆ ಮತ್ತೆ ಕಿರುನಕ್ಕ ಸುನಿಲ,

"ಪಾಪ. ಅಲ್ಲಾದ್ರೂ ಅವರನ್ನ ನೆಮ್ಮದಿಯಾಗ್ ಮಲಗಿರೋದಕ್ಕೆ ಬಿಡೋದಿಲ್ವಾ ನೀನು? ಇರ್ಲಿ ಬಿಡು. ಬದುಕಿರೋ ಮನುಷ್ಯರಿಗಿಂತ ಅವರೇ ಬೆಟರ್ ಫ್ರೆಂಡ್ಸ್" ಎಂದ.

ಆಕೆಗೆ ಮತ್ತೆ ಮನಸ್ಸಿಗೆ ತಟ್ಟಿದಂತಾಯ್ತು. ಆತನನ್ನು ಇನ್ನೂ ಅಭಿಮಾನದಿಂದ ನೋಡುತ್ತಾ,

"ಅಲ್ವಾ? ನಾನೂ ಆಗಿಂದ ನೋಡ್ತಾ ಇದೀನಿ. ಸೀದಾ ನನ್ನ ಎದೆಗೆ ತಾಕೋ ಮಾತೇ ಆಡ್ತೀಯಲ್ಲಾ ರಾಜಾ?" ಎನ್ನುತ್ತಾ ಆತನ ಕೆನ್ನೆ ನೀವಿ ಮುತ್ತಿಟ್ಟುಕೊಂಡಳು ಮಲ್ಲಿ.

ಟಕ್ಕನೆ ಸುನಿಲ ಆಕೆಯ ಕಡೆ ನೋಡಿದ. ಮೇಲುನೋಟಕ್ಕೆ ಆ ನೋಟದಲ್ಲಿ ಏನೂ ಇರಲಿಲ್ಲ. ಆದರೆ ಆ ಏನೂ ಇಲ್ಲದ ನೋಟದಲ್ಲೇ ಮಲ್ಲಿಗೆ ಎಲ್ಲ ಅರ್ಥವಾಗಿ ಎಚ್ಚೆತ್ತು ಮುಗುಳ್ನಕ್ಕಳು.

"ಹೆದರ್ಕೋಬೇಡ. ಏನಾಗಲ್ಲಾ ಬಾ ರಾಜಾ. ಇದು ನನ್ನ ನಿಜವಾದ ಪ್ರೀತಿ. ಇದನ್ನ ತಡೀಬೇಡಾ. ಹರಿಯೋ ನೀರಿಗೆ ಜಾಗ ಬಿಡು. ಕಟ್ಟಿಹಾಕಬೇಡಾ. ಇವತ್ತು ನೀನು ನನಗೆ ಏನೂ ಹೇಳೋ ಹಾಗಿಲ್ಲ. ಸುಮ್ನೆ ನಾನು ಹೇಳಿದ್ದು ಕೇಳಿಸ್ಕೋಬೇಕು. ನಾನು ಹೇಳಿದ ಹಾಗೆ ಕೇಳ್ಬೇಕು. ಸರಿ ತಾನೆ?" ಎಂದಳು.

ಆಕೆಯನ್ನೇ ಒಮ್ಮೆ ತಣ್ಣಗೆ ನೋಡಿ ಕಿರುನಕ್ಕ ಸುನಿಲ ಆಕೆಯನ್ನು ತಟ್ಟನೆ ಅಪ್ಪಿಕೊಂಡ. ಆ ತಬ್ಬುಗೆಯಲ್ಲಿಯೇ ತಪ್ಪುಗೆ ಮತ್ತು ಒಪ್ಪಿಗೆ ಎಲ್ಲ ಇತ್ತು. ಆತನ ಬೆನ್ನು ತಟ್ಟಿದ ಮಲ್ಲಿ,

"ಸಾಕು ಸಾಕು. ರಸ್ತೆಯಲ್ಲಿ ಬೇಡಾ. ಒಳಗ್ ಹೋಗೋಣ ಬಾ." ಎಂದು ಆತನ ಹೆಗಲು ಬಳಸಿ ಮನೆಯ ಕಡೆ ಹೆಜ್ಜೆ ಹಾಕಿದಳು. ಹಾಗೆ ಹೆಜ್ಜೆ ಹಾಕುತ್ತಲೇ ಒಂದೆರಡು ಕ್ಷಣ ಕಳೆದು ಆತನ ಕಡೆ ನೋಡಿ ನಕ್ಕಳು. ಸುನಿಲ ಹುಬ್ಬೇರಿಸಿದ. ಏನನ್ನೋ ನೆನೆದು ಮತ್ತೆ ನಕ್ಕಳು ಮಲ್ಲಿ.

"ಏ ರಾಜ, ಈ ಮನೆಗೆ ಇದೇ ಥರಾ ಎಷ್ಟೋ ಜನ ಬಂದು ಹೋಗಿದಾರೆ. ಅವರನ್ನ ಇದೇ ಥರಾ ಹೆಗಲ ಮೇಲೆ ಹೊತ್ತು ಒಳಗ್ ಕರ್ಕೊಂಡ್ ಹೋಗಿದೀನಿ. ಆದ್ರೆ ಅವ್ರ ಅವಸ್ಥೆ ಬೇರೆನೇ ಇರ್ತಿತ್ತು. ಅವರು ಯಾರ್ಗೂ ಗೊತ್ತಾಗ್ತಿರ್ಲಿಲ್ಲ, ನನಗೆ ಎಷ್ಟು ಅಸಹ್ಯ ಆಗ್ತಾ ಇತ್ತು ಅಂತ. ಪ್ರತಿಯೊಬ್ಬರ್ಗೂ ಬೈಕೊಂಡು ಶಾಪ ಹಾಕ್ಕೊಂಡು, ಆದ್ರೆ ಅದನ್ನ ಹೊರಗೆ ತೋರಿಸ್ಕೊಳ್ದೆ ನಗ್‌ನಗ್ತಾ ಕರ್ಕೊಂಡ್

ಹೋಗ್ತಾ ಇದ್ದೆ. ಇವತ್ತು ಕೂಡಾ ನನ್ನ ಹೆಗಲ ಮೇಲೆ ಒಂದ್ ಕೈ ಇದೆ. ಆದ್ರೆ ಅದು ಹೀಗೆ ಹೆಗಲ ಮೇಲೆ ಇರಬಾರ್ದು" ಎನ್ನುತ್ತಾ ಆತನ ಕೈಯನ್ನು ತನ್ನ ತಲೆಯ ಮೇಲೆ ಇಟ್ಟುಕೊಂಡಳು ಮಲ್ಲಿ.

ಆಕೆ ಭಾವುಕಳಾಗಿದ್ದು ಆತನಿಗೆ ಗೊತ್ತಾಗುತ್ತಿತ್ತು. ಆತ ಏನೋ ಹೇಳಬೇಕು ಎನ್ನುವಷ್ಟರಲ್ಲಿ ಆತನ ಬಾಯ ಮೇಲೆ ಕೈಯಿಟ್ಟು ತಡೆದ ಆಕೆ,

"ಇನ್ನೊಂದ್ ಮಾತ್ ಹೇಳ್ತೀನಿ ಕೇಳು. ನೀನ್ ಇವತ್ತು ನನಗೆ ಎಂಥಾ ದೊಡ್ಡ ಉಡುಗೊರೆ ಕೊಟ್ಟಿದೀಯಾ ಅಂದ್ರೆ ನನಗೆ ಮನಸ್ಸು ತುಂಬೋಗಿದೆ. ನಾನು ಇವತ್ತು ಸತ್ತೋಗೋವಷ್ಟು ನಿನಗೆ ಸೋತೋಗಿದೀನಿ..ಯಾವ್ದೋ ಒಂದೇ ಒಂದ್ ಜವಾಬ್ದಾರಿ ಇದೆ ರಜಾ...! ಅದು ಇಲ್ಲದೆ ಹೋಗಿದ್ರೆ ಇವತ್ತು ನಾನು ಇದೇ ಸಂತೋಷದಲ್ಲೇ ಸತ್ತೇಹೋಗ್ಬೇಕು ಅಂತ ಆಸೆ ಆಗ್ತಾ ಇದೆ. ಸಾಕು...ಈ ಜೀವಕ್ಕೆ ಇಷ್ಟು ಸಾಕು...! ಮತ್ತೆ ಇಂಥಾದ್ದೊಂದು ದಿನ ಯಾವತ್ತೂ ಬರೋದಿಲ್ಲಾ... ಬರೋದೂ ಬೇಡಾ..! ಆ ಆಸೆನೂ ಇಟ್ಕೊಳ್ದೆ ಈ ಸಂತೋಷದಲ್ಲೇ ಸತ್ತೋಗ್ಬಿಟ್ರೆ ಎಷ್ಟು ಚೆನ್ನಾಗಿರುತ್ತಲ್ವಾ ಅನ್ನಿಸ್ತಿದೆ ರಾಜಾ..."

ಎನ್ನುವಾಗ ಸುನಿಲ ಆಕೆಯ ಮಾತುಗಳನ್ನು ತಡೆಯಲು ಮುಂದಾಗುವಷ್ಟರಲ್ಲಿಯೇ ಆತನ ಬಾಯ ಮೇಲೆ ಕೈಯಿಟ್ಟು ತಡೆದು...,

"ಬೇಡಾ, ನೀ ಏನೂ ಹೇಳ್ಬೇಡಾ... ನಾನು ಇದನ್ನೆಲ್ಲಾ ಹೇಳ್ಲೇಬೇಕು. ಹಾಗೇ, ಇನ್ನೊಂದ್ ವಿಷ್ಯ ನಿನಗೆ ಕೇಳ್ಲೇಬೇಕು. ನಿನಗೆ ಅದ್ಯಾಕ್ ಹಾಗನ್ನಿಸ್ತೋ ಗೊತ್ತಿಲ್ಲಾ. ಅಷ್ಟೊಂದ್ ಜನ ಇರೋ ರಸ್ತೆನಲ್ಲಿ ನನ್ನ ಕೈ ಹಿಡ್ಕೊಂಡು ಹಾಗೆ ಹೆಜ್ಜೆ ಹಾಕಿದ್ದು ಯಾಕೆ? ಯೋಚ್ನೆ ಮಾಡಿ ಹೇಳು. ಪ್ರಾಮಾಣಿಕವಾಗಿ ಹೇಳು" ಎಂದಳು.

ಒಂದು ಕ್ಷಣ ಆಕೆಯನ್ನೇ ಹುಬ್ಬುಗಂಟಿಕ್ಕಿ ನೋಡಿದ ಸುನಿಲ. ಆತನಿಗೆ ಆಕೆಯ ಆ ಪ್ರಶ್ನೆ ಇಷ್ಟವಾಗಲಿಲ್ಲ ಎಂಬುದು ಗೊತ್ತಾಗುತ್ತಿತ್ತು. ಅದರಲ್ಲೂ ಹಾಗೆ ಕೇಳಿದ್ದರ ಹಿಂದೆ ಆಕೆಗೆ ಏನೇನು ಅನಿಸಿರಬಹುದು ಎಂಬುದು ಕೂಡಾ ಒಂದೇ ಕ್ಷಣದಲ್ಲಿ ಮಿದುಳಿನ ಒಳಗೆ ಹರಿದಾಡಿತ್ತು. ಕೊನೆಯ ಎರಡು ಸಾಲು ಆತನ ವ್ಯಕ್ತಿತ್ವಕ್ಕೇ ಎರಚಿದ ಮಸಿಯಾಗಿತ್ತು.

"ಇದರಲ್ಲಿ ಯೋಚ್ನೆ ಮಾಡೋದೇನಿದೆ ಮಲ್ಲಿ? ನೀನು ನಿನ್ನ ಬಗ್ಗೆ ಕೀಳಾಗ್ ಯೋಚ್ನೆ ಮಾಡಿದ್ದೆ. ನಿನ್ನ ಜೊತೆ ಯಾರಾದ್ರೂ ಗಂಡಸು ಬಂದ್ರೆ ನೋಡಿದ್ ಜನ ಆಡ್ಕೊಂಡ್ ನಗ್ತಾರೆ ಅಂದ್ಕೊಂಡಿದ್ದೆ. ಆ ರೀತಿ ನಿನ್ನ ಬಗ್ಗೆ ನೀನು ಕೀಳಾಗ್ ಯೋಚ್ನೆ ಮಾಡೋದು ನನಗೆ ಇಷ್ಟ ಆಗ್ಲಿಲ್ಲಾ...". ತಟ್ಟನೆ ಆತನ ಮಾತು ಕತ್ತರಿಸಿದ ಮಲ್ಲಿ,

"ನಾನು ನನ್ನ ಬಗ್ಗೆ ಕೀಳಾಗ್ ಯೋಚ್ನೆ ಮಾಡಿರ್ಲಿಲ್ಲಾ ರಾಜ. ಜನ ನಿನ್ನ ಬಗ್ಗೆ ಆಡ್ಕೋಬಾರ್ದು ಅಂತ ಮಾತ್ರಾ ನಾನು ಹಾಗೆ ಮಾಡಿದ್ದು." ಅದಕ್ಕೆ ಇನ್ನೂ ಸಿಟ್ಟಾದ ಸುನಿಲ ಆವೇಶದಲ್ಲಿ ಧ್ವನಿ ಏರಿಸಿ,

"ಯಾವನು ಏನ್ ಆಡ್ಕೊಂಡ್ರೆ ನನಗೇನಾಗ್ಬೇಕು ಮಲ್ಲಿ? ಅವ್ನ್ ಯಾರಾದ್ರೂ ಬಂದು ನನಗೆ ಅನ್ನ ಹಾಕ್ಬೇಕಿತ್ತಾ? ಯಾರೋ ಯೋಗ್ಯತೆಯಿಲ್ಲದ ಜನ ನನ್ನನ್ನ ನೋಡಿ ಆಡ್ಕೊಂಡ್ ನಕ್ರೆ ನಾನ್ಯಾಕ್ ಅದಕ್ಕೆ ತಲೆ ಕೆಡಿಸ್ಕೋಬೇಕು. ಒಂದ್ ವಿಷ್ಯ ತಿಳ್ಕೋ. ತನ್ನ ಮೇಲೆ ತನಗೆ ನಂಬಿಕೆ ಇದ್ದವ್ನು ಯಾವತ್ತೂ ಮೂರ್ಖರ ಮಾತಿಗೆ ತಲೆಕೆಡಿಸ್ಕೊಳಲ್ಲ. ತನಗೆ ವಿವೇಕ ಇದೆಯಾ ಇಲ್ವಾ ಅಂತ ಮಾತ್ರ ಯೋಚಿಸ್ತಾನೆ. ವಿವೇಕ ಗಟ್ಟಿಯಾಗಿದ್ರೆ ನಿರಾತಂಕವಾಗಿ ತನ್ನ ದಾರಿನಲ್ಲಿ ತಾನು ಹೆಜ್ಜೆ ಹಾಕ್ತಾನೆ. ನೀನೂ ಹಾಗ್ ಆಗ್ಬೇಕು. ಅದೇ ನನ್ನಾಸೆ. ಅದಕ್ಕೇ ನಾನ್ ನಿನಗೆ ಜೊತೆ ಕೊಟ್ಟಿದ್ದು" ಎಂದ. ಮಲ್ಲಿ ಆತನನ್ನೇ ಹಾಗೆಯೇ ನೋಡುತ್ತಾ ಇದ್ದಳು.

"ಏನು? ನಾಳೆ ಇಲ್ಲಿರಲ್ವಲ್ಲಾ. ಯಾರ್ಗೂ ನೀನು ಯಾರೂ ಅಂತ ಗೊತ್ತಿರೋದಿಲ್ವಲ್ಲಾ. ಅದಕ್ಕೆ ಇವತ್ತು ಹೀಗೆ ಮಾಡ್ತೀಯಾ. ಇಲ್ಲೇ ಇರೋನಾಗಿದ್ರೆ ಆಗ ಗೊತ್ತಾಗ್ತಿತ್ತು. ದಿನ ಬೆಳಗಾದ್ರೆ ಇದೇ ಜನಗಳ ಮುಖ ನೋಡೋ ಹಾಗೆ ಆಗಿದ್ರೆ ಆಗ ನೀನು ಈ ರೀತಿ ಇರ್ತಾ ಇರ್ಲಿಲ್ಲಾ ಅಂತೀಯಾ?" ಎಂದ. ಭಾವುಕವಾಗಿಯೇ ಇದ್ದ ಮಲ್ಲಿ ಮುಗುಳ್ನಕ್ಕು,

"ಹಾಗಂತ ನಾನೇನೂ ಕೇಳ್ಲಿಲ್ವಲ್ಲಾ ರಾಜ?" ಎಂದು ಮತ್ತೆ ನಕ್ಕಳು.

"ನೀನು ಕೇಳ್ಲಿಲ್ಲಾ ಮಲ್ಲಿ. ಆದ್ರೆ ನಿನ್ನ ಕಣ್ಣಲ್ಲಿ ನನಗೆ ಆ ಪ್ರಶ್ನೆ ಕಾಣ್ತಾ ಇದೆ. ನಿನ್ನ ನಗು ನನ್ನ ಮಾತು ಸತ್ಯ ಅಂತ ಹೇಳ್ತಾ ಇದೆ. ನಿನಗೆ ಒಂದ್ ವಿಷ್ಯ ಗೊತ್ತಿಲ್ಲಾ. ನೀವೆಲ್ಲಾ ಎಲ್ಲೋ ಇದೀರಾ ಮಲ್ಲಿ. ಈ ಚಿಕ್ಕ ಊರುಗಳಲ್ಲಿ ಹೇಗಿದೆ ಪರಿಸ್ಥಿತಿ ಅನ್ನೋದು ನನಗೆ ಅರ್ಥ ಆಗತ್ತೆ. ಆದ್ರೆ ಇದೆಲ್ಲಾ ಬದಲಾಗ್ಬೇಕು. ನೀನು ನಮ್ಮೂರಿಗೆ ಬಂದು ನೋಡು. ಎಷ್ಟೆಷ್ಟೋ ದೊಡ್ಡ ದೊಡ್ಡ ಬರಹಗಾರರು, ಸಿನಿಮಾ ನಟನಟಿಯರು, ಸೆಲೆಬ್ರಿಟಿಗಳು, ನ್ಯಾಯಮೂರ್ತಿಗಳಾದವ್ರು ಕೂಡಾ ಪಬ್ಲಿಕ್ಕಾಗಿ ಈ ಐಡೆಂಟಿಟಿ ಗುರ್ತಿಸಿಕೊಂಡಿದ್ದಾರೆ. ಅರೆ! ಇದು ನಮಗೆ ಪ್ರಕೃತಿ ನೀಡಿದ್ದು. ನಾವು ಯಾಕೆ ತಲೆತಗ್ಗಿಸಬೇಕು ಅಂತಿದಾರೆ. ಅವರ ಹೋರಾಟ ದೊಡ್ಡದಾಗಿದೆ. ಅದಕ್ಕೆ ಜನ ಕೂಡಾ ರೆಕಗ್ನಿಷನ್ ಕೊಟ್ಟಿದ್ದಾರೆ. ಇವರೆಲ್ಲಾ ರಿಯಾಲಿಟಿ ಶೋಗಳಲ್ಲಿ ಭಾಗವಹಿಸ್ತಾ ಇದ್ದಾರೆ. ಅವರಿಗೆ ಅಂತನೇ ಸರ್ಕಾರಗಳೇ ವಿಶೇಷವಾದ ಮಾನ್ಯತೆ ಕೊಟ್ಟಿದೆ. ನೀವುಗಳೆಲ್ಲಾ ಬಂದು ಬೆಳೀತಿರೋ ಆ ಸಮಾಜದಲ್ಲಿ ಬದುಕಬೇಕು. ಅದು ಬಿಟ್ಟು, ಇದ್ದ ನರಕದಲ್ಲೇ ಬಿದ್ದು ಸಾಯೋ ಕರ್ಮ ಯಾಕೆ?" ಎಂದ ಸುನಿಲ.

ಆತ ಒಂದೇ ಉಸಿರಿನಲ್ಲಿ ಆವೇಶದಲ್ಲಿ ಹೇಳಿದ್ದರೂ ಆತನ ಮಾತಿನಲ್ಲಿದ್ದ ಪ್ರಾಮಾಣಿಕತೆ, ಕಾಳಜಿ ಮತ್ತು ಆವೇಶವನ್ನು ಮಲ್ಲಿ ಗುರುತಿಸಿದ್ದಳು. ಅದರಲ್ಲಿ ಒಂದಿನಿತೂ ಆಕೆ ಪ್ರಶ್ನಿಸುವಂತೆಯೇ ಇರಲಿಲ್ಲ. ಆಕೆಯ ನೋಟ ಹೇಗಿತ್ತೆಂದರೆ ಅದು ಶಾಮನನ್ನು ಮೋಹಿಸಿದ ರಾಧೆ ಕೂಡಾ ಸೋಜಿಗದಿಂದ ನಿಂತು ನೋಡುವಂತಿತ್ತು.

ಒಂದು ಕ್ಷಣ ತನ್ನ ಆವೇಶವನ್ನು ನಿಯಂತ್ರಿಸಿ ನಂತರ ತನ್ನ ಎಂದಿನ ಸಹಜ ಶೈಲಿಯಲ್ಲಿಯೇ ಕಿರುನಕ್ಕ ಸುನಿಲ, ಆಕೆಯ ಎರಡೂ ಗಲ್ಲಗಳನ್ನು ಕೈಯಲ್ಲಿ ಹಿಡಿದು,

"ಟ್ರಸ್ಟ್ ಮಿ. ನನ್ನನ್ನ ನಂಬು ಮಲ್ಲಿ. ನಾನು ಹೇಗಿದ್ರೂ ನಾಳೆ ಇರೋದಿಲ್ಲಾ ಅನ್ನೋ ಧೋರಣೆನಲ್ಲಿ ನಿನ್ನ ಜೊತೆ ಹೀಗೆ ಮುಕ್ತವಾಗಿಲ್ಲ. ಈ ಕ್ಷಣ ನನ್ನದು ಅನ್ನೋ ಹಾಗೆ, ಅದನ್ನ ಇಡಿಯಾಗಿ ಬದುಕೋ ಸ್ವಭಾವ ನಂದು. ಯಾವುದೇ ಜೋಡಿ ಕೈಕೈ ಹಿಡಿದು ನಡೆಯೋದು ನೋಡಿದಾಗ, ತನ್ನ ಸಂಗಾತಿ ಜೊತೆ ತಾನೂ ಹೀಗೇ ಇರಬೇಕು ಅಂತ ಪ್ರತಿಯೊಂದು ಜೀವಾನೂ ಬಯಸುತ್ತೆ. ಇಲ್ಲಾ ಅಂದ್ರೆ ಅದು ಶುದ್ಧಸುಳ್ಳು. ಕೊನೆಪಕ್ಷ ಇದೊಂದು ದಿನನಾದ್ರೂ ನಾನು ನಿನಗೆ ಅಂತದ್ದೊಂದು ಕನಸು ನನಸು ಮಾಡೋದಕ್ಕೆ ಪ್ರಯತ್ನ ಮಾಡ್ದೆ.. ಅಷ್ಟೇ. ನಾನೊಂಥರಾ ವಿಚಿತ್ರ ಮಲ್ಲಿ. ಒಳ್ಳೇ ಹೃದಯ ಯಾವ್ದೇ ಜೊತೆಗ್ ಸಿಕ್ಕಿದ್ರೂ ನಾನು ಅವ್ರ್ ಜೊತೆ ಹೀಗೇ ಇರ್ತಿದ್ದೆ. ಹೃದಯವಂತಿಕೆಗೆ ಹೆಣ್ಣು ಗಂಡು ಅನ್ನೋ ಭೇದ ಇಲ್ಲಾ. ನಿಜಾ ಹೇಳ್ತೀನಿ. ಬೇಕಾದ್ರೆ ನಾನು ನಾಳೆ ಊರಿಗ್ ಹೋಗೋಲ್ಲ. ಇಲ್ಲೇ ಇರ್ತೀನಿ. ನಿನ್ನ ಜೊತೆ ಕೈಕೈ ಹಿಡಿದು ಇಡೀ ಊರು ಸುತ್ತೋಣ. ಆಯ್ತಾ?"

"ಆಮೇಲೆ?... ನಾಡಿದ್ದರಿಂದ ನೀನು ಇರಲ್ವಲ್ಲಾ. ಆಗೇನು ಮಾಡಲಿ?" ಎಂದಳು ಮಲ್ಲಿ.

ಸುನಿಲ ನಿಟ್ಟುಸಿರಿಟ್ಟು ಆಕೆಯನ್ನೇ ನೋಡಿದ. ಇದ್ದಕ್ಕಿದ್ದಂತೆ ಗಲಗಲನೆ ಮುಕ್ತವಾಗಿ ನಕ್ಕಳು ಮಲ್ಲಿ.

"ಅಯ್ಯೋ ನನ್ನ ರಾಜಾ, ಅಪರೂಪಕ್ಕೆ ಇದೊಂದು ದಿನನಾದ್ರೂ ಸಿಕ್ಕಿದೆ. ಇದನ್ನ ಪೂರ್ತಿಯಾಗಿ ಉಪಯೋಗಿಸ್ಕೊಳೋದ್ ಬಿಟ್ಟು ಹುಚ್ಚುಚ್ಚಾಗ್ ಮಾತಾಡ್ಬೇಕಾ? ಇಷ್ಟು ಸಾಕು ರಾಜಾ. ನಾನು ಆಗ್ಲೇ ಹೇಳ್ದೆ. ಇವತ್ತು ನೀನು ನನಗೆ ಎಂಥಾ ಗಿಫ್ಟ್ ಕೊಟ್ಟಿದೀಯಾ ಅಂತ. ನಿಜ ರಾಜಾ. ಪ್ಚ್!.. ಅದರ ಬಗ್ಗೆ ಎಷ್ಟು ಹೇಳಿದ್ರೂ ಸಾಲದು. ಇವತ್ತು ನನ್ನ ತಲೆ ಕಡಿದು ನಿನ್ನ ಪಾದಕ್ಕಿಡು ಅಂದ್ರೂ ಇಟ್ಟುಬಿಡ್ತೀನಿ. ಅಷ್ಟು ಭಾವುಕವಾಗಿದೀನಿ. ಬೇರೆ ಮಾತೇ ಬೇಡಾ. ನೀನು ಮತ್ತೆ ನನ್ನ ಹತ್ರ ಯಾವುದೇ ವಿಚಾರಕ್ಕೂ ವಿವರಣೆ ಕೊಡಲೇಬೇಡ. ನನಗೆ ನಿನ್ನ ಮನಸ್ಸು ಏನು ಅಂತಾ ಚೆನ್ನಾಗ್ ಗೊತ್ತಾಗಿದೆ.

ಬಾ ರಾಜಾ. ಯಾವ್ ಲೋಕ ಹೆಂಗಿದ್ರೇನು? ಹೆಂಗೆ ಹಾಳಾದ್ರೂ ನನಗೇನು? ಇವತ್ತೊಂದ್ ದಿನ ಈ ಜಗತ್ತು ಹೀಗೇ ಶಾಂತವಾಗಿ ಇಡೀ ರಾತ್ರಿ ನನಗೆ ನಿನ್ನ ಜೊತೆ ಕಾಲಕಳೆಯೋದಕ್ಕೆ ಬಿಟ್ಟುಕೊಟ್ಟಿತ್ರೆ.. ಅಷ್ಟೇ ಸಾಕು. ಮುಂದಿನ ಜೀವನ ಹೆಂಗಾದ್ರೂ ಹಾಳಾಗ್ ಹೋಗ್ಲಿ. ಈ ನೆನಪಲ್ಲೇ ಒಂದಷ್ಟು ವರ್ಷ ಕಳೆದ್‌ಬಿಡ್ತೀನಿ. ಬಾ" ಎಂದು ಕೈ ಹಿಡಿದು ಮುಂದೆ ಹೊರಟವಳು ಮರೆತ ಯಾವುದೋ ಮಾತು ನೆನಪಿಸಿಕೊಂಡಂತೆ ತಟ್ಟನೆ ಹಿಂತಿರುಗಿ ನಿಂತು,

"ಹಾಂ... ಒಂದ್ ವಿಷ್ಯ ತಿಳ್ಕೋ. ಈ ಮನೆಗೆ ಇಲ್ಲೀವರೆಗೆ ಎಷ್ಟೋ ಜನ ಬಂದಿದಾರೆ ಅಂದೆ. ಹಾಗಂತ ತುಂಬಾ ಜನ ಏನೂ ಬಂದಿಲ್ಲ. ಬೀದಿನಾಯಿಗಳನ್ನೆಲ್ಲಾ ಒಳಗ್ ಕಾಲಿಡೋದಕ್ಕೆ ಬಿಟ್ಟೇ ಇಲ್ಲ. ಅದರಲ್ಲೂ ಹೆಚ್ಚುಕಮ್ಮಿ ಹದಿನೈದ್ ವರ್ಷದಿಂದ ತೀರಾ ಬೇಕಾದ ಜೀವಕ್ಕೆ ಒಂದೊಂದ್ ಸಲ ಒಳಗ್ ಕಾಲಿಡೋದಕ್ಕೆ ಬಿಟ್ಟಿದೀನಿ. ಅದು ಬಿಟ್ರೆ... ಉಹುಂ... ಈ ಮನೆಗೆ ಕಾಲಿಡ್ಬೇಕು ಅಂದ್ರೆ ಅವ್ರಿಗೆ ಒಂದ್ ಯೋಗ್ಯತೆ ಇರ್ಬೇಕಿತ್ತು. ಆದ್ರೆ ಇವತ್ತು ನಿನ್ನಂಥಾವ್ನು ಈ ಮನೆಗೆ ಕಾಲಿಡೋದಕ್ಕೆ ಈ ಮನೆ ಪುಣ್ಯ ಮಾಡಿತ್ತು. ಬಾ. ನಿನ್ನ ಪಾದಧೂಳಿಯಿಂದ ಈ ಮನೆ ಪಾಪಗಳೆಲ್ಲ ಕಳೆದೋಗ್ಲಿ" ಎಂದು ಆತನ ಕೆನ್ನೆ ಎಳೆದು ಮುತ್ತಿಟ್ಟುಕೊಂಡ ಮಲ್ಲಿ ನಂತರ ಆತನ ಗಲ್ಲದಿಂದ ಕಾಲಿನವರೆಗೂ ಇಳಿತೆಗೆದು ನೆಟಿಗೆ ಮುರಿದಳು.

ಸುನಿಲ ಆಕೆಯ ತಲೆಸವರಿದ. ನಂತರ ಆಕೆ ಆತನ ಸೊಂಟ ಬಳಸಿ ಆ ಮನೆಯ ಕಡೆ ಹೆಜ್ಜೆ ಹಾಕಿದಳು. ನಿರ್ಜನ ಪ್ರದೇಶದಲ್ಲಿದ್ದ ಆ ಪುಟ್ಟ ಬಂಗಲೆಗೆ ಹಾಕಿದ್ದ ಬೀಗ ತೆಗೆಯಲು ಮಲ್ಲಿ ಮುಂದಾದಾಗ ಸುನಿಲ ಸುತ್ತ ನೋಡುತ್ತಾ ನಿಂತ.

ಇದ್ದಕ್ಕಿದ್ದಂತೆ ಕೀಚುಕೀಚೆನ್ನುವ ಸದ್ದು ಕೇಳಿಬಂದಾಗ ತಟ್ಟನೆ ಅತ್ತ ಸ್ಮಶಾನದ ಕಡೆ ನೋಡಿದ. ಒಂದೆರಡು ಕ್ಷಣ ಕಳೆದು ನೆತ್ತಿಯ ಮೇಲೆ ಹಾರಾಡಿದ ಬಾವಲಿಗಳಿಂದಾಗಿ, ಅದು ಅವುಗಳ ಧ್ವನಿ ಎಂಬುದು ಅರಿವಾಗಿ ಕಿರುನಕ್ಕ.

ಅಧ್ಯಾಯ 9

“ಮನೆ ಅನ್ನೋದು ಯಾವತ್ತೂ ಬರೀ ಮನೆ ಅಲ್ಲ ಕಣೋ. ನಮ್ಮ ಪಾಲಿಗೆ ಅದು ದೇವರಮನೆ ಹಾಗೆ ಇರಬೇಕು. ಅದನ್ನ ಎಷ್ಟು ಚೆನ್ನಾಗಿ ಇಟ್ಕೊಂಡಿರ್ತೀಯೋ ಅಷ್ಟೇ ನಮ್ಮ ಮನಸ್ಸೂ ಕೂಡಾ ಅಚ್ಚುಕಟ್ಟಾಗಿ ಇರತ್ತೆ” ಎಂದಿದ್ದಳು ಶಾರದಾ.

ಸುಧಾಕರನಿಗೆ ಆಕೆಯ ಮಾತಿನಲ್ಲಿ ಅಂತಹ ವಿಶೇಷವೇನೂ ಅರ್ಥವಾಗದೆ ಸುಮ್ಮನೆ ಮುಖ ನೋಡಿದ.

ಶಾರದಾ ಅವನ ತಲೆಸವರಿ ನಕ್ಕು ಮುಂದುವರೆಸಿದಳು.

“ನೋಡು ಕಂದಾ, ಜನ ಸುಖ ನೆಮ್ಮದಿ ಹುಡುಕ್ಕೊಂಡು ಎಲ್ಲೆಲ್ಲೋ ಅಲೀತಾರೆ. ಯಾವಯಾವ್ದೋ ದೇವಸ್ಥಾನಕ್ಕೆಲ್ಲಾ ಹೋಗ್ತಾರೆ. ಆದ್ರೆ ತಾನು ಇರೋ ಜಾಗದಲ್ಲೇ ದೇವರಿದ್ದಾನೆ ಅಂದ್ಕೊಂಡ್ರೆ ಆಗ ಆ ಮನೇನ ದೇವಸ್ಥಾನದ ಹಾಗೇ ಇಟ್ಟುಕೊಳ್ತಾರೆ. ಮನೇನೇ ದೇವಸ್ಥಾನ ಆಯ್ತು ಅಂದಾಗ ಆ ಮನೆನಲ್ಲಿ ನೆಮ್ಮದಿ ಶಾಂತಿ ಇರೋದಿಲ್ವಾ? ಹಾಗೆ

ಅಂದ್ಕೊಂಡಾಗ್ಲೂ ಅವರ ವ್ಯಕ್ತಿತ್ವದಲ್ಲಿ ಬದಲಾವಣೆ ಆಗ್ಲಿಲ್ಲಾ ಅಂದ್ರೆ ಅವರನ್ನ ಸ್ವರ್ಗಕ್ಕೆ ಕರ್ಕೊಂಡ್ ಹೋಗಿ ಬಿಟ್ರೂ ಅಲ್ಲೂ ಸಂತೋಷವಾಗಿರಲ್ಲ. ನೀನು ಮನೆಯನ್ನ ಹೇಗೆ ಇಟ್ಕೊಂಡಿದೀಯಾ ಅನ್ನೋದರ ಮೇಲೆ ನಿನಗೆ ಬದುಕಿನ ಕಡೆ ಇರುವ ಪ್ರೀತಿ ಶ್ರದ್ಧೆ ಗೌರವ ಒಟ್ಟಾರೆ ನಿನ್ನ ವ್ಯಕ್ತಿತ್ವ ಎಲ್ಲ ಎದ್ದು ಕಾಣುತ್ತೆ" ಎಂದಳು.

ಬೀಜಗಣಿತ ಸೂತ್ರಗಳು ಬೇಕಾದರೂ ಬೇಗ ಅರ್ಥ ಆಗಬಹುದು. ಆದರೆ ಬದುಕಿನ ಸೂತ್ರಗಳು ಅರ್ಥವಾಗುವುದಕ್ಕೆ ಬೆಂದು ನೊಂದು ಅನುಭವಿಸಲೇಬೇಕು. ಅಂದು ಆಕೆ ಹೇಳಿದ್ದು ಪೂರ್ಣ ಅರ್ಥವಾಗದಿದ್ದರೂ ಸುಧಾಕರನಿಗೆ ಅದರಲ್ಲೇನೋ ಸತ್ಯದ ಹೊಳಹು ಕಾಣುತ್ತಿತ್ತು. ಅಷ್ಟು ಸಾಕಲ್ವಾ? ಸತ್ಯ ಎಂದಿದ್ದರೂ ಹುಡುಕುವವನಿಗೆ ಮಾತ್ರ ಸಿಕ್ಕುತ್ತದೆ. ಮನಸ್ಸು ಬಯಸದೇ ಇದ್ದಲ್ಲಿ ಆಸಕ್ತಿ ತೋರಿಸದೇ ಇದ್ದಲ್ಲಿ ಕಣ್ಣೆದುರಿನ ಸತ್ಯ ಕೂಡಾ ಸುಳ್ಳಾಗಿ ಕಾಣುತ್ತಿರುತ್ತದೆ.

"ಅಮ್ಮಾ ನೀನು ಹೇಳಿದ್ದೆಲ್ಲಾ ಹಾಗೇ ಬರೆದಿಡು. ನನಗೆ ಮುಂದೆ ಎಂದೋ ದಿನ ಪೂರ್ತಿಯಾಗಿ ಅರ್ಥ ಆಗಬಹುದು" ಎಂದು ಕೇಳಿದ್ದ ಸುಧಾಕರ. ಇದ್ದಕ್ಕಿದ್ದಂತೆ ಮಗನನ್ನು ಬಾಚಿ ಅಪ್ಪಿಕೊಂಡಿದ್ದಳು ಶಾರದಾ. ಆತನ ತಿಳುವಳಿಕೆ ಬಗ್ಗೆ ಆಕೆಗೆ ಹೆಮ್ಮೆ ಇತ್ತು. ತಾನು ಬಯಸಿದಂಥ ಗಂಡನನ್ನು ಪಡೆಯಲಿಲ್ಲ. ಆದರೆ ತಾನು ಬಯಸಿದ್ದಕ್ಕಿಂತ ಹೆಚ್ಚು ಪ್ರಾಂಜಲ ಮನಸ್ಸಿನ ಮಗ ಸಿಕ್ಕಿದ್ದು ನೆನೆಸಿಕೊಂಡೇ ಆಕೆ ಕಣ್ತುಂಬಿಕೊಳ್ಳುತ್ತಿದ್ದಳು. ಇಂತಹ ತಾಯಿಗೆ ಮಗ ಅಂಥಾ ಮಾತು ಹೇಳಿದರೆ ಅದೆಷ್ಟು ಹೃದಯ ಬಿರಿಯಬೇಡ.

ಅಂದಿನಿಂದ ಆಕೆ ತನ್ನ ಮಗನಿಗಾಗಿಯೇ ಬರೆಯತೊಡಗಿದಳು. ತನ್ನ ಬದುಕು, ಭಾವನೆ, ಅನಿಸಿಕೆ, ಕಂಡುಕೊಂಡ ಸತ್ಯ, ಬದುಕಿನ ಸಿದ್ಧಾಂತ ಎಲ್ಲವನ್ನೂ ಆಕೆ ಬರೆಯುವುದರಲ್ಲೇ ತೊಡಗಿಸಿಕೊಂಡುಬಿಟ್ಟಳು. ಅದರಲ್ಲೂ ಮಗನನ್ನು ಓದುವ ನೆಪದಲ್ಲಿ ತಾನಾಗಿಯೇ ದೂರದ ರೆಸಿಡೆನ್ಷಿಯಲ್ ಸ್ಕೂಲ್‌ನಲ್ಲಿ ಬಿಟ್ಟು, ಆತ ಸ್ವತಂತ್ರವಾಗಿ ಬದುಕುವುದನ್ನು ಕಲಿಯಲು ಯತ್ನಿಸುತ್ತಿರುವಾಗ ಇತ್ತ ಆಕೆ ಆತನಿಗಾಗಿ ಪತ್ರಗಳ ಮೇಲೆ ಪತ್ರ ಬರೆಯುತ್ತಿದ್ದಳು. ಕೆಲವನ್ನು ಮಾತ್ರ ಮಗನಿಗೆ ಕಳಿಸುತ್ತಿದ್ದಳು. ಕೆಲವನ್ನು ಆತ ಮನೆಗೆ ಆಗೀಗ ಬಂದಾಗ ಆತನ ಕೈಗಿತ್ತು ಒಂದೊಂದೇ ಓದಲು ಕೊಡುತ್ತಿದ್ದಳು. ಆತ ತನ್ಮಯನಾಗಿ ಓದುತ್ತಿರುವಾಗ ಆತನ ಎದುರು ಕಾಫಿ ಹೀರುತ್ತ ಕುಳಿತು ಆತನ ಕಣ್ಣುಗಳನ್ನೇ ಗಮನಿಸುತ್ತಿದ್ದಳು. ಆತ ಮೈಮರೆತು ಓದುತ್ತಿರುವಾಗ ಆತನ ತುಟಿಚಲನೆ ಕಣ್ಣಮಿಂಚು ಹುಬ್ಬುಗಳ ಬಾಗುವಿಕೆ ಪ್ರತಿಯೊಂದೂ ಆಕೆಯನ್ನು ಭಾವುಕಗೊಳಿಸುತ್ತಿತ್ತು. ಅವನ ಕಣ್ಣ ಕಲ್ಪನೆಗಳನ್ನು ಈಕೆ ತನ್ನ ಕಲ್ಪನೆಯಲ್ಲಿ ಕಾಣುವ ಸೊಗಸೇ ಚೆಂದ.. ಆತ ಪೂರ್ತಿ ಓದಿದ ಮೇಲೆ ತನಗೆ ಅನಿಸಿದ್ದನ್ನು ಅಲ್ಲೇ ಆ ಕ್ಷಣಕ್ಕೆ ಹೇಳಬೇಕಿತ್ತು.

ಅವಳ ಬದುಕಿನ ಅತ್ಯಂತ ಅಪೂರ್ವ ಮತ್ತು ಅತ್ಯಮೂಲ್ಯ ಕ್ಷಣಗಳು ಅದು. ಹಾಗಾಗಿ ಆಕೆ ತಾನು ಬರೆದದ್ದೆಲ್ಲವನ್ನೂ ಅತ್ಯಂತ ಜೋಪಾನವಾಗಿ ಎತ್ತಿಡುತ್ತಿದ್ದಳು.

ತಾಯಿಯ ನೆನಪಲ್ಲಿ ಸುಧಾಕರನಿಗೆ ಉಳಿದುಕೊಂಡ ಎರಡೇ ಆಸ್ತಿ ಎಂದರೆ ಆಕೆ ತನಗಾಗಿ ಬರೆದಿಟ್ಟಿದ್ದ ಬರಹಗಳ ಭಂಡಾರ ಮತ್ತು ಆ ಮನೆ ಮಾತ್ರ.

ಅದೆರಡೂ ಆತನ ಪಾಲಿಗೆ ಸುಲಭದಲ್ಲಿ ಬಂದಿರಲಿಲ್ಲ.

ಅಪ್ಪ ಎನ್ನುವ ಕ್ರೂರಿ ಯಾವಾಗ ಮಾನಸಿಕ ಹಿಂಸೆಯಿಂದ ದೈಹಿಕ ಹಿಂಸೆಗೆ ಬದಲಾದನೋ ಆಗಲೇ ಆಕೆ ಮಗನನ್ನು ದೂರ ಕಳಿಸಿ ಓದಿಸಲು ನಿರ್ಧರಿಸಿಬಿಟ್ಟಿದ್ದಳು. ಆತ ದೂರ ಹೋದ ಮೇಲೆ ಅಪ್ಪ ಎಂಬ ಪ್ರಾಣಿಯ ಪ್ರಾಣಹಿಂಸೆ ಹೆಚ್ಚಾಗಿ ಹೋಗಿತ್ತು. ಆದರೆ ಶಾರದಾ ಸದಾ ಒಳ್ಳೆಯದರಲ್ಲೇ ನಂಬಿಕೆ ಇಟ್ಟಿದ್ದವಳು. ಅವಕಾಶದ ಮೇಲೆ ಅವಕಾಶ ನೀಡುತ್ತಿದ್ದವಳು. ಎಂದೋ ಒಂದು ದಿನ ಆತನ ಶಕ್ತಿ ಉಡುಗಿ ಹೋದಾಗ ಬದುಕಿನ ಹಳಿ ಮತ್ತೆ ಸರಿದಾರಿಗೆ ಬರಬಹುದು ಎಂದು ಅಪಾರ ನಿರೀಕ್ಷೆಯಿಂದ ಕಾದವಳು.

ಆದರೆ, ಆಕೆಯ ಒಳ್ಳೇತನ ಸೋತಿತ್ತು. ಒಳ್ಳೇತನ ಎಲ್ಲ ಸಮಯದಲ್ಲೂ ಗೆಲ್ಲುವುದಿಲ್ಲ ಎಂಬದು ಅರಿವಾಗಿ ಹೋಗಿತ್ತು. ಆದರೆ ಆಕೆ ತನ್ನ ಯೋಚನಾಲಹರಿ ಬದಲಿಸಿಕೊಳ್ಳಲು ಸಿದ್ಧಳಿರಲಿಲ್ಲ. ಏಕೆಂದರೆ ಆ ಬದಲಾದ ಯೋಚನಾಲಹರಿಯಲ್ಲಿ ಬದುಕು ಕಟ್ಟಿಕೊಳ್ಳುವ ಕಲ್ಪನೆ ಆಸೆಗಳೇ ಆಕೆಗೆ ಇರಲಿಲ್ಲ.

“ಅಮ್ಮಾ, ಇದು ಬೇಡಾಮ್ಮಾ. ಬಿಟ್ಟು ಬಾರಮ್ಮಾ. ಹೊಸಾ ಬದುಕು ಕಟ್ಟಿಕೊಳ್ಳೋಣ” ಎಂದು ಸುಧಾಕರ ಕಣ್ಣೀರುಗರೆದು ಕೇಳಿಕೊಂಡಿದ್ದ. ಆದರೆ ಶಾರದಾ ಅದಾಗಲೇ ನಿರ್ಧಾರ ಮಾಡಿ ಆಗಿತ್ತು.

“ಕಂದಾ, ಇರುವಷ್ಟು ದಿನ ನಾನು ನಂಬಿದ್ದ ಒಳ್ಳೆಯತನದಲ್ಲೇ ಸುಖ ಕಂಡು ಬದುಕಿದ್ದೇನೆ. ಇನ್ನು ಇರುವ ಕೆಲವೇ ದಿನಗಳಲ್ಲಿ ನನ್ನ ಚಿಂತನೆ ಯಾಕೆ ಬದಲಾಯಿಸಿಕೊಳ್ಳಬೇಕು? ಬೇಡಾ ಬಿಡು. ಎಷ್ಟು ದಿನ ಬದುಕಿದ್ದೀವಿ ಅನ್ನೋದು ಮುಖ್ಯ ಅಲ್ಲ. ಸಾಯುವ ಹೊತ್ತಲ್ಲೂ ನಾವು ಎಷ್ಟು ಹೆಮ್ಮೆಯಿಂದ ಮತ್ತು ಆತ್ಮತೃಪ್ತಿಯಿಂದ ಬದುಕಿದ್ದೆವು ಅನ್ನೋದು ಮುಖ್ಯ. ನನಗೆ ಅಷ್ಟು ಸಾಕು” ಎಂದು ನಕ್ಕಿದ್ದಳು. ಆ ನೋವಿನ ನಗುವಲ್ಲೂ ಆಕೆಯ ಕಣ್ಣು ತನ್ನ ಬಗ್ಗೆ ತನಗೇ ಇದ್ದ ಅಭಿಮಾನಕ್ಕೆ ಫಳಫಳ ಹೊಳೆಯುವುದನ್ನು ಗಮನಿಸಿದ್ದ ಸುಧಾಕರನಿಗೆ ಇಂಥದೊಂದು ಆತ್ಮತೃಪ್ತಿಗೆ ಬೆಲೆಕಟ್ಟಲು ಸಾಧ್ಯವೇ ಎನಿಸಿತ್ತು. ಸಾವೂ ಕೂಡಾ ಸೋಲಿಸಲಾಗದಷ್ಟು ಒಳ್ಳೆಯತನ ತನ್ನಮ್ಮನದು ಎನಿಸಿ ಇನ್ನೇನೂ ಹೇಳಲಾಗದೇ ಗಂಟಲು ಉಬ್ಬಿ ಬಂದಿತ್ತು.

ಆಕೆ ಇಹಲೋಕದ ವ್ಯಾಪಾರ ಮುಗಿಸುವ ಎಷ್ಟೋ ಮುಂಚೆಯೇ ಸುಧಾಕರನಿಗೆ ಆಕೆಯನ್ನು ತಾನು ಕಳೆದುಕೊಂಡಿರುವ ಅನುಭವ ಆಗಿಹೋಗಿತ್ತು. ಆತ ಅದನ್ನೂ ಕೂಡಾ ಆಕೆಯ ಬಳಿ ಹೇಳಿ ಅತ್ತುಕೊಂಡಿದ್ದ, ಅಲವತ್ತುಕೊಂಡಿದ್ದ. ಆದರೆ ಅಂದು ಆಕೆ ನಗುತ್ತಾ ಹೇಳಿದ್ದ ಮಾತೊಂದನ್ನು ಆತ ಎಂದೂ ಮರೆಯಲಾಗಲೇ ಇಲ್ಲ.

"ನನಗೆ ಇದೇ ಬೇಕಿತ್ತು ಕಣೋ. ನಾನು ಇಲ್ಲಾ ಅಂದಾಗ ನೀನು ಹೇಗೆ ಬದುಕ್ತೀಯಾ ಅನ್ನೋದನ್ನ ನಾನು ಕಣ್ಣಾರೆ ನೋಡಬೇಕಿತ್ತು. ನನ್ನನ್ನ ಎಷ್ಟು ಮಿಸ್ ಮಾಡಿಕೊಳ್ಳುತ್ತೀಯಾ ನೋಡಬೇಕಿತ್ತು. ನಾನು ಇಲ್ಲದೆಯೂ ನೀನು ಹೇಗೆ ಗಟ್ಟಿಯಾಗುತ್ತೀಯಾ ಅನ್ನೋದನ್ನು ಕಣ್ತುಂಬಿಕೊಂಡು ನೋಡಬೇಕಿತ್ತು. ಈಗ ನಿನ್ನನು ನೋಡ್ತಾ ಇದ್ರೆ ನಾನು ಕಂಡ ಕನಸೆಲ್ಲ ನನಸಾಗಿದ್ದಕ್ಕೆ ಎಷ್ಟು ಖುಷಿಯಾಗ್ತಿದೆ ಗೊತ್ತಾ? ಈ ಕ್ಷಣಕ್ಕೆ ನನಗೆ ಈ ಬದುಕು ಸಾಕು ಅನ್ನಿಸ್ತಿದೆ. ಸಾವು ಬೇಕು ಅನ್ನಿಸ್ತಿದೆ. ಆದ್ರೆ ಬದುಕಿರೋ ಇನ್ನಷ್ಟು ದಿನ ನಾನು ನಿನ್ನ ಈ ಮುಖದಲ್ಲಿ ಕಾಣೋ ಈ ನೋವನ್ನ ನೋಡೋದಕ್ಕೆ ಬಯಸ್ತೀನಿ. ಈ ನೋವನ್ನ ತಡೆದು ನೀನು ನಗೋದಕ್ಕೆ ಬಯಸ್ತೀಯಲ್ಲಾ ಅದನ್ನ ನೋಡೋದಕ್ಕೆ ಬಯಸ್ತೀನಿ. ನನಗೆ ಕಾಣದ ಹಾಗೆ ದೂರ ಹೋಗಿ ಸದ್ದಾಗದ ಹಾಗೆ ಬಿಕ್ಕಿ ಬಿಕ್ಕಿ ಅಳ್ತೀಯಲ್ಲಾ, ಅದನ್ನ ಕೇಳಿಸ್ಕೊಳೋದಕ್ಕೆ ಬಯಸ್ತೀನಿ. ನೀನು ಏನೂ ಆಗೇ ಇಲ್ಲಾ ಅನ್ನೋ ಹಾಗೆ ನನ್ನನ್ನ ನಗಿಸೋದಕ್ಕೆ ಪ್ರಯತ್ನ ಮಾಡ್ತೀಯಲ್ಲಾ... ಆಗ ನಿಜವಾಗ್ಲೂ ಜೋರಾಗಿ ಹುಚ್ಚುಚ್ಚಾಗ್ ನಗ್ತೀನಿ" ಎಂದು ನಕ್ಕಿದ್ದಳು.

ಕಾಳಿದಾಸನನ್ನು ಚರಮಗೀತೆ ಹಾಡಲು ಕೇಳಿಕೊಂಡ ಭೋಜರಾಜನ ಸಂತೋಷ ಆಕೆಯ ಕಣ್ಣಲ್ಲಿತ್ತು. ಇದೆಂಥ ವಿಚಿತ್ರ ಬಯಕೆ ಎನಿಸಿ ಆಕೆಯ ಮೇಲೆ ಕೋಪವೇ ಬಂದುಬಿಟ್ಟಿತ್ತು ಸುಧಾಕರನಿಗೆ. ಅಂದಂತೂ ಸುಧಾಕರ ಅತ್ಯಂತ ಭಾವುಕನಾಗಿ ಆಕೆಯ ಮಡಿಲಲ್ಲಿ ಮಲಗಿ ಬಿಕ್ಕಿ ಬಿಕ್ಕಿ ಅತ್ತುಬಿಟ್ಟಿದ್ದ. ಅಂದೇ ಆತನಿಂದ ಆಕೆಗೆ ಅಧಿಕೃತ ವಿದಾಯ ಹೇಳಿ ಆಗಿಹೋಗಿತ್ತು.

ಆಕೆ ಕಟ್ಟಿಕೊಟ್ಟ ಒಳ್ಳೆಯತನವನ್ನು ತಾನೂ ಎಂದೂ ಬಿಟ್ಟುಕೊಡದ ಸುಧಾಕರ ಅಮ್ಮನಿಲ್ಲದ ಮನೆಯ ಮೇಲೆ ಅಧಿಕಾರ ತೋರಿಸಿ ಆಕ್ರಮಿಸಿಕೊಂಡಿದ್ದ ಮಾಲಿನಿ ಮತ್ತು ಆಕೆಯ ಮಗಳು ರೂಪಶ್ರೀಯನ್ನು ಗೌರವದಿಂದಲೇ ಕೈಮುಗಿದು ಕೇಳಿಕೊಂಡಿದ್ದ.

"ಈ ಮನೆ ನನಗೆ ಅಮ್ಮನ ದೇವಸ್ಥಾನ. ಇದೊಂದು ನನಗೆ ಬಿಟ್ಟುಕೊಟ್ಟುಬಿಡಿ. ಉಳಿದದ್ದೆಲ್ಲಾ ನಿಮ್ಮದೇ. ನನಗೆ ಬೇರೇನೂ ಬೇಡಾ. ನನ್ನ ಅಮ್ಮನಿಗೇ ಬೇಡದ್ದು ನನಗ್ಯಾಕೆ ಬೇಕು? ಇದಕ್ಕೆ ನೀವು ಪ್ರೀತಿಯಿಂದಲೇ ಒಪ್ಪಿಗೆ ಕೊಟ್ಟು ಹೊರಟುಹೋಗಿ. ನನಗೆ ನನ್ನ ಅಮ್ಮನೇ ಹೇಳಿದ್ದರೂ ಕೂಡಾ ನಾನು ನಿಮ್ಮ ವಿರುದ್ಧ ಕಾನೂನು ಹೋರಾಟ ಮಾಡೋದಕ್ಕೆ

ತಯಾರಿಲ್ಲ. ಈ ದೇವಸ್ಥಾನ ಮಾತ್ರ ನನಗೆ ಬೇಕು" ಎಂದು ಭಾವುಕನಾಗಿ ಬೇಡಿಕೊಂಡಿದ್ದ.

ವಿಚಿತ್ರ ಸನ್ನಿವೇಶವೊಂದು ಸೃಷ್ಟಿಯಾಗಿ ಕೊನೆಗೂ ಆ ಮನೆ ಮರುದಿನವೇ ಅಧಿಕೃತವಾಗಿ ಅವನದಾಯಿತು. ಅಲ್ಲಿಂದಾಚೆಗೆ ಆ ಮನೆಯಲ್ಲಿ ಆತ ಸದಾ ಒಂಟಿ. ಇಲ್ಲ ಇಲ್ಲ... ಅಲ್ಲಿ.. ಅಲ್ಲಿ ಶಾರದಾ ಇದ್ದಳು. ಆಕೆ ಬರೆದ ಬರಹಗಳ ಕಂತೆ ಕಂತೆ ಪುಸ್ತಕಗಳಿದ್ದವು. ಆಕೆ ಓದಲು ತಂದಿಟ್ಟುಕೊಂಡಿದ್ದ ಸಾವಿರಾರು ಪುಸ್ತಕಗಳಿದ್ದವು. ಇಡಿಯ ಜನುಮ ಓದಿದರೂ ಸಾಲದಷ್ಟು ಪುಸ್ತಕಗಳನ್ನು ಆಕೆ ಆತನಿಗಾಗಿ ಸಂಗ್ರಹಿಸಿಟ್ಟಿದ್ದಳು. ತಾನು ಓದಿದ ಪುಸ್ತಕಗಳ ಮೇಲೆ ಮಗ ಗಮನಿಸಬೇಕಾದ ಸಾಲುಗಳನ್ನು ಮಾರ್ಕ್ ಮಾಡಿದ್ದಳು.

"ಅಮ್ಮ ನಿನಗೆ ಎಲ್ಲವನ್ನೂ ಹೇಳಲಾಗುವುದಿಲ್ಲ, ಎಲ್ಲವನ್ನೂ ಬರೆಯಲಾಗುವುದಿಲ್ಲ. ಆದರೆ ನಾನು ಹೇಳಬೇಕೆಂದದ್ದು ನಿನ್ನೊಂದಿಗೆ ಹಂಚಿಕೊಳ್ಳಬೇಕು ಎನಿಸಿದ್ದು ಎಲ್ಲ ಈ ಪುಸ್ತಕಗಳಲ್ಲಿ ಇದೆ ನೋಡು" ಎಂದಿದ್ದಳು. ಆಕೆ ಆ ಪುಸ್ತಕಗಳ ಮೇಲೆಯೇ ತನಗೆ ಅನಿಸಿದ ಸಾಲುಗಳ ಮೇಲೆಯೇ ಅಲ್ಲಲ್ಲಿ ಮಗನಿಗಾಗಿ ಒಂದೆರಡು ಸಾಲುಗಳನ್ನು ಗೀಚುತ್ತಿದ್ದಳು. ಆಕೆಯ ಅಷ್ಟೆಲ್ಲಾ ಕನಸುಗಳನ್ನು ಅಡಗಿಸಿಟ್ಟುಕೊಂಡ ಆ ಗ್ರಂಥಾಲಯವೇ ಸುಧಾಕರ ಭಾವಿಸಿದ ಹಾಗೆ ಆತನ ಅತಿ ದೊಡ್ಡ ಆಸ್ತಿ. ಹಾಗಾಗಿಯೇ ಆತ ಎಷ್ಟೇ ಪರಿಚಯ ಇದ್ದರೂ ಯಾವ ಗೆಳೆಯ ಗೆಳತಿಯರನ್ನೂ ಎಂದಿಗೂ ತನ್ನ ಮನೆಗೆ ಆಹ್ವಾನಿಸುತ್ತಿರಲಿಲ್ಲ.

ಏಕೆಂದರೆ, ಅಲ್ಲಿ ಆತನೊಂದಿಗೆ ಭೌತಿಕವಾಗಿ ಅಲ್ಲದೇ ಇದ್ದರೂ ಶಾರದಾ ಇದ್ದಳು. ಆಕೆ ಇದ್ದಾಗ ಹೇಗಿತ್ತೋ ಹಾಗೆಯೇ ಆ ಮನೆಯನ್ನು ಸುಧಾಕರ ಸದಾ ಅಚ್ಚುಕಟ್ಟಾಗಿ ಇಟ್ಟುಕೊಂಡಿರುತ್ತಿದ್ದ. ಆತನ ಮತ್ತು ಶಾರದಾ ವ್ಯಕ್ತಿತ್ವ ಹೇಗಿತ್ತೋ ಆ ಮನೆಯೂ ಹಾಗೇ ಇತ್ತು... ಕಳೆಕಳೆಯಾಗಿ ದೇವಸ್ಥಾನದ ಹಾಗೆ!

ಅಧ್ಯಾಯ 10

ಆ ಮನೆಯೊಳಗೆ ಕಾಲಿಡುತ್ತಿದ್ದಂತೆಯೇ ಸುಧಾಕರ ಮೊದಲಿಗೆ ಗಮನಿಸಿದ್ದು ಅದೇ... ಎಂಥ ಅಚ್ಚುಕಟ್ಟುತನ!

ಸುಧಾಕರನನ್ನು ತನ್ನ ಮನೆಗೆ ಕರೆತಂದ ಮಲ್ಲಿ ತಾನು ಒಳಗೆ ಕಾಲಿಡುತ್ತಿದ್ದಂತೆಯೇ ಹಿಂದೆಯೇ ಒಳಬರಲು ಸಿದ್ಧವಾಗುತ್ತಿದ್ದ ಆತನನ್ನು 'ಇರು ಇರು' ಎಂಬಂತೆ ತಡೆದು ನಿಲ್ಲಿಸಿದಳು. ಆ ಅರೆಗತ್ತಲಲ್ಲಿ ಆಕೆಯ ಮುಖ ಸರಿಯಾಗಿ ಕಾಣುತ್ತಿರಲಿಲ್ಲವಾದರೂ ಸುಧಾಕರ ಯಾಕೆ ಎಂಬಂತೆ ಆಕೆಯ ಕಡೆ ನಿರುಕಿಸಿದ.

"ನೋಡು ರಾಜ, ನಾನು ನಿನ್ನನ್ನ ಕರೆಯೋವರ್ಗೂ ನೀನ್ ಒಳಗ್ ಕಾಲಿಡೋ ಹಾಗಿಲ್ಲ. ಹಾಗೇ ಇರ್ಬೇಕು. ಆಯ್ತಾ?" ಎಂದು ಎಚ್ಚರಿಕೆಯ ಧ್ವನಿಯಲ್ಲಿಯೇ ಹೇಳಿ ಒಳಗೆ ಸರಿದು ಹೋದಳು.

ಒಮ್ಮೆ ಮುಕ್ತವಾಗಿ ನಕ್ಕ ಸುಧಾಕರ. ಆತನಿಗೆ ನಡೆಯುತ್ತಿದ್ದ ಎಲ್ಲ ವಿಚಾರವೂ ಒಂದು ಹೊಸ ಮೋಜು ಮತ್ತು ಅನೂಹ್ಯ ಪ್ರಪಂಚಕ್ಕೆ ಕರೆದೊಯ್ದಿತ್ತು. ಆತ ಈ ಸಾಂಗತ್ಯವನ್ನು ಪ್ರೀತಿಸಲು ತೊಡಗಿಬಿಟ್ಟಿದ್ದ.

ಇನ್ನೂ ಏನೇನು ಅಚ್ಚರಿಗಳು ಕಾದಿವೆಯೋ ಎಂಬ ಕುತೂಹಲದಿಂದಲೇ ಆತ ಆಕೆಗಾಗಿ ಕಾಯತೊಡಗಿದ.

ಕತ್ತಲಲ್ಲೇ ಸರಿದು ಹೋಗಿದ್ದ ಮಲ್ಲಿಕಾ ಮನೆಯೊಳಗಿನ ದೀಪ ಕೂಡ ಹಚ್ಚಿರಲಿಲ್ಲ. ಸ್ವಲ್ಪ ಹೊತ್ತು ಹಾಗೇ ಕಾಯುತ್ತಾ ಇದ್ದ ಹಾಗೆ ನಿಧಾನಕ್ಕೆ ಅವನ ಕುತೂಹಲ ಬೇಸರಕ್ಕೆ ತಿರುಗುವುದರೊಳಗೆ ಆಕೆ ಬಂದಳು. ತಕ್ಷಣ ಆತನ ಪ್ರತಿಕ್ರಿಯೆಯೇ ಬದಲಾಗಿ ಹೋಯಿತು.

ಮಲ್ಲಿಕಾ ತನ್ನ ಕೈಯಲ್ಲಿ ಆರತಿ ಹಿಡಿದು ಬಂದಿದ್ದಳು.

ಕೇವಲ ಆರತಿಯ ಬೆಳಕಿನಲ್ಲಿ ಮಾತ್ರ ಕಾಣಿಸುತ್ತಿದ್ದ ಆ ಮುಖದಲ್ಲಿ ತೇಲುತ್ತಿದ್ದ ಆತನ ಮೇಲಿನ ಆರಾಧನೆಯನ್ನು ಕಂಡು ಸುಧಾಕರ ಕಳೆದೇ ಹೋದ.

ಆಕೆ ಆತನಿಗೆ ಆರತಿ ಎತ್ತಿ ಹಣೆಗೆ ತಿಲಕವಿಟ್ಟು ಸಂಪ್ರದಾಯಬದ್ಧವಾಗಿ ಆರತಿ ಮಾಡಿ ಕರೆದುಕೊಳ್ಳುವ ಮುನ್ನ,

"ಏ ರಾಜ ನಿನಗೆ ಒಂದ್ ಮಾತ್ ಹೇಳ್ಲೇನು? ಇಪ್ಪತ್ತೆರಡು ವರ್ಷದ ಹಿಂದೆ ಈ ಮನೆ ಒಳಕ್ಕೆ ನಾನು ಹೀಗೇ ಒಬ್ಬರನ್ನ ಕರೆದುಕೊಂಡಿದ್ದೆ. ಅದಾದ ಮೇಲೆ ಆರತಿ ಎತ್ತಿ ಕರೆದ ಮೊದಲನೇ ವ್ಯಕ್ತಿ ನೀನೇ. ಅಂದ್ರೆ ನಾನು ನಿನ್ನನ್ನ ಎಷ್ಟು ಪ್ರೀತಿಸ್ತಿದೀನಿ ಗೌರವಿಸ್ತಿದೀನಿ ಅಂತ ಅರ್ಥ ಮಾಡ್ಕೋ. ನಾನು ಹೇಗೇ ಇದ್ರೂ ಈ ಮನೆ ನನಗೆ ದೇವಸ್ಥಾನ. ಬಾ ಒಳಗೆ" ಎಂದು ಮುಂದೆ ಬಾಗಿ ಕೆನ್ನೆಗೊಂದು ಹೂಮುತ್ತನ್ನಿತ್ತು ಒಳಗೆ ಕರೆದುಕೊಂಡಳು.

ಸುಧಾಕರ ತಲೆದೂಗಿ ತಲೆಬಾಗಿ ನಗುಸೂಸಿ ಒಳಬಂದ. ಬಾಗಿಲು ಹಾಕಿ ಕತ್ತಲೆಯಲ್ಲೇ ಆತನನ್ನು ಒಳಗೆ ಕರೆದೊಯ್ದ ಮಲ್ಲಿಕಾ ಆತನ ಕೈಬಿಟ್ಟು ಕೆಲವು ಹೆಜ್ಜೆ ದೂರ ಸರಿದಳು. ಆ ಕತ್ತಲಿನಲ್ಲಿ ಕೆಲವು ಕ್ಷಣ ಸುಧಾಕರನಿಗೆ ಅಳುಕಾಗಿದ್ದು ಕೂಡಾ ಸಹಜವಾಗಿತ್ತು. ಆದರೆ ಆ ಕೆಲವು ಕ್ಷಣ ಕಳೆದ ನಂತರ..

ಪಟಪಟನೆ ಮನೆಯ ತುಂಬೆಲ್ಲಾ ದೀಪಗಳು ಹತ್ತಿಕೊಳ್ಳತೊಡಗಿದವು. ಆಗ ಕಂಡಿದ್ದು ಆತನಿಗೆ... ಆ ಮನೆಯ ಅಚ್ಚುಕಟ್ಟುತನ. ಆತ ಆಕೆಯಿಂದ ಆ ನಿರೀಕ್ಷೆ ಮಾಡಿಯೇ ಇರಲಿಲ್ಲ.

"ಏನ್ ರಾಜಾ, ಹೇಗಿದೆ ನನ್ನ ಅರಮನೆ. ನಿನಗೆ ಇಷ್ಟ ಆಯ್ತಾ?" ಅಂದಳು ಮಲ್ಲಿಕಾ. ಆಕೆಯ ಕಣ್ಣುಗಳಲ್ಲಿ ಇದ್ದ ತುಂಟನಗುವೊಂದು 'ನೀನು ಹೇಳದೇ ಇದ್ದರೂ ಅದು ನನಗೆ ಗೊತ್ತು' ಎಂದು ಹೇಳುತ್ತಿತ್ತು.

ಆ ಮನೆಯ ಗೋಡೆಗಳ ತುಂಬೆಲ್ಲಾ ಬಣ್ಣ ಬಣ್ಣದ ಚಿತ್ರಗಳು. ಎಲ್ಲಕ್ಕಿಂತ ಮುಖ್ಯವಾಗಿ ಅದೊಂದು ಜಾನಪದ ಕಲೆಯ ಹಸೆಯು ಗೋಡೆಗೋಡೆಗಳ ಮೇಲೆಲ್ಲಾ ರಾರಾಜಿಸುತ್ತಿತ್ತು. ಅದು ಮೂಲತಃ ರೆಡ್ ಆಕ್ಸೈಡ್ ಹೊತ್ತ ಹಳೆಯ ಕಟ್ಟಡ. ಆ ನೆಲದ ಮೇಲೆಲ್ಲಾ ಅಂಚುಗಳಲ್ಲಿ ಬಗೆಬಗೆಯ ಹಸೆಗಳಿತ್ತು. ನಡುಮಧ್ಯೆ

ದೊಡ್ಡ ದೊಡ್ಡ ರಂಗೋಲಿ ಚಿತ್ತಾರದ ಹಸೆಗಳಿತ್ತು. ಅಷ್ಟು ಸಾಲದೆಂಬಂತೆ ಹಳೆಯ ಕಾಲದ ಆಂಟಿಕ್ ಪೀಸ್ ಎಂಬಂತಹ ಶಾಂಡಲಿಯರ್‌ಗಳು, ಮೋಂಬತ್ತಿ ಸ್ಟ್ಯಾಂಡ್‌ಗಳು ಅದಕ್ಕೆ ತಕ್ಕಂತಹ ಪೀಠೋಪಕರಣಗಳು, ಸೋಫಾ, ಡೈನಿಂಗ್ ಹಾಲ್...

ಎಲ್ಲವನ್ನೂ ಅಚ್ಚರಿಗಳಿಂದ ನೋಡುತ್ತಾ ಕಣ್ಣು ತುಂಬಿಕೊಳ್ಳುತ್ತಿದ್ದ ಸುಧಾಕರ ಆಕೆಯ ಕಡೆ ತಿರುಗುತ್ತಿದ್ದಂತೆಯೇ,

"ಇದೆಲ್ಲಾ ಹಸೆ ಚಿತ್ತಾರ ನಾನೇ ಮಾಡಿದ್ದು. ಜೊತೆಗೆ ಇನ್ನೊಂದು ಜೀವ ಇಷ್ಟೆಲ್ಲಾ ಸಿಂಗಾರ ಮಾಡೋದಕ್ಕೆ ಸಹಾಯ ಮಾಡಿದೆ" ಅಂದಳು. ಸುಧಾಕರನ ಮುಖದಲ್ಲಿ ಆಕೆಯ ಮೇಲೆ ಹೆಮ್ಮೆ ಅಭಿಮಾನ ಮತ್ತು ಅಚ್ಚರಿಗಳು ಮೂಡುವ ಹಾಗೆ ಹುಬ್ಬು ಕುಣಿಸಿ ನಕ್ಕ.

"ಅದಕ್ಕೆ, ನಾನು ಯಾರನ್ನೂ ಈ ಮನೆ ಒಳಕ್ಕೆ ಹೆಚ್ಚಾಗಿ ಸೇರಿಸೋದಿಲ್ಲ. ಕಳೆದ ಐದು ವರ್ಷಗಳಿಂದ ಯಾರೊಬ್ಬರೂ ಈ ಮನೆಗೆ ಕಾಲಿಟ್ಟಿಲ್ಲ. ಅದಕ್ಕೆ ಹಿಂದಿನ ಐದಾರು ವರ್ಷಗಳಲ್ಲಿ ಆಗಾಗ ಕೆಲವರು..." ಎಂದು ನಿಟ್ಟುಸಿರಿಟ್ಟು ಸುಮ್ಮನಾದಳು ಮಲ್ಲಿ.

"ಯಾರನ್ನೂ ಮನೆಗೆ ಸೇರಿಸದೇ ಇರೋದು ನೀನು ಮಾತ್ರಾ ಅಲ್ಲಾ ಮಲ್ಲಿ. ನಾನೂ ಅಷ್ಟೇ. ಕಳೆದ ಹತ್ತು ವರ್ಷಗಳಲ್ಲಿ ಯಾವ ಸ್ನೇಹಿತರನ್ನೂ ಕೂಡಾ ನನ್ನ ಮನೆಗೆ ಕರೆದಿಲ್ಲ. ಯಾಕೇಂದ್ರೆ, ಒಂದ್ಸಲ ನೀನು ಬಂದು ನನ್ನ ಮನೆನೂ ನೋಡಬೇಕು. ನಾನೂ ಕೂಡಾ ನಿನ್ನ ಹಾಗೇ ಮನೆಯನ್ನ ಅಚ್ಚುಕಟ್ಟಾಗಿ ಇಟ್ಟುಕೊಂಡಿದ್ದೇನೆ. ನಮ್ಮಮ್ಮ ಇಟ್ಟುಕೊಂಡಿದ್ದ ಹಾಗೇನೇ. ಅದು ಬದಲಾಗಬಾರದು ಅಂತ ನಾನೂ ಹಾಗೇ ಮೇಂಟೇನ್ ಮಾಡಿದ್ದೇನೆ. ಆ ಮನೆಯಲ್ಲಿ ಜೊತೆಗೆ ಯಾರೂ ಇಲ್ಲಾ ಅಂತ ನನಗೆ ಅನಿಸುವುದೇ ಇಲ್ಲಾ. ಯಾಕೆ ಅಂದರೆ.. ಅಲ್ಲಿ ಆ ಮನೆಯಲ್ಲಿ ಸದಾ ನನ್ನಮ್ಮ ನನ್ನೊಂದಿಗೆ ಇರ್ತಾಳೆ." ಆತ ಭಾವುಕನಾಗಿ ಹಾಗೆ ನುಡಿದದ್ದು ನೋಡಿ ಮಲ್ಲಿ ಕೂಡಾ ಭಾವುಕಳಾದಳು. ಇಬ್ಬರಲ್ಲೂ ಕೆಲಕ್ಷಣ ಸಾರ್ಥಕತೆಯ ಮೌನ ಮತ್ತು ಇಲ್ಲದ ಕೊರಗುಗಳ ಮೆರವಣಿಗೆಗೆ ಶ್ರದ್ಧಾಂಜಲಿ ಸಲ್ಲಿಕೆಯಾಯಿತು.

ಕೆಲಕ್ಷಣಗಳ ನಂತರ ಎಚ್ಚೆತ್ತ ಮಲ್ಲಿ,

"ಬಾ ರಾಜ. ನಿನಗೆ ನನ್ನ ಮನೆಯೆಲ್ಲಾ ಒಮ್ಮೆ ಪರಿಚಯಿಸುತ್ತೇನೆ" ಎಂದು ಹೇಳಿ ಮನೆಯ ಎಲ್ಲ ಕೋಣೆಗಳನ್ನೂ ಪರಿಚಯಿಸಿದಳು. ನಾಲ್ಕು ಕೋಣೆಗಳ ವಿಶಾಲವಾದ ಡೂಪ್ಲೆಕ್ಸ್ ಮನೆ ಅದು. ಹಳೆಯ ಕಾಲದ ಜಮೀನ್ದಾರ ಅಥವಾ ರಾಜನ ಅಚ್ಚ ಜನಾನಾದಂತಹ ಬಂಗಲೆ. ಮನೆಯ ಪ್ರತಿಭಾಗವೂ ಕೂಡಾ ತುಂಬ ಶ್ರದ್ಧೆ ಪ್ರೀತಿಯಿಂದ ನಿತ್ಯ ನಿರ್ವಹಣೆಗೆ ಒಳಪಟ್ಟಿರುವುದು ಚೆನ್ನಾಗಿ ಅರಿವಾಗುತ್ತಿತ್ತು.

"ನಿನ್ನ ಮನೆ ನೋಡಿ ತುಂಬ ಖುಷಿ ಆಯ್ತು ಮಲ್ಲಿ. ಇಷ್ಟೆಲ್ಲಾ ಇಟ್ಟುಕೊಂಡು ನೀನು..." ಎಂದವನು ತಟ್ಟನೆ ಮಾತು ನಿಲ್ಲಿಸಿಬಿಟ್ಟ. ಆಕೆಗೆ ಅದು ಅರ್ಥವಾಗಿ ನಕ್ಕು ಮುಂದುವರೆಸಿದಳು.

"ಹೂಂ ಹೇಳು... ಇಷ್ಟೆಲ್ಲಾ ಇಟ್ಟುಕೊಂಡು ನೀನು ಹೀಗೆಲ್ಲಾ ಭಿಕ್ಷೆ ಬೇಡಬೇಕಿಲ್ಲಾ. ಎಂತೆಂಥದೋ ಜನಗಳ ಸಹವಾಸ ಮಾಡಬೇಕಿಲ್ಲಾ. ರಾಣಿ ಹಾಗೆ ಇದ್ದ ಕಡೆ ಆರಾಮಾಗಿ ಇರಬಹುದು... ಹೇಳು... ಹೇಳು... ಆದ್ರೆ ನೀನು ಏನೇ ಹೇಳಿದ್ರೂ..."

ಒಮ್ಮೆ ನಿಟ್ಟುಸಿರಿಟ್ಟು ನಕ್ಕು ಮುಂದುವರೆಸಿದಳು ಮಲ್ಲಿ. ಆಕೆಯ ಮಾತುಗಳಲ್ಲಿ ಆಕೆಯ ಅಸಹಾಯಕತೆ ಮತ್ತು ಜೀವನಪ್ರೀತಿ ಎರಡೂ ತುಂಬಿ ಹರಿಯುತ್ತಿತ್ತು.

"ಈ ಜಗತ್ತು ನನ್ನ ಬಗ್ಗೆ ಎಷ್ಟೇ ಆಡಿಕೊಂಡು ನಕ್ರೂ ನನಗೆ ಈ ಜಗತ್ತು ಬೇಕೇ ಬೇಕು ರಾಜಾ. ಈ ಜನಗಳ ಜೊತೆಯೇ ಬದುಕ್ಬೇಕು. ಇಲ್ಲಾ ಅಂದ್ರೆ ಎರಡೇ ದಾರಿ... ಸತ್ತೋಗ್ಬೇಕು ಇಲ್ಲಾ ಸನ್ಯಾಸಿ ಆಗ್ಬೇಕು. ಅದಕ್ಕಿಂತ ಈ ಹೊಡೆದಾಟದ ಜೀವನನೇ ಸುಖ ಅನ್ನಿಸ್ತು. ತಪ್ಪಾ?" ಅಂದಳು ಮಲ್ಲಿ.

ಆಕೆ ಹೇಳಿದ ಮಾತಿನಲ್ಲಿ ಇದ್ದ ಸತ್ಯವನ್ನು ಗ್ರಹಿಸಿದ ಸುಧಾಕರ ತಟ್ಟನೆ ಆಕೆಯನ್ನು ಅಪ್ಪಿ ಬೆನ್ನುತಟ್ಟಿ ಆಕೆಯ ನಿಲುವಿಗೆ ಅಭಿನಂದಿಸಿದ.

"ಐ ಲೈಕ್ ದಿಸ್ ಆಟಿಟ್ಯೂಡ್. ಗುಡ್. ನೀನು ಹೀಗೇ ಇರು ಮಲ್ಲಿ. ನಾನಿರೋದೇ ಹೀಗೆ. ಬೇಕಾದ್ರೆ ಬಾ. ಇಲ್ಲಾಂದ್ರೆ ಹೋಗು ಅನ್ನೋ ಹಾಗೇ ಇರು. ಹೃದಯ ಇರೋರು, ನೀನು ಬೇಕು ಅನ್ನೋರು ಹುಡುಕ್ಕೊಂಡ್ ಬರ್ತಾರೆ" ಎಂದು ಅಭಿನಂದಿಸುವ ಹಾಗೆ ಮತ್ತೆ ಬೆನ್ನು ತಟ್ಟಿದ.

"ನಾನು ಬೇಕು ಅನ್ನೋರು ತುಂಬಾ ಜನ ಇದಾರೆ. ಆದರೆ ಹೃದಯ ಇರೋ ಜೀವಾ ಒಂದಾದ್ರೂ ಸಿಕ್ಕಿದ್ರೆ ನಾನ್ಯಾಕ್ ಹೀಗಿರ್ತಿದ್ದೆ" ಎಂದಳು ಮಲ್ಲಿ. ಸುಧಾಕರ ಏನು ಹೇಳಬೇಕೋ ತಿಳಿಯದೆ ನಿಟ್ಟುಸಿರಿಟ್ಟ.

"ಇಲ್ಲಿ ಬಾ. ನಿನಗೆ ಮನೆ ಎಲ್ಲ ತೋರಿಸಿದೆ. ಇದೊಂದು ರೂಮಿಗೆ ಮಾತ್ರಾ ನೀನು ಕೂಡಾ ಕಾಲಿಡುವ ಹಾಗೆ ಇಲ್ಲಾ. ಇದು ನಮ್ಮಂಥಹವರಿಗಾಗೇ ಇರುವ ದೇವರ ಕೋಣೆ. ಇಲ್ಲಿಗೆ ನಮ್ಮವರಲ್ಲದೆ ಬೇರೆ ಯಾವುದೇ ವ್ಯಕ್ತಿ ಕಾಲಿಡುವ ಹಾಗಿಲ್ಲ ಇಣುಕಿ ನೋಡುವ ಹಾಗೂ ಇಲ್ಲ" ಎನ್ನುತ್ತಾ ಮುಚ್ಚಿದ ಬಾಗಿಲೊಂದನ್ನು ತೋರಿಸಿದಳು ಮಲ್ಲಿ. ಅದಕ್ಕೆ ಚಿಲಕ ಹಾಕಿ ಬೀಗ ಕೂಡಾ ಹಾಕಲಾಗಿತ್ತು.

ಮನೆಯ ಹಾಲ್‌ಗೆ ಅಂಟಿಕೊಂಡಂತೆಯೇ ಇದ್ದ ಆ ಕೋಣೆಯ ಕಡೆಗೊಮ್ಮೆ ನೋಡಿದ ಸುಧಾಕರ ಒಮ್ಮೆ ಭುಜ ಹಾರಿಸಿ ಅದಕ್ಕೇನಂತೆ ಎಂಬಂತೆ ನಕ್ಕ. ಅದು ಅವನಿಗೆ ಅಂಥಾ ದೊಡ್ಡ ವಿಷಯ ಅಂತಲೂ

ಅನ್ನಿಸಲಿಲ್ಲ. ಕುತೂಹಲವನ್ನೂ ಹುಟ್ಟಿಸಲಿಲ್ಲ. ಅವರವರ ನಂಬಿಕೆ ದೊಡ್ಡದು. ಎಲ್ಲರ ನಂಬಿಕೆಗಳನ್ನೂ ಗೌರವಿಸೋಣ, ಇತರರಿಗೆ ತೊಂದರೆಯಾಗದ ಹಾಗೆ ಇದ್ದರೆ ಮಾತ್ರ ಎನ್ನುವುದು ಅವನ ನಿಲುವು.

ಸುಧಾಕರನನ್ನು ಕರೆದುಕೊಂಡು ಹೋಗಿ ಸೋಫಾದಲ್ಲಿ ಕೂರಿಸಿ ಅಲ್ಲಿದ್ದ ಕಬೋರ್ಡ್ ಒಂದನ್ನು ತೆರೆದಳು ಮಲ್ಲಿ. ಅಲ್ಲಿ ಇದ್ದ ಫಾರಿನ್ ವಿಸ್ಕಿ ವೈನ್‌ಗಳಲ್ಲಿ ಒಂದನ್ನು ಆರಿಸಿ ತಂದು ಆತನಿಗೆ ಕುಡಿಯಲು ಕೊಟ್ಟು ಒಂದಷ್ಟು ಹುರಿದ ಗೋಡಂಬಿ ತಂದಿಟ್ಟು,

"ನಿಧಾನಕ್ಕೆ ತಗೋ ರಾಜಾ. ಇಡೀ ರಾತ್ರಿ ನಮ್ಮದು. ನೀನು ನನ್ನ ಕಥೆ ಕೇಳಬೇಕು. ನೀನು ಮೈದುಂಬಿ ಹಾಡೋದು ನಾನು ಕೇಳಬೇಕು. ಸ್ವಲ್ಪ ಸಮಯ ಹಾಗೇ ಇರು. ಚಕಚಕನೆ ನಿನಗೆ ವಿಶೇಷ ಅಡಿಗೆ ಮಾಡಿತರುವೆ" ಎಂದು ಹೇಳಿ ಎದ್ದುಹೋದ ಮಲ್ಲಿ, ತನ್ನ ಕೆಲಸಗಳಲ್ಲಿ ಪಾದರಸದ ಹಾಗೆ ಚಲಿಸುತ್ತಿರುವುದು ಕಂಡು ಅಭಿಮಾನದಿಂದ ನೋಡಿದ ಸುಧಾಕರ. ಕೈಲಿದ್ದ ಮಧುಪಾತ್ರೆಯ ಗಾಢಗಂಧಕ್ಕೆ ಅಯಾಚಿತವಾಗಿ ಅವನ ಮನಸ್ಸು ತೆರೆದುಕೊಂಡಿತ್ತು. ಆತ ಮನಬಿಚ್ಚಿ ದನಿಯೆತ್ತಿ ಹಾಡುತ್ತಾ ಹಾಡುತ್ತಾ ಮಧು ಹೀರುತ್ತಿದ್ದರೆ ಮಲ್ಲಿ ತಲೆದೂಗುತ್ತಾ ತಲೆದೂಗುತ್ತಾ ತನ್ನ ಕೆಲಸದಲ್ಲಿ ನಿರತಳಾಗಿದ್ದಳು.

ಹಾಗೇ ತನ್ಮಯವಾಗಿ ಇಬ್ಬರೂ ಕಾಲಕಳೆಯುತ್ತಾ ಇರುವಾಗ ಆಕೆಯ ಅಡಿಗೆಯನ್ನೇ ಗಮನಿಸಿದ ಸುಧಾಕರನಿಗೆ, ಮಲ್ಲಿ ಆತನಿಗೆ ತನ್ನ ಜೊತೆಗೆ ಬರಲು ಒತ್ತಾಯ ಮಾಡಿ ಒಪ್ಪಿಸಿಕೊಂಡ ಸನ್ನಿವೇಶ ಚಕ್ಕನೆ ಒಮ್ಮೆ ಹಾದು ಹೋಯಿತು.

ಅಧ್ಯಾಯ 11

"ಏ ರಾಜ. ಇಲ್ಲಿಗೆ ನೀನು ಯಾವತ್ತು ಬೇಕಾದ್ರೂ ಬರಬಹುದು. ಇವತ್ತು ಒಂದು ದಿನ ನಂಜೊತೆ ಬಂದುಬಿಡು. ಈ ರಾತ್ರಿ ನನಗೂ ನಿನಗೂ ಇಬ್ಬರಿಗೂ ಸದಾ ನೆನಪಲ್ಲಿರೋ ಹಾಗೆ ಮಾಡೋಣ. ಬಾ ನನ್ನ ಜೊತೆ" ಎಂದಳು ಮಲ್ಲಿ. ಬಾರಾಕಮಾನಿನ ಅಂಗಳದಲ್ಲಿ ಆ ಬೆಳದಿಂಗಳ ಮಳೆಯಲ್ಲಿ ಹರೆಯದ ಕುದುರೆಯೊಂದು ಕೆನೆವಷ್ಟು ಹುಮ್ಮಸ್ಸಿನಲ್ಲಿ ಹಾಗೆ ನುಡಿದ ಆಕೆಯನ್ನೇ ಒಮ್ಮೆ ದೀರ್ಘವಾಗಿ ನೋಡಿದ ಸುನಿಲ್ ಕುಮಾರ ಸುಧಾಕರ. ಆತನ ಮನಸ್ಸಿನಲ್ಲೂ ಅದೇನೋ ಕುದಿಯುತ್ತಿತ್ತು. ಇನ್ನೇನಲ್ಲಾ... ಅವಳ ಬದುಕಿನ ಕಥೆ ಕೇಳಲೇಬೇಕು ಎಂಬ ಹಂಬಲ.

ಬೇಸಿಕಲೀ, ಅವನದು ಕಥೆಗಾರ ಮನಸ್ಸು. ಹೆಚ್ಚು ಹೆಚ್ಚು ಅನುಭವಗಳಿಗೆ ತೆರೆದುಕೊಳ್ಳುವ ಹುಕಿ. ವಿಚಿತ್ರ ಎನಿಸಿದ ಮತ್ತು ವಿಶಿಷ್ಟ ಎನಿಸಿದ ವ್ಯಕ್ತಿತ್ವಗಳನ್ನು ಹುಡುಕಿಕೊಂಡು ಹೋಗುತ್ತಿದ್ದ. ಅವರೊಂದಿಗೆ ಮನಸಾರೆ ಮನಸು ಬೆಸೆಯುತ್ತಿದ್ದ. ಮನದಲ್ಲಿ ಯಾವುದೇ ಕೊಂಕಿಲ್ಲದೇ ಇದ್ದದ್ದರಿಂದ

ಯಾರೊಂದಿಗೇ ಆದರೂ ಬಹುಸುಲಭವಾಗಿ ಬೆರೆಯುತ್ತಿದ್ದ. ಅವನ ಆ ಕುತೂಹಲ ಮತ್ತು ಪ್ರಾಮಾಣಿಕ ಮನಸ್ಸಿನ ವ್ಯಕ್ತಿತ್ವದಿಂದಲೇ ಎಂಥವರೇ ಆದರೂ ಆತನ ಎದುರು ಬಹುಬೇಗ ತೆರೆದುಕೊಂಡುಬಿಡುತ್ತಿದ್ದರು. ಈತ ಅವರ ಎಲ್ಲ ಮಾತುಗಳಿಗೂ ಕಿವಿಯಾಗುತ್ತಿದ್ದ. ಅವನ ಈ ವ್ಯಕ್ತಿತ್ವವೇ ಅವನನ್ನು ಒಬ್ಬ ಒಳ್ಳೆಯ ಕಥೆಗಾರನನ್ನಾಗಿ ಮಾಡಿತ್ತು. ಅದೂ ಅಲ್ಲದೆ ಈಕೆಯ ವಿಷಯದಲ್ಲಿ ಆತನಿಗೆ ಇನ್ನೂ ಒಂದು ಆಕರ್ಷಣೆ ಇತ್ತು. ಆಕೆಯ ಕಣ್ಣುಗಳನ್ನು ನೋಡುತ್ತಿದ್ದರೆ ಅಲ್ಲಿ ಬೇರೆಯೇ ಇನ್ನೊಂದು ವ್ಯಕ್ತಿತ್ವ ಕಾಡುತ್ತಿತ್ತು. ಖಂಡಿತವಾಗಿ ಅದು ಬೇರೆ ಇನ್ನಾರೂ ಅಲ್ಲ.. ಅವನ ಅಮ್ಮ.

ನೋವಿನಲ್ಲೂ ಒಂದು ರಾಶಿಯಷ್ಟು ಬದುಕಿನ ಉತ್ಸಾಹವನ್ನು ಕಾಪಿಟ್ಟುಕೊಂಡ ಜೀವ ಅವನ ಅಮ್ಮ. ಅಂಥದೇ ಉತ್ಸಾಹ ಈಕೆಯ ಮೊಗದಲ್ಲೂ ನಗುವಲ್ಲೂ ಆ ನೋವಿನಲ್ಲೂ ಅವನಿಗೆ ಕಾಡುತ್ತಿತ್ತು. ಆಕೆಯ ಇಡೀ ಬದುಕಿನ ಕಥೆಯನ್ನು ಹಿಡಿಹಿಡಿಯಾಗಿ ಕೇಳಿ ಅನುಭಾವಿಸಿ ಅದರಲ್ಲಿ ತನ್ನ ಹೊಸ ಕಾದಂಬರಿಯ ಹುಡುಕಾಟಕ್ಕೆ ವಸ್ತು ಏನಾದರೂ ಸಿಗಬಹುದಾ ಎಂದು ಆತ ಭಾವಿಸಿದ್ದ. ಅಂಥದ್ದೇನೂ ಸಿಗದಿದ್ದರೂ ಪರವಾಗಿಲ್ಲ, ಒಂದು ಹೊಸ ಅನುಭವಕ್ಕೆ ಆತನ ಮನಸ್ಸು ಕಾದಿತ್ತು.

ಆದರೆ,.. ಉಹುಂ.. ಆಕೆಯ ಜೊತೆ ಇನ್ನೆಲ್ಲಿಗೋ ಹೋಗುವುದು ಅದರಲ್ಲೂ ಇಡಿಯ ರಾತ್ರಿ ಅಪಾಯಕಾರಿ ಆಗಬಹುದು ಎಂಬ ಎಚ್ಚರಿಕೆ ಕೂಡಾ ಆ ಕ್ಷಣಕ್ಕೆ ಅವನ ಮನಸ್ಸಿಗೆ ಹೊಕ್ಕಿತ್ತು. ಹಾಗಾಗಿಯೇ ಆಕೆ ಬಾ ನನ್ನ ಜೊತೆ ಎಂದು ಕರೆದಾಗ ಆ ಬಾರಾಕಮಾನು ದಾಟಿ ಹೊರಗೆ ಹೋಗಲು ಮನಸ್ಸು ಹಿಂಜರಿದಿತ್ತು.

ಅದನ್ನು ಆಕೆ ಕೂಡಾ ಗಮನಿಸಿಬಿಟ್ಟಿದ್ದಳು.

"ಹುಂ, ಎಷ್ಟೇ ಒಳ್ಳೇ ಮಾತಾಡಿದ್ರೂ ಅದು ಗಂಟಲಿಂದ ಮಾತ್ರಾ. ಹೃದಯದಿಂದ ಬರೋದಕ್ಕೆ ಸಾಧ್ಯನೇ ಇಲ್ಲ ಅಲ್ವಾ? ನಮ್ಮಂಥವರ ಮೇಲೆ ನಿನ್ನಂಥವರಿಗೆ ಆ ನಂಬಿಕೆ ಹುಟ್ಟುವುದು ನಮಗೆ ಕನಸು ಅಲ್ವಾ?" ಎಂದಳು ಮಲ್ಲಿಕಾ ವಿಷಾದದಿಂದ ನಕ್ಕು.

"ಹೇ ಮಲ್ಲಿ, ಹಾಗೆಲ್ಲಾ ಹೇಳ್ಬೇಡ. ಆ ಥರಾ ನನಗೆ ನಿನ್ನನ್ನ ಚೀಪಾಗಿ ನೋಡ್ಪೋ ಮನಸ್ಸು ಇಲ್ವೇ ಇಲ್ಲಾ. ಆ ನಂಬಿಕೆ ಇದ್ರೆ ಮುಂದೆ ಮಾತಾಡೋಣಾ. ಇಲ್ಲಾಂದ್ರೆ... ಇಷ್ಟೇ ಕ್ಷಣಗಳು ಸಾಕು. ನಮ್ಮ ನಮ್ಮ ದಾರಿ ಹಿಡಿದು ಹೊರಟುಬಿಡೋಣಾ" ಎಂದ ಸುನಿಲ್ ಕುಮಾರ ಸುಧಾಕರ. ಆತನ ಮಾತಿನಲ್ಲಿ ಗಾಂಭೀರ್ಯತೆ ಮಾತ್ರ ಅಲ್ಲಾ ಅವನ ಆತ್ಮಗೌರವವೇ ಇತ್ತು. ಉಹುಂ... ಎದುರಿಗಿರುವ ವ್ಯಕ್ತಿಗೆ ಈತನ ಕಡೆ ಪ್ರೀತಿ ಗೌರವಗಳಿಲ್ಲಾ ಎನ್ನುವಾಗ ಆತ ಎಂಥವನೇ ಆಗಿದ್ದರೂ ಸದ್ದಿಲ್ಲದೇ ಎದ್ದು ಹೋಗುವ ವ್ಯಕ್ತಿ ಆತ.

ಮಲ್ಲಿ ಏನೂ ಹೇಳದೆ ಹಾಗೇ ಮೌನವಾಗಿ ಪೆಚ್ಚಾಗಿ ಕುಳಿತಳು.

"ನೀನು ಹೇಳಿದ್ದೇ ಹೆದರಿಕೆ ಹುಟ್ಟಿಸೋ ಹಾಗೆ ಇದೆ. ಜೊತೆಗೆ ಬಾ ಅಂತ ಕರೆಯುವಾಗ... ಸದಾ ನೆನಪಲ್ಲಿರುವ ಹಾಗೆ ಎನ್ನುವಾಗ... ಅದೆಂಥ ಅನುಭವ ನನ್ನದಾಗಬಹುದು ಅನ್ನೋದು ನನ್ನ ಹೆದರಿಕೆ. ನಿಜ. ಯಾಕೆ ಅಂದರೆ ನೀನು ಅದೇನು ಅಂತಾ ಹೇಳಿಲ್ಲಾ. ನನಗೆ ಗೊತ್ತಿಲ್ಲದ್ದರ ಬಗ್ಗೆ ನನಗೆ ಹೆದರಿಕೆ ಇದ್ದರೆ ಅದರಲ್ಲಿ ತಪ್ಪೇನಿದೆ? ಅಂಥ ಯಾವ ಅನುಭವ ನಿನ್ನ ಜೊತೆ ಬಂದರೆ ನನಗೆ ಕಾದಿದೆ ಹೇಳು. ನನಗೆ ಅದು ಕ್ಲಿಯರ್ ಆಗಬೇಕು. ಅದರಲ್ಲಿ ಸತ್ವ ಇದೆ ಅನಿಸಿದರೆ ಅದು ಸರಿ ಅನಿಸಿದರೆ ಖಂಡಿತಾ ನಾನು ಬಂದೇ ಬರ್ತೀನಿ. ನಾನು ಮಾತು ಮೀರೋನಲ್ಲಾ. ಮಾತು ಮೀರೋ ಜನಗಳ ಮೇಲೆ ವೈಯಕ್ತಿಕವಾಗಿ ನನಗೆ ಗೌರವನೂ ಇಲ್ಲಾ. ಹೇಳು. ಅದೇನದು?" ಎಂದ.

ಒಂದು ಕ್ಷಣ ಆತನನ್ನೇ ನೋಡುತ್ತಾ ಯೋಚಿಸಿದಳು ಮಲ್ಲಿ. ಹೌದಲ್ಲಾ? ನೇರವಾಗಿ ನಿನಗೆ ನನ್ನಂಥವರ ಮೇಲೆ ನಂಬಿಕೆ ಇಲ್ಲಾ ಅಂತ ಆರೋಪ ಏನೋ ಮಾಡಿದೆ. ಆದರೆ ಕರೆವ ಮುನ್ನ ವಿವರ ಹೇಳದೆ ಇದ್ದರೆ ಆತನಿಗೆ ಅರ್ಥ ಆಗುವುದಾದರೂ ಹೇಗೆ? ಇಷ್ಟಕ್ಕೂ ಅವನನ್ನ ಯಾವ ಗಾಢ ಅನುಭವಕ್ಕೆ ಜೊತೆಗೆ ಬಾ ಅಂತ ಕರೆದೆ? ತನಗೆ ತಾನೇ ಪ್ರಶ್ನೆ ಹಾಕಿಕೊಂಡ ಮಲ್ಲಿ ಮೌನವಾಗಿ ಬಿಟ್ಟಳು.

"ಸರಿ ಬಿಡು. ಬೇಸರ ಮಾಡಿಕೊಳ್ಳಬೇಡ. ಇಷ್ಟು ಹೊತ್ತೂ ಕಳೆದ ಆನಂದ ಈಗ ಕಹಿಯಾಗಿ ಕರಗಿ ಹೋಗೋದು ಬೇಡ. ಆ ವಾಚ್ ಮ್ಯಾನ್ ಮತ್ತೆ ಬಂದು ಗಲಾಟೆ ಮಾಡುವುದರೊಳಗೆ ನೀನು ಹೊರಟುಬಿಡು. ನಾನು ಆದಷ್ಟು ಹೊತ್ತು ಇಲ್ಲಿಯೇ ಇದ್ದು ಆಮೇಲೆ ಎದ್ದು ನನ್ನ ರೂಮಿಗೆ ಹೋಗುತ್ತೇನೆ" ಎಂದ.

ಇಬ್ಬರ ನಡುವೆ ಕೆಲಕ್ಷಣ ನೀರವ ಮೌನ. ಆ ಮೌನ ಇಬ್ಬರಲ್ಲೂ ಆಡುವ ಮುನ್ನ ಮಾತುಗಳನ್ನು ಕಡೆದು ಬೆಣ್ಣೆಯಾಗಿಸುವ ಮತ್ತು ಕೊಡುವ ಮುನ್ನ ತೂಕ ಹಾಕಿ ಕೊಡುವ ಲೆಕ್ಕದಲ್ಲಿತ್ತು.

ಹಠಾತ್ತಾಗಿ ಆ ನೀರವ ಮೌನವನ್ನು ಮುರಿದ ಮಲ್ಲಿ,

"ನಾನು ನಿನ್ನ ಮಾನಭಂಗ ಮಾಡೋದಿಲ್ಲಾ. ಯಾವುದಕ್ಕೂ ಒತ್ತಾಯ ಮಾಡೋದಿಲ್ಲಾ. ನಿನ್ನನ್ನ ಕಾಮದಿಂದ ನೋಡೋದಿಲ್ಲಾ. ನಿನಗೆ ಯಾವುದೇ ಅಪಾಯ ಆಗದ ಹಾಗೆ ನೋಡ್ಕೋತೀನಿ. ನಾನೇ ನನ್ನ ಕೈಯಾರೆ ಒಳ್ಳೇ ಅಡಿಗೆ ಮಾಡಿ ಬಡಿಸ್ತೀನಿ. ಒಳ್ಳೆ ದಿವಿನಾದ ಡ್ರಿಂಕ್‌ಗಳು ಮನೆಯಲ್ಲಿ ಬೇಕಾದಷ್ಟು ಇವೆ. ಇಡೀ ರಾತ್ರಿ ನೀನು ಮದಿರೆ ಹೀರುತ್ತಾ... ಹಾಡುತ್ತಾ... ಆನಂದಪಡು. ನಾನು ಆ ನಿನ್ನ ಸಂತೋಷ ನೋಡ್ತಾ ನೋಡ್ತಾ ಆ ಇಡೀ ರಾತ್ರಿ ನಿನ್ನ ದಾಸಿ ಆಗಿರ್ತೀನಿ. ನೀನು ಹೇಳಿದ ಹಾಗೆ ಕುಣೀತೀನಿ. ನನ್ನ ಕತೆಯೆಲ್ಲ ನಿನ್ನ

ಹತ್ತಿರ ಹೇಳ್ಕೊಂಡು ಹಗುರಾಗ್ತೀನಿ. ನಿನಗೆ ಮನಸ್ಸು ಕರಗಿ ನಿನ್ನ ಮಡಿಲು ಸಿಕ್ಕರೆ ಅದರಲ್ಲಿ ತಲೆ ಇಟ್ಟು ನಾಲ್ಕು ಹನಿ ಕಣ್ಣೀರು ಹಾಕ್ತೀನಿ. ನಾನು ತುಂಬ ಪ್ರೀತಿಸಿದವನನ್ನ ಹೇಗೆ ಜೀವನ ಪರ್ಯಂತ ನೋಡ್ಕೋಬೇಕು ಅನಿಸ್ತಿತ್ತೋ, ಅದೆಲ್ಲ ಕನಸನ್ನ ಒಂದು ರಾತ್ರಿಗಾದರೂ ತೀರಿಸಿಕೊಳ್ತೀನಿ. ಇದೆಲ್ಲಾ ನಾನು ನನ್ನ ಜೀವನದಲ್ಲಿ ಯಾವತ್ತೂ ಮಾಡೇ ಇಲ್ಲ. ಅಂಥಾ ಅವಕಾಶ ಸಿಕ್ಕೇ ಇಲ್ಲ. ಅಷ್ಟು ಗೌರವದಿಂದ ಯಾವ ಗಂಡಸೂ ನನ್ನ ಮನೆ ಬಾಗಿಲಿಗೆ ಬಂದಿಲ್ಲ. ನನ್ನ ಮನೆ ನನಗೆ ದೇವಸ್ಥಾನ ಇದ್ದಂತೆ. ಕಸುಬು ಏನೇ ಇದ್ದರೂ ಯಾವ್ಯಾವುದೋ ಬೀದಿ ನಾಯಿಗಳೆಲ್ಲಾ ಒಳಗೆ ಕಾಲಿಡೋ ಹಾಗೆ ಇಟ್ಟುಕೊಂಡಿಲ್ಲ. ಮೊದಲ್ನೇ ಸಲ ಒಬ್ಬ ಮನುಷ್ಯನ್ನ ಮನಃಪೂರ್ವಕವಾಗಿ ಪ್ರೀತಿ ಗೌರವದಿಂದ ಕರೀತಾ ಇದ್ದೀನಿ. ನಂಬಿಕೆ ಇದ್ರೆ ಬರಬಹುದು" ಎಂದವಳು, ಇದ್ದಕ್ಕಿದ್ದಂತೆ ತನ್ನ ಮಾತಿನ ಕಠಿಣತೆಯನ್ನು ಮೆದುಗೊಳಿಸಿ ಆರ್ದ್ರಭಾವದಿಂದ "ಇಲ್ಲಾ ಇಲ್ಲಾ... ನಂಬಿಕೆ ಇಟ್ಟು ಬಾ ಅಂತ ಕರೀತಾ ಇದ್ದೀನಿ" ಎಂದಳು.

ಆ ಮಾತುಗಳಲ್ಲಿ ಮೂರು ವಿಷಯ ಗಮನಿಸಿದ್ದ ಸುಧಾಕರ. ಒಂದು, ತನ್ನ ಮನೆ ತನಗೆ ದೇವಸ್ಥಾನ ಇದ್ದ ಹಾಗೆ ಎಂದು ಹೇಳಿದ್ದು ಆತನಿಗೆ ಆಕೆಯ ಮೇಲೆ ಮಹಾಗೌರವ ತಂದಿತ್ತು. ಅದು ಆತನದೇ ಭಾವ. ಆತನ ಅಮ್ಮ ಹೇಳಿಕೊಟ್ಟಿದ್ದ ಮನೆಯೇ ಮಂತ್ರಾಲಯ ಎಂಬ ಮಂತ್ರ. ಎರಡು, ಆಕೆಯ ಮಾತುಗಳಲ್ಲಿ ಇದ್ದ ಖಡಕ್ ವಿಚಾರಧಾರೆ. ಸಿಹಿಸಿಹಿ ಮಾತನಾಡುವ ಯಾವುದೇ ಮನುಷ್ಯನನ್ನು ಸಿಟ್ಟಿಗೆಬ್ಬಿಸಿದಾಗ ಮಾತ್ರಾ ಆತನ ಒಳಗಿರುವ ನಿಜವಾದ ವ್ಯಕ್ತಿತ್ವ ಹೊರಗೆ ಬರುತ್ತದೆ ಎಂಬುದು ಆತನ ದೃಢ ನಂಬಿಕೆಯಾಗಿತ್ತು. ಅದಕ್ಕೆ ತಕ್ಕ ಹಾಗೆ ಆಕೆ ಸಿಟ್ಟಿನಲ್ಲಿಯೇ ತನ್ನ ವ್ಯಕ್ತಿತ್ವವನ್ನು ಬಯಕೆಗಳನ್ನು ಅತ್ಯಂತ ಸ್ಪಷ್ಟವಾಗಿ ಬಯಲು ಮಾಡಿಕೊಂಡಿದ್ದಳು. ಕೊನೆಯದಾಗಿ, ಆಕೆಯ ಆ ಕೊನೆಯ ಮಾತಲ್ಲಿ ಇಡಿಯ ಜಗತ್ತು ಮತ್ತು ಆತನ ನಡುವೆ ಇರುವ ಅಂತರ, ಗೌರವವನ್ನು ಆಕೆ ಸಲ್ಲಿಸಿ ಆಗಿತ್ತು. ಇದೀಗ ಆಕೆಯನ್ನು ಅಂಥದ್ದೇ ಗೌರವದಿಂದ ನೋಡಬೇಕಾದದ್ದು ಅವನ ಕರ್ತವ್ಯವಾಗಿತ್ತು.

"ಮಲ್ಲಿ, ನಿನ್ನ ಮನೆಗ್ ಬರ್ತೀನಿ. ನನಗೆ ನಿನ್ನ ಮೇಲೆ ಕಾಮದ ಬಯಕೆಗಳಿಲ್ಲ. ಯಾವುದೇ ನಿರೀಕ್ಷೆಗಳಿಲ್ಲ. ಕೇವಲ ನಿನ್ನ ಕಥೆ ಕೇಳೋ ಕುತೂಹಲ ಇದೆ. ನಿನ್ನ ಮೇಲೆ ಬೇರೆಯೇ ಗೌರವ ಇದೆ. ಆ ಗೌರವ ಕಾಪಾಡಿಕೊಳ್ತೀನಿ, ಈಗ ತಾನೇ ಆಡಿದ ಎಲ್ಲ ಮಾತುಗಳಿಗೆ ಬದ್ಧಳಾಗಿರ್ತೀನಿ ಅನ್ನೋದಾದ್ರೆ... ಖಂಡಿತಾ ನಾನು ನಿನ್ನ ಮನೆಗೆ ಬರ್ತೀನಿ. ಇದು ಅಪನಂಬಿಕೆ ಅಲ್ಲ. ಎಚ್ಚರಿಕೆನೂ ಅಲ್ಲ. ನನ್ನ ಸಮಸ್ಯೆ. ಅಷ್ಟೇ. ನಾನು ಬಹಳ ಬೇಗ ಮನುಷ್ಯರನ್ನ ನಂಬ್ತೀನಿ. ಯಾಕೆ ಅಂದ್ರೆ ನಿಜವಾದ ಪ್ರೀತಿ ಹುಟ್ಟೋದೇ ನಂಬಿಕೆ ಗೌರವಗಳಿದ್ದಾಗ. ಆದ್ರೆ ಕೆಲವರು ಅದನ್ನ ಬಹಳ ಬೇಗ ಕಳ್ಕೊಳ್ತಾರೆ. ನನ್ನನ್ನ ಕಳ್ಕೊಳ್ತಾರೆ. ಇಷ್ಟಾದ್ರೂ ನಾನು

ಪ್ರತಿಸಲ ಹೊಸಬರನ್ನ ನಂಬ್ತೀನಿ. ಅವರು ನನ್ನ ನಂಬಿಕೆ ಕಳ್ಕೊಂಡಾಗ ತುಂಬ ಸಂಕಟ ಪಡ್ತೀನಿ. ನಿನ್ನ ವಿಚಾರದಲ್ಲಿ ಹಾಗೆ ಆಗಲೇಬಾರದು. ನೀನು ಸದಾ ಸಿಹಿನೆನಪಾಗಿ ಉಳಿಯೋ ಅನುಭವ ನನ್ನದಾಗಬೇಕು. ಕಹಿ ಅನಿಸಿ ಮರೆಯೋ ಹಾಗೆ ಆಗ್ಬಾರ್ದು" ಎಂದ ಸುಧಾಕರ.

ನಿಧಾನಕ್ಕೆ ಮಲ್ಲಿಯ ಮುಖ ಅರಳಿತು. ಅದರ ಹಿಂದೆ ನೋವಿನ ಎಳೆ ಕೂಡಾ ಇತ್ತು. ಒಮ್ಮೆ ನಿಟ್ಟುಸಿರಿಟ್ಟು ದೀರ್ಘವಾಗಿ ಉಸಿರೆಳೆದುಕೊಂಡ ಮಲ್ಲಿ,

"ಇಷ್ಟು ನೇರವಾಗಿ ಇಂಥಾ ವಿಷ್ಯನಾ ಪ್ರೀತಿಯಿಂದ ಹೇಳಿದ ಮೊದಲ್ನೇ ವ್ಯಕ್ತಿ ನೀನೇ. ನೀನು ಈಗ ಹೇಳಿದ್ದೆಲ್ಲಾ ನೀನ್ ಹೇಳಿದ್ದಲ್ಲಾ. ನಾನು ಹೇಳಿದ್ದು ಅಂತನೇ ಅಂದ್ಕೋ. ನಿನ್ನನ್ನ ನನ್ನ ಮನೆಗೆ ಕರೆಯೋ ಮುಂಚೆ ನಾನು... ನಾನು ಈ ಮಾತು ಹೇಳ್ಬೇಕಾಗಿತ್ತು. ಸಂತೋಷದಲ್ಲಿ ಮೈಮರೆತು ಹಾಗೆ ಕೇಳ್ಲಿಲ್ಲಾ. ಅಷ್ಟೇ. ಆದರೆ ನೀನು... ಮೇರಿ ಮೂಹ್ ಕೀ ಬಾತ್ ಚೀನ್ ಲೀ... ಈಗ ಇಬ್ಬರೂ ಅದೇ ಥರಾ ಒಬ್ಬರಿಗೊಬ್ಬರು ಮಾತು ಕೊಡೋಣ. ನನ್ನ ನಂಬಿಕೆನಾ ನೀನು ಸಾಯಿಸ್ಬಾರ್ದು. ನಿನ್ನ ನಂಬಿಕೆನಾ ನಾನು ಸಾಯಿಸ್ಬಾರ್ದು. ಒಪ್ಪಿಗೇನಾ?" ಎನ್ನುತ್ತಾ ಆತನ ಕೈಯಲ್ಲಿ ತನ್ನ ಕೈ ತೆಗೆದುಕೊಂಡಳು ಮಲ್ಲಿ.

ಆಕೆಯ ಕಣ್ಣುಗಳ ಒಳಗೆ ಹಣಿಕಿ ಹಾಕಿ ನೋಡಿದ ಸುಧಾಕರನಿಗೆ ಸ್ವಚ್ಛ ಸಲಿಲ ಅಚ್ಛಾದ ಸರೋವರವನ್ನೇ ಕಂಡಂತಾಯ್ತು. ಕಿರುನಕ್ಕು ತನ್ನ ಮತ್ತೊಂದು ಕೈ ಮುಂದೆ ಚಾಚಿ ಆಕೆಯ ಕೈ ಮೇಲೆ ಕೈ ಇಟ್ಟ.

ಆ ತುಂಬು ಚಂದಿರನ ಬೆಳಕಲ್ಲಿ ಹೃದಯಹೃದಯಗಳ ಒಳಗೆ ಭಾವದ ಕಡೆಗೋಲನ್ನಿಟ್ಟು ನಂಬಿಕೆಯ ಹಗ್ಗದಲಿ ಕಡೆಕಡೆದು ಕಡೆಗೆ... ಅಲ್ಲಿ ಪ್ರೀತಿಯ ಅಮೃತೋದ್ಭವವಾಯಿತು!

ಅಧ್ಯಾಯ 12

ಯೇ ಲಾಲ್ ರಂಗ್ ಕಬ್ ಮುಝೇ ಛೋಡೇಗಾ
ಮೇರಾ ಗಮ್ ಕಬ್ ತಲಕ್ ಮೇರಾ ದಿಲ್ ತೋಡೇಗಾ

ಮದಿರೆಯ ಸಂಗದಲ್ಲಿ ಆ ನಶೆಯಲ್ಲಿ ಮೈಮರೆತು ಎದೆತೆರೆದು ಜೋರುದನಿಯಲ್ಲಿ ಹಾಡುತ್ತಿದ್ದ ಸುಧಾಕರ. ಆ ವಿದೇಶೀ ವೈನ್ ಅಷ್ಟು ಚೆನ್ನಾಗಿತ್ತು. ಅಷ್ಟು ಸಾಲದಂತೆ ಹಬ್ಬದ ಹಾಗೆ ಮಲ್ಲಿಕಾ ಮಾಡುತ್ತಿದ್ದ ಅಡಿಗೆಯ ಘಮ ಇಡೀ ಮನೆಯ ತುಂಬ ಆವರಿಸಿಕೊಂಡಿತ್ತು.

"ಅರೆ... ಓ ರಾಜಾ, ಇಂಥಾ ಒಳ್ಳೆ ಟೈಮಲ್ಲಿ ಆ ದುಃಖದ ಹಾಡು ಯಾಕೆ ಹಾಡ್ತೀಯಾ? ಇನ್ನೂ ಮತ್ತೇರಿಸೋ ಹಾಗೆ ಏನಾದ್ರೂ ಬೇರೆ ಹಾಡು ಹಾಡು" ಎಂದಳು ಮಲ್ಲಿ ದೂರದಿಂದಲೇ ನಗುತ್ತಾ.

"ಮಹಾರಾಣಿ, ಅದು ನೀನು ಬಂದು ಎದುರಿಗೆ ಕೂತ್ಕೊಳ್ತೀಯಲ್ಲಾ ಆಗ.. ಆಗ... ಆಪ್ ಕೀ ಚಾಯ್ಸ್ ಪೇಶ್ ಕಿಯಾ ಜಾಯೇಗಾ..." ಎಂದ ಸುಧಾಕರ ಅದೇ ಖುಷಿಯಲ್ಲಿಯೇ.

ಹಾಗೆ ಹೇಳಿದ ಐದೇ ನಿಮಿಷದಲ್ಲಿ ಆತನ ಮುಂದೆ ಇದ್ದಳು ಮಲ್ಲಿ. ತಾನೂ ಒಂದು ಗ್ಲಾಸ್ ಕೈಗೆತ್ತಿಕೊಂಡಳು. ಆತನ ಗ್ಲಾಸ್‌ಗೆ ತನ್ನ ಗ್ಲಾಸ್ ತಾಗಿಸಿ,

"ಏ ರಾಜಾ, ಮನೇಲೇ ಇದ್ರೂ ನಾನು ಇದೆಲ್ಲಾ ತಗೊಂಡು ಹೆಚ್ಚೂ ಕಮ್ಮಿ ಐದು ವರ್ಷ ಆಗೋಯ್ತು. ಹೊರಗಡೆ ಹೋದಾಗ ವಿಧಿ ಇಲ್ಲದೆ ತುಂಬಾ ಸಲ ಆ ಅಸಹ್ಯ ಸಹಿಸ್ಕೊಳೋಕೆ ಮುಂಚೆ ಇದು ತಗೋಳೋದು ಅಭ್ಯಾಸ ಆಗೋಯ್ತು. ಅದಕ್ಕೆ ಮನೇಲಿ ಒಬ್ಬಳೇ ಇದ್ದಾಗ್ಲೂ ಇದನ್ನ ಮುಟ್ಟೋದಿಲ್ಲ. ಯಾಕೆ ಅಂದ್ರೆ ಇದು ತಗೋಳೋವಾಗ ಆ ಬೇಡದೇ ಇರೋದೆಲ್ಲಾ ನೆನಪಾಗಿ ಬದುಕೇ ಬೇಡಾ ಅನ್ಸುತ್ತೆ" ಎಂದು ನಕ್ಕಳು. ತಟ್ಟನೆ ಸುಧಾಕರನಿಗೆ ಪಿಚ್ಚೆನಿಸಿತು. ಆತನ ಪೆಚ್ಚುಮುಖ ನೋಡಿ ಜೋರಾಗಿ ನಕ್ಕ ಮಲ್ಲಿ,

"ಏ ರಾಜಾ... ಆದ್ರೆ ಇವತ್ತು ನನಗೆ ಇದನ್ನ ಖುಷಿಯಾಗ್ ತಗೋಬೇಕು ಅನ್ನಿಸ್ತಿದೆ. ಹೇಗೆ ಅಂದ್ರೆ ನನಗೆ ಅದೊಂದ್ ಕನಸಿತ್ತು. ನನ್ನ ಮನಸ್ಸು ಗೆದ್ದ ರಾಜಕುಮಾರನ ಮುಂದೆ ನಾನು ದಾಸಿಯಾಗಿ ಹೀಗೆ ಖುಷಿಯಾಗಿ ತಗೋಬೇಕು ಆಮೇಲೆ ಅವನ ಸೇವೆ ಮಾಡಬೇಕು ಅಂತಾ... ಬಾ ಇಲ್ಲಿ" ಎನ್ನುತ್ತಾ ತಟ್ಟನೆ ಎದ್ದು ಆತನನ್ನು ಕರೆತಂದು ಸೋಫಾದ ಮೇಲೆ ಅರ್ಧ ಮಲಗುವಂತೆ ಮಲಗಿಸಿ ಕೈಗೆ ಗ್ಲಾಸ್ ಕೊಟ್ಟು ತಾನು ಕಾಲ ಬಳಿ ಕುಳಿತಳು. ಆತ ಮುಜುಗರದಿಂದ ಏಳಲು ಯತ್ನಿಸಿದರೂ ಬಿಡದೆ ಒತ್ತಾಯ ಮಾಡಿ ಹಾಗೇ ಇರಲು ಬಿಟ್ಟು ತಾನು ಆತನ ಗ್ಲಾಸಿಗೆ ವೈನ್ ಸುರಿದುಕೊಟ್ಟಳು.

ಬೇಡಬೇಡ ಎನ್ನುತ್ತಿದ್ದ ಸುಧಾಕರ ಆಕೆಯ ಮುಖ ನೋಡಿದವನೇ ತಟ್ಟನೆ ಸುಮ್ಮನಾಗಿಬಿಟ್ಟ. ಅದೆಷ್ಟು ಖುಷಿ ಕುಣಿಯುತ್ತಿತ್ತು ಆ ಮುಖದಲ್ಲಿ. ಪುಟ್ಟ ಮಗುವೊಂದು ಏನೇನೋ ಕಲ್ಪನೆಯಲ್ಲಿ 'ಮನೆ ಆಟ, ಅಮ್ಮ ಆಟ, ಅಪ್ಪ ಅಮ್ಮ ಆಟ' ಇತ್ಯಾದಿ ಆಡುವ ಸಂಭ್ರಮ ಅಲ್ಲಿ ಇದ್ದದ್ದನ್ನು ಗಮನಿಸುತ್ತಾ ಆ ಸಂತೋಷವನ್ನು ನಿರಾಕರಿಸಲಾಗದೇ ಸುಮ್ಮನಾಗಿಬಿಟ್ಟ ಸುಧಾಕರ. ಈಗ ಆ ಖುಷಿಯಲ್ಲೇ ಆತನ ಕಾಲಬಳಿ ಕುಳಿತ ಮಲ್ಲಿ ನಗುತ್ತಾ,

"ಗಾಲಿಬ್, ಮೇರೆ ಲಿಯೇ ಕುಚ್ ಗಾವೋನಾ?" ಎಂದಳು ನಗುತ್ತಾ. ಆಕೆಯ ಆ ನಿಷ್ಕಳಂಕ ಮೊಗ ಮತ್ತು ಆ ಸಂತೋಷವನ್ನು ಗಮನಿಸಿದ ಸುಧಾಕರನಿಗೆ ಅದೇನನ್ನಿಸಿತೋ 'ಚೌದವೀ ಕಾ ಚಾಂದ್ ಹೋ ಯಾ ಅಫ್ತಾಬ್ ಹೋ, ಜೋ ಭೀ ಹೋ ತುಮ್ ಖುದಾ ಕೀ ಕಸಮ್ ಲಾಜವಾಬ್ ಹೋ' ಎಂದು ಹಾಡತೊಡಗಿದ. ಮೊದಲಿಗೆ ಮಂದ್ರಸ್ಥಾಯಿಯಲ್ಲಿದ್ದ ಆ ಭಾವತೀವ್ರತೆ ಹಾಡುತ್ತಾ ಹಾಡುತ್ತಾ ಆಕೆಯನ್ನು ಮತ್ತು ಆತನನ್ನು ರೋಮಾಂಚನಗೊಳಿಸಿಬಿಟ್ಟಿತ್ತು. ಹಾಡು ಮುಗಿಯುವ ಹೊತ್ತಿಗೆ ತೀರಾ ಕಣ್ತುಂಬಿಕೊಂಡಿದ್ದ ಮಲ್ಲಿ ಆತನ ಕೈ ಹಿಡಿದು ಬಿಕ್ಕಿ ಬಿಕ್ಕಿ ಅತ್ತುಬಿಟ್ಟಳು. ಆತ ನಗುತ್ತಾ ತಲೆಸವರುತ್ತಿದ್ದ.

"ಏ ರಾಜಾ, ನನ್ನಂಥವರಿಗೂ ಈ ಹಾಡು ಹೀಗೆ ಕೇಳೋ ಅವಕಾಶ ಸಿಕ್ಕತ್ತಾ? ನೀನು ಮನಸಲ್ಲಿ ಯಾವುದೇ ಕೊಂಕು ಇಲ್ಲದೇ ಹಾಡಿದ್ದು ತಾನೆ?" ಎಂದಳು ಕಣ್ಣೊರೆಸಿಕೊಳ್ಳುತ್ತಾ.

"ಏ ಮಹಾರಾಣಿ, ಮನಸ್ಸಿಗೆ ಮೊದಲು ಯಾವ್ದೇ ಆದ್ರೂ ಇಷ್ಟ ಆಗ್ಬೇಕು. ಆಗ ಅದೇ ದೊಡ್ಡ ಸೌಂದರ್ಯ. ಇಲ್ಲಾಂದ್ರೆ ಅಮೃತಮತಿ ಅಷ್ಟಾವಕ್ರನ್ನ ಹಾಗೆ ಪ್ರೀತಿಸ್ತಾ ಇರ್ಲಿಲ್ಲ. ನೀನು ಪ್ರಾಮಾಣಿಕವಾಗಿ ನನ್ನ ಮೇಲೆ ಪ್ರೀತಿ ತೋರಿಸ್ದೆ. ನನಗೂ ನಿನ್ನ ಮೇಲೆ ಪ್ರಾಮಾಣಿಕವಾದ ಪ್ರೀತಿ ಗೌರವ ಹುಟ್ಟಿತು. ಅದಕ್ಕೆ ಪರ್ಯಾಯವಾಗಿ ಈ ಹಾಡು ಹುಟ್ಟಿತು. ಬಾ ನಿನಗೋಸ್ಕರಾ ಇನ್ನೊಂದ್ಸಲ ಹಾಡ್ತೀನಿ. ಹಾಂ... ಆ ಸಿನಿಮಾದಲ್ಲಿ ಗುರುದತ್ ವಹೀದಾ ರೆಹಮಾನ್‌ಗೆ ಹಾಡಿದ ಹಾಗೆ ಹಾಡ್ತೀನಿ" ಎನ್ನುತ್ತಾ ಆಕೆಯನ್ನು ತನ್ನ ಜಾಗದಲ್ಲಿ ಅರೆಮಲಗೋ ಭಂಗಿಯಲ್ಲಿ ಮಲಗಲು ಒತ್ತಾಯಿಸಿದಾಗ ಆಕೆ ಅದಕ್ಕೆ ಒಪ್ಪದೆ ಆತ ಇದ್ದ ಭಂಗಿಯಲ್ಲೇ ಇರಲು ಒತ್ತಾಯಿಸಿ ಸೋಫಾದ ಮೇಲೆ ತಲೆ ಇಟ್ಟುಕೊಂಡು ಆತನ ಮುಖವನ್ನೇ ನೋಡುತ್ತಾ ಕುಳಿತಳು. ಸುಧಾಕರ ನಕ್ಕು ಮತ್ತೊಮ್ಮೆ ಆ ಹಾಡು ಹಾಡಿದ. ಹಾಡು ಮುಗಿಯುತ್ತಿದ್ದಂತೆ ಇನ್ನೂ ಭಾವುಕಳಾದ ಮಲ್ಲಿ ಆತನ ಕಡೆಗೊಮ್ಮೆ ಮುತ್ತು ಚಿಮ್ಮಿಸಿ ಆತನ ಕಾಲಿಗೆ ಹಣೆ ಒತ್ತಿದಳು. ಸುಧಾಕರ ಮುಜುಗರದಿಂದ ಆಕೆಯನ್ನು ದೂರ ತಳ್ಳುವಾಗ ಇದ್ದಕ್ಕಿದ್ದಂತೆ ಏನೋ ಯೋಚಿಸಿ ಧಡಕ್ಕನೆ ಎದ್ದು ಒಳಗೆ ಹೋದ ಮಲ್ಲಿ ತಿರುಗಿ ಬಂದಾಗ ಆಕೆಯ ಕೈಯಲ್ಲಿ ಗೆಜ್ಜೆ ಇತ್ತು.

"ಅರೆ, ಇದೇನ್ ಮಹಾರಾಣಿ? ಈ ಅವತಾರನೂ ಉಂಟಾ?" ಎಂದ ನಗುತ್ತಾ.

"ನಾನ್ ಹೇಳಿದ್ನಲ್ಲಾ ರಾಜಾ, ಇವತ್ತು ನನಗಿದ್ದ ಎಷ್ಟೋ ಆಸೆನೆಲ್ಲ ತೀರಿಸ್ಕೊಂಡ್‌ಬಿಡ್ತೀನಿ. ಇವತ್ತು ರಾತ್ರಿ ಕಳೆದು ಬೆಳಕಾಗ್ಲೇಬಾರ್ದು. ಆ ಬೆಳಕೇ ನನಗೆ ಬೇಡ. ಈ ಬದುಕು ಹೀಗೇ ಮುಗಿದೋಗ್ಬೇಕು" ಎಂದೇನೋ ಬಡಬಡಿಸುತ್ತಾ ಹೋಗಿ ನರ್ತನದ ಭಂಗಿಯಲ್ಲಿ ನಿಂತಳು ಮಲ್ಲಿ.

ಸುಧಾಕರ ಆಕೆಯನ್ನೇ ಕುತೂಹಲದಿಂದ ನೋಡುತ್ತಿದ್ದ.

"ಏ ರಾಜಾ, ನನಗೋಸ್ಕರಾ 'ಲೋಗ್ ಕೆಹತೇ ಹೈ ಮೈ ಶರಾಬೀ ಹೂಂ' ಹಾಡು ಹೇಳು. ಆಮೇಲೆ ನಾನು ನಿನಗೋಸ್ಕರಾ 'ಜಬ್ ಪ್ಯಾರ್ ಕಿಯಾ ತೋ ಡರ್ನಾ ಕ್ಯಾ' ಹಾಡಿಗೆ ಡ್ಯಾನ್ಸ್ ಮಾಡುತ್ತೇನೆ. ಆಹ್... ಇಸ್ ರಾತ್ ಕೋ ಸುಬಹ್ ನಹೀ ಹೋನಾ" ಎಂದು ಭಾವುಕಳಾಗಿ ಕಣ್ಣು ಮುಚ್ಚಿ ನಿಂತು ಅದೇನೋ ಪ್ರಾರ್ಥಿಸಿದಳು ಮಲ್ಲಿ.

ಆಕೆಯ ಇಚ್ಛೆಯಂತೆ ಈತ ಹಾಡಿದ್ದೂ ಆಯಿತು. ನಂತರ ತನ್ನ ಇಚ್ಛೆಯಂತೆ ಆಕೆ 'ಜಬ್ ಪ್ಯಾರ್ ಕಿಯಾ' ಹಾಡು ಸ್ಟೀರಿಯೋದಲ್ಲಿ ಹಾಕಿ

ಅದಕ್ಕೆ ನರ್ತಿಸಿದ್ದೂ ಆಯಿತು. ಸುಧಾಕರ ಆಕೆಯ ಆ ಸಂತಸಕ್ಕೆ ತಡೆ ಒಡ್ಡಲಿಲ್ಲ. ಅದೆಷ್ಟು ದಿನದಿಂದ ತಡೆಹಿಡಿದ ಮಳೆಯೋ ಮೇಘಸ್ಫೋಟವಾಗಿ ಮುಗಿಲೇ ಕಳಚಿ ನೆಲಕ್ಕೆ ಧೋ ಎನ್ನುತ್ತಿತ್ತು. ಕುಣಿದು ಕುಣಿದು ಸುಸ್ತಾದ ಮಲ್ಲಿ ಹಾಗೇ ಲಾಸ್ಯವಾಗಿ ಬಂದು ಸುಸ್ತಾಗಿ ಆತ ಕುಳಿತಿದ್ದ ಸೋಫಾಗೆ ತಲೆ ಒರಗಿಸಿದಳು. ಆಕೆ ಅತನ ಕಡೆ ನೋಡಿದಾಗ ಸುಧಾಕರ ಆಕೆಗೆ ನಗುತ್ತಾ ಸಲಾಮು ಸಲ್ಲಿಸಿದ. ಒಂದು ಕ್ಷಣ ಕಣ್ಮುಚ್ಚಿ ತೆರೆದ ಮಲ್ಲಿಯ ಮುಖದಲ್ಲಿ ಅದೇನೋ ಗಳಿಸಿಕೊಂಡ ಸಾರ್ಥಕತೆಯ ಅದ್ಭುತ ಆನಂದ ಕುಣಿಯುತ್ತಿತ್ತು.

"ಎಷ್ಟು ದಿನದ ಕನಸು ಗೊತ್ತಾ ಇದು ರಾಜಾ? ತುಂಬ ಚಿಕ್ಕ ವಯಸ್ಸಲ್ಲೇ ಇದೆಲ್ಲಾ ಕನಸು ಕಂಡಿದ್ದೆ. ಆ ಚಿಕ್ಕ ವಯಸ್ಸಲ್ಲೇ ನನಗೆ ಒಬ್ಬ ರಾಜಕುಮಾರನ ಹಂಬಲ ಇತ್ತು. ಅವನ ಜೊತೆ ಹೀಗೆಲ್ಲಾ ಆಡಬೇಕು ಅನ್ನೋ ಕನಸಿತ್ತು. ಅದೆಲ್ಲಾ... ಅದೆಲ್ಲಾ... ಏನೇನೋ ಆಗೋಗಿತ್ತು. ಆದ್ರೆ ಹಾಗೆಲ್ಲಾ ಅಂದುಕೊಂಡಿದ್ನಲ್ಲಾ ಅಂತ ಈ ಕಲೆ ಎಲ್ಲಾನೂ ಕಲಿತಿದ್ದೆ. ರೇಣುಕಾನಿಂದಾಗಿ ಕಲೀಲೇಬೇಕಾಗಿತ್ತು. ಅವ್ವ ಇದೇ ನಿನ್ನ ಜೀವನಾ ಅಂತ ಬೇರೆ ಹೇಳ್ಬಿಟ್ಟಿದ್ಳು. ನಾನು ಈ ಡ್ಯಾನ್ಸು ಕಲಿಯೋವಾಗ್ಲೆಲ್ಲಾ ನಾನು ಪ್ರೀತಿಸಿದೋನಿಗೆ ಅಂತ ಒಂದ್ಸಲನಾದ್ರೂ ಹೀಗೆ ಡ್ಯಾನ್ಸ್ ಮಾಡ್ಬೇಕು ಅಂದ್ಕೊಂಡಿದ್ದೆ. ಆದ್ರೆ ಎಂಥೆಂಥಾವ್ರ್ ಮುಂದೆನೋ ಹೀಗೆ ಕುಣೀಬೇಕಾಗಿತ್ತು. ನಾನು ರಾಜಕುಮಾರನ ಕನಸು ಕಾಣ್ತಾ ಇರ್ಬೇಕಾದ್ರೆ ನನ್ನ ಜೀವನದಲ್ಲಿ ಬಂದಿದ್ದು..." ಎಂದವಳು ತಟ್ಟನೆ ಮಾತು ನಿಲ್ಲಿಸಿ ಕಣ್ಣು ಮುಚ್ಚಿದಳು. ಆ ಮುಚ್ಚಿದ ಕಣ್ಣುಗಳ ಹಿಂದೆ ಸರಸರ ಚಲಿಸುತ್ತಿದ್ದ ಕಣ್ಣುಗಳು ಸಾವಿರ ಸಾವಿರ ಕಥೆಗಳನ್ನು ಕಾಣುತ್ತಿದ್ದುದು ಸುಧಾಕರನಿಗೆ ಸ್ಪಷ್ಟವಾಗಿ ಕಾಣುತ್ತಿತ್ತು. ಕೆಲವು ಕ್ಷಣ ಹಾಗೇ ಮೌನದಲ್ಲಿ ಕಳೆದುಹೋಯಿತು. ಮಲ್ಲಿ ತನ್ನ ಭಾವುಕಲೋಕದ ಪಯಣ ಮುಗಿಸಿ ಬರುವವರೆಗೂ ಸುಧಾಕರ ಮಧು ಹೀರುತ್ತಾ ಕಾಯುತ್ತಿದ್ದ.

ಎಷ್ಟೋ ಹೊತ್ತಿನ ನಂತರ ಕಣ್ಣು ಬಿಟ್ಟ ಮಲ್ಲಿ ನಿಟ್ಟುಸಿರುಬಿಟ್ಟಳು. ನಂತರ ಸುಧಾಕರನ ಕಡೆ ತಿರುಗಿ ನೋಡಿದಳು. ತಿಳಿಯಾದ ಸರೋವರದಂತಿದ್ದ ಆ ಕಣ್ಣುಗಳ ಕಡೆಗೊಮ್ಮೆ ನೋಡಿದ ಸುಧಾಕರ ನಸುನಕ್ಕು,

"ಮುಗೀತಾ? ಫ್ಲಾಶ್‌ಬ್ಯಾಕಲ್ಲಿ ತಿರುಗಾಟ ಸಾಕಾಯ್ತಾ?" ಎಂದ. ಆಕೆಯೂ ನಕ್ಕು "ಹೌದು ರಾಜಾ. ಎಲ್ಲ ಮುಗೀತು. ಸಾಕಾಯ್ತು ಅನ್ನಿಸ್ತು. ಸಾಕು. ಇಷ್ಟು ಸಾಕು. ಸಾಯೋಕ್ಷಣದಲ್ಲಿ ಒಂದು ತೃಪ್ತಿ ಸಮಾಧಾನ ಇರ್ಬೇಕು ಅಂತಾರಲ್ಲಾ, ಅದೇನು ಅಂತಾ ಈಗ ಅರ್ಥ ಆಗ್ತಿದೆ. ಒಂದೇ ಒಂದು ಸಣ್ಣ ಜವಾಬ್ದಾರಿ ಇದೆ. ಅದೊಂದು ಮುಗಿದೋಗ್ಬಿಟ್ರೆ ಇವತ್ತಿಗೆ ಈ ಜೀವನಾನೂ ಮುಗಿದೋದ್ರೆ ಸಾಕು ಅನ್ನಿಸ್ತಿದೆ." ಎಂದಳು ಮಲ್ಲಿ.

"ಹಲೋ ಹಲೋ... ಸ್ಟಾಪ್. ಮಿಸ್ ಮಹಾರಾಣಿ... ತಾವು ತುಂಬ ಖುಷಿಯಾಗಿದೀರಾ ಅನ್ನೋದು ಗೊತ್ತಾಗ್ತಿದೆ. ಆದ್ರೆ ಅದೇ ಘೋರ್ಸಲ್ಲಿ ತಾವು ಎಲ್ಲೆಲ್ಲೋ ಹೋಗ್ಬೇಡಿ. ಆಯ್ತಾ. ಪ್ಲೀಸ್. ಇದು ಹೊಸಬದುಕಿನ ಮೊದಲ್ನೇ ದಿನ ಅಂದ್ಕೊಂಡು ಮುಂದುವರೀರಿ. ಗೊತ್ತಾಯ್ತಾ?" ಎಂದ ಗಂಭೀರವಾಗಿ.

ಆತನನ್ನೇ ಭಾವುಕವಾಗಿ ಕಣ್ತುಂಬಿಕೊಂಡು ನೋಡಿದಳು ಮಲ್ಲಿ. ಈಗ ಮುಂದೆ ಬಾಗಿದ ಸುಧಾಕರ ಆಕೆಯ ತಲೆಸವರಿ,

"ತುಂಬ ನೊಂದಿರೋ ಜೀವ. ಇನ್ನು ಮುಂದಾದ್ರೂ ಸದಾ ನಗ್‌ನಗ್ತಾ ಇರ್ಲಿ. ಆ ಭಗವಂತನ ಹತ್ರ ನಿನಗೋಸ್ಕರಾ ಇನ್ಮೇಲೆ ದಿನಾ ಬೇಡ್ಕೊಳ್ತೀನಿ. ಸಾಧ್ಯ ಆದಾಗ್ಲೆಲ್ಲಾ, ನೀನ್ ಹೇಳ್ದಾಗ ನೇರವಾಗ್ ಬಂದು ಭೇಟಿ ಆಗ್ತೀನಿ. ನಿನಗೆ ನೆನಪಾದಾಗ್ಲೆಲ್ಲಾ ಫೋನ್ ಮಾಡು. ಎಷ್ಟೇ ಕೆಲಸ ಇದ್ರೂ ಮಾತಾಡ್ತೀನಿ. ಆಯ್ತಾ?" ಎಂದ ಸುಧಾಕರ. ಆಕೆಯ ಕಣ್ಣಲ್ಲಿ ಸಾವಿರ ಸಾವಿರ ಮಿಂಚುಮಳೆಯ ಜಾತ್ರೆ ಹೊರಟಿತ್ತು.

"ಓಕೇ. ಸಾಕು ಸಾಕು ಈ ಎಮೋಷನ್ನು. ಈಗ... ಈಗಲಾದ್ರೂ ನನಗೆ ನಿನ್ನ ಕಥೆ ಹೇಳ್ತೀಯಾ?" ಎಂದ ಸುಧಾಕರ.

ಆತನನ್ನೇ ನೋಡಿ ನಿಟ್ಟುಸಿರಿಟ್ಟ ಮಲ್ಲಿ ನಿಧಾನಕ್ಕೆ ಎದ್ದು ಅತನ ಕೈಹಿಡಿದು ಒಂದು ಗೋಡೆಯ ಕಡೆ ಕರೆದುಕೊಂಡು ಹೋದಳು. ಆ ಗೋಡೆಯ ಮೇಲೆ ಬಿಡಿಸಿದ್ದ ವರ್ಣಚಿತ್ರಗಳನ್ನು ಈಗ ಆಕೆಯ ನೋಟದಲ್ಲೇ ಅರ್ಥ ಮಾಡಿಕೊಂಡು ಗಮನಿಸತೊಡಗಿದ.

ಅಲ್ಲೊಂದು ಪುಟ್ಟ ಹುಡುಗಿಯ ಚಿತ್ರವಿತ್ತು. ಆಕೆಯ ಕೈಹಿಡಿದು ನಡೆಸುತ್ತಿದ್ದ ಒಬ್ಬ ಹೆಂಗಸಿನ ಚಿತ್ರವಿತ್ತು, ಆಕೆ ಆ ಪುಟ್ಟ ಹುಡುಗಿಯ ಚಿತ್ರದ ಮೇಲೆ ಕೈ ಇಟ್ಟು "ಇದೆಲ್ಲಾ ನಾನು ಮತ್ತೆ ನನ್ನ ಜೊತೆಗೆ ಇನ್ನೊಂದು ಜೀವ ಪ್ರೀತಿಯಿಂದ ಬಿಡಿಸಿರೋ ಚಿತ್ರಗಳು. ಇದು... ಇದು ನಾನು. ಇದು ರೇಣುಕಾ." ಎಂದಳು. ಸುಧಾಕರ ಕುತೂಹಲದಿಂದ ನೋಡುತ್ತಾ ಹಾಗೇ ಪಕ್ಕ ನೋಡಿದರೆ ಅಲ್ಲಿ ಒಂದು ಪುಟ್ಟ ಹುಡುಗಿಯನ್ನು ಎತ್ತಿಕೊಂಡ ಒಬ್ಬ ವ್ಯಕ್ತಿಯ ಚಿತ್ರವಿತ್ತು.

"ಅದು ನಮ್ಮಪ್ಪ. ಆ ಹುಡುಗಿ ನಾನು" ಎಂದಳು ಮಲ್ಲಿ. ಸುಧಾಕರ ಆಕೆಯ ಕಡೆ ತಿರುಗಿ ನೋಡಿದ. ಆಕೆಯ ಕಣ್ಣಲ್ಲಿ ಒಂದು ವಿಷಾದ ಅಧ್ಯಾಯದ ಆರಂಭ ಕಾಣಿಸುತ್ತಿತ್ತು!

ಅಧ್ಯಾಯ 13

ಚಾಮರಾಜನಗರದ ಭೈರಾಪಟ್ಣ ಒಂದು ಪುಟ್ಟ ಹಳ್ಳಿ. ಆ ಊರಿನ ದೇವಿಯ ಜಾತ್ರೆಯಲ್ಲಿ ದೊಡ್ಡ ದೊಡ್ಡ ಕಲ್ಲುಗುಂಡು ಎತ್ತಿ ಎಸೆದು ಊರಿನ ಎಲ್ಲ ಜನರ ಮನ ಗೆಲ್ಲುತ್ತಿದ್ದ ಪೈಲ್ವಾನ್ ಹನುಮ. ಅವನ ಹೆಸರು ಹೇಳಿದರೆ ಸಾಕು ಸುತ್ತ ನಲವತ್ತು ಹಳ್ಳಿಗಳ ಹೆಂಗಸರ ಮೈ ರೋಮಾಂಚನದಲ್ಲಿ ನವಿರೇಳುತ್ತಿತ್ತು.

ಅಂಥಾ ಪೈಲ್ವಾನನ ಎರಡನೆಯ ಮಗನೇ ಮಲ್ಲಿಕಾರ್ಜುನ. ಚಿಕ್ಕ ವಯಸ್ಸಿನಿಂದಲೂ ಅವನು ನೆಲದ ಮೇಲೆ ಬೆಳೆದವನೇ ಅಲ್ಲ. ಅಂಥಾ ಅಪ್ಪನನ್ನು ಮುಟ್ಟಲೂ ಸಾಧ್ಯವಾಗದ ಅನೇಕ ಹೆಂಗಸರು ಆತನ ನೆನಪಿನಲ್ಲಿ ಈ ಪುಟ್ಟ ಹುಡುಗನ ಕೆನ್ನೆ ನೇವರಿಸಿ ರೋಮಾಂಚನಗೊಳ್ಳುತ್ತಿದ್ದರು.

ಅಂಥಾ ಅದ್ಭುತ ಬಾಲ್ಯ ಮಲ್ಲಿಕಾರ್ಜುನನದು. ಆರೆಂಟು ವರ್ಷಗಳು ಎಲ್ಲೂ ಏನೂ ಸಮಸ್ಯೆ ಆಗಲೇ ಇಲ್ಲಾ. ಆದರೆ ಹತ್ತು ವರ್ಷ ಕಳೆವ ಹೊತ್ತಿಗೆ ಸಮಸ್ಯೆ ಶುರುವಾಗಿತ್ತು. ಪೈಲ್ವಾನ್ ಹನುಮ ತನ್ನಂತೆಯೇ ತನ್ನ ಮಗನನ್ನು ಬೆಳೆಸಬೇಕೆಂಬ ಹಂಬಲದಿಂದ ತನ್ನ

ಮಗನನ್ನು ಗರಡಿಮನೆಗೆ ಕರೆದೊಯ್ಯುತ್ತಿದ್ದರೆ ಮಲ್ಲಿಕಾರ್ಜುನ ರಚ್ಚೆ ಹಿಡಿದು ಅಳುತ್ತಿದ್ದ. ಅಪ್ಪನ ಹತ್ತಿರ ಒದೆಸಿಕೊಂಡು ಒದೆಸಿಕೊಂಡು ಸಾಮು ಮಾಡುತ್ತಿದ್ದ. ಮಾತಿಗೆ ಮುಂಚೆ ಕಣ್ಣೀರು ಹಾಕುತ್ತಿದ್ದ ಮಗನನ್ನು ಕಂಡರೇ ಸಾಕು, ಅಪ್ಪನಿಗೆ ರೋಷ ಉಕ್ಕಲು ಶುರುವಾಗುತ್ತಿತ್ತು. ಅದಕ್ಕಿಂತ ಹೆಚ್ಚಾಗಿ ನಿಧಾನಕ್ಕೆ ಆತ ಗಮನಿಸಿದ್ದೇನೆಂದರೆ ಮಲ್ಲಿಕಾರ್ಜುನ ಹೆಚ್ಚಾಗಿ ಹೆಣ್ಣುಮಕ್ಕಳ ಜೊತೆಯೇ ಆಡುತ್ತಿದ್ದ. ಗರಡಿಮನೆಯಲ್ಲಿ ಗುದ್ದಾಡುವುದಕ್ಕಿಂತ ಆತನಿಗೆ ಕುಂಟೆಬಿಲ್ಲೆಯೇ ಇಷ್ಟವಾಗುತ್ತಿತ್ತು. ಅದೆಲ್ಲಾ ಹೌದಾ ಅನಿಸುವಷ್ಟರಲ್ಲಿ ಮಲ್ಲಿಕಾರ್ಜುನನಿಗೆ ಹತ್ತು ವರ್ಷ ಕಳೆದಿತ್ತು.

ತಂದೆಯ ಸಿಟ್ಟು ರೋಷ ನಿಧಾನಕ್ಕೆ ಮಲ್ಲಿಕಾರ್ಜುನನಿಗೂ ಅರಿವಾಗತೊಡಗಿತ್ತು. ಆದರೆ ಅದಕ್ಕಿಂತ ಹೆಚ್ಚಾಗಿ ತನ್ನ ಬಗ್ಗೆ ತನಗೇ ಅರಿವಾಗದ್ದು ಏನೋ ಒಂದು ತನ್ನಲ್ಲಿ ಅಡಗಿರುವುದು ಆತನಿಗೂ ಗೊತ್ತಾಗತೊಡಗಿತ್ತು. ಹತ್ತನೇ ವಯಸ್ಸಿಗೇ ಅವನಿಗೆ ಹುಡುಗರನ್ನು ನೋಡಿದರೆ ಮೈ ಪುಳಕವಾಗುತ್ತಿತ್ತು. ಹುಡುಗರು ಹೆಗಲ ಮೇಲೆ ಕೈಯಿಟ್ಟು ಕೂರುತ್ತಿದ್ದರೆ ಆತ ಅವರಿಗೆ ಮೈ ಒರಗಿಸಿ ಕೂರುತ್ತಿದ್ದ. ಅವನಿಗೆ ಹೆಂಗಸರ ಹಾಗೆ ಬಟ್ಟೆ ತೊಡಬೇಕು ಎನಿಸುತ್ತಿತ್ತು. ಗುಟ್ಟಾಗಿ ಅಕ್ಕತಂಗಿಯರ ಬಟ್ಟೆ ತೊಟ್ಟು ಆನಂದಿಸುತ್ತಿದ್ದ.

ಅದೆಲ್ಲಾ ತಪ್ಪು ಎಂದು ಆತನಿಗೆ ಅನಿಸುತ್ತಿರಲಿಲ್ಲಾ. ಆದರೆ ಎಲ್ಲರಿಗೂ ಕಾಣುವಂತೆ ಹಾಗೆಲ್ಲಾ ಮಾಡಿದರೆ ಬೈಗುಳ ಒದೆಗಳು ಬೀಳುತ್ತವೆ ಎಂಬ ಎಚ್ಚರದಲ್ಲಿಯೇ ಇರುತ್ತಿದ್ದ. ಆದರೂ ಕೆಲವೊಮ್ಮೆ ಆತನ ವರ್ತನೆ ಅವನಿಗೇ ಅರಿವಿಲ್ಲದ ಹಾಗೆ ಎಲ್ಲೋ ತೇಲಿಹೋಗುತ್ತಿತ್ತು. ಅಜ್ಜಿ ಹೇಳುತ್ತಿದ್ದ ರಾಜಕುಮಾರ ರಾಜಕುಮಾರಿಯ ಕಥೆಗಳಲ್ಲಿ ಈತನ ಕಲ್ಪನೆ ರಾಜಕುಮಾರಿಯ ಪಾತ್ರದಲ್ಲಿ ಇರುತ್ತಿತ್ತೋ ಹೊರತು ರಾಜಕುಮಾರನಾಗಿ ಇರುತ್ತಿರಲಿಲ್ಲ. ಅಪ್ಪನ ಜೊತೆ ಮತ್ತು ಮನೆಯವರ ಜೊತೆ ಪಟ್ಟಣದಲ್ಲಿ ಆಗಾಗ ನೋಡುತ್ತಿದ್ದ ಸಿನಿಮಾಗಳಲ್ಲೂ ನಾಯಕಿಯ ಪಾತ್ರವೇ ಆತನ ಮೈಮೇಲೆ ಬರುತ್ತಿತ್ತು. ಆಕೆ ಅತ್ತಾಗಲೆಲ್ಲಾ ಈತ ಬಿಕ್ಕಿ ಬಿಕ್ಕಿ ಅಳುತ್ತಿದ್ದ.

ಕಾಲ ಇನ್ನೂ ಮಾಗುತ್ತಾ ಬಂದಂತೆ ಆತನಲ್ಲಿ ಇನ್ನಷ್ಟು ಸ್ಪಷ್ಟವಾಗಿ ಬದಲಾವಣೆಗಳು ಕಾಣತೊಡಗಿದವು. ಅಪ್ಪ ಆತನನ್ನು ಬೈದು ಬೈದು ಗರಡಿಮನೆಗೆ ಕರೆದುಕೊಂಡು ಹೋಗುವಾಗ... ಇದ್ದಕ್ಕಿದ್ದಂತೆ ಈಗ ಅದು ಇಷ್ಟವಾಗತೊಡಗಿತು. ಆ ಗರಡಿಮನೆಯ ಹುಡುಗರು, ಅವರ ಮೈ ಬೆವರು, ಮಣ್ಣಲ್ಲಿ ಬಿದ್ದು ಒದ್ದಾಡುವುದು ಇದೆಲ್ಲಾ ಹೊಸ ಬಗೆಯ ರೋಮಾಂಚನ ಕೊಡುತ್ತಿತ್ತು. ಮೊದಮೊದಲಿಗೆ ನಾಚಿಕೆಯಿಂದ ಮೈಯೆಲ್ಲಾ ಹಿಂಡಿಕೊಳ್ಳುತ್ತಿದ್ದವನು ನಿಧಾನಕ್ಕೆ ತಾನೇ ಮುಂದಾಗಿ ಗರಡಿಮನೆಗೆ

ನಡೆಯುತ್ತಿದ್ದ. ಅಲ್ಲಿ ಸಾಮು ಮಾಡುವುದಕ್ಕಿಂತ ಹುಡುಗರ ಜೊತೆ ಕುಸ್ತಿ ಮಾಡುವುದು ಹಿತ ಎನಿಸುತ್ತಿತ್ತು.

ಅಂತಹ ದಿನಗಳಲ್ಲಿ ಅವನಿಗೆ ತುಂಬ ಇಷ್ಟವಾದ ಗರಡಿಮನೆ ಗೆಳೆಯ ಮುತ್ತುಕುಮಾರ. ಎಲ್ಲರೂ ಅವನನ್ನು ಮುತ್ತಾ ಮುತ್ತಾ ಎಂದು ಕರೆಯುತ್ತಿದ್ದರೆ ಮಲ್ಲಿಕಾರ್ಜುನ ಮಾತ್ರಾ ಆತನನ್ನು ಮುತ್ತೂ ಎಂದು ಕರೆಯುತ್ತಿದ್ದ. ಹಾಗೆ ಕರೆವ ರೀತಿಯಲ್ಲೇ ಅದೊಂದು ಬೇರೆಯೇ ಭಾವವಿತ್ತು. ಆತನಿಗಿಂತ ಮೂರು ವರ್ಷ ದೊಡ್ಡವನಾದ ಮುತ್ತ ಮಲ್ಲಿಕಾರ್ಜುನನ್ನು ಬೇಕೆಂದೇ ಕುಸ್ತಿಯಲ್ಲಿ ಎತ್ತೆತ್ತಿ ಹಣಿಯುತ್ತಿದ್ದ.

ಯಾರೇ ಆದರೂ ಮಲ್ಲಿಕಾರ್ಜುನನ ಜೊತೆ ಕುಸ್ತಿ ಮಾಡುವಾಗ ಪೈಲ್ವಾನ್ ಹನುಮನ ಮಗ ಮತ್ತು ಅವನದೇ ಗರಡಿಮನೆ ಎಂಬ ಎಚ್ಚರಿಕೆಯಲ್ಲೇ ಆಡುತ್ತಿದ್ದರು. ಆದರೆ ಮುತ್ತುಕುಮಾರ ಮಾತ್ರಾ ಹಾಗಿರಲಿಲ್ಲಾ. ಆತನಿಗೆ ಹನುಮನ ಮೇಲೆ ಅದೊಂಥರಾ ಅಸೂಯೆ ಸಿಟ್ಟು ದ್ವೇಷ ಇತ್ತು. ಅವನ ಅಪ್ಪ ಮಾದೇವ ಹನುಮನ ಮೇಲೆ ಎಂದಿಗೂ ಕುಸ್ತಿಯಲ್ಲಿ ಗೆಲ್ಲಲಾಗದ ಹತಾಶೆಯಲ್ಲೇ ಕುಡಿದು ಕುಡಿದು ಕರಗಿ ಹೋಗಿದ್ದ. ಅಪ್ಪ ಮಾಡಲಾಗದ್ದನ್ನು ನಾನು ಮಾಡಲೇಬೇಕು ಎಂಬ ಹಠದಲ್ಲೇ ಮುತ್ತುಕುಮಾರ ಗರಡಿಮನೆ ಸೇರಿದ್ದ. ತನ್ನ ಅಪ್ಪನನ್ನು ಸೋಲಿಸಿದ ಹನುಮನನ್ನು ತಾನು ಎಂದಾದರೊಂದು ದಿನ ಹಣಿಯಲೇಬೇಕು ಎಂಬುದು ಆ ಎಳೆಯ ವಯಸ್ಸಿನಲ್ಲೇ ಅವನ ಎದೆಯಲ್ಲಿ ಉರಿಯುತ್ತಿತ್ತು. ಅದಕ್ಕೆ ಮೊದಲು ಬಲಿಯಾಗಿದ್ದೇ ಮಲ್ಲಿಕಾರ್ಜುನ.

ಗರಡಿ ಮನೆಯಲ್ಲಿ ಕುಸ್ತಿ ಆಡುವಾಗ ಮುತ್ತುಕುಮಾರ ಹೇಗೆ ಎತ್ತೆತ್ತಿ ಎಸೆದರೂ ಮಲ್ಲಿಕಾರ್ಜುನನಿಗೆ ಅದೇ ಇಷ್ಟವಾಗತೊಡಗಿತು. ಆಡಿದರೆ ಅವನೊಂದಿಗೇ ಕುಸ್ತಿ ಆಡಬೇಕು. ಅವನೇ ತನಗೆ ನೆಲಕ್ಕೆ ಹಾಕಿ ಚಿತ್ ಮಾಡಬೇಕು. ಅವನ ಕೈ ಉಕ್ಕಿನಂತೆ ಗಟ್ಟಿಯಾಗುತ್ತಾ ಹೋದಷ್ಟೂ ಅವನ ಆ ಕೈಯಲ್ಲಿ ಮತ್ತೆ ಮತ್ತೆ ನಲುಗುವ ಹಂಬಲ ಮಲ್ಲಿಕಾರ್ಜುನನಿಗೆ ಕಾಡತೊಡಗಿತು.

ಹನುಮನಿಗೆ ತನ್ನ ಮಗ ಪದೇ ಪದೇ ಮುತ್ತು ಕೈಯಲ್ಲಿ ಸೋಲುವುದು ಇಷ್ಟ ಆಗುತ್ತಿರಲಿಲ್ಲಾ. ಆತ ಎಷ್ಟೇ ಬಾರಿಸಿ ಬಾರಿಸಿ ತಯಾರು ಮಾಡಿದರೂ ಮಲ್ಲಿಕಾರ್ಜುನ ಮುತ್ತುಕುಮಾರನ ತೆಕ್ಕೆಯಲ್ಲಿ ಸೋಲುವುದು ತಪ್ಪುತ್ತಿರಲಿಲ್ಲಾ. ಅದು ಹನುಮನನ್ನು ಕೆರಳಿಸುತ್ತಿತ್ತು. ಆತ ಯಾವುಯಾವುದೋ ನೆಪ ತೆಗೆದು ಮುತ್ತುಕುಮಾರನನ್ನು ದಂಡಿಸುತ್ತಲೇ ಇರುತ್ತಿದ್ದ. ಆತ ದಂಡಿಸಿದ ಹಾಗೆಲ್ಲ ಮುತ್ತುಕುಮಾರನಿಗೆ ಮಲ್ಲಿಕಾರ್ಜುನನನ್ನು ಹಿಂಸಿಸುವುದು ಇಷ್ಟವಾಗುತ್ತಿತ್ತು. ಆತ ಹಿಂಸಿಸಿದಷ್ಟೂ ಮಲ್ಲಿಕಾರ್ಜುನನಿಗೆ ಆತನೇ ಬೇಕೆನಿಸುತ್ತಿತ್ತು. ಆತ ಬೇರೆ ಯಾರೊಂದಿಗಾದರೂ ಕುಸ್ತಿ ಮಾಡುತ್ತಿದ್ದರೆ ಅವರನ್ನು ಎಳೆದು ತುಳಿಯಬೇಕು ಎನಿಸುತ್ತಿತ್ತು. ಎಷ್ಟೋ ಬಾರಿ ದೂರ ಓಡಿ ಹೋಗಿ ಕಣ್ಣೀರು ಹಾಕುತ್ತಿದ್ದ. ಹಾಗೆ

ಹೋಗಲಾಗದೇ ಇದ್ದಾಗ ಆ ಸಂಕಟ ತಡೆಯಲಾಗದೇ ಕಣ್ಣು ಮುಚ್ಚಿಕೊಂಡು ಬಿಡುತ್ತಿದ್ದ.

ಅದೊಂದು ದಿನ ಹೀಗೇ ಕುಸ್ತಿ ಮಾಡುವಾಗ ಆತನ ಹಿಡಿತದಲ್ಲಿ ನರಳುತ್ತಿದ್ದ ಮಲ್ಲಿಕಾರ್ಜುನ ಇದ್ದಕ್ಕಿದ್ದಂತೆ ಆತನನ್ನು ಅಪ್ಪಿಕೊಂಡು ಮುತ್ತಿಟ್ಟುಬಿಟ್ಟ. ಹಠಾತ್ತನೆ ಬೆಚ್ಚಿದ ಮುತ್ತುಕುಮಾರ. ಆದರೆ ಮಲ್ಲಿಕಾರ್ಜುನ ಮಾತ್ರಾ ಅದೇನೋ ದೊಡ್ಡದೊಂದು ಅನುಭವ ಎನ್ನುವ ಹಾಗೆ ಕಣ್ಣು ಮುಚ್ಚಿಬಿಟ್ಟಿದ್ದ. ಪುಣ್ಯಕ್ಕೆ ಅಂದು ಅದನ್ನು ಯಾರೂ ಗಮನಿಸಿರಲಿಲ್ಲ.

ಆದರೆ ಮುತ್ತುಕುಮಾರ ಮಾತ್ರಾ ಅಂದು ಅಲ್ಲಿ ಅದೇನೋ ಹೊಸದು ಗುರುತಿಸಿದ್ದ. ಮುಖ್ಯವಾಗಿ ಆತ ಮಲ್ಲಿಕಾರ್ಜುನನಿಗಿಂತ ಮೂರು ವರ್ಷ ದೊಡ್ಡವನೇ. ಆತನಿಗೆ ಅದಾಗಲೇ ಜಗತ್ತು ಒಂದಷ್ಟು ಅರಿವಾಗಿತ್ತು. ಅವನ ಗಂಡಸ್ತನದ ಅರಿವಾಗತೊಡಗಿತ್ತು. ಆದರೆ ಇಷ್ಟು ದಿನ ಆತ ಮಲ್ಲಿಕಾರ್ಜುನನ ಈ ರೂಪವನ್ನು ಗಮನಿಸಿರಲಿಲ್ಲ. ಇಲ್ಲಿಂದ ಆಚೆಗೆ ಆತನಿಗೆ ಮಲ್ಲಿಕಾರ್ಜುನನ ಪ್ರತಿನಡೆಯೂ ವಿಶೇಷವಾಗಿ ಕಾಣತೊಡಗಿತು.

ಅದೊಂದು ದಿನ ಅವನನ್ನು ತೊರೆಯ ಹತ್ತಿರಕ್ಕೆ ಕರೆದುಕೊಂಡು ಹೋದ ಮುತ್ತುಕುಮಾರ ಬೇಕೆಂದೇ ಬಿಗಿದಪ್ಪಿದಾಗ ಮಲ್ಲಿಕಾರ್ಜುನ ಪೂರ್ತಿ ಸೋತು ಹೋಗಿದ್ದ. ಅದರಲ್ಲೂ ಆತ ಕೊಟ್ಟ ಮುತ್ತಿಗೆ ಈತ ಅಪ್ಪಟ ಹೆಣ್ಣಿನಂತಾಗಿ ಬಿಕ್ಕಿ ಬಿಕ್ಕಿ ಅತ್ತಿದ್ದ. 'ಅಪ್ಪಿಕೊಂಡಾಗಲೆಲ್ಲಾ ನನ್ನ ರೋಮಾಂಚನಕ್ಕೆ ಕಾರಣ ಗೊತ್ತಾಗುತ್ತಿಲ್ಲಾ, ನಿನ್ನನ್ನು ಬಿಟ್ಟು ಇರುವುದಕ್ಕೆ ಆಗುತ್ತಿಲ್ಲಾ, ನೀನು ಬೇರೆಯವರೊಂದಿಗೆ ಕುಸ್ತಿ ಮಾಡುವುದು ಸಹಿಸಲು ಆಗುವುದಿಲ್ಲಾ' ಎಂದೆಲ್ಲಾ ಹೇಳಿ ಆತನನ್ನು ಅಪ್ಪಿಕೊಂಡು ಕಣ್ಣೀರು ಹಾಕುವಾಗ ಆತನನ್ನು ಸಮಾಧಾನಿಸಿದ ಮುತ್ತುಕುಮಾರ 'ಈ ವಿಷಯ ಯಾರಿಗೂ ಹೇಳಬಾರದು' ಎಂದು ಮಲ್ಲಿಕಾರ್ಜುನನ ಬಳಿ ಮಾತು ತೆಗೆದುಕೊಂಡ. ಕೈ ಮೇಲೆ ಕೈ ಇಟ್ಟು ಭಾಷೆ ಕೊಟ್ಟ ಮಲ್ಲಿಕಾರ್ಜುನ 'ಎಷ್ಟು ದಿನ ಹೀಗೆ ಮುಚ್ಚಿಡಲು ಸಾಧ್ಯ?' ಎಂದಾಗ, 'ಸ್ವಲ್ಪ ದಿನ ಕಳೆದು ಎಲ್ಲಾದರೂ ದೂರ ಓಡಿಹೋಗೋಣ' ಎಂದು ಕೂಡಾ ಸಮಾಧಾನ ಮಾಡಿದ ಮುತ್ತುಕುಮಾರ.

ಮಲ್ಲಿಕಾರ್ಜುನನ ಕಣ್ಣು ತುಂಬ ಈಗ ಅದೇ ಕನಸು. ಚಲನಚಿತ್ರಗಳಲ್ಲಿ ನಾಯಕ ನಾಯಕಿ ಪ್ರೀತಿಸಿ ಓಡಿ ಹೋಗುವುದನ್ನು ನೋಡಿದ್ದ. ಅಷ್ಟೇ ಯಾಕೆ? ಊರಿನ ಎಷ್ಟೋ ಹುಡುಗ ಹುಡುಗಿಯರು ಇಂತಹ ರಾದ್ಧಾಂತಗಳಲ್ಲಿ ಸಿಲುಕಿದ್ದಾರೆ ಎಂಬುದೂ ಅವನಿಗೆ ಈಗ ಅರ್ಥ ಆಗತೊಡಗಿತು. ಅವನ ಪಾಲಿಗೆ ಅಲ್ಲಿ ಅದೊಂದು ಹೊಸಲೋಕವೇ ತೆರೆದುಕೊಂಡಿತ್ತು. ಸದಾ ಯಾವುದೋ ದೂರದ ಊರಿಗೆ ಓಡಿಹೋಗುವ ಹಾಗೆ, ಅಲ್ಲಿ ತಾನು ಯಾರಿಗೂ ತಿಳಿಯದ ಹಾಗೆ, ಸೀರೆ ಉಟ್ಟು ಮುತ್ತುಕುಮಾರನ ಹೆಂಡತಿಯಾಗಿ ಬದುಕುತ್ತಿರುವ ಹಾಗೆ,

ಕನಸು ಕಾಣತೊಡಗಿದ. ಬಣ್ಣಬಣ್ಣದ ಕನಸುಗಳು. ಆ ಎಳೆಗಾಲದ ಮೋಹಕ ಕನಸುಗಳಲ್ಲೇ ಆತ ಮುಳುಗಿಹೋಗಿದ್ದ. ಹಾಗಾಗಿ ಆತನ ಸುತ್ತ ಏನೇನು ನಡೆಯುತ್ತಿದೆ ಎಂಬ ಯಾವ ವಿಚಾರವೂ ಆತನಿಗೆ ಗೊತ್ತಾಗುತ್ತಿರಲಿಲ್ಲಾ. ದಿನಕಳೆದಂತೆ ಆತ ಮುತ್ತುಕುಮಾರನ ಜೊತೆ ಗುಟ್ಟಾಗಿ ಸುತ್ತುವುದು ಕೂಡಾ ಹೆಚ್ಚಾಗಿ ಹೋಗಿತ್ತು. ಅದರಲ್ಲೂ ಒಂದು ದಿನ ಆತನನ್ನು ಅಪ್ಪಿಕೊಂಡ ಮುತ್ತುಕುಮಾರ ಆತನನ್ನು ನಗ್ನಗೊಳಿಸಿ ನಂತರ ಅವನನ್ನು ಹಿಂದಿನಿಂದ ಆವರಿಸಿಕೊಂಡಾಗ... ಮಲ್ಲಿಕಾರ್ಜುನ ಹೊಸಲೋಕ ಸೇರಿಬಿಟ್ಟಿದ್ದ. ತಾನು ಯಾರು? ತನಗೆ ಏನು ಬೇಕು? ತಾನು ಹೇಗಿರಬೇಕು ಎಂಬ ಎಲ್ಲ ಪಾಠವನ್ನು ಆ ಮಿಲನಗಳು ತೋರಿಸಿಕೊಟ್ಟು ಬಿಟ್ಟಿದ್ದವು. ಅದರಲ್ಲೂ ಮುತ್ತುಕುಮಾರನನ್ನು ಸ್ವಂತ ಗಂಡನೇ ಎಂದು ಆತ ತೀರ್ಮಾನಿಸಿಬಿಟ್ಟಿದ್ದ. ತಾವಿಬ್ಬರೂ ಆ ಕಾಡಿನಲ್ಲಿ ತಿರುಗಾಡುವ ಶಿವಪಾರ್ವತಿಯರೆಂದೇ ಭಾವಿಸಿಬಿಟ್ಟಿದ್ದ.

ಆತನಿಗೆ ಗೊತ್ತಿಲ್ಲದ್ದು ಏನೆಂದರೆ...

ಮುತ್ತುಕುಮಾರ ಈ ಸುದ್ದಿಯನ್ನು ತನ್ನ ಓರಗೆಯ ಗೆಳೆಯರೆಲ್ಲರ ಬಳಿ ಹೇಳಿಬಿಟ್ಟಿದ್ದ. ಮಲ್ಲಿಕಾರ್ಜುನನ ಬಳಿ ಯಾರಿಗೂ ಹೇಳಬೇಡಾ ಎಂದು ಮಾತು ತೆಗೆದುಕೊಂಡಿದ್ದವನು ಸೀದಾ ಬಂದು ತನ್ನ ಓರಗೆಯ ಹುಡುಗರ ಹತ್ತಿರ ಹೇಳಿಕೊಂಡು ಕೇಕೆ ಹಾಕಿ ನಕ್ಕಿದ್ದ. ಅವರೆಲ್ಲರ ಹತ್ತಿರ ಮತ್ತು ಆತನಿಗಿಂತಲೂ ದೊಡ್ಡವರ ಹತ್ತಿರ, ಮುಂದೆ ಹೇಗೆ ಮುಂದುವರೆಯಬೇಕೆಂಬ ಪಾಠವನ್ನು ಕೇಳಿಕೊಂಡುಬಿಟ್ಟಿದ್ದ. ಆತ ಹೇಳುವುದರಲ್ಲಿ ಎಷ್ಟು ನಿಜವಿದೆಯೋ ಏನೋ ಎಂಬ ಅನುಮಾನ ಇದ್ದ ಗೆಳೆಯರೆಲ್ಲರನ್ನೂ ಮೊದಲೇ ಒಂದೆಡೆ ಗುಟ್ಟಾಗಿ ಇರಲು ಹೇಳಿ ಅಲ್ಲಿಗೆ ಮಲ್ಲಿಕಾರ್ಜುನನನ್ನು ಕರೆತಂದು ಅವನನ್ನು ಭೋಗಿಸುತ್ತಿದ್ದ. ಮರೆಯಲ್ಲಿದ್ದ ಹುಡುಗರು ಸದ್ದಾಗದ ಹಾಗೆ ಇರುತ್ತಿದ್ದವರು ಮಲ್ಲಿಕಾರ್ಜುನ ಹೋದಮೇಲೆ ಮುತ್ತುಕುಮಾರನನ್ನು ಎತ್ತಿಕೊಂಡು ಕುಣಿಯುತ್ತಿದ್ದರು.

ಅದೆಲ್ಲಾ ಎಷ್ಟು ದಿನ? ಒಂದು ಸುದಿನ ಈ ವಿಷಯ ಪೈಲ್ವಾನ್ ಹನುಮನ ಕಿವಿಯ ಮೇಲೆಯೂ ಬಿದ್ದು ಹೋಯಿತು. ಅಲ್ಲಿಯತನಕ ಏನೋ ಅನುಮಾನಗಳು ಇದ್ದರೂ ಮಗನ ಮುಖ ಸರಿಯಾಗಿ ಗಮನಿಸದೇ ಕೆಲವು ವರ್ಷಗಳಿಂದ ಹೊಸದಾಗಿ ಆರಂಭಿಸಿದ್ದ ತನ್ನದೇ ಯಾವುದೋ ರಸ್ತೆ ಕಾಂಟ್ರಾಕ್ಟ್‌ನಲ್ಲಿ ಮುಳುಗಿ ಹೋಗಿದ್ದ ಹನುಮನಿಗೆ ಆಘಾತವಾಗಿ ಹೋಯಿತು. ಆತ ಇದನ್ನು ನೇರವಾಗಿಯೇ ಪರೀಕ್ಷಿಸಲು ಮುಂದಾದಾಗ ಮಲ್ಲಿಕಾರ್ಜುನ ಮತ್ತು ಮುತ್ತುಕುಮಾರ ಹನುಮನ ಕೈಗೆ ಸಿಕ್ಕಿಬಿದ್ದಿದ್ದರು.

ಕೋಪದಲ್ಲಿ ಮೈಮರೆತ ಹನುಮ ಮುತ್ತುಕುಮಾರನಿಗೆ ಸಾಯುವ ಹಾಗೆ ಬಾರಿಸತೊಡಗಿದ. ಆತನಿಗೆ ಹೊಡೆಯುವಾಗ ಅಡ್ಡ ಬಂದ ಮಲ್ಲಿಕಾರ್ಜುನ

ಅಪ್ಪನನ್ನು ಕೈಮುಗಿದು ತಡೆಯಲು ಯತ್ನಿಸುವಾಗ ಇನ್ನೂ ಕೋಪಾವಿಷ್ಟನಾದ ಹನುಮ ಮಲ್ಲಿಕಾರ್ಜುನನಿಗೆ ಎಳೆದೆಳೆದು ಬಾರಿಸತೊಡಗಿದ.

"ಹೊಡಿ ಅವನ್ಗೆ ಹೊಡಿ... ನಾಮರ್ದ ನನ್ನಮಗನ್ನ ಹೆತ್ತುಬುಟ್ಟು ನನಗೆ ಹೊಡೆಯಕ್ಕೆ ಬರ್ತೀಯಾ. ಗಂಡಸಾಗಿದ್ರೆ ಗಂಡಸನ್ನ ಹುಟ್ಟುಸ್ತಿದ್ದೆ. ಈ ಶಿಖಂಡೀನ ಹುಟ್ಟುಸ್ತಿದ್ಯಾ?" ಅಂದ ಮುತ್ತುಕುಮಾರ.

ಅವನ ಹಗೆ ತೀರಿಹೋಗಿತ್ತು!

ಆದರೆ ಹನುಮನಿಗೆ... ಎದೆ ಒಡೆದುಹೋದಂತಾಗಿತ್ತು.

ಅದಾಗಲೇ ಅಲ್ಲಿನ ಗಲಾಟೆಗೆ ಜನ ಸೇರತೊಡಗಿದ್ದರು. ಹನುಮನಿಗಿಂತ ಹೆಚ್ಚು ಆಘಾತವಾಗಿದ್ದು ಮಲ್ಲಿಕಾರ್ಜುನನಿಗೆ. ತನ್ನ... ತನ್ನ ಗಂಡ ಮುತ್ತುಕುಮಾರನಾ ಹೀಗೆ ಹೇಳಿದ್ದು ಎಂಬ ಆಘಾತದಿಂದ ಬೇರೆ ಏನೂ ಕಾಣಿಸುತ್ತಿರಲಿಲ್ಲಾ ಆತನಿಗೆ... ಕಣ್ಣೆಲ್ಲಾ ಮಂಜು ಮಂಜು. ಏನೂ ಕೇಳಿಸುತ್ತಲೂ ಇರಲಿಲ್ಲಾ. ಕಿವಿಯ ತುಂಬ ಅದೇನೋ ಗುಯ್ಯನೆ ಒಂದೇ ಸದ್ದು. ಅಲ್ಲಿ ಆತನಿಗೆ ಮುತ್ತುಕುಮಾರ ಬೈದದ್ದು ಮಾತ್ರಾ ಅನುರಣಿಸುತ್ತಿತ್ತು. ಆ ಗಲಾಟೆಯಲ್ಲಿ ಹನುಮ ಅಲ್ಲಿಂದ ಸರಿದುಹೋದದ್ದೂ ಕೂಡಾ ಗೊತ್ತಾಗಿರಲಿಲ್ಲ. ಯಾವಾಗಲೋ ಒಮ್ಮೆ ಪ್ರಜ್ಞೆ ಮರಳಿ ಬಂದು ನೋಡಿದರೆ ಸುತ್ತ ಇದ್ದ ಎಲ್ಲರೂ ಅವಹೇಳನದಿಂದ ನಗುತ್ತಿರುವ ಹಾಗೆ ಭಾಸವಾಯಿತು. ಭೂಮಿ ಬಾಯ್ತೆರೆದು ನುಂಗಬಾರದೇ ಎನಿಸಿಬಿಟ್ಟಿತು. ಇದ್ದಕ್ಕಿದ್ದಂತೆ ಕಾಲಿಗೆ ಎಲ್ಲ ಬಲ ಒಗ್ಗೂಡಿಸಿ ಕಾಡಿನ ಕಡೆ ಓಡಿಬಿಟ್ಟ.

ಆ ರಾತ್ರಿಯಲ್ಲಿ ಆ ಕಾಡಿನೊಳಗೆ ಅದೆಷ್ಟು ಹೊತ್ತು ಅತ್ತು ಅತ್ತು ಕಾಲ ಕಳೆದನೋ. ಅವನ ಲೋಕ ಕನಸು ಎಲ್ಲ ಭಸ್ಮವಾಗಿ ಹೋಗಿತ್ತು. ಅವನು ಅಷ್ಟೊಂದು ಪ್ರೀತಿಸಿದ್ದ ಮುತ್ತುಕುಮಾರ... ತನ್ನ ಗಂಡ ಮುತ್ತುಕುಮಾರ... ತನ್ನ ಕನಸಿನ ರಾಜಕುಮಾರ ಮುತ್ತುಕುಮಾರ... ತನ್ನ ಬಗ್ಗೆ ಅಪ್ಪನ ಹತ್ತಿರ ಅಷ್ಟು ಕೀಳಾಗಿ ಯಾಕೆ ಹೇಳಿದ? ತನ್ನೊಂದಿಗೆ ದೂರ ಎಲ್ಲಿಯೋ ಬಂದು ಸಂಸಾರ ಮಾಡುವ ಮಾತು ಕೊಟ್ಟಿದ್ದ ತನ್ನ ಮುತ್ತುಕುಮಾರ ಇವನೇನಾ? ಯಾರಿಗೂ ಹೇಳಬೇಡಾ ಎಂದು ಮಾತು ತೆಗೆದುಕೊಂಡು ಮುದ್ದಿಸಿದ ಮುತ್ತುಕುಮಾರ ಇವನೇನಾ? ಇಲ್ಲಾ ಅಲ್ಲೇನೋ ಆಗಿದೆ. ಗುಟ್ಟಾಗಿ ಹೋಗಿ ಮುತ್ತುಕುಮಾರನನ್ನು ಕಂಡು ಅವನ ಕಾಲಿಗೆ ಬಿದ್ದಾದರೂ ಒಪ್ಪಿಸಿಕೊಂಡು ಊರು ಬಿಟ್ಟು ದೂರ ಹೋಗಬೇಕು ಎನಿಸಿ ಆತ ಊರಿನ ಕಡೆ ಹೆಜ್ಜೆ ಹಾಕಿದ. ಅದ್ಯಾಕೋ ಹಾಗೆ ಮಾಡುವ ಮೊದಲು ತನ್ನ ಅಮ್ಮನನ್ನು ಒಮ್ಮೆ ನೋಡಬೇಕು ಎನಿಸಿಬಿಟ್ಟಿತು. ಅಂಥ ಮಾತೃ ಹೃದಯಿಯನ್ನು ಬಿಟ್ಟುಹೋಗುವ ಮುನ್ನ ಆಕೆಗೆ ಹೇಳದೇ ಇದ್ದರೆ ಹೇಗೆ? ಹಾಗೆ ಅನಿಸಿದಾಗ ಆತ ಮನೆಯ ಕಡೆ ಗುಟ್ಟಾಗಿ ಹೆಜ್ಜೆ ಹಾಕತೊಡಗಿದ.

ಆತನ ತಾಯಿ ಪಾರ್ವತಿ, ಇದೆಲ್ಲಾ ಏನೂ ಅರಿವಾಗದಷ್ಟು ಮುಗ್ಧೆ. ಮಗನ ಈ ವರ್ತನೆಯನ್ನೆಲ್ಲಾ ಆಕೆ ಆಗಾಗ ಒಂಚೂರು ಗಮನಿಸಿದ್ದರೂ, ಮದ್ವೆ ಮಾಡಿದ್ರೆ ಎಲ್ಲ ಸರಿಹೋಗತ್ತೆ ಇನ್ನೂ ಮಗ ವಯಸ್ಸಿಗೆ ಬಂದಿಲ್ಲಾ ಎಂದೇ ಭಾವಿಸಿದ್ದಳು. ಆದರೆ ಅಂದು ಚೆನ್ನಾಗಿ ಕುಡಿದು ಬಂದಿದ್ದ ಹನುಮ ಇಂಥಾ ಮಗನನ್ನು ಹೆತ್ತುಕೊಟ್ಟೆಯಾ ಎಂದು ಆಕೆಯನ್ನು ತುಳಿದು ತುಳಿದು ಹೊಡೆಯುವಾಗಲೇ ಆಕೆಗೆ ಆಗಿದ್ದ ಅನಾಹುತ ಅರಿವಿಗೆ ಬಂದಿದ್ದು. ಗಂಡನ ಹೊಡೆತ ತಾಳಲಾಗದೇ ಆಕೆ ಹಿತ್ತಲ ಕೊಟ್ಟಿಗೆಯ ಹತ್ತಿರ ಬಂದು ಕಣ್ಣೀರು ಹಾಕುತ್ತಾ ಕುಳಿತಿದ್ದಳು. ಕತ್ತಲಲ್ಲಿ ಹಿತ್ತಲ ಕಡೆ ಸದ್ದಾಗದೇ ಗುಟ್ಟಾಗಿ ಬಂದ ಮಲ್ಲಿಕಾರ್ಜುನ ಆಕೆಯನ್ನು ಅಮ್ಮಾ ಎನ್ನುತ್ತಾ ಸಮೀಪಿಸಿದಾಗ ಆಕೆ 'ಅಯ್ಯೋ... ನನ್ನ ಮಗನೇ... ಯಾಕಪ್ಪಾ ಹೀಗಾಗೋದೆ? ಆ ಮಾದಪ್ಪಾ ನನಗೆ ಯಾಕಪ್ಪಾ ಇಂಥಾ ಅನ್ಯಾಯ ಮಾಡ್ಬುಟ್ಟಾ?' ಎಂದು ಗೋಳಿಡುತ್ತಾ ಅಪ್ಪಿಕೊಂಡಳು. ಅದು ಅಪ್ಪಟ ಮಾತೃಜೀವ. ಅದೇನೇ ಆಗಿದ್ದರೂ ತನ್ನ ಕರುಳಕುಡಿಯನ್ನು ಅದು ಕೀಳಾಗಿ ಕಾಣದು. ಆ ತಾಯಿ ಅಪ್ಪುಗೆಯಲ್ಲಿ ಕಣ್ಣುದುಂಬಿಕೊಂಡು ಮಲ್ಲಿಕಾರ್ಜುನ ತನ್ನ ದುಃಖವನ್ನೆಲ್ಲಾ ಹೇಳಿಕೊಳ್ಳಲು ಯತ್ನಿಸುತ್ತಿದ್ದಾಗಲೇ ಮನೆಯೊಳಗೆ ಇದ್ದ ಹನುಮನಿಗೆ ಇದರ ವಾಸನೆ ಸಿಕ್ಕಿಬಿಟ್ಟಿತ್ತು.

ಕೊಡಲಿ ಎತ್ತಿಕೊಂಡು ಬರುತ್ತಿದ್ದ ಗಂಡನನ್ನು ನೋಡುತ್ತಿದ್ದಂತೆಯೇ ಪಾರ್ವತಿಗೆ ಅನಾಹುತದ ಅರಿವಾಗಿಬಿಟ್ಟಿತು.

"ಮಗನೇ, ತಿರುಗಿ ನೋಡ್ಬೇಡಾ. ಮತ್ತೆ ಯಾವತ್ತೂ ಈ ಕಡೆ ಕಾಣಿಸ್ಕೋಬೇಡಾ. ಹೋಗು ಹೊರಟೋಗು. ಎಲ್ಲಾದ್ರೂ ದೂರ ಹೋಗಿ ಬದುಕ್ಕೋ ಹೋಗು. ತಿರುಗಿ ನೋಡಿದರೆ ನನ್ನ ಮೇಲಾಣೆ" ಎಂದು ಕೂಗುತ್ತಾ ಮಗನನ್ನು ದೂರತಳ್ಳಿ ಗಂಡನ ಕಡೆ ಓಡಿದಳು.

ಆಕೆ ಹೇಳಿದಂತೆಯೇ ಮಲ್ಲಿಕಾರ್ಜುನ ತಿರುಗಿ ನೋಡದೆ ಓಡತೊಡಗಿದ. ಹಸಿವು ನಿದ್ರೆ ನೀರಡಿಕೆಗಳು ಯಾವುದೂ ಕಾಡಲಿಲ್ಲಾ. ತಾಯಿಯ ಆ ಕೊನೆಯ ಕೂಗು ಮಾತ್ರಾ ಕೇಳಿಸುತ್ತಿತ್ತು. ಹಾಗೆ ಓಡುತ್ತಾ ಓಡುತ್ತಾ ಸಿಕ್ಕಸಿಕ್ಕಲ್ಲಿ ಮಲಗುತ್ತಾ ಯಾವಯಾವುದೋ ವಾಹನಗಳನ್ನು ಹಿಡಿದು ಎಲ್ಲೆಲ್ಲೋ ಅಲೆಯುತ್ತಾ ಕೊನೆಗೆ ತುಂಬ ದೂರ ಬಂದಿದ್ದೇನೆ ಎಂದು ಅರಿವಾದಾಗ ಒಂದು ಕಡೆ ಸುಸ್ತಾಗಿ ನಿಂತು ಸುತ್ತಲಿನ ಜಗತ್ತು ನೋಡಿದ.

ಆ ಬಿಜಾಪುರ ಎಂಬ ಊರು ಅಂದಿನಿಂದ ಆತನಿಗೆ ಹೊಸಾ ತಾಯಿಯಾಗಿ ಕಂಡಿತು... ಮತ್ತೊಬ್ಬ ತಾಯಿ ಕಾಣುವವರೆಗೆ. ಆ ತಾಯಿಯಲ್ಲದ ತಾಯಿಯ ಹೆಸರು ರೇಣುಕಾ!

ಅಧ್ಯಾಯ 14

ಬದುಕಿನಲ್ಲಿ ನಿಜವಾದ ಪ್ರೀತಿ ಒಂದು ಬಾರಿ ಮಾತ್ರ ಆಗುತ್ತದೆ. ಮತ್ತು ಅದೇ ಮೊದಲ ಪ್ರೀತಿಯಾಗಿರುತ್ತದೆ. ಆ ರೋಮಾಂಚನವೇ ಹಸಿಮಣ್ಣಿನ ಮೇಲೆ ದಾಖಲಾದ ಹೆಜ್ಜೆಗಳು. ಆಮೇಲಿನದೆಲ್ಲಾ ಸ್ಲೇಟಿನ ಮೇಲೆ ಅಳಿಸಿ ಅಳಿಸಿ ಬರೆದ ಅಕ್ಷರಗಳು. ನೆನಪು ಮತ್ತು ನಿರೀಕ್ಷೆಗಳ ಪರೀಕ್ಷೆ!

ತನ್ನ ಬದುಕಿನ ಬಾಲ್ಯ ಮತ್ತು ಎಳೇ ಯೌವ್ವನದ ಕಥೆಯನ್ನು ಭಾವುಕವಾಗಿ ತೆರೆದಿಟ್ಟು ಆತನ ಮಡಿಲಲ್ಲಿ ತಲೆ ಇಟ್ಟು ಕೆಲವು ಕಾಲ ಸದ್ದೇ ಇಲ್ಲದ ಬಿಕ್ಕಿದ ಮಲ್ಲಿಯ ತಲೆ ಸವರುತ್ತಾ ಸುಧಾಕರ ಯೋಚಿಸುತ್ತಲೇ ಇದ್ದ. ಏನಿದು ಈ ಪ್ರಕೃತಿ!? ಎಲ್ಲ ಜೀವರಾಶಿಗಳಲ್ಲೂ ಇಂತಹ ಜೆನೆಟಿಕಲ್ ಡಿಫೆಕ್ಟ್‌ಡ್ ಜೀವಗಳು ಇದ್ದೇ ಇರುತ್ತವಾ? ಅಥವಾ ಪ್ರಕೃತಿಗೂ ಇದು ಸಹಜಪ್ರಕೃತಿಯಾ? ಈ ಜೀವಕ್ಕೂ ಈ ಜೀವದ ಇಂಥಾ ಭಾವಕ್ಕೂ ತನ್ನದೊಂದು ನಿಖರ ವ್ಯಕ್ತಿತ್ವವನ್ನು ಗಟ್ಟಿಧ್ವನಿಯಲ್ಲಿ ದಾಖಲಿಸಲು ಪ್ರಕೃತಿ ಅನುಮತಿಸುತ್ತದಾ?

ಒಂದು ಬಲವಾದ ನಿಟ್ಟುಸಿರಿಟ್ಟ ಸುಧಾಕರ. ಆ ನಿಟ್ಟುಸಿರ ಸಾಂತ್ವನ ತಟ್ಟಿತೇನೋ... ಕಣ್ತೆರೆದು ಮಲ್ಲಿ ಆತನತ್ತ ನೋಡಿ ನಕ್ಕಳು. ಆ ಕಣ್ಣ ತುಂಬ ಅದೆಂಥ ಕೃತಜ್ಞತೆಗಳು... ಮನವರಿತು ನಡೆವ ಜೀವ ಜೊತೆಗಿದೆ ಎನ್ನುವಾಗ ಮಾತೇ ಬೇಡದ ಸನ್ನಿವೇಶ. ಅದೆಷ್ಟೋ ಹೊತ್ತು ತನ್ನ ಎಳೆಹರೆಯದ ಆ ಮಧುರ ಕ್ಷಣಗಳನ್ನೇ ಒಳಗಣ್ಣಿನೊಳಗೆ ತುಂಬಿಕೊಳ್ಳುತ್ತಾ ಎತ್ತಲೋ ನೋಡುತ್ತಾ ಕುಳಿತಿದ್ದಳು ಮಲ್ಲಿ. ಅದು ಸುಧಾಕರನಿಗೂ ಅರಿವಾಗಿತ್ತು. ಅವಳ ಆ ಒಳಗಣ್ಣಿನ ನೋಟ ಅವನ ಹೃದಯಕ್ಕೂ ಕಾಣುತ್ತಿತ್ತು.

ಹಠಾತ್ತಾಗಿ ತಾನೂ ಇನ್ನೊಂದು ದೊಡ್ಡ ನಿಟ್ಟುಸಿರಿಟ್ಟು ಎದ್ದುಬಿಟ್ಟಳು ಮಲ್ಲಿ. ಅವಳಿಗೆ ಆ ನೆನಪಿನ ದಾಳಿ ಸಾಕು ಎನಿಸಿತ್ತು. ಅಡಿಗೆ ಮನೆಯ ಕಡೆ ಹೋಗಿ ಮತ್ತೊಂದು ಬಾಟಲು ಮತ್ತು ಹುರಿದ ಗೋಡಂಬಿ ಹಿಡಿದು ಸುಧಾಕರನ ಮುಂದೆ ಬಂದು ನಿಂತಾಗ,

"ಸಾಕು ಬಿಡು ಮಲ್ಲಿ" ಎಂದ ಸುಧಾಕರ.

ಇಳೆ ತೊಳೆದ ಮಳೆಯ ಹಾಗೆ ಅತ್ಯಂತ ಶುಭ್ರವಾಗಿ ಕಿಲಕಿಲನೆ ನಕ್ಕಳು ಮಲ್ಲಿ.

"ಸಾಕೆನಿಸಿದ್ದು ಏನು ದೊರೆ? ಏರಿಯೇ ಇರದ ಈ ಮದಿರೆಯ ನಶೆಯಾ...? ಬರ್ಬಾದ್ ಆದ ಬದುಕಿನ ಕಥೆಯಾ...? ಅಥವಾ ಈ ಅರ್ಥವೇ ಇಲ್ಲದ ಬದುಕಾ...?" ಎಂದಳು.

ಟಕ್ಕನೆ ಆಕೆಯ ಕಡೆ ನೋಡಿದ ಸುಧಾಕರ. ಆತನ ಒಳಮನಸ್ಸಿಗೆ ಏನೋ ಹೊಳೆದುಬಿಟ್ಟಿತು. ಈಗ ಮುಂದೆ ಏನೋ ನಡೆಯಲಿದೆ. ಮಲ್ಲಿಯ ಹೆಜ್ಜೆಗಳಲ್ಲಿ, ಅವಳ ಉಸಿರುಗಳಲ್ಲಿ ಏನೋ ನಿರೀಕ್ಷೆಗಳ ಯುದ್ಧ ನಡೆಯುತ್ತಿದೆ ಎಂಬುದು ಆತನಿಗೆ ಅರಿವಾಯಿತು.

ಮೆಲ್ಲಗೆ ಬಂದು ಆತನ ಪಕ್ಕದಲ್ಲಿಯೇ ಒತ್ತಿಕೊಂಡು ಕುಳಿತ ಮಲ್ಲಿ ಮತ್ತೊಮ್ಮೆ ತಾನೇ ಮುಂದಾಗಿ ಮದಿರೆ ತುಂಬಿಸಿ ಆತನ ತುಟಿಗೆ ತಾಗಿಸಿದಳು. ಸುಧಾಕರ ಆಕೆಯನ್ನೇ ಸುಮ್ಮನೆ ನೋಡಿದ.

"ತಗೋ ರಾಜ. ಇವತ್ತು ಈ ರಾತ್ರಿ ನಾನು ಏನು ಕೇಳ್ತೀನೋ ಏನು ಹೇಳ್ತೀನೋ ಅದಕ್ಕೆ ಇಲ್ಲಾ ಅನ್ಬೇಡಾ. ಯಾಕೆ ಅಂದ್ರೆ ಈ ರಾತ್ರಿ ಈ ಕ್ಷಣ ಮತ್ತೆ ಯಾವತ್ತೂ ಸಿಗೋದಿಲ್ಲಾ".

"ಇದು ಮಾತ್ರಾ ಅಲ್ಲಾ... ಕಳೆದುಹೋದ ಬದುಕು, ಕಾಲ, ಯಾವ ಕ್ಷಣಾ ಕೂಡಾ ಮತ್ತೆ ಬರೋದಿಲ್ಲಾ... ಮಲ್ಲಿ".

"ನೀನು ಹೇಳೋದು ನಿಜಾ. ನಾನು ಹೇಳೋದು ಇನ್ನೊಂಥರಾ ನಿಜಾ"

ಸುಧಾಕರ ಆಕೆಯ ಕಣ್ಣುಗಳನ್ನೇ ದಿಟ್ಟಿಸಿ ನೋಡಿದ. ಅತಿ ಸಮೀಪದಲ್ಲೇ ಕಂಡ ಆ ಭಾವಪೂರ್ಣ ಕಣ್ಣುಗಳು ಅದೇನನ್ನೋ ಮತ್ತೆ ಮತ್ತೆ ಹೇಳುತ್ತಿರುವ ಭಾಸವಾಗಿ ನಡುಗಿದ.

"ಯಾಕೆ ಹಾಗ್ ನೋಡ್ತಾ ಇದೀಯಾ ರಾಜ? ಎಷ್ಟೋ ದಿನ ಕಳೆದು ನನಗೆ ನನ್ನ ಮೊದಲ ಪ್ರೀತಿ ನೆನಪಾಗಿದೆ. ನಿಜವಾದ ಪ್ರೀತಿ ಅಂದ್ರೆ ಏನು ಅಂತ ನಿನ್ನ ನೋಡಿ ಗೊತ್ತಾಗ್ತಿದೆ. ಪ್ಚ್... ಒಂದು ಸಲ... ಒಂದೇ ಒಂದು ಸಲ... ನನ್ನನ್ನ ಇದೇ ಪ್ರೀತಿಯಿಂದ ಸೇರ್ತೀಯಾ...?" ಎನ್ನುತ್ತಾ ಹಠಾತ್ತನೆ ಅಪ್ಪಿಕೊಂಡಳು ಮಲ್ಲಿ.

ಸುಧಾಕರನಿಗೆ ಈಗ ತನ್ನ ಎಣಿಕೆ ನಿಜವಾದದ್ದು ಅರಿವಾಗಿತ್ತು. ಆತ ಆಕೆಯ ಯಾವ ಚಟುವಟಿಕೆಗೂ ಪ್ರತಿಕ್ರಿಯಿಸದೆ ಕಲ್ಲಿನಂತೆ ಸುಮ್ಮನಾಗಿಬಿಟ್ಟ. ಕೆಲವೇ ಕ್ಷಣಗಳಲ್ಲಿ ಮಲ್ಲಿಗೂ ಇದು ಕರಗುವ ಬಂಡೆಯಲ್ಲಾ ಎಂಬುದು ಅರಿವಾಗಿಬಿಟ್ಟಿತ್ತು. ದೂರ ಸರಿದು ಆತನ್ನೇ ಕಣ್ತುಂಬಿಕೊಂಡು ನೋಡಿದ ಅವಳ ಕಣ್ಣುಗಳಲ್ಲಿ ಸಾವಿರ ಪ್ರಶ್ನೆಗಳಿದ್ದವು. ಮೌನದಲ್ಲಿ ಆಕೆಯನ್ನೇ ನೋಡುತ್ತಿದ್ದ ಸುಧಾಕರನ ನೋಟದಲ್ಲಿ ಆ ಸಾವಿರ ಪ್ರಶ್ನೆಗೂ ಉತ್ತರಗಳಿದ್ದವು. ಆದರೆ ಆಕೆಗೆ ಉತ್ತರ ಬೇಕಿರಲಿಲ್ಲ... ಹಠವೊಂದು ಕೆರಳುತ್ತಿತ್ತು...

"ಯಾಕೆ...? ಯಾಕೆ ನನ್ನನ್ನ ನಿರಾಕರಿಸ್ತೀಯಾ...? ನಾನು ನಿಜವಾದ ಹೆಣ್ಣಲ್ಲಾ ಅಂತಾನಾ? ಹೌದು ನಾನು ನಿನಗೆ ಬಲವಂತ ಮಾಡಲ್ಲಾ ಅಂತ ಪ್ರಮಾಣ ಮಾಡೇ ಕರ್ಕೊಂಡ್ ಬಂದಿದ್ದು. ಆದ್ರೂ... ಇಷ್ಟೆಲ್ಲಾ ಪ್ರೀತಿಸಿದೀಯಾ...? ಇನ್ನೊಂಚೂರು ಪ್ರೀತಿ... ಅದೂ ಒಂದೇ ಒಂದು ಸಲ... ಈ ಜನ್ಮಕ್ಕೆ ಮತ್ತೆ ಮತ್ತೆ ನೆನಪಾಗಿ ಉಳಿಯೋ ಹಾಗೆ..."

ಆಕೆಯ ಮಾತಿನ್ನೂ ಮುಗಿದಿರಲಿಲ್ಲಾ. ತಟ್ಟನೆ...

"ಪ್ರೀತಿ ಅಂದ್ರೆ ಏನಂದ್ಕೊಂಡೆ ಮಲ್ಲೀ...?" ಎಂದ ಸುಧಾಕರ.

ಆತ ರಾಗ ಎಳೆದದ್ದರಲ್ಲೇ ರಾಜಗಾಂಭೀರ್ಯವಿತ್ತು. ಅವನ ಅಸಹನೆಯಲ್ಲೂ ಘನತೆ ಇತ್ತು. ಮಲ್ಲಿ ಆತನನ್ನೇ ಪ್ರಶ್ನಾರ್ಥಕವಾಗಿ ನೋಡುತ್ತಾ ಮುಂದಿನ ಮಾತಿಗೆ ಕಾಯುತ್ತಿದ್ದಳು.

"ನಿನ್ನ ಮತ್ತು ನಿನ್ನಂತಹ ಎಲ್ಲರ ಸಮಸ್ಯೆನೇ ಇದು ಮಲ್ಲಿ. ಪ್ರೀತಿ ಅನ್ನೋ ಪದಕ್ಕೆ ದೇಹದಲ್ಲೇ ಉತ್ತರ ಹುಡುಕ್ತೀರಾ... ತಪ್ಪಲ್ವಾ? ಹಾಂ...? ತಪ್ಪಲ್ವಾ...? ನಾವು ಬೇರೆನೇ ಥರಾ, ನಮ್ಮನ್ನ ನಿಜವಾಗಿ ಯಾರೂ ಪ್ರೀತಿಸಲ್ಲಾ ಅಂತ ನಿಮಗೆ ನೀವೇ ಅಂದ್ಕೊಂಡು, ಕೊನೆಗೆ ಪ್ರತಿ ಗಂಡಿನಲ್ಲೂ ಪ್ರೀತಿ ಹೆಸರಲ್ಲಿ ಕಾಮವನ್ನೇ ಹುಡುಕ್ತೀರಾ. ಮತ್ತೆ ಮತ್ತೆ ನಿರಾಸೆ ಆಗ್ತೀರಾ. ನಿಜಾ ಹೇಳು ಮಲ್ಲಿ. ನಿನಗೆ ಆ ವಯಸ್ಸಿನಲ್ಲಿ ಕೂಡಾ ಅಪ್ಪ ಅಂದ್ರೆ ಇಷ್ಟ ಆಗ್ತಾ ಇದ್ದಿರಬೋದು.

ಅವನನ್ನ ಬೇಕಂತಾ ತಬ್ಕೊಂಡು ನಿದ್ದೆ ಬಂದ ಹಾಗೆ ನಟನೆ ಮಾಡಿರಬಹುದು. ಆದ್ರೆ ಅವನ ಜೊತೆ ಸೇರ್ಬೇಕು ಅನಿಸಿತ್ತಾ?" ಎಂದ ಸುಧಾಕರ ಗಂಭೀರವಾಗಿ.

ತಟ್ಟನೆ ಬೆಚ್ಚಿಬಿದ್ದ ಮಲ್ಲಿ ಅಪ್ರತಿಭಳಾಗಿ ಆತನ ಕಡೆ ನೋಡಿದಳು.

"ಪ್ರಕೃತಿಗೆ ಗೊತ್ತಿರೋದು ಗಂಡು ಹೆಣ್ಣು ಮಾತ್ರಾ ಮಲ್ಲಿ... ನಿಜ. ಯಾವ್ದೋ ಒಂದು ಕಾಲದಲ್ಲಿ ಪ್ರಕೃತಿ ತಾನು ಮಾಡಬೇಕಾದ ಕೆಲಸಾನ ನಾನ್ಯಾಕೆ ಮಾಡ್ಲಿ ಅಂತ ಯೋಚನೆ ಮಾಡಿದಾಗ ಹುಟ್ಟಿಕೊಂಡಿದ್ದು ಗಂಡು ಹೆಣ್ಣು ಅನ್ನೋ ಎರಡು ವಿಧ. ಆದ್ರೆ ಪುನರ್‌ಸೃಷ್ಟಿ ಆಗ್ಬೇಕೂಂದ್ರೆ ಆ ಎರಡು ಜೀವಗಳಲ್ಲಿ ನಡೀಬೇಕಾದ ಆಟಕ್ಕೆ ಸೆಳೆಯೋವಂಥಾ ಆಕರ್ಷಣೆ ಬೇಕಲ್ಲಾ ಅದಕ್ಕೆ ಪ್ರಕೃತಿ ಒಡ್ಡಿದ ಸುಖದ ಆಮಿಷ.. ಈ ಪ್ರೀತಿ. ಅದೇನಾದ್ರೂ ಇಲ್ಲಾ ಅಂದಿದ್ರೆ ಆ ಜೀವಿಗಳೆರಡೂ ಸೇರ್ತಾನೇ ಇರ್ಲಿಲ್ಲಾ. ಅದು ಬೇಕಿರೋದು ಅಷ್ಟಕ್ಕೆ ಮಾತ್ರಾ. ಬೆಳೀತಾ ಬೆಳೀತಾ ಆ ಜೀವಿಗಳು ಒಂದು ಪ್ರಜ್ಞೆ ಬೆಳೆಸಿಕೊಳ್ತವೆ. ಯಾವ್ದು ಸರಿ ಯಾವ್ದು ತಪ್ಪು ಅಂತಾ ತಮಗ್ ತಾವೇ ಕಂಡ್ಕೊಂಡು ಕೆಲವು ರೀತಿನೀತಿಗಳನ್ನ ರೂಢಿಸಿಕೊಳ್ತವೆ. ಹಾಗಾಗಿ ಪ್ರೀತಿಗೂ ಕಾಮಕ್ಕೂ ಡಿಫರೆನ್ಸ್ ಗೊತ್ತಾಗತ್ತೆ. ಸುಖಕ್ಕೆ ಕಾಮ, ಬದುಕೋದಕ್ಕೆ ಪ್ರೀತಿ ಅಂತಾ ಕಂಡುಕೊಳ್ತವೆ. ಇಲ್ಲಾ ಅಂದಿದ್ರೆ ವರ್ಷಕ್ಕೊಂದ್ಸಲ ಹೀಟಿಗ್ ಬರೋ ಪಕ್ಷಿಗಳು ವರ್ಷಾ ಎಲ್ಲಾ ಜೊತೆಜೊತೆಯಾಗಿ ಬಾಳ್ತಾ ಇರ್ಲಿಲ್ಲಾ. ಅದರಲ್ಲೂ ಕೆಲವು ಹಕ್ಕಿಗಳಂತೂ ಸಂಗಾತಿ ಸತ್ತಾಗ ತಾವೂ ಕೂಡಾ ಉಪವಾಸ ಬಿದ್ದು ಸಾಯ್ತಾ ಇರ್ಲಿಲ್ಲಾ. ಅವುಗಳಿಗೆ ಅರ್ಥ ಆಗೋ ಈ ಸಣ್ಣ ಸೂಕ್ಷ್ಮ ನಿಮಗೆಲ್ಲಾ ಅರ್ಥ ಆಗಿದ್ರೆ... ನಿಮ್ಮ ಬದುಕು ಹೀಗೆ ನರಕ ಅಗ್ತಾ ಇರ್ಲಿಲ್ಲಾ. ಹೇಳು ನಿನಗೆ ಬೇಕಾಗಿರೋದು ಪ್ರೀತಿನಾ? ಕಾಮನಾ...?" ಆತ ನಿಧಾನಕ್ಕೆ ಧ್ವನಿ ಎತ್ತರಿಸಿ ಅತ್ಯಂತ ಸ್ಪಷ್ಟವಾಗಿ ಮಾತನಾಡುತ್ತಿದ್ದರೆ ಆತನ ಮಾತುಗಳನ್ನೇ ಎದೆಯೊಳಗೆ ಇಳಿಸಿಕೊಳ್ಳುತ್ತಿದ್ದ ಮಲ್ಲಿಯ ಕಣ್ಣುಗಳಲ್ಲಿ ಅದೆಂಥದೋ ಬೆಳಕು. ಕೆಲವು ಕ್ಷಣ ಹಾಗೇ ಮೌನ. ಅವಳ ಮನದಲ್ಲಿ ಕಾಫಿ ಪುಡಿ ಫಿಲ್ಟರ್‌ನಿಂದ ನಿಧಾನಕ್ಕೆ ಇಳಿದು ಘಮಗುಡುವ ಡಿಕಾಕ್ಷನ್ ರೆಡಿ ಆಗುತ್ತಿತ್ತು.

ಸತ್ಯ ಎಷ್ಟು ಸುಂದರ!

"ಹೇಳು... ನಿನಗೆ ಏನ್ ಬೇಕು ಮಲ್ಲಿ...?"

"ನನಗೆ... ನಿನ್ನ... ಪ್ರೀತಿ ಬೇಕು... ಜೊತೆಗೆ... ಕಾಮನೂ... ಬೇಕು"

ಮಲ್ಲಿ ತಡೆತಡೆದು ಮಾತಾಡಿದ್ದರೂ ಆಕೆಯ ಧ್ವನಿಯಲ್ಲಿ ಎಂದಿಗಿಂತ ಹೆಚ್ಚು ಸ್ಪಷ್ಟತೆಯಿತ್ತು. ಅದರ ಹಿಂದೆ ಅದೇನೋ ನಿರ್ಧಾರವೂ ಇದ್ದಂತಿತ್ತು. ಸುಧಾಕರ ನಿಟ್ಟುಸಿರಿಟ್ಟು ತಲೆ ಒದರಿದ.

"ಹೇಳು ರಾಜ. ನಿನಗೇನ್ ಬೇಕೋ ಕೊಡ್ತೀನಿ. ನಿಜಾ ಹೇಳ್ತೀನಿ. ನನ್ನ ಹತ್ರ ಕೋಟಿಕೋಟಿ ಇದೆ. ಎಲ್ಲಾನೂ ಒಂದೇ ಕ್ಷಣದಲ್ಲಿ ನಿನಗೆ ಬರ್ಕೊಡ್ತೀನಿ. ನಾನ್ ಕೇಳಿದ್ದು ಕೊಡ್ತೀಯಾ...?"

"ಪ್ಚ್... ಮಲ್ಲಿ ನಾನು ನಿನಗಿಂತ ಕೋಟಿ ಕೋಟಿ ಕಂಡವ್ನು. ಮನುಷ್ಯತ್ವದ ಮುಂದೆ ಅದೆಲ್ಲನೂ ಛೀ! ಅಂತ ಬಿಟ್ಟು ಬಂದವ್ನು. ದಯವಿಟ್ಟು ಇಂಥದ್ದೆಲ್ಲಾ ಮಾತಾಡಿ ನನಗೆ ನಿನ್ನ ಮೇಲಿರೋ ಗೌರವ ಕಳ್ಕೋಬೇಡಾ. ಇವತ್ತು ನಾನೂ ತುಂಬ ಸಂತೋಷವಾಗಿದೀನಿ. ಸಾಕು ಬಿಟ್ಟುಬಿಡು. ಊಟ ಉಂಡ್ರೆ ಕೊನೇ ತುತ್ತು ಕಹಿ ಆಗದ ಹಾಗೆ ನೋಡ್ಕೋಬೇಕು. ಇಲ್ಲಾಂದ್ರೆ ಕಹಿ ಉಳಿದೋಗಿ ಉಂಡಿದ್ದೆಲ್ಲಾ ಮರೆತೋಗತ್ತೆ. ಪ್ರೀತಿ ಸ್ನೇಹ ಸಂಬಂಧಗಳಲ್ಲೂ ಹಾಗೇ... ಸಾಕು ಅನ್ನಿಸೋ ಕ್ಷಣದಲ್ಲಿ ಕಹಿ ಆಗದ ಹಾಗೆ ನೋಡ್ಕೋಬೇಕು. ಇಲ್ಲಾಂದ್ರೆ ಒಳ್ಳೇ ಘಳಿಗೆ ಎಲ್ಲಾ ಮರೆತೋಗಿ ಬರೀ ಕಹಿನೇ ಉಳಿದ್ಹೋಗತ್ತೆ"

ಇದ್ದಕ್ಕಿದ್ದಂತೆ ತುಂಬಾ ಭಾವುಕವಾಗಿ ತಟ್ಟನೆ ಕಾಲು ಹಿಡಿದುಕೊಂಡ ಮಲ್ಲಿ ಅಳುತ್ತಾ,

"ರಾಜಾ, ಇಲ್ಲಾ ಅನ್ಬೇಡಾ. ನಿನಗೆ ನನ್ನ ಮೇಲೆ ನಿಜವಾಗ್ಲೂ ಪ್ರೀತಿ ಇಲ್ವಾ? ನಾನು ಬದುಕ್ಬೇಕೂಂತ ಆಸೆ ಇಲ್ವಾ..? ನನಗೆ ನಿನ್ನ ಪ್ರೀತಿ ಬೇಕೇ ಬೇಕು"

"ಪ್ಚ್... ನೀನು ಮತ್ತೆ ಮತ್ತೆ ಅದೇ ಮಾತಾಡ್ತಾ ಇದ್ದೀಯಾ. ಪ್ರೀತಿನಾ ಬೇಡಬಾರ್ದು ಮಲ್ಲಿ. ಬೇಡಿ ತಗೊಂಡಿದ್ದು ದಾನ. ತಾನಾಗಿ ಕೊಟ್ಟಿದ್ದು ಮಾತ್ರಾ ಪ್ರೀತಿ. ಯಾಕೋ ಇದೆಲ್ಲಾ ಸಾಕು ಅನ್ನಿಸ್ತಿದೆ." ಎನ್ನುತ್ತಾ ಹಾಗೇ ಕಾಲುಚಾಚಿ ಮಲಗಿದ್ದವನು ಕಾಲು ಕೆಳಗಿಳಿಸಿ ಏಳಲು ಸಿದ್ಧನಾಗುತ್ತಿದ್ದಂತೆ ತಟ್ಟನೆ ಬಂದು ಆತನ ಕಾಲು ಹಿಡಿದುಕೊಂಡ ಮಲ್ಲಿ ತೊಡೆಯ ಮೇಲೆ ತಲೆ ಇರಿಸಿ ಕಲಕಲನೆ ನಕ್ಕಳು. ಸುಧಾಕರ ಆಕೆಯ ವಿಚಿತ್ರ ವರ್ತನೆಗೆ ಈ ತಿಕ್ಕಲು ನಗುವಿಗೆ ಹುಬ್ಬುಗಂಟಿಕ್ಕಿ ಸುಮ್ಮನೆ ನೋಡಿದ.

ಕೆಲಕ್ಷಣ ಕಳೆದು ನಂತರ ತಟ್ಟನೆ ತಲೆ ಎತ್ತಿ ನೋಡಿದ ಮಲ್ಲಿಯ ಮುಖದಲ್ಲಿ ಪೂರ್ಣಚಂದಿರನಿದ್ದ. ಆಕೆ ನಗುತ್ತಲೇ... ಕಣ್ಣ ಬಳಿ ಬೆರಳಾಡಿಸಿ ಒಂದು ಹನಿ ಕೈಗೆತ್ತಿಕೊಂಡು ಅದನ್ನು ಅತನ ಪಾದಕ್ಕೆ ಒರೆಸಿ "ಈ ಪಾದ ಪುಣ್ಯಪಾದಾ..." ಎನ್ನುತ್ತಾ ಅದಕ್ಕೆ ಹಠಾತ್ತನೆ ಹಣೆ ಒತ್ತಿ ಬಿಟ್ಟಳು.

ಸುಧಾಕರ ಸಿಟ್ಟಿನಿಂದ, "ಮಲ್ಲೀ... ನೀನು ನನಗೆ ಬರ್ತಾ ಬರ್ತಾ ಇರಿಟೇಟ್ ಮಾಡ್ತಾ ಇದೀಯಾ" ಎಂದು ಕಿರುಚಿ ಬಿಡಿಸಿಕೊಳ್ಳಲು ಯತ್ನಿಸುವಾಗ ತಟ್ಟನೆ. ಮತ್ತೆ ತಲೆ ಎತ್ತಿ ಅತನನ್ನು ನೋಡಿದ ಮಲ್ಲಿ,

"ರಾಜ, ನನ್ನ ಜೀವನದಲ್ಲಿ ಗಂಡಿನ ಕಾಲಿಗೆ ನಮಸ್ಕಾರ ಮಾಡ್ತಿರೋದು ಇದು ಎರಡ್ನೇ ಸಲ. ಇದೇ ಕೊನೆ. ಮೊದಲ್ನೇದು ಯಾರು ಅಂತ ಕೇಳ್ತೀಯಾ? ನನ್ನ ಕಥೆ ಕೇಳ್ತೀಯಾ" ಅಂದಳು.

ಸುಧಾಕರ ಆಕೆಯನ್ನೇ ಹುಬ್ಬುಗಂಟಿಕ್ಕಿ ಪ್ರಶ್ನಾರ್ಥಕವಾಗಿ ನೋಡಿದ.

ಅಧ್ಯಾಯ 15

ಅದು ಶಿಶಿರಕಾಲ. ಬಹುಬೇಗ ಸಂಜೆಯ ಮೇಲೆ ರಾತ್ರಿ ಆಕ್ರಮಣ ಮಾಡಿಬಿಟ್ಟಿತ್ತು. ಆಗಸದಲ್ಲಿ ಅನಿರೀಕ್ಷಿತವಾಗಿ ಕವಿದಿದ್ದ ದಟ್ಟಮೋಡಗಳು ಯಾವುದೇ ಕ್ಷಣದಲ್ಲಿ ಧಿಗ್ಗನೆ ಭೂಮಿಗೆ ನೆಗೆದು ನುಂಗಲು ಸಿದ್ಧವಾದ ಹಾಗೆ ವಿಲಕ್ಷಣ ಭಯ ಹುಟ್ಟಿಸುತ್ತಿತ್ತು. ಅಂತಹ ರಾತ್ರಿಯ ಆ ಸರಹೊತ್ತಿನಲ್ಲಿ ಬಿಜಾಪುರದ ಹೊರವಲಯದ ಆ ಬೀದಿಗಳಲ್ಲಿ ಭಾರವಾದ ಹೆಜ್ಜೆ ಹಾಕುತ್ತಾ ನಡೆದಿದ್ದಳು ರೇಣುಕಾ.

ಅವಳ ಮನಸ್ಸು ಎಂದಿಗಿಂತ ಹೆಚ್ಚು ಭಾರವಾಗಿತ್ತು. ಪದೇಪದೇ ಚಂದ್ರಗುತ್ತಿಯ ಎಲ್ಲಮ್ಮನಿಗೆ ಹೋಗಿ ಬರಬೇಕು ಎಂದುಕೊಳ್ಳುತ್ತಿದ್ದಳು. ಹೇಳಿಕೊಳ್ಳಲಾಗದ ತಳಮಳ ಎದೆಯಲ್ಲಿ ಅವಲಕ್ಕಿ ಕುಟ್ಟುತ್ತಿತ್ತು. ಅದೇಕೋ ತನ್ನ ನಿಶಾಚರಿ ಬದುಕಿನ ಮೇಲೆಯೇ ರೇಜಿಗೆ ಹುಟ್ಟಿಬಿಟ್ಟಿತ್ತು. ಸಂಜೆಯಾಗುತ್ತಿದ್ದಂತೆ ಗಿರಾಕಿ ಹುಡುಕುತ್ತಾ ಊರತುಂಬಾ ಅಲೆಯುವ ಆ ಹಾಳು ಬದುಕಿನ ಬಗ್ಗೆ ಅಸಹ್ಯವೇ ಆಗಿಬಿಟ್ಟಿತ್ತು. 'ಇದೂ ಒಂದು ಜೀವವಾ? ನನಗೆ ಯಾಕೆ ಇಂಥ ಗತಿ

ತಂದಿಟ್ಟೆ ತಾಯಿ?' ಎಂದು ಎಲ್ಲಮ್ಮನ ಹತ್ತಿರ ಹೋಗಿ ಎದುರೆದುರು ಕುಳಿತು ಗಟ್ಟಿಯಾಗಿ ಕಣ್ಣೀರು ಹಾಕಿ ಗಟ್ಟಿಸಿ ಕೇಳಬೇಕು ಎನಿಸುತ್ತಿತ್ತು. ಹುಟ್ಟುವಾಗ ಗಂಡು ಎನಿಸಿಕೊಂಡು, ಬೆಳೆಯುವಾಗ ಹೆಣ್ಣಿನ ಭಾವನೆಗಳನ್ನು ಇಟ್ಟುಕೊಂಡು, ಮುಂದೊಂದು ದಿನ ಪುರುಷ ಸೂಚಕ ಅಂಗವನ್ನು ತೆಗೆಸಿ ಹೆಣ್ಣು ಎಂದು ತಾನು ಘೋಷಿಸಿಕೊಂಡರೂ ಕೂಡ, ಹೇಳಲಾಗದ ಅಸಹಾಯಕತೆಗೆ ಆಕೆ ಮರುಗಿದ್ದಳು. ಜನ ಆಕೆಯನ್ನು ಅತ್ತ ಹೆಣ್ಣು ಎಂದು ಒಪ್ಪಿಕೊಳ್ಳದೆ, ಇತ್ತ ಗಂಡು ಎಂದು ಒಪ್ಪಿಕೊಳ್ಳದೇ, ಕೊನೆಗೆ ಮನುಷ್ಯಳೇ ಎಂದು ಕೂಡ ಒಪ್ಪಿಕೊಳ್ಳದೆ ತಮ್ಮ ಕಾಮದಾಟಕ್ಕೆ ಆಟಿಕೆಯಂತೆ ಬಳಸಿ ಬಿಸಾಡುತ್ತಿದ್ದರು.

ಸಂಜೆಯಾಯಿತು ಎಂದರೆ ಬೈದುಕೊಳ್ಳುತ್ತಲೇ ವಿಟಪುರುಷರನ್ನು ಹುಡುಕಿಕೊಂಡು ಹೊರಡುತ್ತಿದ್ದ ರೇಣುಕಾಳಿಗೆ ಅಂದು ಒಂದು ಹೊತ್ತಿನಲ್ಲಿ ಇದ್ದಕ್ಕಿದ್ದಂತೆ ಎದೆಯಲ್ಲಿ ಛಳಕು ಹೊಡೆದಂತಾಗಿತ್ತು. ಅರೆಕ್ಷಣ ಕಣ್ಣಿಗೆ ಕತ್ತಲೆ ಇಟ್ಟಂತಾಗಿತ್ತು. ಅದು ತಾನಿನ್ನೂ ಯುವತಿಯಲ್ಲ, ಹರೆಯವನ್ನು ದಾಟಿ ಮುಪ್ಪಿಗೆ ಜಾರುತ್ತಿದ್ದೇನೆ ಎಂದು ಅರಿವಾಗಿಸಿ ಎಲ್ಲವನ್ನು ಕಳೆದುಕೊಂಡ ಶೂನ್ಯವೊಂದು ಆವರಿಸಿಕೊಂಡಿತ್ತು. ಆ ಶೂನ್ಯವೇ ಎದೆಯಲ್ಲಿ ಹೊರೆಸಿದ್ದ ಭಾರಕ್ಕೆ, ಭಾರವಾದ ಉಸಿರು ಬಿಡುತ್ತಾ, ಹೆಜ್ಜೆಗಳಲ್ಲಿ ಆ ಭಾರ ತೂಗಿಸಿ ಕಳೆದುಕೊಳ್ಳುತ್ತಾ ಸಾಗುತ್ತಿದ್ದಳು. ಮಳೆ ಬರುವ ಸೂಚನೆಗೆ ಆಗಾಗ ಅಲ್ಲಲ್ಲಿ ಮಿಂಚುತ್ತಿತ್ತು. ಊರ ಹೊರವಲಯದಲ್ಲಿ ಇನ್ನೂ ಅಷ್ಟಾಗಿ ವಿದ್ಯುತ್ ದೀಪಗಳ ಅಲಂಕಾರ ಇರಲಿಲ್ಲ.

ತನ್ನ ಭಾವುಕ ಲೋಕದಿಂದ ಹೊರಬಂದು ಮನೆಯ ಕಡೆ ಹೆಜ್ಜೆ ಹಾಕುತ್ತಿದ್ದ ರೇಣುಕಾಳಿಗೆ ಇದ್ದಕ್ಕಿದ್ದಂತೆ ಆರನೆಯ ಇಂದ್ರಿಯ ಎಚ್ಚರಿಸಿ ಏನೋ ಹೇಳಲು ತೊಡಗಿತ್ತು. ಯಾರೋ ತನ್ನನ್ನು ಹಿಂಬಾಲಿಸುತ್ತಿದ್ದಾರೆ! ನಿಜ. ಅಂದು ಸಂಜೆಯಿಂದಲೂ ಯಾರೋ ತನ್ನನ್ನು ಹಿಂಬಾಲಿಸುತ್ತಿರುವ ಹಾಗೆ ಯಾವುದೋ ಎರಡು ಕಣ್ಣು ತನ್ನನ್ನು ಗಮನಿಸುತ್ತಿರುವ ಹಾಗೆ ಅನುಭವ ಆಗುತ್ತಿತ್ತು. ಆದರೆ ತನ್ನದೇ ಲೋಕದಲ್ಲಿ ಮುಳುಗಿ ಹೋಗಿದ್ದವಳಿಗೆ ಅದು ಹೆಚ್ಚು ಗಮನ ಸೆಳೆಯದೆ ಇದ್ದುಬಿಟ್ಟಿತ್ತು. ಒಮ್ಮೆ ಹಿಂತಿರುಗಿ ಆ ಕತ್ತಲಲ್ಲೂ ದೃಷ್ಟಿ ನಿರುಕಿಸಿದವಳಿಗೆ ದೂರದಲ್ಲೆಲ್ಲೋ ಒಂದು ಆಕೃತಿ ಕಂಡಿತ್ತು. ಅದು ತನ್ನನ್ನೇ ಅನುಸರಿಸುತ್ತಿರಬಹುದಾ? ಕಠಿಣ ಪರಿಸ್ಥಿತಿಗಳಿಗಾಗಿ ಆಯುಧವೂ ಇತ್ತು. ಅದೆಲ್ಲ ಹೊಸದೇನೂ ಅಲ್ಲವಲ್ಲಾ. ಆಕೆ ಹಠಾತ್ತನೆ ಹತ್ತಿರದಲ್ಲೇ ಕಂಡ ಮುಸುಕು ಬೀದಿದೀಪದ ಮರೆಗೆ ಸರಿದು ಕಾಯುತ್ತಾ ನಿಂತಳು.

ಕೆಲಕ್ಷಣಗಳಲ್ಲಿಯೇ ಆಕೃತಿ ಹತ್ತಿರವಾಗುತ್ತಾ ಬಂದಿತು. ತೀರ ಹತ್ತಿರವಾದಾಗ ಗಮನಿಸಿದರೆ, ಚಡ್ಡಿ ತೊಟ್ಟ ಅದೊಬ್ಬ ಪುಟ್ಟ ಹುಡುಗ. ಈ ಸರಿ ರಾತ್ರಿಯಲ್ಲಿ ಒಬ್ಬನೇ ಹೆಜ್ಜೆ ಸವೆಸುತ್ತಿರುವ ಈ ಹುಡುಗ ಯಾವ ಮನೆಗೆ

ಸೇರಿದವನೋ ಎಂದು ನಿಟ್ಟುಸಿರಿಟ್ಟು ಮತ್ತೆ ದೀಪದ ಮರೆಯಿಂದ ಹೊರಗೆ ಬಂದಳು. ಆ ಹುಡುಗನ ಕಡೆಗೊಮ್ಮೆ ದಿಟ್ಟಿಸಿ ನೋಡಿ,

"ಯಾರಪಾ ತಂಮಾ, ಯಾವ್ ಮನಿಯಾಂವ ನೀ?" ಎಂದಳು.

ಒಂದು ಕ್ಷಣ ಹಠಾತ್ತಾಗಿ ಮರೆಯಿಂದ ಎದ್ದು ಮುಂದೆ ಬಂದ ರೇಣುಕಾಳನ್ನು ಕಂಡು ತಬ್ಬಿಬ್ಬಾಗಿದ್ದ ಹುಡುಗ ಮೆಲ್ಲಗೆ ಆಕೆಯತ್ತ ಕಣ್ಣುತುಂಬಿಕೊಂಡು ಹೆಜ್ಜೆ ಹಾಕುತ್ತಾ 'ಅಕ್ಕಾ' ಎಂದ! ಆ ಧ್ವನಿಯಲ್ಲೇ ಆಕೆಗೆ ಅರ್ಥವಾಗಿ ಹೋಯಿತು, ಇದು ತನ್ನಂಥದೇ ನತದೃಷ್ಟ ಕೂಸು! ಆಕೆ ಕೈಚಾಚಿ ಕರೆವ ಮುನ್ನವೇ ಆ ಹುಡುಗ ಪುಸಕ್ಕನೆ ಅವಳನ್ನು ಅಪ್ಪಿ ಅಪ್ಪಿ ಬಿಕ್ಕಿದ್ದ.. ಆತ ಮಲ್ಲಿಕಾರ್ಜುನ!

ಫಳ್ಳನೆ ಆಕಾಶದ ಎದೆ ಸೀಳಿದ ಮಿಂಚೊಂದು ಆ ಎಳೆಹೃದಯದ ಕಣ್ಣ ಹನಿಗೆ ಮತ್ತೊಂದು ತಾಯಿಹೃದಯದ ಕಣ್ಣ ಹನಿ ಸೇರಿದ್ದಕ್ಕೆ ಸಾಕ್ಷಿಯಾಗಿತ್ತು. ಹಾಗೆಯೇ ಬಹುದೂರ ಸವೆದ ಆ ಹಾದಿಯಲ್ಲಿ ಚೆಲ್ಲಿದ ಇನ್ನಷ್ಟು ಹನಿಗಳನ್ನು ಸುರಿದ ಜೋರು ಮಳೆ ತೊಳೆದು ಹಾಕಿತ್ತು! ಅಲ್ಲಿಂದಾಚೆಗೆ ಮಲ್ಲಿಕಾರ್ಜುನ ಮಲ್ಲಿಕಾ ಆದಳು... ದಿಕ್ಕಿಲ್ಲದ ಕೂಸಿಗೆ ರೇಣುಕಾ ತಾಯಲ್ಲದ ತಾಯಾದಳು.

ಅಂದು ಕೊಡಲಿ ಎತ್ತಿಕೊಂಡು ಕೊಚ್ಚಿ ಹಾಕಲು ಮುಂದಾಗಿದ್ದ ಅಪ್ಪನಿಂದ ತಪ್ಪಿಸಿಕೊಂಡು ತಿರುಗಿ ನೋಡದೆ ಓಡುತ್ತಾ ಓಡುತ್ತಾ ಮಲ್ಲಿಕಾರ್ಜುನ ಸುತ್ತಿದ ಊರುಗಳ ಲೆಕ್ಕವಿರಲಿಲ್ಲ. ಎದೆಯಲ್ಲಿನ ಬಿಕ್ಕುವಿಕೆ ಎಂದು ನಿಲ್ಲುವುದೋ, ಅಲ್ಲಿಯವರೆಗೂ ಓಡುತ್ತಲೇ ಇರಬೇಕು ಎಂಬುದು ಮನಸ್ಸಿಗೆ ಹೊಕ್ಕಿಬಿಟ್ಟಿತ್ತು. ನಡುರಾತ್ರಿಯಲ್ಲಿ ಯಾವುದೋ ಬಸ್‌ಸ್ಟ್ಯಾಂಡಿನ ಮೂಲೆಯಲ್ಲಿ ಮಲಗಿದ್ದರೂ ಪ್ರೀತಿಯ ಹೆಸರಲ್ಲಿ ಮುತ್ತುಕುಮಾರ ಮಾಡಿದ ಮೋಸ, ಅಪ್ಪನ ರೋಷ, ತಾಯಿಯ ಕಣ್ಣೀರು ಒತ್ತರಿಸಿ ಬಂದು ಎಚ್ಚರವಾಗುತ್ತಿದ್ದಂತೆಯೇ ಧಿಡಿಲ್ಲನೆ ಎದ್ದು ಮತ್ತೆ ಮತ್ತೆ ಹಗಲು ರಾತ್ರಿಯ ಪರಿವೇ ಇಲ್ಲದೆ ಮಲ್ಲಿಕಾರ್ಜುನ ಓಡುತ್ತಲೇ ಇದ್ದ. ಹಸಿವಾದಾಗ ಎಲ್ಲೋ ಯಾರೋ ಎಸೆದ ಭಿಕ್ಷೆಯನ್ನು ಕಣ್ಣೀರಿನೊಂದಿಗೆ ನುಂಗುತ್ತಿದ್ದ. ಎಷ್ಟೋ ಕೆರೆಯ ದಂಡೆಗಳ ಮೇಲೆ ಸಾಯಲೆಂದು ನಿಂತಾಗಲೆಲ್ಲಾ ತನ್ನ ಕೈಹಿಡಿದು ತಡೆದ ಶಕ್ತಿ ಯಾವುದು ಎಂಬುದು ಆತನಿಗೆ ಅರ್ಥ ಆಗಿರಲಿಲ್ಲಾ. ಆದರೆ ತಾನೇನೂ ತಪ್ಪು ಮಾಡಿಲ್ಲಾ, ತನ್ನಿಷ್ಟದ ಹಾಗೆ ಒಂದಷ್ಟು ದಿನವಾದರೂ ಮುಕ್ತವಾಗಿ ಬದುಕಿ ಸತ್ತುಹೋಗಬೇಕು ಎಂಬ ಅದಮ್ಯ ಬಯಕೆಯೊಂದು ಎದೆಯನು ಒದ್ದು ಬಂದು ಮುಂದೆ ನಿಲ್ಲುತ್ತಿತ್ತು. ಹಠಾತ್ತಾಗಿ ತಿರುಗಿ ಮತ್ತೆ ಬದುಕಿನ ಕಡೆಗೆ ಓಡುತ್ತಿದ್ದ. ಹಾಗೇ ಅಂಥದ್ದೊಂದು ರಾತ್ರಿಯಲ್ಲಿ ಯವುದೋ ಊರಿನ, ಯಾವುದೋ ಬೀದಿಯ ಮೂಲೆಯಲ್ಲಿ ಮುದುರಿ ಮಲಗಿದ್ದ ಆತನಿಗೆ, ನಡುರಾತ್ರಿಯಲ್ಲಿ ಕಾಲಬಳಿ ತಣ್ಣಗೆ ಯಾವುದೋ ಸ್ಪರ್ಶವಾದಂತೆ ಅನಿಸಿತು. ಕಣ್ತೆರೆದು ನೋಡಿದಾಗ ಒಂದು ಪುಟ್ಟ ನಾಯಿಮರಿ ಅವನ ಕಾಲಬಳಿ

ಮುದುಡಿ ಮಲಗಿತ್ತು. ಸುತ್ತ ನೋಡಿದವನಿಗೆ ಅರ್ಥವಾಯಿತು, ಅದು ತಾಯಿ ಅಗಲಿದ ನಾಯಿಮರಿ. ಮಲ್ಲಿಕಾರ್ಜುನ ಕೈಚಾಚಿ ಆ ಮರಿಯನ್ನು ತನ್ನ ಹತ್ತಿರ ಎಳೆದುಕೊಂಡು ನೋಡಿದ. ದೈನ್ಯದಿಂದ ಕುಯಿಗುಡುತ್ತಾ ನೋಡಿದ ಆ ಪುಟ್ಟ ನಾಯಿಮರಿಯ ಕಣ್ಣಿನಲ್ಲಿ ಅವನಿಗೆ ಅವನದೇ ಚಿತ್ರ ಕಂಡಿತ್ತು. ಎದೆಕಲಕಿದಂತಾಗಿ ಅದನ್ನು ಎಳೆದು ಎದೆಗಪ್ಪಿಕೊಂಡಿದ್ದ. ನನ್ನ ಬದುಕು ಕೂಡಾ ನಿನ್ನಂತೆಯೇ ಎಂದು ಅಪ್ಪಿ ಬಿಕ್ಕುತ್ತಾ ನುಡಿವಾಗ ನಾಯಿಮರಿ ಕೆನ್ನೆ ನೆಕ್ಕಿತ್ತು.

ಅಲ್ಲಿಂದಾಚೆಗೆ ಆ ನಾಯಿಮರಿಯನ್ನು ಕಂಕುಳಲ್ಲಿ ಇರಿಸಿಕೊಂಡೇ ಊರುರು ಸುತ್ತುತ್ತಾ ಇದ್ದ ಮಲ್ಲಿಕಾರ್ಜುನ. ಹಾಗೆ ಸುತ್ತುವಾಗಲೇ ಬಿಜಾಪುರದ ಬೀದಿಯಲ್ಲಿ ಅದೊಂದು ಇಳಿಸಂಜೆಯಲ್ಲಿ ರೇಣುಕಾ ಕಣ್ಣಿಗೆ ಬಿದ್ದಿದ್ದಳು. ತಾಯಿ ಅಗಲಿದ ಅದೇ ಪುಟ್ಟ ನಾಯಿಮರಿಯ ಹಾಗೆ ಅವಳ ಹಿಂದೆ ಹಿಂದೆಯೇ ಹೆಜ್ಜೆ ಹಾಕುತ್ತಾ ನಡೆದುಬಂದಿದ್ದ ಅವನನ್ನು ಕಂಡೊಡನೆ ಕರುಣೆ ಉಕ್ಕಿದ್ದ ರೇಣುಕಾ ಆತ ಆ ನಾಯಿಮರಿಯನ್ನು ಮಡಿಲಿಗೆ ಹಾಕಿಕೊಂಡ ಹಾಗೆ ಆತನನ್ನು ತನ್ನ ಮಡಿಲಿಗೆ ಹಾಕಿಕೊಂಡುಬಿಟ್ಟಳು. ಬದುಕು ನೋಡಬೇಕಿದ್ದ ಮಲ್ಲಿಕಾರ್ಜುನ ಬದುಕು ಸವೆಯುತ್ತಿದ್ದ ರೇಣುಕಾ ಪರಸ್ಪರ ಆಸರೆಯಾಗಿಬಿಟ್ಟರು. ಅವಳ ಮಡಿಲಲ್ಲಿ ಇವನು, ಇವನ ಮಡಿಲಲ್ಲಿ ಅವಳು ಬಿಕ್ಕುತ್ತಾ ನಗುತ್ತಾ ಜೊತೆಯಾಗಿ ಸಾಗಲು ನಿರ್ಧರಿಸಿಬಿಟ್ಟಿದ್ದರು. ಈ ಎರಡು ಜೀವಗಳ ಜೊತೆ ಆ ಪುಟ್ಟ ನಾಯಿಮರಿ ಕೂಡ ಸೇರಿ ಅವರ ಸಂಸಾರವನ್ನು ದೊಡ್ಡದು ಮಾಡಿತ್ತು.

ರೇಣುಕಾಳ ಬದುಕು ಕೂಡ ಬದಲಾಗಿಹೋಗಿತ್ತು. ಬದುಕಿಗೊಂದು ಗುರಿ ಸಿಕ್ಕಿತ್ತು. ಮಾತೃ ಹೃದಯದ ಆಕೆಗೆ ಮಗು ಹೆರುವ ಕನಸು ನನಸಾಗಲು ಸಾಧ್ಯವೇ ಇರಲಿಲ್ಲ. ಆ ನೋವು ಕೊರಗನ್ನು ಆಕೆ ಅಚಾನಕ್ಕಾಗಿ ದೊರಕಿದ್ದ ಮಲ್ಲಿಕಾರ್ಜುನನ ಮೂಲಕ ತೀರಿಸಿಕೊಳ್ಳಲು ಮುಂದಾಗಿದ್ದಳು. ತಾನು ಕಂಡ ಕನಸುಗಳು, ಕಲಿತ ವಿದ್ಯೆಗಳು ಎಲ್ಲವನ್ನೂ ಎರಕ ಹೊಯ್ಯುತ್ತಾ ಮಲ್ಲಿಕಾರ್ಜುನನನ್ನು ಸಂಪೂರ್ಣ ಹೆಣ್ಣಾಗಿಸುವ ಪಣ ತೊಟ್ಟಳು. ಹಾಗಾಗಿಯೇ ಆತನಿಗೆ ಓದು, ವಿದ್ಯೆ, ನೃತ್ಯ ಎಲ್ಲದರ ಪರಿಚಯವೂ ಆಗತೊಡಗಿತು. ಹಾಡು, ಹಸೆ ಕೂಡ ಒಲಿಯಿತು. ರೇಣುಕಾ ನಿಧಾನಕ್ಕೆ ಇಳಿಸಂಜೆಯ ಬದುಕನ್ನೇ ತ್ಯಜಿಸಿಬಿಟ್ಟಳು. ಕಸೂತಿ ಹಾಕುವುದು, ಮನೆಗಳಿಗೆ ಹಸೆ ಬರೆಯುವುದು, ಶುಭಕಾರ್ಯಗಳಲ್ಲಿ ಹಾಡುವುದು, ನರ್ತಿಸುವುದು, ಹೆಂಗಸರ ಸಮಸ್ಯೆಗಳಿಗೆ ದನಿಯಾಗುವುದು, ನೊಂದ ಜೀವಗಳಿಗೆ ಕೈಲಾದಷ್ಟು ಆಸರೆಯಾಗುವುದು... ಇತ್ಯಾದಿಗಳನ್ನೆಲ್ಲಾ ಮಾಡಿಕೊಳ್ಳುತ್ತಾ ಬದುಕಿನ ರೀತಿಯನ್ನೇ ಬೇರೆಯಾಗಿಸಿಕೊಂಡಳು. ತನ್ನೆಲ್ಲ ಕನಸುಗಳನ್ನು ಮಲ್ಲಿಕಾರ್ಜುನನ ಮೇಲೆ ಸುರುವಿಕೊಂಡ ರೇಣುಕಾ ಪೂರ್ಣ ಹೆಣ್ಣಾಗಿಸಲು ಮುಂದಾದಳು. ಅವಳ ಕೆತ್ತನೆಗೆ ತಕ್ಕ ಹಾಗೆ ಎಲ್ಲ ರೀತಿಗಳಿಂದಲೂ ರೂಪುಗೊಳ್ಳುತ್ತಾ ಹೋದ ಮಲ್ಲಿಕಾರ್ಜುನ ಕೊನೆಗೊಂದು ದಿನ ಶಸ್ತ್ರಚಿಕಿತ್ಸೆ

ಮೂಲಕ ಪೂರ್ಣವಾಗಿ ರೂಪಾಂತರಗೊಂಡು ಮಲ್ಲಿಕಾ ಎಂದು ನಾಮಕರಣ ಕೂಡಾ ಕೂಡ ಆಗಿಹೋಯಿತು.

ರೇಣುಕಾಳಿಗೆ ಸನಿಹದಲ್ಲೇ ಎಂದೋ ಒಂದು ದಿನ ತನ್ನ ಬದುಕು ಮುದುಡಿ ಹೋಗುವ ಮುನ್ನ ಮಲ್ಲಿಕಾಳ ಬದುಕನ್ನು ಅರಳಿಸುವ ಸಂಕಲ್ಪ ಗಟ್ಟಿಯಾಗಿತ್ತು. ಅದಕ್ಕಾಗಿಯೇ ಆಕೆ ಮಲ್ಲಿಕಾಳಿಗೆ ಮುತ್ತು ಕಟ್ಟಿಸುವ ನಿರ್ಧಾರ ಮಾಡಿದ್ದಳು. ಸೂಕ್ತವಾದ ಶ್ರೀಮಂತನೊಬ್ಬನನ್ನು ಹುಡುಕಿ ಆತನ ಕೈಯಿಂದ ಮಲ್ಲಿಕಾಳಿಗೆ ಮುತ್ತು ಕಟ್ಟಿಸಿ ಅವಳನ್ನೊಂದು ಮನೆ ಸೇರಿಸಿಬಿಟ್ಟರೆ ಆಕೆಗೆ ಮುಂದೆಂದೂ ತನ್ನ ಹಾಗೆ ಬೀದಿ ಅಲೆಯುವ ಪರಿಪಾಟಲು ಬೇಡವೇ ಬೇಡ ಎಂಬುದು ಸ್ಪಷ್ಟವಾಗಿತ್ತು. ಅದಕ್ಕೆ ತಕ್ಕ ಹಾಗೆಯೇ ಅವಳಿಗೆ ದೊರಕಿದವನು ಮಾಲೀಗೌಡ ಎಲಿವಾಳ.

ಆತ ನಡುವಯಸ್ಸಿಗೆ ಕಾಲಿಟ್ಟಿದ್ದ ಆಗರ್ಭ ಶ್ರೀಮಂತ. ದೊಡ್ಡ ಜಮೀನುದಾರ. ಹತ್ತಾರು ಹಳ್ಳಿಗಳಲ್ಲಿ ನೂರಾರು ಎಕರೆ ಜಮೀನು ಅವನದಾಗಿತ್ತು. ಸುರಪುರದ ಶ್ರೀಮಂತ ಮನೆತನದ ಮಾಲೀಗೌಡ ಎಲಿವಾಳನಿಗೆ ಗ್ರಾಮಾಂತರ ಭಾಗಗಳಲ್ಲಿಯೇ ಎರಡು ವಾಡೆಗಳಿದ್ದವು. ಜೊತೆಗೆ ಬಿಜಾಪುರದಲ್ಲಿ ಒಂದು ಬಂಗಲೆಯೂ ಇತ್ತು. ಅದು ಅವನ ವಿಲಾಸಿ ಬದುಕಿಗೆ ಅಗತ್ಯವಾಗಿ ಬೇಕಿತ್ತು. ಆಗಿನ ಕಾಲದ ಶ್ರೀಮಂತರಿಗೆ ಎಷ್ಟು ಜನ ವೇಶ್ಯೆಯರಿದ್ದರು, ಎಂತೆಂಥವರು ಇದ್ದರು ಎಂಬುದರ ಮೇಲೆ ಅವರ ಸಮಾಜದಲ್ಲಿ ಅವರಿಗೆ ಗೌರವ, ಮನ್ನಣೆಗಳಿದ್ದವು. ಇಂಥಹಾ ಮಾಲೀಗೌಡನಿಗೆ ಇಷ್ಟವಾಗುವ ಹಾಗೆ ಮಲ್ಲಿಕಾಳನ್ನು ರೂಪುಗೊಳಿಸಿದ್ದಳು ರೇಣುಕಾ. ಎಲ್ಲೇ ಹೋದರೂ ಬೇಕೆಂದೇ ಮಲ್ಲಿಕಾಳನ್ನು ಜೊತೆಗೆ ಕರೆದೊಯ್ಯುತ್ತಿದ್ದ ರೇಣುಕಾ ನೂರಾರು ಹದ್ದಿನ ಕಣ್ಣುಗಳಿಂದ ಮಲ್ಲಿಕಾಳನ್ನು ಕಾಪಾಡಿಕೊಂಡಿದ್ದಳು. ಅವಳನ್ನು ಪಡೆಯಲು ಅವರವರಲ್ಲಿಯೇ ಪೈಪೋಟಿ ಹುಟ್ಟುವಂತಹ ವಾತಾವರಣವನ್ನೂ ಕೂಡ ರೂಪಿಸಿದ್ದಳು. ರೇಣುಕಾ ಇಟ್ಟ ಎಲ್ಲಾ ಕಟ್ಟುನಿಟ್ಟಿನ ಕರಾರುಗಳಿಗೆ ಒಪ್ಪಿಗೆಯ ಮುದ್ರೆ ಒತ್ತಿಯೇ ಮಾಲೀಗೌಡ ಅವಳನ್ನು ತನ್ನವಳನ್ನಾಗಿಸಿಕೊಂಡಿದ್ದು.

ಮಲ್ಲಿಕಾಳಿಗೆ ಮುತ್ತು ಕಟ್ಟುವ ಮುನ್ನವೇ ಸಂಗಮೇಶ ಎಲಿವಾಳ ಆ ಬಂಗಲೆ ಒಂದಷ್ಟು ಚಿಕ್ಕಪುಟ್ಟ ಆಸ್ತಿ ಬರೆದುಕೊಟ್ಟಿದ್ದ. ಜೊತೆಗೆ ಚಿನ್ನ ಹಣ ಕೂಡ ಸೇರಿತ್ತು. ಆತ ಮಲ್ಲಿಕಾಳಿಗಾಗಿ ಖರ್ಚು ಮಾಡಿದ ಪರಿಗೆ ಅವನ ಶ್ರೀಮಂತ ವಲಯ ಭೇಷ್ ಭೇಷ್ ಎಂದು ಆತನ ಬಗ್ಗೆ ಹೆಮ್ಮೆ ಪಟ್ಟಿತ್ತು.

ತನ್ನ ಭಾವನೆಗಳಿಗೆ ದನಿಯಾಗುವವರೇ ಇಲ್ಲ ಎಂದು ನೋಯುತ್ತಾ ಒಂಟಿತನ ಅನುಭವಿಸಿದ್ದ ಮಲ್ಲಿಕಾರ್ಜುನನಿಗೆ ರೇಣುಕಾಳ ಸಾಂಗತ್ಯ ದೊರೆತದ್ದು ಎದೆಯಲ್ಲಿನ ಎಲ್ಲಾ ನೋವನ್ನೂ ತೊಡೆದುಹಾಕಿತ್ತು. ಮೊದಲ ದಿನದಿಂದಲೇ ಮಲ್ಲಿಕಾರ್ಜುನ ಎಂಬ ಹೆಸರು ಮಾಯವಾಗಿ ಮಲ್ಲಿಕಾ ಎಂದು ಕರೆದದ್ದು

ರೋಮಾಂಚನವಾಗಿತ್ತು. ತನ್ನದೊಂದು ಆತ್ಮೀಯ ಬಳಗದ ಎಲ್ಲರನ್ನೂ ಸೇರಿಸಿಕೊಂಡ ರೇಣುಕಾ, ಆತನನ್ನು ತನ್ನ ಮಗಳು ಎಂದು ಪರಿಚಯಿಸಿ ಮಲ್ಲಿಕಾ ಎಂದು ನಾಮಕರಣ ಶಾಸ್ತ್ರ ಮಾಡಿದ್ದಳು. ಹಾಗೆ ನೂರಾರು ಜನ ಹರಸಿ ಹೋದ ಮೇಲೆ ಮಲ್ಲಿಕಾ ಸಂಪೂರ್ಣವಾಗಿ ತಾನು ಹೆಣ್ಣು ಎಂದೇ ಭಾವಿಸಿದ್ದಲ್ಲದೇ ರೇಣುಕಾಳ ಮಡಿಲಲ್ಲಿ ಬಿಕ್ಕಿ ಬಿಕ್ಕಿ ಅತ್ತಿದ್ದಳು.

ಅಲ್ಲಿಂದಾಚೆಗೆ ಆಕೆಯ ಲೋಕವೇ ಬೇರೆಯಾಗಿಹೋಯಿತು. ನಾಯಿಮರಿಗೆ ತನ್ನ ತಾಯಿಯ ನೆನಪಾಗಿ ಪಾರ್ವತಿ ಎಂದು ಹೆಸರಿಟ್ಟಿದ್ದಳು. ಅದರೊಂದಿಗೆ ಆಟವಾಡಿಕೊಳ್ಳುತ್ತಾ ರೇಣುಕಾ ಹೇಳಿದ್ದನ್ನು ಚಾಚೂ ತಪ್ಪದ ಹಾಗೆ ಪಾಲಿಸುತ್ತಿದ್ದ ಮಲ್ಲಿಕಾಳಲ್ಲಿ ಹೊಸದೊಂದು ಜೀವನೋತ್ಸಾಹ ನದಿಯಾಗಿ ಹರಿದು ಧುಮ್ಮಿಕ್ಕಿ ಭೋರ್ಗರೆಯುತ್ತಿತ್ತು. ಹಾಡು, ಹಸೆ, ನೃತ್ಯ ಎಲ್ಲವೂ ಮೈಗಂಟಿಕೊಂಡ ಹಾಗೆ ತನ್ಮಯತೆಯಿಂದ ಕಲಿತಿದ್ದಳು. ನಿಷ್ಕಳಂಕ ನಗುವೊಂದು ಸದಾ ಮುಖದ ಮೇಲೆ ಲಾಸ್ಯವಾಡುತ್ತಿತ್ತು. ಜಗತ್ತಿನೆಡೆಗಿನ ಬೇಸರವೆಲ್ಲಾ ಅಳಿದುಹೋಗಿತ್ತು. ಎಲ್ಲರ ಮೇಲೂ ಎಲ್ಲದರ ಮೇಲೂ ಪ್ರೀತಿ ಉಕ್ಕುತ್ತಿತ್ತು. ಆ ಎಳೆಹರೆಯ, ಆ ಮುಗ್ಧತೆ ಮತ್ತು ಮಂದಹಾಸವೇ ಎಂಥಾ ಗಂಡಸರನ್ನೂ ಸೂಜಿಗಲ್ಲಿನ ಹಾಗೆ ಸೆಳೆಯುತ್ತಿತ್ತು. ಆಕೆಗೆ ತನಗಾಗಿ ಎಷ್ಟೋ ಶ್ರೀಮಂತ ಗಂಡಸರ ನಡುವೆ ಯುದ್ಧವೊಂದು ನಡೆದಿದೆ ಎಂಬ ಅರಿವೇ ಇರಲಿಲ್ಲಾ. ಎಂದೋ ಒಂದು ದಿನ ರೇಣುಕಾ 'ಮಗಳೇ ನಿನಗೆ ಮದುವೆ ಮಾಡುತ್ತಿದ್ದೇನೆ' ಎಂದಾಗ ರೋಮಾಂಚನಗೊಂಡಿದ್ದಳು. ಮನಸ್ಸು ಹಗುರಾಗುವಷ್ಟು ಮುತ್ತುಕುಮಾರನನ್ನು ನೆನೆದು ಅತ್ತು, ನಂತರ ಆತನ ನೆನಪಿನೊಂದಿಗೆ ಆತನೊಂದಿಗೆ ಕಂಡಿದ್ದ ಕನಸುಗಳನ್ನೂ ಕೂಡಾ ಸುಟ್ಟು ಹಾಕಿ ಹೊಸಬಾಳಿಗೆ ಸಜ್ಜಾಗಿದ್ದಳು. ಮದುವೆ ಎಂಬ ಹೆಸರಿನಲ್ಲಿ ಮುತ್ತು ಕಟ್ಟಿಸುವ ದಿನ ಸಂಗಮೇಶನನ್ನು ಗಮನಿಸಿದಾಗ ಕೊಂಚ ವಯಸ್ಸಾಯಿತಲ್ಲವಾ ಎಂದು ಒಂದು ಕ್ಷಣ ಅನಿಸಿದರೂ, ಮರುಕ್ಷಣ ಈ ಭಾಗ್ಯವೂ ಇರದಿದ್ದ ತನ್ನಂತಹ ಅನೇಕ ಹತಭಾಗ್ಯರನ್ನು ನೆನೆದು ಭಾವುಕಳಾಗಿದ್ದಳು.

ಈಗ ಆಕೆ ವಾಸ ಇರುವ ಆ ಬಂಗಲೆ ಅವಳ ಪಾಲಿಗೆ ಬಂದದ್ದು ಹಾಗೆ. ಸಂಗಮೇಶನಿಂದ ಅಧಿಕೃತವಾಗಿ ಎಲ್ಲವನ್ನೂ ಮಲ್ಲಿಕಾಳ ಹೆಸರಿಗೆ ದಾಖಲಾಯಿಸಿ ಆನಂತರವೇ ರೇಣುಕಾ ಮಲ್ಲಿಕಾಳನ್ನು ಕರೆದುಕೊಂಡು ಆ ಮನೆಗೆ ಕಾಲಿಟ್ಟದ್ದು. ಸಂಗಮೇಶನ ಇಟ್ಟುಕೊಂಡ ಪತ್ನಿಯಾಗಿ ಆ ಮನೆ ಪ್ರವೇಶಿಸಿದ ಮಲ್ಲಿಕಾ ಮೊದಲ ಬಾರಿಗೆ ಗಂಡಸೊಬ್ಬನ ಪಾದಕ್ಕೆ ಅಂದು ಹಣೆ ಒತ್ತಿದ್ದಳು. 'ಯಾರೂ ಮುಟ್ಟದ ಹೂವೊ'ಂದನ್ನು ಗೆದ್ದ ಸಂಭ್ರಮದಲ್ಲಿದ್ದ ಸಂಗಮೇಶನ ತೋಳಬಂಧಿಯಾಗಿ ನಲುಗಿದ್ದಳು!

ಅಧ್ಯಾಯ 16

ಅವಳ ತುಟಿಯ ಮೇಲೊಂದು ಮುಗುಳ್ನಗೆ ಲಾಸ್ಯವಾಡುತ್ತಿತ್ತು!

ಕಳೆದುಹೋದ ಆ ದಿನಗಳ ನೆನಪಿನಲ್ಲಿ ಆಕೆ ಅದೇನೇನು ನೆನೆದು ಧೇನಿಸಿ ಎಲ್ಲಿ ತೇಲುತ್ತಿದ್ದಳೋ. ಆದರೆ ಆಕೆ ಮಾತು ನಿಲ್ಲಿಸಿ ಕೆಲಕ್ಷಣ ಹಾಗೇ ತನ್ನದೇ ಲೋಕದಲ್ಲಿ ಮೈಮರೆತು ಮುಗುಳ್ನಗುತ್ತಿದ್ದುದನ್ನು ಸುನಿಲ ಗಮನಿಸುತ್ತಲೇ ಇದ್ದ. ಆತನಿಗೆ ಅಂತಹ ನಗು ಯಾರೇ ನಕ್ಕರೂ ಚಂದ. ಕ್ಯಾಮೆರಾ ತೆಗೆಯಲೇ ಎಂದು ಆತ ಅತ್ತ ಸರಿಯುತ್ತಿದ್ದಂತೆ,

"ಬೇಡಾ ರಾಜಾ, ಮತ್ತೆ ಕ್ಯಾಮೆರಾ ಸಹವಾಸಕ್ಕೆ ಹೋಗಬೇಡಾ" ಎಂಬ ಧ್ವನಿ ಕೇಳಿಸಿತು. ತಟ್ಟನೆ ನಕ್ಕ ಆತ,

"ಅಷ್ಟು ಬೇಗ ಗೊತ್ತಾಗೋಯ್ತಾ?" ಎಂದ.

"ಕಳೆದ ಇಷ್ಟು ಘಳಿಗೆಗಳಲ್ಲೇ ನನ್ನದೂ ನಿನ್ನದೂ ಯಾವುದೋ ಜನ್ಮದ ಅನುಬಂಧ ಅನಿಸೋವಾಗ, ಇಷ್ಟೂ ಅರ್ಥ ಆಗದೇ ಇದ್ರೆ ಹೇಗೆ ರಾಜ?" ಎನ್ನುತ್ತಾ ನಕ್ಕಳು ಮಲ್ಲಿ. ಒಂದು ಕ್ಷಣ ನೀರವ ಮೌನದ ನಂತರ ನಿಟ್ಟುಸಿರಿಟ್ಟು,

"ಆವತ್ತು ಅವನಿಗೆ ಪಾದದ ಮೇಲೆ ಹಾಗೆ ಹಣೆ ಒತ್ತಿದ್ದು. ಇಷ್ಟು ವರ್ಷ ಕಳೆದು ಮತ್ತೆ ಪ್ರೀತಿಯಿಂದ ಪಾದಕ್ಕೆ ಹಣೆ ಒತ್ತಿದ್ದು ನಿನಗೇನೇ ರಾಜಾ" ಎಂದು ಭಾವುಕಳಾದಳು ಮಲ್ಲಿ. ಸುನಿಲನಿಗೆ ಆಕೆಯ ಮೇಲೆ ಎಲ್ಲಿಲ್ಲದ ಪ್ರೀತಿ ಕನಿಕರ ಉಕ್ಕಿದವಾದರೂ ಕಾಣದಂತೆ ತನ್ನ ಆವೇಶವನ್ನು ನಿಗ್ರಹಿಸಿಕೊಂಡ. ಪಾಪ... ಒಂದು ವರುಷದ ಎಲ್ಲ ಋತುಮಾನಗಳ ಮಳೆ ಬಿಸಿಲು ಚಳಿ ಎಲ್ಲವನೂ ಒಂದೇ ದಿನದಲ್ಲಿ ಒಂದೇ ರಾತ್ರಿಯಲ್ಲಿ ಆಕೆಯೊಂದಿಗೇ ಆತನೂ ಅನುಭವಿಸುತ್ತಿದ್ದ ಹಾಗಿತ್ತು.

"ನಿಮ್ಮೆಲ್ಲರಿಗೂ ಅದೇನೂ ಅದ್ಭುತ ಅಲ್ಲ ರಾಜಾ. ಆದರೆ ನನ್ನಂಥವರಿಗೆ ಆ ಹೀನಾಯಬಾಳು ಅಷ್ಟಾದರೂ ದಕ್ಕಿತಲ್ಲಾ ಎಂದು ನೆನಸಿಕೊಂಡರೆ ಈಗಲೂ ಅದೆಷ್ಟು ಸಂತೋಷ ಗೊತ್ತಾ? ಆತನನ್ನು ಗಂಡ ಅಂತ ಒಪ್ಪಿಕೊಂಡಿದ್ದೆ. ಹೊರಗಿನ ಲೋಕ ಏನಾದರೂ ಅಂದುಕೊಳ್ಳಲಿ, ಆದರೆ ನನ್ನದೂ ಒಂದು ಸಂಸಾರ ಅಂತ ಶುರು ಮಾಡಿದ್ದೆ. ರೇಣುಕಾ ನನ್ನೊಂದಿಗೇ ಬಂದು ಈ ಮನೆಯಲ್ಲಿಯೇ ನನಗೆ ಆಸರೆಯಾಗಿ, ತಾಯಿಯಾಗಿ ಅತ್ತೆಯಾಗಿ ಇದ್ದುಬಿಟ್ಟಳು. ಮಕ್ಕಳು ಹೆರುವ ಆಸೆಯಂತೂ ನೆರವೇರುವ ಸಾಧ್ಯತೆ ಇರಲಿಲ್ಲಾ. ಆದರೆ ಮಗುವಂತಿದ್ದ ನನ್ನ ತಾಯಿಯ ಹೆಸರು ಹೊತ್ತಿದ್ದ ಪಾರ್ವತಿಯೊಂದಿಗೆ ಆಟವಾಡಿಕೊಳ್ಳುತ್ತಿದ್ದೆ. ಮೊಲ ಸಾಕಿದ್ದೆ, ಗಿಣಿ ಸಾಕಿದ್ದೆ, ಪಾರಿವಾಳಗಳಿಗೆ ಗೂಡು ಕಟ್ಟಿದ್ದೆ. ಮರದ ಮೇಲಿನ ಅಳಿಲುಗಳು ಬಂದು ಕಿರುಚಿ ಗಲಾಟೆ ಮಾಡಿ ಶೇಂಗಾ ಪಡೆದು ಹೋಗುತ್ತಿದ್ದವು. ಅಯ್ಯೋ... ಆ ಕಾಲ ಅದೆಷ್ಟು ಸುಂದರವಿತ್ತು... ಅಯ್ಯೋ... ಆ ಪುಟ್ಟಲೋಕ ಎಷ್ಟು ಸೊಗಸಾಗಿತ್ತು... ಅಯ್ಯೋ... ಅಷ್ಟಾದರೂ ಸುಖ ಕೊಟ್ಟಿದ್ದಕ್ಕೆ... ಅಷ್ಟರಲ್ಲೇ ನಾನು ಎಷ್ಟೊಂದು ಸುಖವಾಗಿದ್ದೇ ಅಂತಾ... ಆ ಭಗವಂತಾನೇ ದೃಷ್ಟಿ ಹಾಕ್ಬಿಟ್ನಲ್ಲಾ ರಾಜಾ... ಅಯ್ಯೋ... ನಾನು ಏನು... ಏನು ಅನ್ಯಾಯ ಮಾಡಿದ್ದೆ...? ಯಾರಿಗೆ ಏನು ಅನ್ಯಾಯ ಮಾಡಿದ್ದೆ? ಯಾವ ಜನ್ಮದ ಶಾಪ ಇದು? ಅಯ್ಯೋ... ಅಯ್ಯೋ..." ಎಂದು ಹೇಳುತ್ತಾ ಹೇಳುತ್ತಾ ಮಲ್ಲಿ ಭಾವಾವೇಷದಿಂದ ನರಳುತ್ತಾ ಕಿರುಚುತ್ತಾ ಇನ್ನೇನು ಒಡೆದೇ ಹೋಗುತ್ತಾಳೆ ಎನಿಸುತ್ತಿದ್ದಂತೆಯೇ ತಟ್ಟನೆ ಎದ್ದ ಸುನಿಲ ಆಕೆಯನ್ನು ಬಲವಾಗಿ ತನ್ನ ಬಾಹುಗಳಲ್ಲಿ ಬಂಧಿಸಿಬಿಟ್ಟ...!

ಆ ಬಂಧನ ನೂರೆಂಬತ್ತು ಇನ್ನೂರು ಕಿಲೋಮೀಟರ್ ಸ್ಪೀಡಿನಲ್ಲಿ ಏರುತ್ತಲೇ ಹೋಗುತ್ತಿದ್ದ ಅವಳ ನೋವು ಸಂಕಟ ಆವೇಶ ಬಿಪಿ ಎಲ್ಲದಕ್ಕೂ ನಿಧಾನಕ್ಕೆ ಬ್ರೇಕು ಹಾಕಿ ಕಂಟ್ರೋಲಿಗೆ ತೆಗೆದುಕೊಳ್ಳುತ್ತಾ ಬಂದಿತು. ಅಲ್ಲಿ ಮಾತಿನ ಅವಶ್ಯಕತೆಯೇ ಇರಲಿಲ್ಲಾ. ಅವಳೆದೆ ನಗಾರಿಯಾದದ್ದು ಸುನಿಲನಿಗೂ ಗೊತ್ತಾಗುತ್ತಿತ್ತು. ಆತ ಅವಳನ್ನು ಹಾಗೇ ಬಿಗಿಯಾಗಿ ಅಪ್ಪಿ ಹಿಡಿದು ಬೆನ್ನು ತಲೆ ಸವರುತ್ತಾ ಸಮಾಧಾನಿಸುತ್ತಾ ಇದ್ದುಬಿಟ್ಟ. ಯುಗವೆಲ್ಲವೂ ಕೆಲವೇ ಕ್ಷಣಗಳಲ್ಲಿ

ಕಳೆದುಹೋಗುತ್ತಿತ್ತು. ನಿಧಾನಕ್ಕೆ ಎದೆಬಡಿತ ತಹಬದಿಗೆ ಬರುತ್ತಿದ್ದಂತೆಯೇ ಅವಳಿಂದ ಬಿಡಿಸಿಕೊಂಡ ಸುನಿಲ, ತಾನೇ ಮುಂದಾಗಿ ಹೋಗಿ ನೀರು ಹಿಡಿದು ಬಂದು ಕುಡಿಸಿದ. ನೀರು ಕುಡಿದು ಸುಧಾರಿಸಿಕೊಂಡ ನಂತರ ಮಲ್ಲಿಗೆ ಅರಿವಾಗಿದ್ದು,

"ಅಯ್ಯೋ, ಎಂಥಾ ಕೆಲಸ ಮಾಡಿಬಿಟ್ಟೆ? ನಾನು ನಿನ್ನ ಕೈಯಲ್ಲಿ ಸೇವೆ ಮಾಡಿಸಿಕೊಂಡೆನಾ? ಅಯ್ಯಯ್ಯೋ ಎಂಥಾ ತಪ್ಪಾಯಿತು..." ಎನ್ನುತ್ತಾ ಮತ್ತೆ ಮಲ್ಲಿ ರಾಗ ತೆಗೆಯುತ್ತಿದ್ದಂತೆಯೇ ಹಠಾತ್ತಾಗಿ,

"ಏಯ್... ಸಾಕು ನಿಲ್ಲಿಸು ಮಲ್ಲಿ. ಇದೇನೂ ದೊಡ್ಡ ಸೇವೆ ಅಲ್ಲಾ. ನೀನು ಎಮೋಷನಲೀ ಬ್ರೇಕೌಟ್ ಆಗಿದ್ದು ನೋಡಿದ್ರೆ... ಸೀದಾ ಮೇಲೇ ಹೊರಟೋಗ್ತಾ ಇದ್ದೆ ಅನ್ನಿಸುತಿತ್ತು. ಕಷ್ಟಪಟ್ಟು ಕಂಟ್ರೋಲಿಗ್ ತಂದಿದೀನಿ. ಮತ್ತೆ ನೀನು ಎಮೋಷನಲೀ ಬ್ರೇಕೌಟ್ ಅದ್ರೆ ನನಗೂ ಕಷ್ಟ ಅಗತ್ತೆ..." ಎಂದು ಕಿರುಚಿದ.

ಆತನ ಆ ಕಿರುಚುವಿಕೆ ಇನ್ನೊಂದು ಪವರ್ ಬ್ರೇಕ್‌ನ ಹಾಗೆ ಕೆಲಸ ಮಾಡಿತು. ಮಲ್ಲಿಯ ಆವೇಶ ಇಳಿಯುತ್ತಾ ಮತ್ತೆ ಒಂದು ಹದಕ್ಕೆ ಬಂದಿತು. ಈಗ ಮತ್ತೆ ಆಕೆಯ ಪಕ್ಕ ಕುಳಿತ ಸುನಿಲ ನಿಟ್ಟುಸಿರಿಟ್ಟು ನಿಧಾನಕ್ಕೆ ಆಕೆಯನ್ನು ತನ್ನ ಮಡಿಲಿಗೆ ಎಳೆದುಕೊಂಡ. ಹಾಗೆ ಎಳೆದುಕೊಳ್ಳುತ್ತಲೇ,

"ಅಳಬಾರ್ದು, ಅತ್ರೂ ಸದ್ದಾಗದ ಹಾಗೆ ಕಣ್ಣೀರು ಹಾಕಿ ಸಮಾಧಾನ ಮಾಡ್ಕೋಬೇಕು. ಆಯ್ತಾ? ರಾತ್ ಅಭೀ ಬಾಕೀ ಹೈ. ಆಯ್ತಾ? ಮಾತಾಡ್ಬಾರ್ದು. ಒಂದೆರಡ್ ನಿಮ್ಷ ಸುಮ್ನೆ ಸೈಲೆಂಟಾಗಿ ಮಲಗಿರ್ಬೇಕು. ಆಯ್ತಾ?" ಎನ್ನುತ್ತಾ ಆತ ಆಕೆಯ ತಲೆ ಸವರತೊಡಗಿದ.

ಹಾಗೆ ಅವನ ತೊಡೆಯ ಮೇಲೆ ತಲೆಯಿಟ್ಟು ಮಲಗಿದ ಕೆಲವೇ ಕ್ಷಣಗಳಲ್ಲಿ ಮಲ್ಲಿಯ ಎದೆಯಲ್ಲಿ ಸಂಕಟ ಮತ್ತು ಸಂತೋಷಗಳೆರಡೂ ಧಾರೆ ಧಾರೆಯಾಗಿ ಹರಿಯಲು ತೊಡಗಿದವು. ನಿಷ್ಪಾಪಿ ಕಣ್ಣುಗಳು ರೆಪ್ಪೆಬಾಗಿಲು ತೆರೆದು ಅವೆರಡಕ್ಕೂ ಒಟ್ಟಿಗೆ ಹೊರಹೋಗಲು ದಾರಿ ಮಾಡಿಕೊಟ್ಟವು. ಅವನು ಹೇಳಿದ್ದಂತೆಯೇ ಮಾತಿಲ್ಲದೆ ಸದ್ದಿಲ್ಲದೆ ಹಾಗೇ ಹರಿದು ಹೋಗುತ್ತಲೇ ಇದ್ದವು. ಇನ್ನು ತಡೆಯಲಾರೆ ಎನಿಸಿದಾಗ ಮಲ್ಲಿ ಮೆಲ್ಲಗೆ ಕ್ಷೀಣ ಧ್ವನಿಯಲ್ಲಿ,

"ನಾನು ಮಾತಾಡಬೇಕು" ಎಂದಳು ಮಲ್ಲಿ. ಸುನಿಲ ಮಾತಾಡಲಿಲ್ಲಾ. ಆತ ಆಕೆಯ ತಲೆ ಸವರುತ್ತಲೇ ಇದ್ದ.

"ನಾನು ಮಾತಾಡಬೇಕು... ಮುಂದಿನ ಕಥೆ ಹೇಳಬೇಕು..." ಎಂದಳು ಮಲ್ಲಿ ಬಿಕ್ಕುತ್ತಾ. ನಿಟ್ಟುಸಿರಿಟ್ಟ ಸುನಿಲ. ಅವನಿಗೆ ಗೊತ್ತಿತ್ತು ಅದು ನಿಲ್ಲುವುದಿಲ್ಲ... ಮಾಯದಂಥಾ ಮಳೆ ಬಂತಣ್ಣಾ ಮದಗಾದ ಕೆರೆಗೆ... ನಿಲ್ಲುವಳಲ್ಲಾ... ನಾ ನಿಲ್ಲುವಳಲ್ಲಾ...

ಸುಮಾರು ಐದು ವರುಷ ಅತ್ಯಂತ ಸುಂದರವಾಗಿ ಕಳೆದುಹೋಗಿತ್ತು ಮಲ್ಲಿಕಾಳಿಗೆ. ತಾನು ಕನಸು ಕಂಡಿದ್ದ ಲೋಕ ಹೀಗಿರಲಿಲ್ಲವಾದರೂ ಇದು ಅದಕ್ಕೆ ಹತ್ತಿರವಾಗಿತ್ತು. ಒಂದಷ್ಟು ದಿವಸ ಮನಸ್ಸಿಗೆ ಖುಷಿಯಾಗುವ ಹಾಗೆ ಹೇಗೆಂದರೆ ಹಾಗೆ ಬದುಕಿ ಸತ್ತು ಹೋಗಬೇಕು ಅಂತಾ ಮಲ್ಲಿಕಾರ್ಜುನ ಊರೂರು ಸುತ್ತುತ್ತಾ ಸಾಯುವ ಘಳಿಗೆಗಳಲ್ಲಿ ಯೋಚಿಸಿದ್ದನೋ ಅದೆಲ್ಲ ನಿಜವಾಗಿ ಹೋಗಿತ್ತು. ಬದುಕು ಅರಳಿತ್ತು. ಅಲ್ಲೂ ಒಂದಷ್ಟು ಸೊಗಸಿತ್ತು. ಇನ್ನೂ ಇನ್ನೂ ಅನುಭವಿಸಬೇಕೆಂಬ ಅದಮ್ಯ ಆಸೆಗಳು ಕಿಚ್ಚೆಬ್ಬಿಸುತ್ತಲೇ ಇತ್ತು. ಸಾಯುವ ವಿಚಾರ ಮರೆತೇ ಹೋಗಿತ್ತು... ಸಾವಿನ ಮೇಲೆ ಸಾವುಗಳು ಬಂದು ಎರಗುವ ತನಕ!

ಐದು ವರ್ಷಗಳಲ್ಲಿ ಮೊದಲ ಬಾರಿಗೆ ಅದೊಂದು ದಿನ ಮಳೆಯಲ್ಲಿ ನೆನೆದು ಬಂದ ಪಾರ್ವತಿ ಅದೇ ನೆಪವಾಗಿ ನೋಡನೋಡುತ್ತಲೇ ಮಲ್ಲಿಯ ಮಡಿಲಲ್ಲಿ ಮಲಗಿ ಉಸಿರು ನಿಲ್ಲಿಸಿದ್ದಳು. ತನ್ನ ತಾಯಿಯನ್ನು ಕಳೆದುಕೊಂಡಷ್ಟೇ ಎದೆ ಬಡಿದುಕೊಂಡು ಅತ್ತು ಸಂಕಟಪಟ್ಟಿದ್ದಳು ಮಲ್ಲಿ. ಅದಾಗಿ ಕೆಲವು ತಿಂಗಳುಗಳೂ ಕಳೆದಿರಲಿಲ್ಲಾ, ಅದೊಂದು ದಿನ ತನ್ನ ಪೌರುಷ ಹೆಚ್ಚಿಸಿಕೊಳ್ಳಲು ಅದ್ಯಾವುದೋ ಮಾತ್ರೆ ನುಂಗಿದ್ದ ಮಾಲೀಗೌಡ ಎಲಿವಾಳ ಆ ಉದ್ರೇಕದಲ್ಲೇ ಎದೆ ಒಡೆದುಕೊಂಡು ಮಲ್ಲಿಯ ಮೇಲೆಯೇ ಕುಸಿದು ಬಿದ್ದಿದ್ದ. ಆ ಆಘಾತದ ಹೊಡೆತ ಹೇಗಿತ್ತೆಂದರೆ ಮಲ್ಲಿಯ ಕಣ್ಣಲ್ಲಿ ಎಷ್ಟೋ ದಿನಗಳವರೆಗೂ ನೀರೇ ಕಂಡಿರಲಿಲ್ಲಾ. ಆಕೆಗೆ ಏನಾಗುತ್ತಿದೆಯೆಂಬ ಇಹಪರದ ಅರಿವೇ ಹೊರಟುಹೋಗಿತ್ತು. ಆದರೆ, ರೇಣುಕಾ ಮೈಮರೆಯುವ ಹಾಗಿರಲಿಲ್ಲಾ. ಮಾಲೀಗೌಡ ಯಾವ ಮನೆಯಲ್ಲಿ ಪ್ರಾಣ ಬಿಟ್ಟ ಎಂಬುದು ಪೊಲೀಸ್ ತನಿಖೆಗೆ ಹೋಗಿ, ಅಕ್ರಮ ಸಂಬಂಧದ ಮಾತು, ಅವರನ್ನು ಠಾಣೆಗೆ ನೂಕುವ ಮಾತು, ಅವನ ಮನೆಯ ಬಂಧುಗಳ ಆಕ್ರೋಶ... ಇತ್ಯಾದಿಗಳೆಲ್ಲವನ್ನೂ ಆಕೆ ತಾನೊಬ್ಬಳೇ ಎದುರಿಸಬೇಕಿತ್ತು. ತನ್ನನ್ನೂ ಮಲ್ಲಿಯನ್ನೂ ಕಾಪಾಡಿಕೊಳ್ಳಲು ಮತ್ತೆ ಊರೂರು ಸುತ್ತುತ್ತಾ ಸಂಬಂಧಪಟ್ಟವರಿಗೆ ಹಳೆಯ ಸೇವೆ ಮಾಡುತ್ತಾ ಆ ಕೇಸಿನಿಂದ ಇಬ್ಬರನ್ನೂ ಕಾಪಾಡಿಕೊಳ್ಳಲು ಆಕೆ ಪಟ್ಟ ಶ್ರಮ ಅಷ್ಟಿಷ್ಟಲ್ಲಾ. ಎಲ್ಲ ಕಳೆದು ಮತ್ತೆ ಅದೇ ಬಂಗಲೆಗೆ ಅವರು ಕಾಲು ಇಡುವ ಹೊತ್ತಿಗೆ ಅವಳ ಆರೋಗ್ಯ ಕೂಡಾ ಹದಗೆಟ್ಟಿತ್ತು. ಲೋಕದ ಅರಿವೇ ಇಲ್ಲದ ಹಾಗೆ ಇದ್ದ ಮಲ್ಲಿಕಾಳಿಗೆ ಅದೊಂದು ದಿನ ರೇಣುಕಾ ಕೂಡಾ ಉಸಿರು ನಿಲ್ಲಿಸಿದ್ದು ಗೊತ್ತಾದಾಗ... ಜಗತ್ತು... ಶೂನ್ಯ...! ಸಂಪೂರ್ಣ ಶೂನ್ಯ... ತಾನು ಬದುಕಿಯೇ ಇಲ್ಲದ ಶೂನ್ಯ... ಗುದ್ದಿಕೊಂಡರೂ ಕಣ್ಣೀರು ಬಾರದ ಭಾವವಿಕಾರ... ಕಿರುಚಿದರೂ ಸದ್ದು ತನಗೇ ಕೇಳದ... ಸುತ್ತ ಬೆಳಕಿದ್ದೂ... ಎಲ್ಲ ಕಂಡರೂ ಏನೂ ಕಾಣದ... ಏನೂ ಗೊತ್ತಾಗದ... ಅಕ್ಷರಶಃ ಅಂಧಕಾರದ ಲೋಕ...

"ಆಗೆಲ್ಲಾ ಎಷ್ಟೋ ದಿನ ಇದೇ ನೆಲದ ಮೇಲೆ ಇಲ್ಲೇ ಹೀಗೇ ಬಿದ್ದು ಒದ್ದಾಡಿದ್ದೇನೆ... ಕಿರುಚಿದ್ದೇನೆ... ಈ ನೆಲವೇ ಅಮ್ಮನಾಗಿ, ರೇಣುಕಾ ಆಗಿ... ನನ್ನ ಗಂಡನಾಗಿ... ಅಪ್ಪಿ ಅಪ್ಪಿ ಭೋರಿಟ್ಟು ಕಿರುಚಿ ಅತ್ತಿದ್ದೇನೆ... ಈಗಲೂ... ಈಗಲೂ ನೀನು ಈ ಗೋಡೆ ಗುದ್ದಿದರೆ... ನೆಲವ ಒದ್ದರೆ... ನನ್ನ ಕಣ್ಣೀರು ಹೊರಚಿಮ್ಮುತ್ತೇನೋ ರಾಜಾ... ಆ ಸಂಕಟದ ದಿನಗಳಲ್ಲಿ ನನಗೆ ಯಾರೂ ಇರಲಿಲ್ಲಾ... ಇವತ್ತು ಸಿಕ್ಕ ನಿನ್ನ ಮಡಿಲು ಆವತ್ತಾದರೂ ಸಿಕ್ಕಿದ್ದರೆ... ಎಷ್ಟೋ ನೆಮ್ಮದಿಯಾಗಿ ಸತ್ತು ಹೋಗಿರುತ್ತಿದ್ದೆ... ಈ ಜೀವ ಇಷ್ಟೆಲ್ಲಾ ನೋಯೋದು ತಪ್ಪಿರುತ್ತಿತ್ತು ರಾಜಾ..."

ಎಂದು ಆತನ ಮಡಿಲಲ್ಲಿ ಮಲಗಿ ಬಿಕ್ಕಿ ಬಿಕ್ಕಿ ಅತ್ತಳು ಮಲ್ಲಿಕಾ. ಸುನಿಲ ನಿಟ್ಟುಸಿರಿಟ್ಟು ಒಳಗೊಳಗೇ ನಗುತ್ತಿದ್ದ. ಇದೇ... ಇದೇ ಅವಳಿಗೂ ಬೇಕಿದ್ದದ್ದು. ಆತನಿಗೂ ಬೇಕಿದ್ದದ್ದು. ಇದೊಂದು ಅಳು ಅವಳನ್ನು ಸಂಪೂರ್ಣ ತೊಳೆದು ಮತ್ತೆ ಮನುಷ್ಯಳನ್ನಾಗಿ ಮಾಡುತ್ತದೆಯೆಂಬ ನಂಬಿಕೆಯಿತ್ತು ಅವನಿಗೆ. ಈ ಬಿರುಮಳೆ ಮತ್ತು ಪ್ರವಾಹ ಹರಿದುಹೋದಷ್ಟೂ, ಮತ್ತೊಂದು ಸಂತಸದ ಬೆಳೆ ಮೊಳೆಯಲು ಆರಂಭವಾಗುತ್ತದೆಯೆಂಬ ಖಚಿತತೆಯಿತ್ತು. ಹಾಗಾಗಿ ಎಷ್ಟೋ ಹೊತ್ತಿನವರೆಗೂ, ಆಕೆಯ ದುಃಖ ಕರಗುವವರೆಗೂ, ಆಕೆಗೆ ಹಾಗೆ ಅಳುತ್ತಲೇ ಇರಲು ಬಿಟ್ಟು ಸುಮ್ಮನೆ ತಲೆ ಸವರುತ್ತಾ ಇದ್ದುಬಿಟ್ಟಿದ್ದ!

ನಿಧಾನಕ್ಕೆ... ಹನಿ ಹನಿ... ತೊಟ್ಟಿಕ್ಕುವಿಕೆಯೂ ಮುಗಿದು, ಮುಗಿಲು ಹಗುರಾಗಿತ್ತು. ಕಣ್ಣ ತುಂಬ ಹೊಸಬೆಳಕು ತುಂಬಿಕೊಳ್ಳುತ್ತಿತ್ತು. ಈಗ ನಿಟ್ಟುಸಿರಿಟ್ಟು ಕಿರುನಗುತ್ತಾ ತಾನೇ ಎದ್ದು ಕುಳಿತಳು ಮಲ್ಲಿ. ಸುನಿಲನ ಕಣ್ಣಲ್ಲಿ ಆಕೆಯ ತೃಪ್ತಿಯ ಕಿರುನಗುವಿನ ಕುರಿತ ಕುಚೋದ್ಯವಿದ್ದರೆ ಆಕೆಯ ಕಣ್ಣಲ್ಲಿ ಕೃತಜ್ಞತೆಯ ಬೆಳಕು ಫಳಫಳಿಸುತ್ತಿತ್ತು.

"ವ್... ಆಮೇಲೆ?" ಎಂದು ಕಿರುನಕ್ಕ ಸುನಿಲ.

ಒಮ್ಮೆ ನಾಚಿಕೆ ಪ್ರೀತಿ ಸಂಕೋಚ ಸಂತೋಷ ಅಭಿಮಾನ ಹೆಮ್ಮೆ ತುಂಬಿದ ಮಿಶ್ರಭಾವಗಳಲ್ಲಿ ಆತನ ಕಡೆ ನೋಡಿ ಕಿರುನಕ್ಕ ಮಲ್ಲಿ... ನಿಧಾನಕ್ಕೆ ಆತನ ಕಡೆ ಬಾಗಿ ಮತ್ತೊಮ್ಮೆ ಆತನ ಪಾದ ಸ್ಪರ್ಶಿಸಿದಳು. ಹಾಗೇ ಆ ಪಾದಕ್ಕೆ ಹಣೆ ಒತ್ತಿಬಿಟ್ಟಳು.

ತಕ್ಷಣ ಮತ್ತೆ ಕಾಲು ಹಿಂದೆ ಎಳೆದುಕೊಂಡ ಸುನಿಲ ರೇಗುತ್ತಾ,

"ಮಲ್ಲಿ, ನನಗೆ ಇದೆಲ್ಲಾ ಇಷ್ಟ ಆಗಲ್ಲಾಂತ ಹೇಳಿದ್ದು ಅರ್ಥ ಆಗಿಲ್ವಾ?" ಎಂದು ರೇಗಿದ.

ತಣ್ಣಗೆ ತಲೆ ಎತ್ತಿ ನೋಡಿದ ಮಲ್ಲಿ ಮುಗುಳ್ನಗುತ್ತಲೇ, ಹುಬ್ಬು ಹಾರಿಸಿ,

"ಇದು ನನ್ನಿಷ್ಟ, ನನ್ನ ಖುಷಿ. ನನಗೆ ಯಾರೂ ಒತ್ತಾಯ ಮಾಡಿಲ್ಲಾ. ನೀನೂ ಕೇಳಿಲ್ಲಾ. ಇದ್ರಿಂದ ಯಾರ್ಗೂ ತೊಂದ್ರೆನೂ ಇಲ್ಲಾ. ನನ್ನ ಸಂತೋಷ ಕಿತ್ಕೊಳೋದಕ್ಕೆ ನೀನ್ಯಾರು?" ಎಂದಳು.

ತಟ್ಟನೆ ಅಚ್ಚರಿಯಿಂದ ಆಕೆಯನ್ನು ನೋಡಿದ ಸುನಿಲ.

"ನಿನಗೆ ಗೊತ್ತಾ ರಾಜ? ನನ್ನ ಹತ್ತಿರ ಬಂದ ನೂರಕ್ಕೆ ತೊಂಬತ್ತು ಜನರನ್ನ, ಹೀಗೇ ನನ್ನ ಕಾಲ ಮೇಲೆ ತಲೆ ಇಟ್ಟು ಬೇಡುವ ಹಾಗೆ ಮಾಡಿದ್ದೇನೆ. ಅದೆಲ್ಲ ಅವರು ಒಂದು ನಶೆಯಲ್ಲಿದ್ದಾಗ ಶರಣಾದವರು. ನಾನು ಆ ನಶೆಯಲ್ಲಿದ್ದಾಗಲೇ ಜಗತ್ತಿನ ಮೇಲಿನ ಸೇಡು ತೀರಿಸಿಕೊಳ್ಳಲು ಅವರೆಲ್ಲರನ್ನೂ ಕಾಲ ಮೇಲೆ ಬೀಳಿಸಿಕೊಳ್ಳುತ್ತಿದ್ದೆ. ಪಾದಪೂಜೆ ಮಾಡಿಸಿಕೊಂಡಿದ್ದೆ. ಜೋರಾಗಿ ನಕ್ಕಿದ್ದೆ... ಆದರೆ ಒಳಗೊಳಗೇ ಜೋರಾಗಿ ಅತ್ತಿದ್ದೆ. ಅದು ಯಾರಿಗೂ ಕೇಳಿಸಿರಲಿಲ್ಲಾ. ನನ್ನನ್ನು ನಿಜವಾದ ಪ್ರೀತಿಯಿಂದ ಕಾಣುವ ಒಂದು ಜೀವ ಸಿಕ್ಕರೆ, ಮನಃಪೂರ್ತಿಯಾಗಿ ಪಾದಪೂಜೆ ಮಾಡಬೇಕು ಅಂತ ಬಯಸಿದ್ದೆ. ನಾನು ರಾಣಿ ಅಲ್ಲಾ, ಮಹಾರಾಣಿ ಅಲ್ಲಾ, ಪ್ರೀತಿಸುವವರ ಪ್ರೀತಿಗೆ ಸಂಪೂರ್ಣ ಶರಣಾದರೆ ಪ್ರೀತಿಗಿಂತ ಹೆಚ್ಚು ಭಕ್ತಿ ಹೇಗೆ ಉಕ್ಕುತ್ತೆ ಅಂತ ತೋರಿಸಲು.. ಅಲ್ಲಲ್ಲ... ನಾನೇ ನೋಡಲು ಬಯಸಿದ್ದೆ. ಇವತ್ತು ಅಂಥದ್ದೊಂದು ಅವಕಾಶ ಸಿಕ್ಕಿದೆ. ನನ್ನ ಸಂತೋಷ ನಿರಾಕರಿಸುವ ಅಧಿಕಾರ ನಿನಗಿಲ್ಲಾ. ಆ ಹಕ್ಕು ಇದೆ. ಆದರೆ ಚಲಾಯಿಸಬೇಡಾ ರಾಜಾ" ಎಂದು ನಿಟ್ಟುಸಿರಿಟ್ಟು ಆಕೆ ಮತ್ತೆ ಅತನ ಪಾದ ನೇವರಿಸಿದಳು.

ಸುನಿಲನಿಗೆ ಸಂಕಟವಾಯಿತು. ನಿಜ. ಇದು ಪ್ರೀತಿ ಅಲ್ಲ ಮಲ್ಲೀ... ಭಕ್ತಿ. ಪ್ರೀತಿ ಅತಿಯಾದಾಗ ಹುಟ್ಟೋದೇ ಭಕ್ತಿ. ನಿನ್ನಿಂದ ನನಗೆ ದೊರಕಿದ್ದಕ್ಕೆ ಹೃದಯ ತುಂಬಿಹೋಗಿದೆ. ಬದಲಾಗಿ ನಾ ನಿನಗೆ ಏನು ಕೊಡಲಿ ಅನಿಸುವುದೇ ಭಕ್ತಿ. ತುಂಬುಪ್ರೀತಿಯ ಹೃದಯಕ್ಕೆ ಎಂಥೆಂಥ ಬಯಕೆಗಳೋ. ಮಂಡಿಯ ಮೇಲೆ ಬೆಟ್ಟ ಹತ್ತಿ ನಮಸ್ಕರಿಸುವವನಿಗೆ ಭಗವಂತ ಹಾಗೆ ಮಾಡು ಅಂತಾ ಕೇಳಿದ್ದನಾ? ಉಪವಾಸ ಇದ್ದು ನನ್ನ ಪೂಜೆ ಮಾಡು ಅಂತ ಕೇಳಿದ್ದನಾ? ಉರುಳು ಸೇವೆ ಮಾಡಿ ನಿನ್ನ ಭಕ್ತಿ ತೋರಿಸು ಅಂದಿದ್ದನಾ? ಹುಂ... ಆ ಶರಣಾಗತಿಯ ಭಾವನೆಗೆ ನೂರಾರು ರೂಪಗಳು.

"ಏ ರಾಜ, ನಿನ್ನ ಪ್ರೀತಿ ಬಗ್ಗೆ ಹೇಳಾ. ನೀ ಯಾರ್ನೂ ಪ್ರೀತಿ ಮಾಡಿರ್ಲಿಲ್ಲೇನು?" ಎಂದಳು ಮಲ್ಲಿ.

ಕಿರುನಕ್ಕ ಸುನಿಲ. ಮಾತಾಡಲಿಲ್ಲ. ತಕ್ಷಣ ಕಣ್ಣರಳಿಸಿದ ಮಲ್ಲಿ,

"ಅರರೆ...! ಆ ಕಣ್ಣಬೆಳಕು ನೋಡಿದ್ರೆ ಏನೋ ಕಥೆ ಇದೆ. ಅದಕ್ಕೆ ನೀನು ನನ್ನನ್ನ ಸೇರಕ್ಕೆ ತಯಾರಿಲ್ಲಾ. ಹೇಳಾ. ಆ ನನ್ನ ಸವತಿ ಬಗ್ಗೆ ಹೇಳಾ.

ಯಾರಾಕಿ...? ಎಲ್ಲದಾಳು...? ನಿನಿಗೂ ಲಗಣಾ ಆಗ್ಯೆತೇನು...?" ಎಂದು ಉತ್ಸಾಹದಿಂದ ಬಂದು ಪಕ್ಕ ಕುಳಿತಳು.

ಸುನಿಲ ಮತ್ತೆ ನಕ್ಕು ನಿಟ್ಟುಸಿರಿಟ್ಟ.

"ಮ್... ಗೊತಾಯ್ತು ಬಿಡು. ನೆನಪು ಸುಖ ಕೊಡ್ತತೆ. ಆದ್ರೆ ಆಕೆ ಹತ್ರ ಇಲ್ಲಾ ಅನ್ನೋದು ಕೂಡಾ ತಿಳೀತದೆ. ಆಕೀನೇ ಬಿಟ್ಟು ಹೋದ್ಳಾ? ಇಲ್ಲಾ ನೀನು ಬಿಟ್ಟು ಬಂದಾ...?"

"ಪ್ಚ್... ಆ ವಿಷಯ ಬೇಡಾಬಿಡು ಮಲ್ಲಿ. ಅಂಥದ್ದೇನೂ ಇಲ್ಲಾ."

"ಅಲ್ಲಾ ರಾಜಾ... ನನ್ನ ಕಥೆ ಕೇಳೋಕ್ಕಾಗತ್ತೆ. ನಿನ್ನ ಕಥೆ ನಾನು ಕೇಳ್ಬಾರ್ದ್ದಾ...? ಹೇಳು. ನಿನ್ನನ್ನ ಪಡೆದ ಆ ಪುಣ್ಯಾತ್ತಗಿತ್ತಿ ಆ ನನ್ನ ಸವತಿ... ಈಗ ಎಲ್ಲಿದಾಳೆ ಹೇಳು. ಆಯ್ತು... ಬಿಡು ಅದು ಬೇಡಾ... ಅದಕ್ಕಿಂತ ಹೆಚ್ಚಾಗಿ ನೀ ಹೆಂಗ ಪ್ರೀತಿ ಮಾಡಿದ್ದೆ. ಆ ಅನುಭವ ಹೇಳೋ" ಎನ್ನುತ್ತಾ ಕೆನ್ನೆ ಸವರಿದ ಆಕೆ ನಂತರ ಭಾವುಕಳಾಗಿ,

"ಇಷ್ಟು ಒಳ್ಳೇ ಹೃದಯ ಇರೋ ನೀನು ಪ್ರೀತಿ ಮಾಡಿದ್ರ ಹೆಂಗ್ ಪ್ರೀತಿ ಮಾಡಿರ್ತೀ, ಅದನ್ನ ನನಗ ಕೇಳ್ಬೇಕನ್ನಿಸ್ತೈತಿ. ಹೇಳು. ಹೇಳು" ಎಂದು ಒತ್ತಾಯಿಸುವಂತೆ ಆತನ ಮೇಲೆ ಬಿದ್ದು ಕಚಗುಳಿ ಇಟ್ಟು ಕಾಟ ಕೊಡಲು ಮುಂದಾದಳು.

ಆಕೆಗೆ ತನ್ನ ಕಥೆ ಹೇಳಲು ಒಪ್ಪದ ಸುನಿಲ ನಿರಾಕರಿಸುತ್ತಾ ಇದ್ದಾಗ ಆತನ ಹಿಂದೆ ಬಿದ್ದು ಮತ್ತಷ್ಟು ಕಚಗುಳಿ ಇಡುತ್ತಾ, ತಬ್ಬಿ ಮುದ್ದಾಡುವಂತೆ ಹೆದರಿಸುತ್ತಾ, ಆತ ಓಡಿದರೂ ಬಿಡದೆ ತುಂಟುತನಕ್ಕೆ ಇಳಿದುಬಿಟ್ಟಳು ಮಲ್ಲಿ. ಈ ಪ್ರೀತಿಯ ರಣಹಿಂಸೆ ತಡೆಯಲಾಗದೆ ಕೊನೆಗೆ ಸುನಿಲ ಜೋರಾಗಿ 'ಹೇಳ್ತೀನಿ ಬಿಡು ಮಲ್ಲೀ' ಎಂದು ಜೋರಾಗಿ ಕಿರುಚಿದ!

ಅಧ್ಯಾಯ 17

ರೆಸಿಡೆನ್ಷಿಯಲ್ ಸ್ಕೂಲಿನ ದಿನಗಳು ಸುನಿಲನಿಗೆ ಆರಂಭದಲ್ಲಿ ಅತ್ಯಂತ ಕಷ್ಟಕರ ದಿನಗಳಾಗಿದ್ದವು. ಅಮ್ಮ ಎಷ್ಟೇ ಹೇಳಿ ಒಪ್ಪಿಸಿದ್ದರೂ ತಾನು ಅಮ್ಮನ ಮಾತಿಗೆ ಬೆಲೆ ಕೊಟ್ಟು ಇದ್ದು ಬರುತ್ತೇನೆ, ಗೆದ್ದು ಬರುತ್ತೇನೆ ಎಂದು ಪ್ರತಿಜ್ಞೆ ಮಾಡಿದ್ದರೂ ಸಂಕಟ ಎಂಬುದು ಕಿಬ್ಬೊಟ್ಟೆಯಿಂದ ಸೀಳಿ ಸೀಳಿ ಬರುತ್ತಿತ್ತು. ಹಗಲು ಶಾಲೆಯಲ್ಲಿದ್ದಾಗ, ಶಾಲೆ ಎಂಬುದು ಸಹಜವಾಗಿರುತ್ತಿತ್ತು. ಸಂಜೆ ಎಂಬುದು ಮನೆ ಅಮ್ಮ ಇತ್ಯಾದಿಗಳಲ್ಲಿ ಕಳೆದು ಹೋಗುತ್ತಿತ್ತು. ಆದರೆ ಶಾಲೆ ಮನೆ ಎಂಬ ವ್ಯತ್ಯಾಸಗಳೇ ಇಲ್ಲದೆ ಓರಗೆಯ ಹುಡುಗರೊಂದಿಗೆ ಒಡನಾಡುವ ಅಭ್ಯಾಸ ಬೆಳೆಸಿಕೊಳ್ಳಲು ಅಲ್ಲಿ ತುಂಬ ಕಷ್ಟವಾಗುತ್ತಿತ್ತು. ಅದರಲ್ಲಿಯೂ ತನ್ನ ಬುದ್ಧಿಮತ್ತೆಗಿಂತ ಕಮ್ಮಿ ಇರುವ, ತನ್ನ ಅಭ್ಯಾಸಗಳಿಂದ ಬೇರೆಯೇ ಆಗಿ ಬದುಕುವ ಸಾಮಾನ್ಯ ಹುಡುಗರೊಂದಿಗೆ ಬದುಕುವ ಅನಿವಾರ್ಯ ಆತನಿಗೆ ತೀರಾ ಕಷ್ಟವೆನಿಸುತ್ತಿತ್ತು. ತಿಂಗಳಿಗೊಮ್ಮೆ ಅಥವಾ ಹಬ್ಬದ ರಜೆಗಳಲ್ಲಿ ಮನೆಗೆ ಹೋಗಲು ಅನುಮತಿ, ವಾರಕ್ಕೊಮ್ಮೆ ಪೋಷಕರು

ಬಂದು ನೋಡಬಹುದು ಅಥವಾ ಫೋನು ಮಾಡಬಹುದು... ಒಂದು ಲೆಕ್ಕದಲ್ಲಿ ಅದು ಆತನಿಗೆ ಜೈಲು! ಆದರೆ ಅಂಥದ್ದೊಂದು ಜೈಲು ಅವನಿಗೆ ಬೇಕೇ ಬೇಕಿತ್ತು.

"ನೋಡು ಕಂದಾ, ಈ ಆನೆಶಿಬಿರದಲ್ಲಿ ಆನೆಯೊಂದು ಮರಿ ಹಾಕಿದರೆ ಇಡೀ ಶಿಬಿರದಲ್ಲಿ ಎಲ್ಲ ಕಡೆಯೂ ಸಡಗರವೋ ಸಡಗರ. ಕುಟುಂಬದಲ್ಲಿ ಹೊಸ ಕೂಸೊಂದು ಬಂದರೆ ಹೇಗೆ ಮನೆ ಕಲಕಲ ಅನ್ನುತ್ತಿರುತ್ತದೋ ಹಾಗಿರುತ್ತದೆ. ಅದರ ತುಂಟಾಟ ಗಲಾಟೆ ಪುಂಡುತನ ಹಠ ಎಲ್ಲವೂ ಎಲ್ಲರಿಗೂ ಮುದ್ದುಮುದ್ದು. ಇಡೀ ಒಂದು ವರ್ಷ ಈ ಮರಿಗೆ ಹೇಗೆಂದರೆ ಹಾಗೆ ಆಡಿಕೊಂಡಿರಲು ಬಿಡುತ್ತಾರೆ. ಅದು ಎಲ್ಲರೊಂದಿಗೆ ಮನಸೋಯಿಚ್ಛೆ ಆಟ ಆಡುತ್ತದೆ. ಸಾಕು ಎನಿಸಿದಾಗ ಹೋಗಿ ಅಮ್ಮನ ಮಡಿಲು ಸೇರುತ್ತದೆ. ಒಂದು ವರ್ಷ ಮುಗಿಯುತ್ತಿದ್ದ ಹಾಗೆ ತಾಯಿ ಮತ್ತು ಮರಿ ಎರಡನ್ನೂ ಬೇರೆ ಬೇರೆ ಮಾಡಿ ಕಟ್ಟಿ ಹಾಕುತ್ತಾರೆ. ಆಗ ಆ ತಾಯಿ ಮತ್ತು ಮರಿ ಎರಡರ ಅಳು ರೋಧನ ಆ ಶಿಬಿರದಲ್ಲಿರುವವರಿಗೇ ಕಣ್ಣೀರು ತರಿಸುತ್ತದೆ. ಆದರೆ ಮಾನವೀಯತೆ ನೆನೆಸಿಕೊಂಡು ಬಿಡುವ ಹಾಗಿಲ್ಲಾ. ಹಾಗೆ ಕಟ್ಟಿ ಹಾಕಿದ ಮೇಲೆ ಸರಿಯಾಗಿ ಉಪವಾಸ ಕೆಡವುತ್ತಾರೆ. ಹಠ ಮಾಡಿದರೆ ಹೊಟ್ಟೆಗೆ ಊಟ ಸಿಕ್ಕುದಿಲ್ಲ ಎಂಬುದು ಮೊದಲ ಪಾಠ.. ಹಠ ಸಿಟ್ಟು ಬಿಡಿಸಿ ಪಳಗಿಸುವ ಕೆಲಸ ಮಾಡುತ್ತಾರೆ. ಶಿಕ್ಷಣ ಕೊಡುತ್ತಾರೆ. ಹೇಳಿದ್ದನ್ನು ಶಿಸ್ತಾಗಿ ಪಾಲಿಸುವ ದಾರಿಗೆ ತರುತ್ತಾರೆ. ಅದು ತುಂಬಾ ಕ್ರೂರ ಅಂತ ಎಲ್ಲರಿಗೂ ಗೊತ್ತು. ಆದರೆ, ಆ ಚಿಕ್ಕ ವಯಸ್ಸಿನಲ್ಲೇ ಹಾಗೆ ಪಳಗಿಸದೆ ಹೋದರೆ ದೊಡ್ಡದಾದ ಮೇಲೆ ಅದು ಯಾರ ಮಾತೂ ಕೇಳುವುದಿಲ್ಲ. ಪುಂಡಾನೆಯಾಗಿ ಬದಲಾಗುತ್ತದೆ. ಬೆಳೆದ ಮೇಲೆ ಬುದ್ಧಿ ಕಲಿಸಲು ಬಂದರೆ ಎಲ್ಲರಿಗೂ ತಿವಿದು ಹಿಂಸೆ ಮಾಡುತ್ತದೆ. ಅದಕ್ಕೇ ಹೇಳೋದು ಗಿಡವಾಗಿ ಬಗ್ಗದ್ದು ಮರವಾಗಿ ಬಗ್ಗೀತೆ ಅಂತಾ". ಶಿವಮೊಗ್ಗದ ಸಕ್ರೆಬೈಲು ಆನೆಶಿಬಿರಕ್ಕೆ ಕರೆದುಕೊಂಡು ಹೋಗಿದ್ದ ಶಾರದಾ ಅಲ್ಲಿ ಮಗನಿಗೆ, ಆತ ಆಟವಾಡುತ್ತಿದ್ದ ಆನೆಮರಿಯ ಬೆನ್ನು ಸವರುತ್ತಾ ಅದಕ್ಕೆ ಬಾಳೆಹಣ್ಣು ತಿನ್ನಿಸುತ್ತಾ ಅವನ ತಲೆಸವರಿ ಹೇಳಿದ್ದಳು.

"ನನಗೂ ಗೊತ್ತಾಯ್ತಮ್ಮಾ. ನಾನು ನಿನ್ನ ಮಡಿಲಲ್ಲೇ ಇದ್ದರೆ ಈ ಜಗತ್ತಿನಲ್ಲಿ ಬದುಕುವ ಬುದ್ಧಿ ಕಲಿಯಲ್ಲಾ. ಅದಕ್ಕೇ ರೆಸಿಡೆನ್ಷಿಯಲ್ ಸ್ಕೂಲಿಗೆ ಹಾಕುತ್ತಿದ್ದೇನೆ ಅಂತಾ ಹೇಳ್ತಾ ಇದೀಯಾ. ಗೊತ್ತಾಯ್ತು. ನನಗೆ ಎಷ್ಟೇ ಕಷ್ಟ ಆದ್ರೂ ನಾನು ಅಳಲ್ಲಾ. ಹಠ ಮಾಡಲ್ಲಾ. ಅಲ್ಲಿ ಹೇಗೆ ಬೇಕೋ ಹಾಗೆ ಹೊಂದ್ಕೊಂಡು ಹೋಗ್ತೀನಿ. ಆಯ್ತಾ?" ಎಂದು ನುಡಿದ ಮಗನನ್ನು ಭಾವುಕಳಾಗಿ ಬರಸೆಳೆದು ಅಪ್ಪಿ ಮುತ್ತಿಟ್ಟಿದ್ದಳು ಶಾರದಾ.

ತಾಯಿಗೆ ಮಾತು ಕೊಟ್ಟು ಬಂದಿದ್ದು ನಿಜವಾದರೂ ಆ ರೆಸಿಡೆನ್ಷಿಯಲ್ ಸ್ಕೂಲಿನ ವಾತಾವರಣ ಆತನನ್ನು ಹಿಂಡಿ ಹಿಪ್ಪೆ ಮಾಡುತ್ತಿತ್ತು. ತಾನು ಈ ಜಗತ್ತಿಗೆ ಸೇರಿದವನಲ್ಲಾ, ತಾನು ಒಂಟಿ ಎನಿಸುತ್ತಿತ್ತು. ಅಮ್ಮನ ಹತ್ತಿರ ಎಲ್ಲ ಹೇಳಿಕೊಳ್ಳಬೇಕು ಎನಿಸುತ್ತಿತ್ತು. ಫೋನ್ ಕೂಡಾ ಬಳಸುವ ಹಾಗಿರಲಿಲ್ಲ. ಆಗಲೇ... ಆತನಿಗೂ ತನ್ನ ಹಾಗೆ ಬರೆಯುವ ಹುಚ್ಚು ಹಿಡಿಸಿದ್ದಳು ಶಾರದಾ. ಸುನಿಲನಿಗೆ ಬರೆಯುವ ಬರೆವ ರುಚಿ ಪ್ರತಿಭೆ ಅಭ್ಯಾಸ ಬೆಳೆದದ್ದೇ ಆಗ. ಆತ ಅಮ್ಮನಿಗೆ ಬರೆದ ಪತ್ರಗಳು ಮತ್ತು ಅಮ್ಮ ಆತನಿಗೆ ಬರೆದ ಪತ್ರಗಳ ರಾಶಿಯೇ ಇಂದಿಗೂ ಆತನ ಅಮೂಲ್ಯ ಆಸ್ತಿ.

ಹಸುಕರು ಎರಡೂ ತಮ್ಮ ಮೂಕ ವೇದನೆಯನ್ನು ಬಚ್ಚಿಟ್ಟುಕೊಂಡು ಪ್ರೀತಿ ಮಾತ್ರಾ ಪತ್ರಗಳಲ್ಲಿ, ಆಗಾಗ ಫೋನಿನಲ್ಲಿ ಅಪರೂಪಕ್ಕೆ ಭೇಟಿಗಳಲ್ಲಿ ಹಂಚಿಕೊಳ್ಳುತ್ತಾ, ಬದುಕು ಸಾಗುತ್ತಿರುವಾಗ ಆ ಹಂತದಲ್ಲಿ ಆತನ ಬದುಕಿಗೆ ಪ್ರವೇಶ ಕೊಟ್ಟವಳೇ ಚಿನ್ಮಯಿ!

10ನೇ ತರಗತಿ ಆರಂಭದ ಹೊತ್ತಲ್ಲಿ ಆ ಶಾಲೆಗೆ ಬಂದವಳು ಚಿನ್ಮಯಿ. ಮೊದಲ ದಿನ ಊಟದ ಸಮಯಕ್ಕೆ ಎಲ್ಲ ಮಕ್ಕಳು ಹೋ ಎನ್ನುತ್ತಾ ಹೊರಗೆ ಹೋದಾಗ ತರಗತಿಯಲ್ಲಿ ತಾನೊಬ್ಬನೇ ಉಳಿದದ್ದು ಎಂದುಕೊಂಡ ಸುನಿಲ, ತಿರುಗಿ ನೋಡಿದಾಗ ಆತನ ಕಣ್ಣಿಗೆ ಕಂಡದ್ದು, ತನ್ನಂತೆಯೇ ಒಂಟಿ ಕುಳಿತ ಆ ಹುಡುಗಿ. ಮೊದಲ ನೋಟಕ್ಕೆ ಸುನಿಲನಿಗೆ ಅಯಸ್ಕಾಂತದ ಹಾಗೆ ಸೆಳೆದದ್ದು ಆಕೆಯ ಭಾವಪೂರ್ಣವಾದ ಅವಳ ಮೀನಿನಂತಹ ಕಣ್ಣು ಮತ್ತು ಆ ಕಣ್ಣಿನಲ್ಲಿ ಕಾಣುತ್ತಿದ್ದ ಅನಾಥ ಪ್ರಜ್ಞೆ, ತಿದ್ದಿ ತೀಡಿದ ಬೊಂಬೆಯಂತಿದ್ದ ಆ ಹುಡುಗಿಗೆ ತನ್ನ ಅಲಂಕಾರದ ಕಡೆ ಗಮನವಿರಲಿಲ್ಲಾ. ಎದೆಯಲ್ಲಿ ಹೆಪ್ಪುಗಟ್ಟಿದ್ದ ಮಂಜುಗಡ್ಡೆಯೊಂದು ಕಣ್ಣಿನ ಮೂಲಕ ಶೀತಲ ಭಾವ ಹೊತ್ತು ತೇಲಿಬರುತ್ತಿತ್ತು. ತಟ್ಟನೆ ಅವನಿಗೆ ಆ ಕ್ಷಣಕ್ಕೆ ಅಮ್ಮನ ನೆನಪಾಗಿಬಿಟ್ಟಿತು. ಅದೇನನಿಸಿತೋ ಏನೋ, ಹೊಸದಾಗಿ ಕಂಡ ಯಾರನ್ನೇ ಆದರೂ ಮಾತಾಡಿಸುವುದಿರಲಿ ತಲೆಯೆತ್ತಿ ಕೂಡಾ ಹೆಚ್ಚಾಗಿ ನೋಡದ ಸುನಿಲ, ಇದ್ದಕ್ಕಿದ್ದಂತೆ ಎದ್ದು ಹೋಗಿ ಆ ಹುಡುಗಿಯ ಮುಂದೆ ನಿಂತು "ಹಾಯ್, ಐ ಯಾಮ್ ಸುನಿಲ್ ಕುಮಾರ್ ಸುಧಾಕರ್" ಅಂದ. ಗಾಬರಿಯಾಗಿ ತಲೆ ಎತ್ತಿ ನೋಡಿದ ಆ ಬಾಲೆ ಗಲಗಲ ಕಣ್ಣು ಆಡಿಸಿ ಅತ್ತಿತ್ತ ನೋಡಿ ನಂತರ ಆತನನ್ನೇ ಇನ್ನೂ ಬೆದರುಗಣ್ಣಿನಿಂದ ನೋಡಿದಳು. "ಹೊಸ ವಾತಾವರಣ. ತುಂಬಾ ಹೆದರಿದೀಯಾ ಅನ್ಸುತ್ತೆ. ನಾನೂ ಹೀಗೇ ಇದ್ದೆ, ಹೆದರ್ಕೋಬೇಡ. ಆರು ತಿಂಗಳಲ್ಲಿ ಎಲ್ಲಾ ಸರಿ ಹೋಗುತ್ತೆ. ಜೊತೆಗೆ ನಾನಿರ್ತೀನಿ" ಅಂದುಬಿಟ್ಟ.

ಆ ಗಾಜಿನ ಕಣ್ಣುಗಳಲ್ಲಿ ಪಳಕ್ಕನೆ ಕೋಲ್ಮಿಂಚೊಂದು ಸಿಡಿದು ಹೊರಚೆಲ್ಲಿದ್ದು ಆಶ್ಚರ್ಯವೇನು ಆಗಿರಲಿಲ್ಲ. ಸ್ವತಃ ಸುನಿಲ್ ಕುಮಾರನಿಗೇ

ತನ್ನ ಈ ನಡೆ ಆಶ್ಚರ್ಯವಾಗಿ ಕಂಡಿತ್ತು. ಹಾಗೆ ಹೇಳಿ ನಸುನಕ್ಕ ಆತ, ತನ್ನ ಜೇಬಿನಲ್ಲಿದ್ದ ಚಾಕಲೇಟ್ ಒಂದನ್ನು ಅವಳ ಮುಂದಿಟ್ಟು 'ವೆಲ್ಕಮ್ ಟು ನ್ಯೂ ವರ್ಲ್ಡ್' ಎಂದು ಹೇಳಿ ನಗುತ್ತಾ ಕ್ಲಾಸ್ ರೂಮಿನಿಂದ ಹೊರಬಿದ್ದಿದ್ದ. ಅಚ್ಚರಿ ರೋಮಾಂಚನ ಮೆಚ್ಚುಗೆಗಳ ಅವಳ ನೋಟ ತನ್ನ ಬೆನ್ನಿಗೆ ಅಂಟಿಕೊಂಡೇ ಬರುತ್ತಿದ್ದುದು ಅವನಿಗೆ ಅರಿವಿಲ್ಲದ್ದೇನು ಆಗಿರಲಿಲ್ಲ. ಕೆಲವು ಕ್ಷಣ ಇಬ್ಬಂದಿತನ ಅನುಭವಿಸಿದ ಚಿನ್ಮಯಿ ಚಾಕಲೇಟು ಕೈಗೆ ತೆಗೆದುಕೊಂಡ ಹಾಗೆ ಅವನ ಸ್ನೇಹವನ್ನು ಕೂಡ ತೆಗೆದು ಎದೆಗೆ ಒತ್ತಿಕೊಂಡು ಬಿಟ್ಟಳು.

ತಂದೆ ತಾಯಿಯರ ಪ್ರೀತಿ ಸರಿಯಾಗಿ ಸಿಗುತ್ತಿಲ್ಲಾ ಎಂದು ಹಠ ಮಾಡುತ್ತಿದ್ದ ಮಕ್ಕಳು ಇದ್ದಕ್ಕಿದ್ದಂತೆ ತನಗೆ ತಮ್ಮನೋ ತಂಗಿಯೋ ಬಂದಾಗ ಅವರಿಗೇ ಅರಿವಾಗದಂತೆ ದೊಡ್ಡವರಾಗಿಬಿಡುತ್ತಾರಲ್ಲಾ... ಪ್ರೀತಿ ಹಂಚುವ ಮನಃಸ್ಥಿತಿಗೆ ಬದಲಾಗುತ್ತಾರಲ್ಲಾ... ಅಂತಹ ಮಹಾನ್ ಬೆಳವಣಿಗೆ ಕಂಡಿತು ಸುನಿಲನಲ್ಲಿ. ಅಲ್ಲಿಂದಾಚೆಗೆ ಆತನ ಮಾತುಗಳಲ್ಲಿ, ಪತ್ರಗಳಲ್ಲಿ, ಬದುಕಿನಲ್ಲಿ, ಪ್ರತಿ ಹೆಜ್ಜೆಗಳಲ್ಲಿ ಆತ ಚಿನ್ಮಯಿಯ ಧ್ಯಾನದಲ್ಲಿ ತಲ್ಲೀನನಾಗಿದ್ದ. ಬದುಕು ಸೋ ಕಲರ್‌ಫುಲ್ ಅನ್ನುವ ಹಾಗೆ ಮತ್ತೊಂದು ಮಜಲಿಗೆ ಹೊರಳಿಕೊಂಡಿತ್ತು. ನರಳುವಿಕೆ ಹಾರಿಹೋಗಿತ್ತು. ಅವರ ಈ ಪಯಣದಲ್ಲಿ ಶಾರದಾ ಕೂಡಾ ಸೇರಿಕೊಂಡಳು. ಅನಾಥೆ ಚಿನ್ಮಯಿ ಈಗ ಅನಾಥೆಯಾಗಿರಲಿಲ್ಲಾ!

ಕಾರ್ ಅಕ್ಸಿಡೆಂಟ್‌ನಲ್ಲಿ ಅಪ್ಪ ಅಮ್ಮ ತೀರಿಕೊಂಡಾಗ ಆಕೆಗೆ ಆರು ವರ್ಷವಷ್ಟೇ. ಆಮೇಲೆ ತಾತ ಅಜ್ಜಿಯರ ನೆರಳಿನಲ್ಲಿ ಒಂದಷ್ಟು ವರ್ಷ ಕಳೆದಿದ್ದ ಚಿನ್ಮಯಿಗೆ ಅವರೂ ದೂರ ಆದ ಮೇಲೆ ಗಾರ್ಡಿಯನ್ ಆಗಿ ಚಿಕ್ಕಜ್ಜ ಅಧಿಕಾರ ವಹಿಸಿಕೊಂಡಿದ್ದ. ಅವನದು ಆಕೆಯ ಕುರಿತ ಕಾಳಜಿಯಲ್ಲ. ಆಕೆಯ ಹೆಸರಿನಲ್ಲಿದ್ದ ಹಣದ ಸುರಕ್ಷಿತ ಬಳಕೆಯಷ್ಟೇ ಆತನ ಆದ್ಯತೆಯಾಗಿತ್ತು. ಅದರಲ್ಲೇ ಅವನ ಕುಟುಂಬದ ಬಂಡಿ ಕೂಡಾ ತಿರುಗಬೇಕಿತ್ತು. ಚಿಕ್ಕಜ್ಜನ ಮಕ್ಕಳು ಅವನನ್ನು ದೂರ ಇಟ್ಟು ವಿದೇಶಗಳಿಗೆ ಹೋಗಿ ಸೆಟಲ್ ಆದ ಮೇಲೆ ಆತ ಕಾಮನಕೆರೆಯ ಹಳೆಯ ಮನೆಗೆ ಆಗಮಿಸಿದ್ದ. ಆ ರೆಸಿಡೆನ್ಷಿಯಲ್ ಸ್ಕೂಲಿನ ಹತ್ತಿರದಲ್ಲೇ ಇದ್ದ ಕಾಮನಕೆರೆಗೆ ಶಿಫ್ಟ್ ಆಗಿದ್ದ ಚಿನ್ಮಯಿಗೆ ಲೋಕಲ್ ಕೋಟಾದಡಿ ಸೀಟು ಸಿಕ್ಕಿತ್ತು. ಅವಳ ಬದುಕು ಫುಟ್ಬಾಲ್ ಆಗಿತ್ತು. ಒದ್ದ ಕಡೆ ಹೋಗಿ ಬೀಳುವ ಸ್ಥಿತಿಯಲ್ಲಿದ್ದ ಆಕೆ ಪ್ರತಿಭಟಿಸುವ ಮನಃಸ್ಥಿತಿಯ ಹುಡುಗಿಯಾಗಿರಲಿಲ್ಲ. ಅವಳ ಅಂತರಂಗ ಪ್ರೀತಿ ಮತ್ತು ಪರಿವಾರಕ್ಕಾಗಿ ತುಡಿಯುತ್ತಿತ್ತು. ಅಂತಹ ಹೊತ್ತಿನಲ್ಲಿ ಸುನಿಲ ಅವಳ ಬಾಳಿನಲ್ಲಿ ಪ್ರವೇಶ ಮಾಡಿದ್ದ. ಅವಳಲ್ಲಿ ಬದುಕುವ ಬಯಕೆ ಮೂಡಿಸಿದ್ದ. ಕಣ್ಣ ತುಂಬ ಕಾಮನಬಿಲ್ಲು ಮೂಡಿಸುತ್ತಿದ್ದ.

ಅವರೊಂದಿಗೆ ಶಾರದಾ ಒಂದಾದಳು. ಪ್ರತಿ ವಾರ ಅಥವಾ ರಜೆಗಳಲಿ ಈ ಮೂವರೂ ಒಟ್ಟೊಟ್ಟಿಗೆ ಊರೂರು ಸುತ್ತುವ ಕಾರ್ಯಕ್ರಮ ಆರಂಭವಾಯಿತು.

ಚಿಕ್ಕಜ್ಜನ ಮನೆಯ ಕಡೆಯಿಂದ ಯಾವುದೇ ತಾಪತ್ರಯ ಬರದ ಹಾಗೆ ಶಾರದಾಳ ಹಣ ಕೆಲಸ ಮಾಡಿತ್ತು. ದುಡ್ಡು ಬಂದರೆ ಸಾಕು, ಆಕೆ ಇದ್ದರೆಷ್ಟು ಸತ್ತರೆಷ್ಟು ಎಂಬ ಧೋರಣೆಯಲ್ಲಿದ್ದ ಚಿಕ್ಕಜ್ಜ ಮತ್ತು ಅವನ ಮನೆಯವರಿಗೆ ಚಿನ್ಮಯಿಯ ಕಡೆ ಗುಲಗಂಜಿಯಷ್ಟೂ ಕಾಳಜಿ ಇರಲಿಲ್ಲಾ. ಎಷ್ಟೋ ಬಾರಿ ಇಂಥಹಾ ಕುಟುಂಬದ ಜೊತೆ ಆ ಹುಡುಗಿ ಇರುವುದು ಏಕೆ? ಬಿಟ್ಟು ಬಂದು ಬಿಡು. ರೆಸಿಡೆನ್ಷಿಯಲ್ ಸ್ಕೂಲಿಗೇ ಬಂದುಬಿಡು. ನಿನ್ನ ಖರ್ಚೆಲ್ಲಾ ನಾನೇ ನೋಡಿಕೊಳ್ಳುತ್ತೇನೆ ಎಂದು ಶಾರದಾ ಹೇಳಿದ್ದಳು.

"ಅಮ್ಮಾ, ಹೆಸರಿಗಾದರೂ ನನ್ನ ಫ್ಯಾಮಿಲಿ ಅಂತ ಒಂದು ಇರಲಿ ಬಿಡಿ. ಅಲ್ಲಿ ಇದ್ದರೂ ಇಲ್ಲಿ ಇದ್ದರೂ ವ್ಯತ್ಯಾಸ ಇಲ್ಲದ ಹಾಗೆ ನೀವು ಸಹಾಯ ಮಾಡುತ್ತಿದ್ದೀರಿ. ಬಿಟ್ಟರೆ ಮುಗಿದೇ ಹೋಗುವ ಈ ಸಂಬಂಧ ಒಂದು ಎಳೆಯಷ್ಟಾದರೂ ನನಗಿರಲಿ" ಎಂದಿದ್ದಳು ಚಿನ್ಮಯಿ. ಶಾರದಾಳಿಗೆ ತನ್ನ ಮಗನ ಆಯ್ಕೆ ಹುಡುಕಾಟ ಎಲ್ಲ ಸಾರ್ಥಕ ಎನಿಸಿದ್ದು ಆಗಲೇ. ತಾನು ಇಲ್ಲವಾದರೂ ಈ ಹುಡುಗಿ ತನ್ನ ಮಗನ ಜೊತೆ ಕೈಹಿಡಿದು ನಡೆಯುತ್ತಾಳೆ ಎನಿಸಿ ಮನಸು ತುಂಬಿ ಬರುತ್ತಿತ್ತು.

ಎಷ್ಟೇ ಜೊತೆಯಾಗಿದ್ದರೂ ಅವರಿಬ್ಬರೂ ಎಂದಿಗೂ ಹದ್ದು ಮೀರಲಿಲ್ಲಾ. ಅವರ ಸ್ನೇಹ ಪ್ರೀತಿಗಳು ಅಪ್ಪುಗೆ ಸಾಂತ್ವನಗಳಲ್ಲೇ ಮುಗಿದುಹೋಗುತ್ತಿದ್ದವೋ ಹೊರತು ತುಟಿಗೆ ಜಾರಲಿಲ್ಲ. ಮಾತಿನಲ್ಲೂ ತುಟಿ ಮೀರಲಿಲ್ಲಾ. ಆ ಎಳೆವಯಸ್ಸಿನಲ್ಲೇ ಕಾಮಕ್ಕೆ ಕಡಿವಾಣ ಹಾಕಿ ಚಿಂತಿಸುವ ಆ ಎರಡೂ ಮನಸ್ಸುಗಳ ಮೇಲೆ ಶಾರದಾಳಿಗೆ ನೆನೆದಷ್ಟೂ ಅಭಿಮಾನ ಹೆಚ್ಚಾಗುತ್ತಿತ್ತು.

"ನಾವು ಎಷ್ಟೇ ಪ್ರೌಢರಾಗಿ ತುಂಬ ಯೋಚಿಸಿ ತೆಗೆದುಕೊಳ್ಳುವ ನಿರ್ಧಾರಗಳೂ ಕೂಡಾ ಮತ್ತೆ ಐದು ವರ್ಷ ಕಳೆದು ನೋಡಿದರೆ ತುಂಬ ಬಾಲಿಶ ಎನಿಸುತ್ತದೆ. ಹಾಗಾಗಿ ನಿಮ್ಮ ಪ್ರೀತಿಯ ಒಪ್ಪಿಗೆಗೆ ಕನಿಷ್ಠ ಐದು ವರ್ಷಗಳ ಕಾಯುವಿಕೆ ಬೇಯುವಿಕೆ ಬೇಕು. ಅದು ನಿಮಗೆ ಅಗತ್ತಾ?" ಅಂತ ಇಬ್ಬರನ್ನೂ ಎದುರಿಗೆ ಕೂರಿಸಿಕೊಂಡು ಕೇಳಿದ್ದಳು ಶಾರದಾ. ಅಂದು ಆಕೆಯ ಕೈ ಮೇಲೆ ಅವರು ಇಬ್ಬರೂ ಕೂಡಾ ಕೈಯಿಟ್ಟು ಪ್ರಮಾಣ ಮಡಿದ್ದರು. 'ಇದು ಐದು ವರ್ಷಕ್ಕೆ ಕಾಯುವ ಪ್ರೀತಿಯಲ್ಲಾ, ಏಳೇಳು ಜನ್ಮಗಳವರೆಗೂ ಕಾಯುವ ಪ್ರೀತಿ' ಎಂದು ಪ್ರತಿಜ್ಞೆ ಮಾಡಿದ್ದರು.

ಶಾರದಾ ಅವರಿಬ್ಬರನ್ನೂ ಅಂದು ಅದೆಷ್ಟು ಕೆನ್ನೆ ನೀವಳಿಸಿ ನೀವಳಿಸಿ ಅಪ್ಪಿಕೊಂಡಿದ್ದಳೋ... ಕೊಡಚಾದ್ರಿಯ ತಪ್ಪಲಲ್ಲಿ ಆ ರಾತ್ರಿ ಅವರಿಬ್ಬರನ್ನೂ ಬಾಹುಗಳಲ್ಲಿ ಇರುಕಿಸಿಕೊಂಡು ಅದೆಷ್ಟು ಧನ್ಯತೆಯ ಕಣ್ಣೀರು ಹಾಕಿದ್ದಳೋ... ಅದೆಷ್ಟು ಬಾರಿ ಪದೇ ಪದೇ ಮುತ್ತಿಕ್ಕಿ ಮುತ್ತಿಕ್ಕಿ ಹಾರೈಸಿದ್ದಳೋ... ಅದೆಲ್ಲಕ್ಕೂ

ಅವರಿಬ್ಬರೂ ಕಣ್ಣುತುಂಬಿಕೊಂಡೇ ಸಾಥ್ ಕೊಟ್ಟಿದ್ದರು. ಯಾಕೆಂದರೆ ಆ ಹೊತ್ತಿಗಾಗಲೇ ಅವರಿಗೂ ಗೊತ್ತಾಗಿಹೋಗಿತ್ತು.

ಶಾರದಾಳ ನಡುಗುವ ಕೈಗಳಲ್ಲಿ ಹೆಚ್ಚು ತ್ರಾಣವಿರಲಿಲ್ಲಾ...

ಸಾವು ತುಂಬ ಹತ್ತಿರದಲ್ಲೇ ಕೈಬೀಸಿ ಕರೆಯುತ್ತಿತ್ತು...

ಹಾಗೆ ಪ್ರಮಾಣ ಮಾಡಿಸಿಕೊಂಡ ನಾಲ್ಕೇ ತಿಂಗಳಲ್ಲಿ ಶಾರದಾ ಇಹಲೋಕದ ಯಾತ್ರೆ ಮುಗಿಸಿದ್ದಳು. ಅವಳ ಸಾವು ಒಬ್ಬನನ್ನಲ್ಲಾ... ಇಬ್ಬರನ್ನು ಅನಾಥರಾಗಿಸಿತ್ತು...

ನಂತರದ ದಿನಗಳಲ್ಲಿ ಅವರಿಬ್ಬರೂ ಒಬ್ಬರಿಗೊಬ್ಬರು ಆಸರೆಯಾಗಿದ್ದರು... ಕಾಲ ಬೇಡುವಾಗ ಅವನಿಗೆ ಇವಳು ಅಮ್ಮನಾಗಿ, ಇವಳಿಗೆ ಅವನು ಅಮ್ಮನಾಗಿ, ಸಮಾನ ದುಃಖಿಗಳಾಗಿ... ಶಾರದಾ ಅವರಿಬ್ಬರ ನಡುವೆ ಎಷ್ಟೋ ದಿನ ಹಾಗೆ ಜೀವಂತವಾಗಿದ್ದಳು...

...ಅದೊಂದು ದಿನ ಇದ್ದಕ್ಕಿದ್ದಂತೆ ಚಿನ್ಮಯಿ ದಾರುಣವಾಗಿ ಸಾವಿಗೀಡಾಗುವವರೆಗೂ!

ಅಧ್ಯಾಯ 18

ಇಡಿಯ ಊರು ಕತ್ತಲ ಮಡಿಲಲ್ಲಿ ಮಲಗಿ ಬೆಚ್ಚಗೆ ನಿದ್ರಿಸುತ್ತಿತ್ತು. ಆ ಭೂತಬಂಗಲೆಯಂಥಾ ಬಂಗಲೆಯೊಳಗಿನ ಅದೆರಡು ಜೀವಗಳನ್ನು ಹೊರತುಪಡಿಸಿ...

ನಿಶೆಯ ಸೆರಗಲಿ ನಶೆಯೇರಿಸುವ ಮಂದ ಕೆಂಬೆಳಕು ತುಂಬಿದ್ದ ಆ ಮನೆಯಲ್ಲಿ ನೀರವ ಮೌನ. ಆ ಮೌನವನ್ನು ಭೇದಿಸಿ ಆಗಾಗ ಬಿಕ್ಕಳಿಕೆಗಳ ಸದ್ದುಗಳು. ಅದು ಸುನಿಲ್ ಕುಮಾರನದಲ್ಲ... ಮಲ್ಲಿಯ ಬಿಕ್ಕುಗಳು.

ಭಾವುಕವಾಗಿ ತನ್ನ ಕಥೆ ಹೇಳುತ್ತಾ ಹೇಳುತ್ತಾ ಚಿನ್ಮಯಿ ಸಾವಿನ ಬಗ್ಗೆ ನುಡಿದು ಮುಂದೆ ಮಾತನಾಡಲಾಗದೆ ತಣ್ಣಗೆ ವೈನು ಗುಟುಕರಿಸುತ್ತಾ ಕುಳಿತುಬಿಟ್ಟಿದ್ದ ಸುನಿಲ. ಆತನ ಹಾಗೆ ಎಮೋಷನಲ್ ಕಂಟ್ರೋಲ್ ಇಲ್ಲದ ಮಲ್ಲಿ, ಆತನ ಕಥೆಗೆ ಮರುಗಿ ಆತನಿಗಿಂತ ಹೆಚ್ಚಾಗಿ ಕಣ್ಣೀರು ಹಾಕುತ್ತಾ ಬಿಕ್ಕುತ್ತಾ ಕುಳಿತಿದ್ದಳು. ಅವಳ ನೋವು ಆತನಿಗೆ ಅರ್ಥವಾಗುತ್ತಿತ್ತು. ಅವಳಿಗೆ ಸುನಿಲನ ಜೊತೆ ಚಿನ್ಮಯಿಯಾಗಿ ಬದಲಾಗುವ ಪಾತ್ರ ಮತ್ತು ಶಾರದಳಾಗಿ ಬದಲಾಗುವ ಪಾತ್ರ

ಎರಡೂ ಎರಡೂ ತಾನೇ ಆಗಬೇಕೆನಿಸುತ್ತಿತ್ತು. ಹಾಗೇನಾದರೂ ವರ್ತಿಸಲು ಮುಂದಾದರೆ, ಆ ಹೊತ್ತಿಗೆ ಆ ಕ್ಷಣಕ್ಕೆ ಅದೆರಡೂ ಆತನಿಗೆ ಅಸಹಜವೆನಿಸಿದರೆ, ಆಗ ತನಗಾಗುವ ನೋವು ಅವಮಾನಗಳ ಬಗ್ಗೆ ಯೋಚಿಸಿ, ಅದೇನೂ ಬೇಡ ಎನಿಸಿ, ದೂರ ಕುಳಿತು ಸುಮ್ಮನೆ ಅಳುತ್ತಿದ್ದಳು.

"ನನ್ನನ್ನ ತಬ್ಕೊಂಡು ಅಳಬೇಕು ಅನ್ನಿಸ್ತಿದೆಯಾ ಮಲ್ಲಿ? ತಲೆಸವರಿ ಸಮಾಧಾನ ಮಾಡ್ಬೇಕು ಅನ್ನಿಸ್ತಿದೆಯಾ?" ಎಂದ ಸುನಿಲ್ ಕುಮಾರ ನಗುತ್ತಾ.

ಕಣ್ತುಂಬಿಕೊಂಡು ಆತನ ಕಡೆ ತಿರುಗಿ ಸುಮ್ಮನೆ ನೋಡಿದಳು ಮಲ್ಲಿ. ಆ ಕಣ್ಣುಗಳು ಅವನು ಹೇಳಿದ್ದು ಸತ್ಯವೆಂದು ನುಡಿದು ಅವನ ಅಪ್ಪಣೆ ಬೇಡುತ್ತಿದ್ದವು.

"ನನ್ನ ಹೆಗಲ ಮೇಲೆ ತಲೆಯಿಟ್ಟು ಅತ್ತು ನೀನು ಹಗುರಾದ ಹಾಗೆ ನಿನ್ನ ಹೆಗಲ ಮೇಲೆ ತಲೆಯಿಟ್ಟು ನಾನು ಅತ್ತು ಹಗುರಾಗಲಿ ಅಂತ ಬಯಸುತ್ತೀಯಾ?" ಎಂದು ಮತ್ತೆ ನಕ್ಕ ಸುನಿಲ.

ಎಷ್ಟು ಬೇಗ ಇವನು ನನ್ನ ಮನದೊಳಗೆ ಇಳಿದು ಎದೆಯಾಳದ ಮಾತುಗಳನ್ನು ಹೆಚ್ಚು ತೆಗೆಯುತ್ತಾನಲ್ಲ ಎನಿಸಿ ಭಾವುಕಳಾದಳು ಮಲ್ಲಿ.

"ಇಲ್ಲ ನನಗೆ ಅದರ ಅಗತ್ಯ ಇಲ್ಲ ಮಲ್ಲಿ. ನಾನು ಅವರಿಬ್ಬರನ್ನೂ ಪದೇಪದೇ ನೆನೆದು ಕಣ್ಣೀರು ಹಾಕುವುದನ್ನು ಎಂದೋ ಬಿಟ್ಟುಬಿಟ್ಟಿದ್ದೇನೆ. ಸತ್ತವರು ನಮ್ಮ ಮನಸಿನಲ್ಲಿ ಖುಷಿ ಉಳಿಸಿ ಹೋಗಬೇಕು. ನಿಜವಾಗಿ ನಮ್ಮನ್ನು ಪ್ರೀತಿಸುವವರಿಗೆ ನಾವು ಕಣ್ಣೀರು ಹಾಕುವುದು ಇಷ್ಟವಾಗುವುದೇ ಇಲ್ಲಾ. ಹಾಗೇನಾದರೂ ಬಯಸಿದರೆ ಅದು ವಿಕೃತಿ ಅಷ್ಟೇ. ನನ್ನನ್ನು ಅಷ್ಟು ಪ್ರೀತಿಸಿದ್ದ ಜೀವಗಳು ನಾನು ಕಣ್ಣೀರು ಹಾಕುವುದನ್ನು ಅಲ್ಲಿ ತಾರೆಗಳಾಚೆಯಿಂದಲೇ ಕಂಡು ನೊಂದುಕೊಂಡರೂ ಅದು ತಪ್ಪಾಗುತ್ತದೆ. ಹಾಗಾಗಿ ನಾನು ಅವರ ನೆನಪಿನಲ್ಲಿ ಕಣ್ಣೀರು ಹಾಕುವುದಿಲ್ಲ. ನಿಜ ಹೇಳಬೇಕೆಂದರೆ ಅವರು ದೂರವಾಗಿದ್ದಾರೆ ಅಂತ ನನಗೆ ಅನಿಸುವುದೇ ಇಲ್ಲಾ. ಇದೋ ಈಗ ಕೂಡಾ ಅಮ್ಮ ಮತ್ತು ಚಿನ್ಮಯಿ ನನ್ನ ಕಣ್ಣ ಮುಂದೆ ಇದ್ದಾರೆ. ಈಗ ಮಾತ್ರಾ ಅಲ್ಲಾ. ಅವರು ಯಾವಾಗಲೂ ಇರುತ್ತಾರೆ. ನಾನು ಯಾವುದೇ ತಪ್ಪು ಮಾಡಿದರೂ ಅವರು ಪ್ರಶ್ನೆ ಮಾಡುತ್ತಾರೆ. ಹಾಗಾಗಿಯೇ ನಾನು ಯಾವತ್ತೂ ತಪ್ಪು ಮಾಡೋದಿಲ್ಲಾ. ಅವರು ಪಕ್ಕದಲ್ಲೇ ಇದ್ದಾಗ ನಾನು ಹೇಗೆ ತಪ್ಪು ಮಾಡೋದಕ್ಕೆ ಸಾಧ್ಯ?" ಎಂದ ಸುನಿಲ ಕಿರುನಕ್ಕ.

ಆತ ಮೇಲೆ ಸಹಜವಾಗಿ ಇರುವಂತೆಯೇ ಕಂಡರೂ ಒಳಗೆ ಯಾವುದೋ ಧ್ಯಾನದಲ್ಲಿದ್ದಂತೆ ಕಂಡ. ಈಗ ಮಲ್ಲಿಕಾಳಿಗೆ ಅರ್ಥವಾಗಿತ್ತು ಅವನ್ಯಾಕೆ ಹಾಗೆ ಸದಾ ನಗುನಗುತ್ತಾ ಇರುತ್ತಾನೆ ಅಂತ. ಅವನು ಯಾವತ್ತೂ ಒಂಟಿ ಅಲ್ಲ. ಅವನ ಅಕ್ಕ ಪಕ್ಕ ಅವನನ್ನು ಸದಾ ಪ್ರೀತಿಸುವವರು ಇದ್ದೇ ಇದ್ದಾರೆ. ಇಬ್ಬಿಬ್ಬರು

ದೇವತೆಗಳು ಜೊತೆಗೇ ಇದ್ದಾರೆ. ಭೌತಿಕವಾಗಿ ಇದ್ದಿದ್ದರೆ ಅವರಿಗೆ ಕಣ್ಣು ತಪ್ಪಿಸಿ ತಪ್ಪು ಮಾಡಬಹುದಿತ್ತು. ಆದರೆ ಅವರು ಈಗಿರುವ ರೂಪದಲ್ಲಿ ಅವನಿಂದ ದೂರ ಆಗುವ ಮಾತೇ ಇಲ್ಲಾ.

"ನನಗೂ ಅವ್ರ್ ಥರಾ ಸತ್ತು ಸದಾ ನಿನ್ನ ಜೊತೆ ಇರ್ಬೇಕು ಅನ್ನಿಸ್ತಿದೆ ರಾಜಾ" ಭಾವುಕಳಾಗಿ ನುಡಿದ ಆಕೆಯ ಕಡೆ ತಟ್ಟನೆ ನೋಡಿದ ಸುನಿಲ.

"ಹೌದು. ನನಗೆ ಒಂದೇ ಒಂದ್ಸಲ ಹೇಳ್ಬಿಡು. ನೀನು ಅವ್ರಿಬ್ರನ್ನೂ ಪ್ರೀತ್ಸೋವಷ್ಟು ನನ್ನನ್ನೂ ಪ್ರೀತಿಸ್ತೀಯಾ ಅಂತ ಹೇಳ್ಬಿಡು. ಅಷ್ಟು ಸಾಕು ನನಗೆ. ನಿಜಾ. ಪ್ರೀತಿ ಕೇಳಿ ತಗೊಳೋದಲ್ಲಾ. ಆದ್ರೆ ಕೇಳಿದ್ರೂ ಕೊಡಕ್ಕಾಗಲ್ಲಾ ಅನ್ನಬಾರ್ದು. ದಾನನೋ ಭಿಕ್ಷೆನೋ ಸಿಕ್ಕಿದಷ್ಟೇ ಪುಣ್ಯ. ನನಗೆ ನಿನ್ನ ಪ್ರೀತಿ ಭಿಕ್ಷೆ ಕೊಡ್ತೀಯಾ? ಬೇರೆ ಏನಿಲ್ಲಾ. ನಾನು ಸತ್ತು ಸದಾ ನಿನ್ನ ಪಕ್ಕ ಇರ್ಬೇಕು. ನಿನಗ್ ಕೈಮುಗಿತೀನಿ. ಈ ಭಿಕ್ಷುಕಿಗೆ ಅದೊಂದು ಭಿಕ್ಷೆ ಕೊಟ್ಟುಬಿಡು ರಾಜಾ" ಎಂದು ಕೈಮುಗಿದಳು.

ಜೋರಾಗಿ ನಕ್ಕ ಸುನಿಲ. ನಗುತ್ತಲೇ,

"ನಿಜವಾಗ್ಲೂ ನನಗೆ ನಿನ್ನ ಮೇಲೆ ಅಂಥಾದ್ದೊಂದು ಪ್ರೀತಿ ಬರ್ತಾ ಇದೆ ಮಲ್ಲಿ. ಹೇಳಿದ್ನಲ್ಲಾ, ನಿನ್ನನ್ನ ನೋಡಿದ್ ತಕ್ಷಣ ನನಗೆ ಮೊದಲ್ನೇ ನೋಟಕ್ಕೆ ಅನಿಸಿದ್ದೇ ಅದು. ಅಮ್ಮ ಕಂಡಳು. ಆಮೇಲಾಮೇಲೆ ಚಿನ್ಮಯಿನೂ ಕಂಡಳು. ಇಲ್ಲಾ ಅಂದಿದ್ರೆ ನಾನು ಯಾರ್ಗೂ ಹೇಳದೇ ಇದ್ದ ಸತ್ಯಗಳ್ನ ನಿನ್ನ ಹತ್ರ ಹೇಳ್ತಾ ಇದ್ನಾ? ಅಂಥದ್ದೊಂದು ಸತ್ಯ ನಿನ್ನ ಮನಸ್ಸಿಗೂ ಗೊತ್ತಾಗದೇ ಹೋಗಿದ್ರೆ ನೀನೂ ನಿನ್ನ ಕಥೆ ಹೇಳ್ಕೊಳ್ತಾ ಇದ್ಯಾ?" ಎಂದ ಸುನಿಲ ಹತ್ತಿರ ಬಂದು ಅವಳ ತಲೆ ಸವರಿದ. ನಂತರ, "ನಿನ್ನ ತಲೆ ಮೇಲೆ ಕೈಇಟ್ಟು ಪ್ರಮಾಣ ಮಾಡಿ ಹೇಳ್ತಾ ಇದೀನಿ ಮಲ್ಲಿ. ಇನ್ನು ಮುಂದೆ ನನ್ನ ಪಕ್ಕದಲ್ಲಿ ಆ ಇಬ್ಬರ ಜೊತೆ ನೀನೂ ಇರ್ತೀಯಾ? ಆದ್ರೆ ಅದಕ್ಕೆ ನೀನು ಸಾಯ್ಬೇಕಾಗಿಲ್ಲಾ."

"ಇಲ್ಲಾ ಇಲ್ಲಾ... ನಾನು ಸತ್ತು ನಿನ್ನ ಜೊತೆ ಬದುಕ್ಬೇಕು ಅಂತಾ ತುಂಬಾ ಆಸೆ ಆಗ್ತಾ ಇದೆ ರಾಜಾ"

"ಮತ್ತೆ ಅದೇ ಮಾತಾಡ್ತಾ ಇದೀಯಲ್ಲಾ. ಬದುಕೋದರ ಬಗ್ಗೆ ಮಾತಾಡು. ನೀನು ನಾಳೆಯಿಂದ ಹೊಸಾ ಉತ್ಸಾಹದಿಂದ ಬದುಕ್ಬೇಕು. ಹಾಗಂತ ನಿರ್ಧಾರ ಮಾಡು. ಒಳ್ಳೇದಾಗತ್ತೆ"

ಕಣ್ಣೊರೆಸಿಕೊಂಡು ಅದೊಂದು ಭಾವುಕ ಧನ್ಯತೆಯಿಂದ ನಕ್ಕ ಮಲ್ಲಿ ನಂತರ,

"ರಾಜಾ, ನಾಳೆಯಿಂದ ನಾನ್ ಹೇಗ್ ಬದುಕ್ಬೇಕು ಅಂತಿದೀನಿ ಅದು ನನಗ್ ಗೊತ್ತಾಗೋಗಿದೆ. ನಾನು ಖಂಡಿತ ಹಾಗೇ ಇರ್ತೀನಿ! ಈಗಾ ನಿನ್ನ ಹತ್ರ ನಾನು ಇನ್ನೊಂದ್ ಮಾತ್ ಕೇಳ್ಬೇಕೂಂತಾ ಇದೀನಿ. ತಪ್ಪೋ ಸರಿನೋ

ನಿನ್ನ ಜೀವನದಲ್ಲಿ ನಿನಗೊಂದು ಅದ್ಭುತವಾದ ಅನುಭವಕ್ಕೆ ನಾನು ಸಾಕ್ಷಿ ಆಗ್ಬೇಕು. ಅದಕ್ಕೆ ನೀನು ಹೂಂ ಅನ್ನಬೇಕು" ಎಂದಳು. ಸುನಿಲನಿಗೆ ಅರ್ಥ ಆಗಿ ಹೋಯಿತು. ಆತ ನಿಟ್ಟುಸಿರಿಟ್ಟು,

"ಮತ್ತೆ ಅಲ್ಲಿಗೇ ಬಂದ್ಯಾ? ಮಲ್ಲಿ, ನಿನಗೆ ಮತ್ತೆ ಮತ್ತೆ ನಾನು ಹೇಳಕ್ಕಾಗಲ್ಲಾ. ಅರ್ಥ ಮಾಡ್ಕೋ, ಪ್ರೇಮ ದಿವ್ಯವಾದದ್ದು, ಕಾಮ ಅಲ್ಲಾ. ಅದು ನಿನಗ್ ಗೊತ್ತಿಲ್ಲಿ".

ಈಗ ನಗುತ್ತಾ ಬಂದು ಆತನ ಪಕ್ಕ ಕುಳಿತ ಮಲ್ಲಿ,

"ರಾಜಾ, ಅನುಭವಿಸದೇನೇ ಯಾರೂ ಅದರ ಬಗ್ಗೆ ಮಾತಡ್ಬಾರ್ದು. ಅಂಥಾ ಶಂಕರಾಚಾರ್ಯರೇ ಗೊತ್ತಿಲ್ಲದ್ದರ ಬಗ್ಗೆ ಮಾತಾಡೋದಿಲ್ಲಾಂತ ಹೇಳಿ ಪರಕಾಯ ಪ್ರವೇಶ ಮಾಡಿ ತಿಳ್ಕೊಂಡ್ ಬಂದು ಹೇಳ್ತಾರೆ. ನೀನು ಅವರ್ಗಿಂತ ದೊಡ್ಡೋನಾ? ಅದೂ ಕೂಡಾ ದೈವಿಕವಾದದ್ದು. ನೀನು ಒಪ್ಕೊಳ್ಳಿಲ್ಲಾ ಅಂದ್ರೆ ಬೇರೆ ಆಗೋಗತ್ತಾ?"

ತಟ್ಟನೆ ಸುನಿಲ ಅಕೆಯನ್ನೇ ಕಣ್ಣರಳಿಸಿ ನೋಡಿದ. ಆತನ ಕಣ್ಣಲ್ಲಿ ಮೆಚ್ಚುಗೆ ಅನಿರೀಕ್ಷಿತವಾದ ಆಶ್ಚರ್ಯ ಎಲ್ಲವೂ ಇತ್ತು. ನೀನಾ!? ನೀನಾ ಮಲ್ಲೀ ಇಂಥಾ ಮಾತಾಡಿದ್ದು? ನಿನಗೆ ಅಷ್ಟೆಲ್ಲಾ ಗೊತ್ತಾ? ಅವನ ಕಣ್ಣಲ್ಲಿ ನಂಬಲಾಗಗದ ಅಚ್ಚರಿ ಎದ್ದು ಕುಣಿಯುತ್ತಿತ್ತು.

"ಹಾಂ ಹಾಂ ನನಗೂ ಎಲ್ಲ ಗೊತ್ತು ರಾಜಾ. ಒಂಟಿ ಜೀವ ಸಮಾಧಾನಕ್ಕೆ ಎಲ್ಲಾನೂ ಓದ್ಕೊಂಡಿದೆ. ಆದ್ರೆ ಸಂಸಾರ ಬಿಟ್ಟು ಸನ್ಯಾಸ ತಗೊಂಡವ್ರೆಲ್ಲಾ ತುಂಬ ತಿಳುವಳಿಕಸ್ತರಲ್ಲಾ. ಸಂಸಾರದಲ್ಲೇ ದೊಡ್ಡತನ ಕಂಡೋರ್ ಮೇಲೆ ಸಸಾರನೂ ಬೇಡಾ. ಮಾಮೂಲಿ ಮನುಷ್ಯ ಮಾಮೂಲಾಗ್ ಯೋಚ್ಸೋದೇ ಸುಖ ರಾಜಾ. ನೀನು ತುಂಬ ಆನಂದ ಅನುಭವಿಸಿದೀಯಾ. ಆದ್ರೆ ಒಂದ್ಸಲನಾದ್ರೂ ಸುಖ ಅನುಭವಿಸ್ಬೇಕು. ಅಷ್ಟೇ" ಎಂದಳು ಮಲ್ಲಿ.

ಸುನಿಲ ಆಕೆಯನ್ನೇ ಹಾಗೇ ಇನ್ನೂ ಕಣ್ಣರಳಿಸಿ ಅಚ್ಚರಿಯಿಂದ ನೋಡುತ್ತಲೇ ಇದ್ದೆ. ಯಾವಜ್ಜೀವ ಸತ್ಯಗಳೆಲ್ಲಾ ವೇದಗಳಲ್ಲೇ ಅಡಗಿರಬೇಕು ಅಂತೇನಿಲ್ಲಾ. ಬದುಕಿನ ಅತಿದೊಡ್ಡ ಸತ್ಯಗಳ ದರ್ಶನ ಆಗೋದಕ್ಕೆ ಗಾದೆಮಾತುಗಳೇ ಸಾಕು ಎಂಬುದು ಅವನಿಗೂ ಗೊತ್ತಿದ್ದ ಸತ್ಯವೇ. ಆದರೆ ಅಲ್ಲಿ ಆ ಹೊತ್ತಿನಲ್ಲಿ ಆತನಿಗೆ ಮಲ್ಲಿಯ ಮಾತು ಹೊಸದೊಂದು ದರ್ಶನವನ್ನೇ ತೋರಿಸಿಕೊಟ್ಟಿತ್ತು. ಆತ ಆಕೆಯನ್ನೂ ಇನ್ನೂ ಅಭಿಮಾನ ಪ್ರೀತಿ ಮೆಚ್ಚಿಕೆಗಳಿಂದ ನೋಡುತ್ತಾ,

"ಮಲ್ಲಿ, ನಿನ್ನ ಮೇಲೆ ನನಗೆ ಪ್ರೀತಿ ಇತ್ತು. ಆದ್ರೆ ಈಗ ದೊಡ್ಡ ಅಭಿಮಾನನೂ ಬಂದುಬಿಡ್ತು. ನಿನ್ನ ಮಾತು ಒಪ್ಕೊಳ್ಳೇಬೇಕು. ಗೌರವ ಕೊಡ್ಲೇಬೇಕು ಅನ್ನಿಸ್ಬಿಡ್ತು."

"ಹಾಗಾದ್ರೆ ನಾನ್ ಹೇಳಿದ್ದಕ್ಕೆ ಒಪ್ಕೊಳ್ತೀಯಾ?"

"ಅಲ್ಲಲ್ಲ... ನಾನು ಆ ವಿಷ್ಯಕ್ಕೆ ಹೇಳಲಿಲ್ಲಾ..."

"ತಿರುಗಾ ಮಾತ್ ಮರೆಸ್ಬೇಡಾ. ನಿನಗೆ ಕಾಮ ಅಂದ್ರೆ ಅಸಹ್ಯ ಅನ್ನೋ ತರಾ ಆಡ್ತೀಯಾ. ಅದು ತಪ್ಪು ರಾಜಾ. ಅದನ್ನೂ ಪ್ರೀತಿಸು. ಆಗ ಅದು ಕೊಡೋ ಸುಖ ನೋವು ನಶೆ ಎಲ್ಲ ನಿನಗೆ ತುಂಬ ಇಷ್ಟ ಆಗತ್ತೆ. ನಿನಗೆ ಅದರ ಅನುಭವನೇ ಇಲ್ಲಾ. ಆ ಅನುಭವನೇ ಇಲ್ಲದೆ ನೀನು ಶಂಕರಾಚಾರ್ಯರೇ ಆಗಿದ್ರೂ ನನ್ನ ಹತ್ರ ವಾದ ಮಾಡಿದ್ರೆ ಪ್ರಯೋಜನ ಇಲ್ಲಾ."

ಆತ ಮೊತ್ತಮೊದಲ ಬಾರಿಗೆ ಏನು ಹೇಳಬೇಕೋ ತಿಳಿಯದೆ ಪೆಕರುಪೆಕರಾಗಿ ಆದರೆ ಅಚ್ಚರಿ ಅಭಿಮಾನಗಳಿಂದ ಆಕೆಯನ್ನೇ ನೋಡುತ್ತಿದ್ದ.

"ನೋಡು ಸ್ವಲ್ಪ ಹೊತ್ತು ಅಮ್ಮನ್ನೂ ಚಿನ್ಮಯಿನೂ ಆಚೆ ಕಳ್ಸಿರು. ಒಂದು ಹೊಸಾ ಅನುಭವ ತಗೋ. ತುಂಬ ಅದ್ಭುತವಾಗಿರತ್ತೆ. ಆಮೇಲೆ ನಿನ್ನ ಜೀವನಾನೇ ಬದಲಾಗೋಗತ್ತೆ. ನೀನು ಖುಷಿಯಾಗಿರ್ಬೇಕು, ಎಲ್ಲಾ ರೀತಿ ಸುಖಾನೂ ಅನುಭವಿಸ್ಬೇಕು ಅಂತಾ ನಿನ್ನ ಅಮ್ಮ ಆಗ್ಲೀ ಚಿನ್ಮಯಿ ಆಗ್ಲೀ ಆಸೆ ಪಡೋದಿಲ್ವಾ? ಅದು ತಪ್ಪೂಂತ ಹೇಳ್ತಾರಾ? ಅವ್ರಿಗೆ ನೀನ್ ಸಂತೋಷವಾಗಿರೋದ್ ನೋಡೋಕೆ ಇಷ್ಟ ಆಗೋದಿಲ್ವಾ?"

ಸುನಿಲ ಅಕೆಯ ಮಾತಿಗೆ ಉತ್ತರಿಸಲಾಗದೆ ಇನ್ನೂ ಹಾಗೆಯೇ ಪ್ರೀತಿ ಅಚ್ಚರಿ ಅಭಿಮಾನಗಳಿಂದ ಆಕೆಯನ್ನು ನೋಡುತ್ತಾ ಪೆಕರುಪೆಕರಾಗಿ ನಗುತ್ತಲೇ ಇದ್ದ. ಆತನಿಗೆ ಮಲ್ಲಿ ತನ್ನನ್ನು ಮಾತಿನಲ್ಲಿ ಸೋಲಿಸುತ್ತಿರುವುದು ತುಂಬ ಇಷ್ಟವಾಗುತ್ತಿತ್ತು.

"ಮಲ್ಲಿ, ನಿಜಾ ಹೇಳ್ತೀನಿ. ನಾನು ಸನ್ಯಾಸಿ ಅಲ್ಲಾ. ಆಗಬೇಕು ಅಂತನೂ ಇಲ್ಲಾ. ಏನ್ ಗೊತ್ತಾ? ನಿಜವಾಗಿ ನನ್ನ ಚಿನ್ಮಯಿ ಥರಾ ಇರೋ ಒಂದು ಹುಡುಗಿ ನನ್ನ ಬಾಳಿನಲ್ಲಿ ಬಂದ್ರೆ, ನಾನೂ ಸುಖವಾಗಿ ಸಂಸಾರ ಮಾಡ್ಕೊಂಡಿರ್ಬೇಕು ಅಂತ ಆಸೆ ಪಟ್ಟಿದೀನಿ. ಆದ್ರೆ ಆ ಥರಾ ಯಾರೂ ನನಗೆ ಕಂಡಿಲ್ಲಾ. ಇಷ್ಟ ಆಗಿಲ್ಲಾ. ಪ್ರೀತಿಸ್ಬೇಕು ಅಂತಾ ಅನ್ಸಿಲ್ಲಾ...".

"ಪ್ರೀತಿಸ್ಬೇಕು ಅಂತಾ ಅನ್ಸಿಲ್ಲಾ... ಆಯ್ತು... ಕಾಮಿಸ್ಬೇಕು... ಒಂದ್ಸಲ ಸೇರಬೇಕು ಅಂತಾನೂ ಯಾರನ್ನ ನೋಡಿದ್ರೂ ಅನ್ಸಿಲ್ವಾ? ಯಾರನ್ನ ನೋಡಿದ್ರೂ... ಸುಳ್ಳು ಹೇಳ್ಬಾರ್ದು ರಾಜಾ. ನೋಡು ನಿನ್ನ ಅಮ್ಮ ಮತ್ತೆ ಚಿನ್ಮಯಿ ಇಬ್ಬರೂ ಇಲ್ಲೇ ಇದಾರೆ. ಅವ್ರು ನೋಡ್ತಾ ಇದಾರೆ. ನಿಜಾ ಹೇಳು" ಆಕೆ ಕಣ್ಣಲ್ಲಿ ಕಣ್ಣಿಟ್ಟು ತುಂಟುನಗೆಯೊಂದಿಗೆ ಕೇಳುವಾಗ ಸುನಿಲ ನಿಜಕ್ಕೂ ಪರದಾಡಿದ.

"ಹೇಳೂ... ನಿಜವಾಗ್ಲೂ ಹಾಗೆ ಇಲ್ವೇ ಇಲ್ಲಾ ಅಂದ್ರೆ ನೀನು ಜಗತ್ತಿನ ಒಂದು ದೊಡ್ಡ ಅದ್ಭುತ. ಅಥವಾ ಮನುಷ್ಯನೇ ಅಲ್ಲಾ. ಅಥವಾ ನಿಜವಾದ ಗಂಡಸೇ ಅಲ್ಲಾ. ಉಹುಂ... ಅದನ್ನ ಇನ್ಯಾವ್ ಥರಾ ಹೇಳ್ಬೇಕು ಗೊತ್ತಾಗ್ತಾ ಇಲ್ಲಾ..."

ಸುನಿಲ ತಲೆತಗ್ಗಿಸಿ ಕಿರುನಕ್ಕ. ಅದು ಸತ್ಯವನ್ನು ಪ್ರಾಮಾಣಿಕವಾಗಿ ಒಪ್ಪಿಕೊಳ್ಳುವ ಬಗೆ. ಎಲ್ಲವನ್ನೂ ಮಾತಿನಲ್ಲಿ ಸಮ್ಮತಿಸಬೇಕಿಲ್ಲಾ. ಮೌನ ಸಾಕು. ಕಣ್ಣೋಟವೂ ಸಾಕು.

"ಅದು ಅದು.. ಹಾಗ್ ಬಾ ರಾಜಾ. ಈಗಾ ನಾನ್ ಹೇಳ್ತೀನಿ. ಸ್ವಲ್ಪ ಹೊತ್ತು ನಾನು, ಅಮ್ಮಾ ಚಿನ್ಮಯಿ ಇಬ್ಬರನ್ನೂ ಕರ್ಕೊಂಡು ಹೊರಗ್ ಹೋಗ್ತೀನಿ. ನೀನು ನೀನ್ ಕಾಣದೇ ಇರೋ ಲೋಕದಲ್ಲಿ ಈಜಾಡಿ ಬರ್ತೀಯಾ?"

"ಮಲ್ಲಿ... ಇದೆಲ್ಲ ನಿನ್ನ ಹತ್ರ ಮಾತಾಡೋಕೇ ಮುಜುಗರ ಆಗತ್ತೆ. ನೀನ್ ನನಗೆ ಫೋರ್ಸ್ ಮಾಡ್ಬೇಡಾ. ನೋಡು ನನಗೆ ಯಾರೇ ಹುಡುಗಿ ನೋಡಿದ್ರೂ ಹಾಗೆ ಅನ್ನಿಸ್ಬೇಕು. ಎದುರ್ಗಿರೋಳ ಕಣ್ಣಲ್ಲೂ ನನಗೆ ಆ ಪ್ರೀತಿ ಕಾಣ್ಬೇಕು. ಇಲ್ಲಾ ಅಂದ್ರೆ ನಾನು ಕಿರುಬೆರಳಲ್ಲೂ ತಾಕೋನಲ್ಲಾ. ನಿನಗೆ ನನ್ನ ಮನಃಸ್ಥಿತಿ ಗೊತ್ತಿಲ್ಲಾ. ಸುಮ್ನೆ ಇರಿಟೇಟ್ ಮಾಡ್ಬೇಡಾ. ನನ್ನ ಜೀವನದಲ್ಲಿ ಅದೆಲ್ಲಾ ಅಗ್ಲೇಬೇಕು ಅನ್ನೋದಾದ್ರೆ ಅದು ಯಾವಾಗ ಆಗತ್ತೋ ಆಗ್ಲಿ. ನೀನು ಸುಮ್ನೆ ಇದ್ದುಬಿಡು. ಪ್ಲೀಸ್".

"ಇಲ್ಲಾ ರಾಜಾ... ನಾನು ನೆಪ ಮಾತ್ರಾ. ನಾನು ನಿನಗೆ ಒತ್ತಾಯ ಮಾಡಲ್ಲಾ. ಅದಕ್ಕೂ ಒಂದು ಮನಃಸ್ಥಿತಿ ಬೇಕು. ನಿನ್ನ ಹಾಗೆನೇ ಈ ಅನುಭವಗಳೇ ಗೊತ್ತಿಲ್ಲದೇ ಇರೋ, ಯಾರೂ ಮುಡಿಯದ ಹೂವು ತಂದು ಒಪ್ಪಿಸ್ತೀನಿ. ನೀನು ಬೇಡಾ ಅನ್ನೋದಕ್ಕೆ ಸಾಧ್ಯಾನೇ ಇಲ್ಲಾ. ಅದೊಂದು ದಂತದ ಗೊಂಬೆ. ನಿನ್ನ ಹಾಗೆ ಪ್ರೀತಿ ಬಿಟ್ಟು ಬೇರೆ ಇನ್ನೇನೂ ಗೊತ್ತಿಲ್ಲದ ಜೀವ. ದೇವಲೋಕದ ಪಾರಿಜಾತ. ಒಂದ್ಸಲ ಪ್ರಯತ್ನ ಮಾಡಿ ನೋಡು. ಆಗ್ಲೂ ಬೇಡವೇ ಬೇಡಾ ಅನ್ನಿಸಿದ್ರೆ ಪರವಾಗಿಲ್ಲ. ಬಿಟ್ಟುಬಿಡು. ಆದ್ರೆ ಪ್ರಯತ್ನಾನೇ ಮಾಡ್ದೆ ನೀನು ದೊಡ್ಡ ಸನ್ಯಾಸಿ ಥರಾ ಆಡ್ಬಾರ್ದು. ಆಯ್ತಾ?"

"ಇಲ್ಲಾ ಇಲ್ಲಾ... ನೋಡು ಮಲ್ಲಿ ನೀನು ನನಗೆ ಫೋರ್ಸ್ ಮಾಡ್ಬೇಡಾ. ನೀನು ಹೀಗೆ ಕೇಳ್ಕೊಳೋವಾಗ ನನಗೆ ಮುಜುಗರ ನಾಚಿಕೆ ಸಂಕೋಚ ಎಲ್ಲ ಆಗ್ತಾ ಇದೆ. ಪ್ಲೀಸ್ ನನ್ನ ಬಿಟ್ಟುಬಿಡು..."

"ಅದೆಲ್ಲಾ ಇಲ್ಲಾ. ನೋಡು... ಒಂದ್ಸಲ ಆ ಹುಡುಗಿ ಕರೆಸ್ತೀನಿ. ಹತ್ತು ನಿಮ್ಷ ಮಾತಾಡು. ಇಂಥಾ ಅವಕಾಶ ನಿನಗೆ ಮತ್ತೆ ಸಿಕ್ಕೋದಿಲ್ಲಾ. ನಿನ್ನ ಜೀವನ ಖಂಡಿತವಾಗಿ ನಾಳೆಯಿಂದ ಬದಲಾಗಿರತ್ತೆ. ದಯವಿಟ್ಟು ನನಗೋಸ್ಕರಾ ಹೂಂ ಅನ್ನು..."

"ಇಲ್ಲಾ ಮಲ್ಲೀ... ನನಗೆ..."

ತಟ್ಟನೆ ಆತನ ಕಾಲು ಹಿಡಿಯುವ ಮಲ್ಲಿ,

"ರಾಜ... ನನಗೋಸ್ಕರಾ ಹೂಂ ಅನ್ನು... ನಿನಗೆ ಮನಸಿಲ್ಲಾ ಅಂದ್ರೆ ನಾನೇನೂ ಬಲವಂತ ಮಾಡಲ್ಲಾ... ಆದ್ರೆ ಒಂದ್ಸಲ... ಹತ್ತು ನಿಮಿಷ ಬರೀ

ಮಾತಾಡಿ ನೋಡು. ಆ ಹೂವನ್ನ ಕರ್ಕೊಂಡ್ ಬಂದು ನಿನಗೆ ಒಪ್ಪಿಸ್ಬೇಕು ಅಂತಾ ನಾನು ನಿರ್ಧಾರ ಮಾಡ್ಬಿಟ್ಟಿದೀನಿ. ಇದೊಂದೇ ಇದೊಂದೇ ನಾನು ನಿನಗೆ ಕೊಡ್ಬೋದಾದ ಕಾಣಿಕೆ. ದಯವಿಟ್ಟು ನನಗೋಸ್ಕರಾ... ಇಲ್ಲ ಅನ್ಬೇಡಾ..."

ಆಕೆಯ ಕಾಲು ಹಿಡಿದು ಗೋಗರೆಯುವಾಗ ಆ ಬೇಡುವಿಕೆಯಲ್ಲಿ ಇದ್ದ ಪ್ರೀತಿ ಅಭಿಮಾನದ ಒತ್ತಾಯವನ್ನು ನಿರಾಕರಿಸಲಾಗದೆ, "ಆಯ್ತು ಕಾಲುಬಿಡು..." ಎಂದು ಕಿರುಚಿದ ಸುನಿಲ್ ಕುಮಾರ ಸುಧಾಕರ.

ಅಧ್ಯಾಯ 19

"ನಾನು ನಿನಗೊಂದು ಮುತ್ತು ಕೊಡಲಾ?".

ಪಿಸುಗುಟ್ಟುವ ಹಾಗೆ ಅತಿ ಆರ್ದ್ರತೆ ಪ್ರೀತಿಯಿಂದ ಕೇಳಿದ ಅವಳಿಗೆ ಇಲ್ಲವೆನಲು ಅವನಿಗೆ ಮನಸ್ಸೇ ಬರಲಿಲ್ಲ. ಅಷ್ಟು ಕೇಳುವ ಹೊತ್ತಿಗಾಗಲೇ ಆಕೆಗೆ ಸಂಕೋಚ ನಾಚಿಕೆ ಭಾವುಕತೆಗೆ ಕಣ್ಣು ತುಂಬಿಕೊಳ್ಳುತ್ತಿತ್ತು. ಆಕೆ ನಡುಗುವ ಕೈಗಳಿಂದ ನಿಧಾನಕ್ಕೆ ಅವನ ಎರಡೂ ಗಲ್ಲಗಳನ್ನು ಹಿಡಿದುಕೊಂಡಳು. ಅವಳ ತುಟಿ ಅದುರುತ್ತಿತ್ತು. ಅವಳ ಎದೆಬಡಿತ ಅವನಿಗೂ ಕೇಳಿಸುತ್ತಿತ್ತು. ಆ ನಿರೀಕ್ಷೆ ಕಾತುರ ಉದ್ವೇಗಗಳಿಗೆ ಇಬ್ಬರ ಮೊಗದಲ್ಲೂ ಬೆವರಮಣಿಗಳು ಧರಣಿ ಹೂಡಿದ್ದವು. ಬೀಸುವ ಗಾಳಿಯೂ ಸ್ತಬ್ಧವಾಗಿ ನಿಂತ ಹಾಗೆ ಭಾಸವಾಗುತ್ತಿತ್ತು... ಇದ್ದಕ್ಕಿದ್ದಂತೆ ಹಠಾತ್ತನೆ ಅದೊಂದು ನಿಶ್ಯಬ್ದ ಸುತ್ತ ಆವರಿಸಿಕೊಂಡ ಹಾಗೆ... ಈ ಲೋಕದಿಂದಲೇ ಕಿತ್ತು ಬೇರೆಲ್ಲಿಗೋ ಕಿತ್ತೊಯ್ಯುತ್ತಿರುವಂತೆ... ಗರಗರ... ಬೆಳಕಿನ ಸುತ್ತಲ ಅಂಧಕಾರ...

ಆಕೆ ಮೊದಲು ಅವನ ತುಟಿಗಳನ್ನೊಮ್ಮೆ ಮೃದುವಾಗಿ ಸವರಿ ಅದೊಂದು ದಿವ್ಯಪ್ರೇಮಕ್ಕೆ ಹೂವಿನಲ್ಲಿ ಅದ್ದಿ ಸಹಿ ಹಾಕಿದ ಹಾಗೆ ಮೃದುವಾಗಿ ಮುತ್ತಿಟ್ಟಳು. ಎಷ್ಟೋ ಹೊತ್ತಿನವರೆಗೂ ಕಣ್ಮುಚ್ಚಿ ಅವರಿಬ್ಬರೂ ಪರವಶರಾಗಿದ್ದರು. ಆ ರೋಮಾಂಚನವನ್ನು ಹಿತವಾಗಿ ಸವಿಯುತ್ತಾ ಹಾಗೇ ಕುಳಿತಿದ್ದರು. ಅಲ್ಲಿಂದ ಅವರಿಗೆ ಹಾಗೇ ಮುಂದುವರೆಯಬೇಕೆನಿಸಲಿಲ್ಲ. ಅಲ್ಲಿ ಕಾಮದ ಸೋಂಕಿರಲಿಲ್ಲ. ಒಂದು ದಿವ್ಯ ಮಧುರಾನುಭೂತಿಯನ್ನು ಪಡೆದುಕೊಂಡ ಸಾರ್ಥಕತೆಯಿತ್ತು.

"ನಾವು ಮುಂದುವರೆಯೋದಕ್ಕೆ ಮದ್ವೆ ಆಗ್ಬೇಕು. ಮದ್ವೆ ಆಗೋಗೆ ಇನ್ನೂ ಐದು ವರ್ಷ ಕಾಯ್ಬೇಕು ಅಲ್ವಾ?" ಎಂದಳು ಚಿನ್ಮಯಿ.

"ಆ ಕಾಯೋದ್ರಲ್ಲಿರೋ ಸುಖಾನೇ ಬೇರೆ. ನಾನು ನಿನ್ನನ್ನ ಮದ್ವೆ ಆಗೋ ಆ ದಿನಾ ಹೇಗಿರ್ಬೋದು ಅಂತಾ ನೆನಸ್ಕೊಂಡಾಗ ಕಲ್ಪನೆ ಮಾಡ್ಕೊಂಡಾಗೆಲ್ಲಾ ತುಂಬ ಖುಷಿಯಾಗಿರ್ತಿನಿ ಚಿನ್ಮಯಿ" ಎಂದ ಸುಧಾಕರ.

ಆಕೆ ಒಂದು ತುಂಬು ಮಂದಹಾಸವನ್ನೆಸೆದು ನಿಟ್ಟುಸಿರಿಟ್ಟು ಮತ್ತೆ ಮ್ಲಾನಳಾದಳು.

"ಯಾಕೆ?... ಯಾಕೆ ನಿಟ್ಟುಸಿರು?"

"ಈ ಕನಸು ನಿಜಾ ಆಗತ್ತಾ? ನಾವು ನಿಜವಾಗ್ಲೂ ಒಂದಾಗ್ತೀವಾ? ಅಕಸ್ಮಾತ್ ನಾನು ಸತ್ತೋಗ್ಬಿಟ್ರೆ? ಆಗ ನೀನೇನ್ ಮಾಡ್ತೀಯಾ ಸುನಿಲ್?"

"ಛೀ...! ಏನ್ ಮಾತೂಂತ ಆಡ್ತಾ ಇದೀಯಾ? ಬದುಕೋ ಮಾತಾಡು. ಸಾಯೋ ಮಾತ್ಯಾಕೆ?"

"ಇಲ್ಲಾ ಸುಮ್ನೆ ಕೇಳ್ತೀನಿ... ಅಕಸ್ಮಾತ್ ನಾನು ಸತ್ತೋಗ್ಬಿಟ್ರೆ ನೀನು ನನ್ನ ನೆನಪಲ್ಲೇ ಕೊರಗ್ತಾ ಇರ್ತೀಯಾ? ಅಥವಾ ಬೇರೆ ಇನ್ನ್ಯಾರನ್ನಾದ್ರೂ ಮದ್ವೆ ಆಗ್ತೀಯಾ?"

ಸುನಿಲ ಸಿಟ್ಟಿನಿಂದ ಆಕೆಗೆ ಏನೋ ಹೇಳಬೇಕು ಎಂದು ಮುಂದಾದಾಗ,

"ನಂಗೊತ್ತು. ನನ್ನನ್ನ ಬಿಟ್ಟು ಇರೋಕಾಗ್ದೆ ನೀನೂ ಸತ್ತೋಗ್ಬಿಡ್ತೀಯಾ ಅಲ್ವಾ? ಉಹುಂ... ನೀನು ಹಾಗ್ ಮಾಡ್ಬಾರ್ದು. ನನ್ನನ್ನ ಮರೆತು ಬೇರೆ ಇನ್ನ್ಯಾರನ್ನಾದರೂ ಪ್ರೀತಿಸಿ ಮದ್ವೆ ಆಗ್ಬೇಕು. ಎಲ್ಲ ಮರೆತು ಖುಷಿಯಾಗಿರ್ಬೇಕು. ಆಗ್ಲೇ ನನ್ನ ಆತ್ಮಕ್ಕೂ ಸಮಾಧಾನ. ನೀನೂ ಹಾಗೇ ಮಾಡ್ತೀಯ ಅಲ್ವಾ? ಪ್ಲೀಸ್ ನಂಗೋಸ್ಕರಾ ನೀನು ಹಾಗೇ ಇರ್ತೀಯಾ ತಾನೆ?"

ಈಗ ಆಕೆಯನ್ನೇ ಹಾಗೇ ಒಮ್ಮೆ ಸಿಟ್ಟಿನಿಂದ ನೋಡಿದ ಸುನಿಲ ನಂತರ ಮುಂದೆ ಬಾಗಿ ನಸುನಕ್ಕು,

"ಸರಿ. ಹಾಗೇ ಮಾಡ್ತೀನಿ. ಆದ್ರೆ ಒಂದು ಕಂಡೀಷನ್ ಮೇಲೆ. ಅಕಸ್ಮಾತ್ ನನಗೆ ಏನಾದ್ರೂ ಆದ್ರೆ, ನೀನೂ ಹಾಗೇ ಮಾಡ್ಬೇಕು. ನನ್ನನ್ನ ಮರೆತು ಬೇರೆಯವ್ನನ್ನ ಮದ್ವೆ ಆಗಿ ತುಂಬ ತುಂಬ ಸಂತೋಷವಾಗಿರ್ಬೇಕು. ಆಯ್ತಾ?"

ಎಂದು ಅವಳ ಕೈ ತನ್ನ ಕೈಗೆ ತೆಗೆದುಕೊಂಡ. ಹಲವು ಕ್ಷಣ ಪರಸ್ಪರ ಕಣ್ಣೋಟದಲ್ಲೇ ಮಾತನಾಡಿಕೊಂಡ ಅವರು ನಿಧಾನಕ್ಕೆ ಮಾತು ಮುಗಿದ ಮೇಲೆ ಆ ಕೈಗಳ ಮೇಲೆ ಮತ್ತೆರಡು ಕೈಇಟ್ಟರು.

ಹಾಗೆ ಚಿನ್ಮಯಿ ಹಿಡಿದಿದ್ದ ತನ್ನ ಕೈಯನ್ನೇ ನೋಡಿಕೊಳ್ಳುತ್ತಾ ಕುಳಿತಿದ್ದ ಸುನಿಲಕುಮಾರ ಸುಧಾಕರ. ಆಗಾಗ ವೈನು ಗುಟುಕರಿಸುತ್ತಾ ಚಿನ್ಮಯಿಯೊಂದಿಗೆ ಕಳೆದ ಆ ದಿನಗಳನ್ನೇ ನೆನೆಯುತ್ತಾ ನನ್ನಿಂದ ಇವತ್ತು ಚಿನ್ಮಯಿಗೆ ಕೊಟ್ಟ ಮಾತಿನ ಹಾಗೆ ನಡೆದುಕೊಳ್ಳಲು ಸಾಧ್ಯವೇ ಎಂದು ಯೋಚಿಸುತ್ತಿದ್ದ. ಉಹುಂ... ಇಲ್ಲಿಯವರೆಗೆ ಎಷ್ಟೇ ಪ್ರಯತ್ನಿಸಿದರೂ ಅವನಿಗೆ ಚಿನ್ಮಯಿಗೆ ಕೊಟ್ಟ ಮಾತನ್ನು ಒಪ್ಪುವ ಹಾಗೆ ಯಾರ ಮೇಲೂ ಪ್ರೀತಿ ಹುಟ್ಟಿರಲಿಲ್ಲ.

ಹದಿಹರೆಯದಲ್ಲಿ ಕಳೆದುಕೊಂಡ ಮೊದಲ ಪ್ರೇಮಿಯ ಹೋಲಿಕೆ ಹುಡುಕುತ್ತಾ ಹೊರಟರೆ ಯಾರು ತಾನೇ ಇಷ್ಟವಾಗುತ್ತಾರೆ? ಬೆಳೆಯುತ್ತಾ ಬಂದಂತೆ ಅಥವಾ ಬಲಿಯುತ್ತಾ ಬಂದಂತೆ ಮನುಷ್ಯ ತನ್ನೊಳಗೆ ಮೊದಲು ಕೊಂದುಕೊಳ್ಳುವುದೇ ಮುಗ್ಧತೆಯನ್ನ. ಯಾವಾಗ ಲೆಕ್ಕಾಚಾರ ಮತ್ತು ಎಚ್ಚರ ಕೆಲಸ ಮಾಡಲು ತೊಡಗುತ್ತದೋ ಆಗ ಯಾವ ಪ್ರೀತಿ ತಾನೇ ತನ್ನ ಪಾವಿತ್ರ್ಯ ಉಳಿಸಿಕೊಳ್ಳಲು ಸಾಧ್ಯ? ಹಾಗೆ ಹುಡುಕುವುದು ಮುಠ್ಠಾಳತನ ಎಂದು ಗೊತ್ತಿದ್ದೇ ಸುನಿಲ ಆ ಸತ್ಯ ಒಪ್ಪಿಕೊಂಡೇ ತನ್ನ ಹುಡುಕಾಟ ನಡೆಸುತ್ತಿದ್ದ. ಯಾಕೆಂದರೆ ಅವನ ಪ್ರಕಾರ ಆ ಹುಡುಕಾಟ ಆ ನಿರೀಕ್ಷೆ ಆ ಪರೀಕ್ಷೆ ಆ ಕಾತುರ ಕುತೂಹಲಗಳೆಲ್ಲವೂ ಒಂದಷ್ಟು ಮಟ್ಟಿಗೆ ಬದುಕಿನ ಉತ್ಸಾಹವನ್ನು ಇಮ್ಮಡಿಸುತ್ತಿತ್ತು.

ಅಂತಹ ಸುಧಾಕರ ಈಗ ಬಂದು ಈ ಮಲ್ಲಿಯ ಮಾತಿನ ಕೋಟೆಯೊಳಗೆ ಬಂಧಿಯಾಗಿದ್ದ. ಅದೂ ಹೇಗೆ? ದೇಹ ಪ್ರೇಮದ ಕಾವಿನಲ್ಲಿ ರೂಪಂತರಗೊಂಡು ಕೊನೆಗೆ ಮೊಟ್ಟೆಯೊಡೆದು ಕಾಮದ ಹಕ್ಕಿ ಚಿಲಿಪಿಲಿಗುಡಬೇಕಿತ್ತು. ಆಗ ಅಲ್ಲಿ ನವಜೀವೋನ್ಮೇಷ ಕಣ್ತೆರೆಯಲು ಸಾಧ್ಯ. ಆದರೆ ಈಗ ಇಲ್ಲಿ ಅದು ಸಾಧ್ಯವಾ? ಇಹಕ್ಕೆ ಬಂದು ಸುತ್ತ ನೋಡಿದ ಸುನಿಲ.

ಯಾವ ಮಾಯದಲ್ಲೋ ಎದ್ದು ಹೋಗಿದ್ದ ಮಲ್ಲಿ ಮೊದಲಿಗೆ ಹಾಲಿನಲ್ಲಿ ಪುಟ್ಟ ದೇವರ ಗೂಡಿನ ದೀಪ ಹಚ್ಚಿದ್ದಳು. ಹಣೆಗೆ ವಿಭೂತಿ ಇಟ್ಟಿದ್ದಳು. ನಂತರ ಆ ದೀಪ ಕೈಯಲ್ಲಿ ಹಿಡಿದು ಎದುರು ಬಂದಿದ್ದಳು. ಅದೊಂದು ಬಗೆಯ ಟ್ರಾನ್ಸ್‌ನಲ್ಲಿ ಇದ್ದ ಹಾಗೆ ಕಾಣುತ್ತಿದ್ದಳು. ಹಠಾತ್ತಾಗಿ ಗಂಭೀರವಾಗಿದ್ದಳು. 'ಅರ್ಧ ಗಂಟೆ ಕುಲದೈವದ ಪೂಜೆ ಮಾಡಿ ಬಂದು ಎಲ್ಲ ವ್ಯವಸ್ಥೆ ಮಾಡಿ ವಿಚಾರಿಸಿಕೊಳ್ಳುತ್ತೇನೆ. ಎಲ್ಲ ಶುಭವಾಗಲಿ' ಎಂದು ಆತನಿಗೂ ಮಣಮಣ ಎಂದೇನೋ ಮಣಗುಟ್ಟುತ್ತಾ ದೀಪದಾರತಿ ಬೆಳಗಿ ದೃಷ್ಟಿ ನೀವಳಿಸಿದಳು. ನಂತರ ಆ ದೀಪ ಹಿಡಿದು ಭಯಭಕ್ತಿಗಳಿಂದ ತನಗೆ ತಾನೇ ಏನೋ ಗೊಣಗಿಕೊಳ್ಳುತ್ತಾ

ಬೇರೆ ಯಾರಿಗೂ ಪ್ರವೇಶಿಸಲು ಅಪ್ಪಣೆಯಿಲ್ಲದ ಕುಲದೈವವಿದ್ದ ಆ ಮುಚ್ಚಿದ್ದ ಕೋಣೆಯ ಬೀಗ ತೆಗೆದು ಒಳಗೆ ಸೇರಿಕೊಂಡಿದ್ದಳು.

ನಿಧಾನಕ್ಕೆ ಇದೆಲ್ಲ ಸುನಿಲನಿಗೆ ಇದೆಲ್ಲ ವಿಚಿತ್ರ ಎನಿಸತೊಡಗಿತು. ಈ ರಾತ್ರಿಯ ಈ ಅನುಭವ ಇಷ್ಟು ಸಾಕು ಎನಿಸತೊಡಗಿತು. ಆಕೆ ಇಲ್ಲದ ಆ ಸಮಯದಲ್ಲಿ ಬೇರೆ ಇನ್ನೇನೂ ಹೇಳದೆ ಸೀದಾ ಅಲ್ಲಿಂದ ಎದ್ದು ಹೋಗಿ ಬಿಡಲೇ ಎಂದು ಕೂಡಾ ನಿರ್ಧರಿಸಿ ಬಾಗಿಲ ಕಡೆ ಹೆಜ್ಜೆಯೂ ಹಾಕಿದ. ಆದರೆ ಹೊಸಿಲು ದಾಟಿ ಹೋಗಲು ಸಾಧ್ಯವಾಗಲೇ ಇಲ್ಲಾ. ಇಷ್ಟವಿಲ್ಲದ್ದನ್ನು ಧೈರ್ಯವಾಗಿ ಎದುರಿಸಬೇಕೋ ಹೊರತು ಹೇಡಿಯಾಗಿ ಅರ್ಥಹೀನವಾಗಿ ಮೂರ್ಖನ ಹಾಗೆ ಓಡಿಹೋಗಬಾರದು ಎನಿಸಿತು. ಅಲ್ಲದೆ ಮಲ್ಲಿಯ ಪ್ರೀತಿ ನಂಬಿಕೆಗಿಗೆ ಕೊಳ್ಳಿ ಇಟ್ಟಂತಾಗುವ ಸನ್ನಿವೇಶಕ್ಕೇ ಆತನ ಮನಸ್ಸು ಕದಲಿ ಹೋಯಿತು. ಆತ ನಿಟ್ಟುಸಿರಿಟ್ಟು ಇರಲಿ. ಅದೇನಾಗುತ್ತದೋ ನಾನೂ ನೋಡೇಬಿಡುತ್ತೇನೆ ಎಂದು ನಿರ್ಧರಿಸಿ ತನ್ನೊಳಗೇ ಮುಗುಳ್ನಕ್ಕು ಸುಮ್ಮನೆ ನಿಂತ.

ಸುಮಾರು ಹೊತ್ತಿನ ನಂತರ ಬಾಗಿಲು ತೆರೆದು ಹೊರಬಂದ ಮಲ್ಲಿ ತುಂಬ ಭಾವುಕಳಾಗಿದ್ದಳು. ಅವಳಲ್ಲಿ ಅದೊಂದು ದೈವೀಕ ಕಳೆ ಬಂದ ಹಾಗೆ ತೋರತೊಡಗಿತು. ಅಲ್ಲಿಯವರೆಗೂ ಇದ್ದ ತುಂಟತನ ನೋವು ಎಲ್ಲ ಮಾಯವಾಗಿ ಆಕೆ ಒಬ್ಬ ದೇವತೆಯ ಹಾಗೆ ಸಂತಳ ಹಾಗೆ ಬದಲಾಗಿದ್ದಳು. ಅವಳ ಪ್ರತಿಹೆಜ್ಜೆಯಲ್ಲಿ ಅದೊಂದು ದೃಢತೆ ಎದ್ದು ಕಾಣುತ್ತಿತ್ತು. ಆತನ ಹತ್ತಿರ ಬಂದ ಮಲ್ಲಿ ಆತನ ಎರಡೂ ಕೆನ್ನೆಗಳನ್ನು ಕೈಯಲ್ಲಿ ಹಿಡಿದು,

"ನಾನು ಹೊರಗಡೆ ಹೋಗಿ ಬರ್ತೀನಿ. ಎಲ್ಲ ವ್ಯವಸ್ಥೆ ಆಗತ್ತೆ. ನೀನು ತುಂಬ ಸಂತೋಷವಾಗಿರ್ಬೇಕು. ಆಯ್ತಾ?" ಎಂದಳು.

ತಟ್ಟನೆ ಆತನ ಕೈ ಹಿಡಿದುಕೊಂಡ ಸುನಿಲ, ಇಳಿದನಿಯಲ್ಲಿ ಪ್ರೀತಿಯಿಂದಲೇ,

"ಮಲ್ಲಿ, ಇದೆಲ್ಲಾ ಏನೂ ಬೇಡಾ. ನೀನು ಕೇಳಿಕೊಳ್ಳೋ ರೀತಿಗೆ ನಿನಗೆ ಆಗಲ್ಲಾ ಅನ್ನೋಕಾಗ್ದೆ ನಾನು ಯಾವ್ದೋ ಘಳಿಗೆನಲ್ಲಿ ಹೂಂ ಅಂದೆ. ಆದ್ರೆ ನನಗೆ ಇದೆಲ್ಲಾ ಇಷ್ಟ ಇಲ್ಲ ಮಲ್ಲಿ. ನನ್ನ ಲೋಕದಲ್ಲಿ ನಾನು ಸುಖವಾಗಿದೀನಿ. ನನ್ನನ್ನ ಹೀಗೇ ಸುಮ್ನೆ ಬಿಟ್ಟು ನೀನೂ ಆರಾಮಾಗಿರ್ಬಾರ್ದಾ? ಇಷ್ಟೊತ್ತಲ್ಲಿ ಯಾರನ್ನ ಹುಡುಕ್ಕೊಂಡು ಎಲ್ಲಿಗ್ ಹೋಗ್ತೀಯಾ? ಸಾಕು ಬಿಟ್ಟುಬಿಡು ಮಲ್ಲಿ" ಎಂದ.

ಆಕೆ ನಸುನಕ್ಕು ಆತನನ್ನೇ ಆರಾಧನಾಭಾವದಿಂದ ನೋಡುತ್ತಾ ಅಷ್ಟೇ ಭಾವುಕಳಾಗಿ,

"ಏಯ್ ರಾಜಾ... ನೋಡು. ಈ ವ್ಯವಸ್ಥೆ ಎಲ್ಲಾ ಈ ಜನ್ಮಕ್ಕೆ. ಅಷ್ಟೇ...! ಯಾಕೆ ಅಂದ್ರೆ ನಿನಗೆ ನಾನ್ ಬೇಡಾ. ನಾನು ಒತ್ತಾಯ ಮಾಡಲ್ಲಾ. ಆದ್ರೆ

ನಿನ್ನಂಥಾವ್ನ ಪ್ರೀತಿ ನನಗೆ ಬೇಕೇ ಬೇಕು ರಾಜಾ. ಅಕಸ್ಮಾತ್ ನಾನು ಸತ್ಹೋಗ್ಬಿಟ್ರೆ ನನ್ನನ್ನೂ ಜೊತೆಗ್ ಇಟ್ಕೋತೀಯಾ ಅಲ್ವಾ? ಆ ಕಡೆ ಅಮ್ಮ, ಈ ಕಡೆ ಚಿನ್ಮಯಿ, ನಿನ್ನ ಹಿಂದೆ ನನಗೂ ಸ್ವಲ್ಪ ಜಗಾ ಕೊಡು ಸಾಕು. ಆಯ್ತಾ? ಈ ಜನ್ಮಕ್ಕೆ ನಿನ್ನನ್ನ ಪ್ಚ್... ಪ್ಚ್... ಪ್ಚ್... ಬೇರೇವ್ರಿಗೆ ಬಿಟ್ಟುಕೊಟ್ಬಿಡ್ತೀನಿ." ಎಂದು ಹಾಗೇ ಮುಂದಾಗಿ ಬಂದು ಆತನ ನೆತ್ತಿ ಚುಂಬಿಸಿದಳು. ಒಂದು ಕ್ಷಣ ಹಾಗೇ ನೋಡಿ ಮನತಣಿವಂತೆ ಕಣ್ತುಂಬಿಕೊಂಡು ತನ್ನ ಕಣ್ಣ ಕಾಡಿಗೆಯನ್ನು ಉಂಗುರಬೆರಳಲ್ಲಿ ತೆಗೆದು ಕೆನ್ನೆಗೆ ಹಚ್ಚಿದಳು. ಆಕೆಯ ಆ ಭಾವಗಳಲ್ಲಿ, ಮಾತುಗಳಲಿ ಹೇಳಿಕೊಳ್ಳಲಾಗದ ಉತ್ಕಟ ಪ್ರೇಮವಿತ್ತು. ಅದು ಸುನಿಲನಿಗೂ ಗೊತ್ತಾಗುತ್ತಿತ್ತು. ಆಕೆ ಆತನನ್ನೊಮ್ಮೆ ಬಲವಾಗಿ ಅಪ್ಪಿ ಒಂದೆರೆಡು ಕ್ಷಣ ಕಣ್ಮುಚ್ಚಿ ನಂತರ ಬೆನ್ನುತಟ್ಟಿ ದೂರ ಸರಿದಳು.

"ನಾನು ಇಲ್ಲಾ ಅಂತ ಬೇರೆ ಯೋಚ್ನೆ ಮಾಡ್ಬಾರ್ದು. ಬೀಗ ಹಾಕ್ಕೊಂಡು ಹೋಗ್ತಿದೀನಿ." ಎಂದು ಕಣ್ಣರಳಿಸಿ ಬೆರಳು ತೋರಿಸಿ ಎಚ್ಚರಿಸುತ್ತ ಬಾಗಿಲಿಗೆ ಬೀಗ ಹಾಕಿಕೊಂಡು ಹೊರಟೇ ಹೋದಳು. ಅರೆಕ್ಷಣದಲ್ಲೇ ಮತ್ತೆ ಆವರಿಸಿಕೊಂಡಿತ್ತು ದಟ್ಟ ಮೌನ.

ಆ ಮುಚ್ಚಿದ ಬಾಗಿಲತ್ತಲೇ ನೋಡುತ್ತಿದ್ದ ಸುನಿಲ ನಿಟ್ಟುಸಿರಿಟ್ಟು,

"ಹುಂ... ನಾನಿನ್ನೂ ಏನೇನ್ ನಾಟಕ ನೋಡ್ಬೇಕೋ.. ಏನೇನ್ ಅನುಭವಿಸ್ಬೇಕೋ" ಎನ್ನುತ್ತಾ ಬಂದು ಕುಳಿತು ಮತ್ತೆ ವೈನ್ ಗ್ಲಾಸ್ ಕೈಗೆತ್ತಿಕೊಂಡು ಒಂದು ಗುಟುಕು ಗುಟುಕರಿಸಿದ...

ಸರಿಯಾಗಿ ಅದೇ ಸಮಯಕ್ಕೆ...

ಸದಾ ಮುಚ್ಚಿರುತ್ತಿದ್ದ ಆ ಕೋಣೆಯ ಬಾಗಿಲು ಕಿರ್ರೆಂಬ ಸದ್ದಿನಿಂದ ತೆರೆದ ಹಾಗಾಯಿತು...

ಸುನಿಲ ಬೆಚ್ಚಿ ಅತ್ತ ನೋಡುತ್ತಾ ಇರುವಾಗ...

ಆ ಕತ್ತಲಲ್ಲಿ ದೀಪ ಹಿಡಿದ ಅಕೃತಿಯೊಂದು ಕದಲಿದಂತಾಯಿತು...

ಆತ ಗಾಬರಿ ಭಯದಿಂದ ಬೆಚ್ಚಿ ನೋಡುತ್ತಿರುವಾಗಲೇ ಆ ಆಕೃತಿ ಪೂರ್ಣಬೆಳಕಿಗೆ ಬಂದು ನಿಂತಿತು. ಸುನಿಲಕುಮಾರ ಅಕ್ಷರಶಃ ಅದುರಿ ಹೋದ. ಸಳಕ್ಕನೆ ಬೆನ್ನ ಹುರಿಯಲೊಂದು ಮೇಘಸ್ಫೋಟವಾಗಿ ಅದು ಬೆನ್ನ ಹುರಿಯುದ್ಧಕ್ಕೂ ಸರಸರ ಹರಿದು ದೇಹ ಪೂರ್ತಿ ಝುಲ್ಲನೆ ಅದುರಿ ಕಂಪನಗಳು ಅಲೆಅಲೆಯಾಗಿ ಆವರಿಸಿದವು...

ಅಲ್ಲಿ... ಅಲ್ಲಿ ನಿಂತಿದ್ದಳು ಆ ಬಾಲೆ...! ಆಗಿನ್ನೂ ಹದಿಹರೆಯಕ್ಕೆ ಕಾಲಿಟ್ಟಂಥಹಾ ಹದಿಹರೆಯದ ಬಾಲೆ...!!

ಸರ್ವಾಲಂಕಾರಭೂಷಿತಳಾಗಿ ತಲೆತಗ್ಗಿಸಿ ನಿಂತ ಆ ಬಾಲೆಯ ಮೊಗದಲ್ಲಿ ಅದೊಂದು ಮುಗ್ಧ ತೇಜಸ್ಸು ಫಳಫಳಿಸುತ್ತಿತ್ತು. ಕಡೆದ ಶಿಲ್ಪದ ಹಾಗಿದ್ದ ಆ

ಬಳ್ಳಿಯ ಮೊಗದಲ್ಲಿ ಸ್ವಭಾವ ಸಹಜವಾದ ಲಜ್ಜೆಯೊಂದು ಲಾಸ್ಯವಾಡುತ್ತಿತ್ತು. ನಿಜ... ಅದೊಂದು ದಂತದ ಗೊಂಬೆ... ದೇವಲೋಕದ ಪುಷ್ಪ...

ಸುನಿಲನಿಗೆ ಇದ್ದಕ್ಕಿದ್ದಂತೆ ಗಂಟಲ ಪಸೆ ಆರಿಹೋಗಿತ್ತು...!

ಆ ಹುಡುಗಿ ತಲೆ ಪೂರ್ತಿಯಾಗಿ ಎತ್ತದೆ ಲಜ್ಜೆಯಿಂದ ಮೆಲುವಾಗಿ ನಸುನಗುತ್ತಲೇ ಆತನ ಹತ್ತಿರ ನಡೆದುಬಂದು ಆತನ ಬಳಿ ದೀಪವಿರಿಸಿದಳು. ಸುನಿಲನಿಗೆ ಅದಾಗಲೇ ಈ ಅನಿರೀಕ್ಷಿತಕ್ಕೆ ಬುದ್ಧಿ ನಿಷ್ಕ್ರಿಯವಾಗಿಹೋಗಿತ್ತು. ಆತ ಬೆವೆತು ಮುದ್ದೆಯಾಗಿದ್ದ. ಕುಡಿದಿದ್ದ ನಶೆಯೆಲ್ಲ ಹಠಾತ್ತಾಗಿ ಸೋರಿ ಹೋಗಿ ಗಟಾರ ಸೇರಿತ್ತು. ಆತನ ಮನಃಸ್ಥಿತಿಯ ಅರಿವೇ ಇಲ್ಲದ ಆ ಹುಡುಗಿ ಲಜ್ಜೆಯಿಂದಲೇ ಮುಂದೆ ಬಂದು ಆತನ ಕಾಲಿಗೆ ನಮಸ್ಕರಿಸಿದಳು.

ಈಗ ಧಿಗ್ಗನೆ ಬೆಚ್ಚಿ ಇಹಕ್ಕೆ ಬಂದವನ ಹಾಗೆ ಛಂಗನೆ ನೆಗೆದು ದೂರ ಸರಿದು ನಿಂತ ಸುನಿಲ ನಡುಗುವ ಧ್ವನಿಯಲ್ಲಿ.

"ಹೇ... ಯಾರು.. ಯಾರು ನೀನು... ನೀನು ಇಲ್ಲಿಗ್ಯಾಕ್ ಬಂದೆ?" ಎಂದು ಕಿರುಚಿದ. ಆ ಧ್ವನಿ ಅವನಿಗೇ ಅಪರಿಚಿತವೆನಿಸುವ ಹಾಗೆ ವಿರೂಪವಾಗಿತ್ತು.

ಆ ಎಳೆಯ ದಂತದ ಗೊಂಬೆ ನಸುನಕ್ಕು ತಲೆಎತ್ತಿಯೂ ನೋಡದೆ,

"ನಾ ಇವತ್ತು ನಿಮಗ ಸೇವೆ ಮಾಡ್ಬೇಕಿದೆ ಧಣೀ. ನನ್ನನ್ನ ನಿಮಗೆ ಒಪ್ಪಿಸ್ಕೋಬೇಕಿದೆ" ಎಂದು ಉಲಿಯಿತು.

ವಿಹ್ವಲಗೊಂಡಿದ್ದ ಸುನಿಲ ತಡವರಿಸುತ್ತಾ ತಡವರಿಸುತ್ತಾ,

"ಯಾರು? ಯಾರು ನೀನು? ಅವನೆಲ್ಲಿ? ಅಲ್ಲಾ... ಮಲ್ಲಿ... ಮಲ್ಲಿ ಎಲ್ಲಿ? ಅವ್ವು ನಿನಗೆ ಏನಾಗ್ಬೇಕು?" ಎಂದ.

ಆತನ ವರ್ತನೆ ತನಗೆ ಅನಿರೀಕ್ಷಿತವೇ ಅಲ್ಲ ಎಂಬ ಹಾಗೆ ಲಜ್ಜೆಯಿಂದ ನಸುನಾಚುತ್ತಲೇ ಇದ್ದ ಆ ಕೂಸು ಮತ್ತೆ ಮೆಲುನಕ್ಕು ಅದೇ ಮಂದಹಾಸದೊಂದಿಗೆ,

"ಅಂವ ನಮ್ಮಪ್ಪಾ ರೀ ಧಣೀ" ಅಂದಳು...!

ಅಪ್ಪನಾ...!? ಮಲ್ಲಿನಾ...!??

ಅವನೂ ಒಬ್ಬ ಅಪ್ಪನಾ...!?

ಅಧ್ಯಾಯ 20

"ಅವನೂ ಒಬ್ಬ ಅಪ್ಪನಾ? ಥೂ... ಅಪ್ಪಾ ಅನ್ನೋ ಪದಕ್ಕೇ ನಾಲಾಯಕ್! ಅಂಥಾ ಹಲ್ಕಟ್ ಅವ್ನು.."

ರೋಷದಿಂದ ನುಡಿದ ಆ ಹುಡುಗಿಯನ್ನೇ ಆಶ್ಚರ್ಯದಿಂದ ನೋಡಿದ ಸುನಿಲ. ಅವಳ ಮುಖ ಅಕ್ಷರಶಃ ಉರಿಯುತ್ತಿತ್ತು. ಅವಳು ಕನ್ನಗಿ. ಪುಷ್ಪವಲ್ಲಿಯ ಮಗಳು.

ಶಾರದಾ ಮಗನನ್ನು ತನ್ನಿಂದ ದೂರ ಇಡಲು ಮುಖ್ಯ ಕಾರಣ ಆಕೆಗೆ ಕ್ಯಾನ್ಸರ್ ಆಗಿದ್ದದ್ದು. ಯಾವಾಗ ಆಕೆಗೆ ತನಗೆ ಇನ್ನು ಹೆಚ್ಚು ಕಾಲ ಇಲ್ಲ ಎನಿಸಿತೋ, ಆಗಲೇ ತಾನು ಬದುಕಿರುವಷ್ಟು ಕಾಲ ಮಗನನ್ನು ಸ್ವತಂತ್ರವಾಗಿ ಬದುಕುವ ಮಟ್ಟಕ್ಕೆ ಸಿದ್ಧಗೊಳಿಸಲು ತಯಾರಿ ಆರಂಭಿಸಿದ್ದಳು. ತನ್ನ ಕಾಯಿಲೆ ಇತ್ಯಾದಿಗಳನ್ನು ಹೇಳದೆ ಬೇರೆ ಉಪಾಯದಿಂದ ರೆಸಿಡೆನ್ಷಿಯಲ್ ಸ್ಕೂಲಿಗೆ ದಾಟಿಸಿದ್ದಳು. ಅಲ್ಲಿಂದಾಚೆಗೆ ಅವಳದು ಅತ್ಯಂತ ಕಠಿಣ ಹೋರಾಟದ ಬದುಕು. ಸಾಧ್ಯವಿರಬಹುದಾದ ಎಲ್ಲ ರೀತಿಯ ಚಿಕಿತ್ಸೆಗಳನ್ನು ಮಾಡಿಕೊಳ್ಳುತ್ತಲೇ ಶಾರದಾ ತನ್ನ ಬರಡು

ಬದುಕಿನಲ್ಲೂ ಅರಳಿದ ಅದೊಂದು ಸುಂದರ ಪುಷ್ಪ ತನ್ನ ಮಗ ಸುನಿಲನಿಗಾಗಿ ಉಸಿರು ಬಿಗಿಹಿಡಿದಿದ್ದಳು. ಅದೆಷ್ಟೇ ಬಡಿದಾಡಿದರೂ ಭಗವಂತ ಮೂರೂವರೆ ವರ್ಷಕ್ಕಿಂತ ಹೆಚ್ಚಾಗಿ ಆಕೆಗೆ ಉಸಿರು ಹಿಡಿಯಲು ಬಿಡಲಿಲ್ಲಾ.

ಆ ಹೊತ್ತಿನಲ್ಲಿ ಎಲ್ಲಕ್ಕಿಂತ ಹೆಚ್ಚಾಗಿ ಅವಳನ್ನು ಕೊನೆಕೊನೆಯಲ್ಲಿ ಬಾಧಿಸಿದ್ದು, ಅವಳ ಗಂಡ ಆಕೆಯನ್ನು ನೋಡಿಕೊಳ್ಳುವ ನೆಪ ಹೂಡಿ ಪುಷ್ಪವಲ್ಲಿಯನ್ನು ಆ ಮನೆಗೇ ಕರೆತಂದುಬಿಟ್ಟಿದ್ದ. ಕೆಲವರಿರುತ್ತಾರೆ. ತಮ್ಮ ಜೊತೆಗಿರುವವರ ಒಳ್ಳೆಯತನದ ದೌರ್ಬಲ್ಯವನ್ನು ಹಿಂಡಿ ಹಿಂಡಿ ಹೀರಿ ಸೊಂಪಾಗಿ ಬೆಳೆಯುತ್ತಾರೆ. ಹಾಲು ಹಿಂಡಿದ್ದು ಮುಗಿದು ರಕ್ತ ಒಸರುವುದು ಕಂಡರೂ ಬಿಡದೇ ಹಿಂಡುವ ರಕ್ತ ಕುಡಿಯುವ ಕ್ರೌರ್ಯ. ಅವರಿಗೆ ಅದೂ ಆನಂದವೇ. ತಪ್ಪುಸರಿ ಎಲ್ಲ ಗೊತ್ತಿದ್ದೇ ಎಸಗುವ ಆ ಕ್ರೌರ್ಯಕ್ಕೆ ಮುಂದೆಂದೋ ಅವರು ಪಶ್ಚಾತ್ತಾಪ ಪಡಬಹುದು, ಆದರೆ ಇಂದು ಆ ತಾಪ ಭರಿಸುವ ಹತಭಾಗ್ಯ ಜೀವಗಳ ಮೊರೆಗೆ ಪ್ರಕೃತಿಯೂ ಕುರುಡಾಗುವ ಕ್ರೌರ್ಯಕ್ಕೆ ಕ್ಷಮೆ ಇಲ್ಲ. ಅಂದು ಸಾವಿನ ಮನೆಯ ಕದ ತಟ್ಟುತ್ತಿದ್ದ ಶಾರದಾ ಗಂಡನ ಈ ಹೀನತನವನ್ನು ಪ್ರತಿಭಟಿಸಿ ಹೋರಾಡಲಾಗದ ಅಸಹಾಯಕತೆಗೆ ತಲುಪಿಬಿಟ್ಟಿದ್ದಳು. ಆತ್ಮಸಾಕ್ಷಿ ಮರೆತ ಅನಾಗರಿಕ ಹೀನ ವ್ಯಕ್ತಿತ್ವದ ಗಂಡನೊಂದಿಗೆ ಹೊಡೆದಾಡುವ ಬದಲು... ಆಕೆ ತನ್ನ ಬದುಕಿನ ಹೋರಾಟಕ್ಕೆ ಮನಸು ಮಾಡಿದಳು. ಅಳಿದುಳಿದ ಬದುಕಿನಲ್ಲಿ ಬದುಕಿನಲ್ಲಿ ಮಗನಿಗೊಂದು ಬದುಕು ಕಟ್ಟಿಕೊಡುವ ದೃಢ ಸಂಕಲ್ಪಕ್ಕೆ ದೃಷ್ಟಿ ನೆಟ್ಟಳು.

ಸುನಿಲ ಮನೆಗೆ ಬರುವ ವಿಚಾರವೇ ಇಲ್ಲವಾಗಿ ಹೋಯಿತು. ವಾರಾಂತ್ಯಗಳಲ್ಲಿ ಹಬ್ಬ ಹರಿದಿನಗಳಲ್ಲಿ ಆತನೊಂದಿಗೆ ಆಕೆ ಊರೂರು ಸುತ್ತತೊಡಗಿದಳು. ತನ್ನ ಕನಸುಗಳನ್ನು ತೀರಿಸಿಕೊಳ್ಳುತ್ತಿದ್ದೇನೆ ಎಂದು ಮಗನನ್ನು ನಂಬಿಸಿದ್ದಳು. ಚಿನ್ಮಯಿ ಕೂಡಾ ಜೊತೆ ಸೇರಿದ ಮೇಲೆ ಆ ಮೂವರ ಬದುಕು ಬೇರೆಯದೇ ಲೋಕದಲ್ಲಿ ತೇಲುತ್ತಿತ್ತು. ಮುಖ್ಯವಾಗಿ ಆಕೆ ಅವರಿಬ್ಬರಿಗೂ ಕನಸು ಕಾಣುವುದನ್ನು ಕಲಿಸಿದ್ದಳು. ಬದುಕು ಎಂದಿಗೂ ಕಂಡ ಕನಸುಗಳನ್ನು ನಿರಾಸೆಗೊಳಿಸುತ್ತದೆ ಎಂಬ ಸತ್ಯವನ್ನು ಮೊದಲಿಗೇ ತಿಳಿಸಿ, ನಂತರ, ಆ ಕ್ಷಣದ ಬದುಕಿನಲ್ಲಿ ಕನಸುಗಳು ತಂದುಕೊಡುವ ಅದ್ಭುತ ಆನಂದವನ್ನು ಸವಿಯುವ ಮನಃಸ್ಥಿತಿ ತುಂಬುತ್ತಿದ್ದಳು. ಹಾಗಾಗಿಯೇ ಅವರು ಮೂವರೂ ಈ ಲೋಕದಲ್ಲಿ ಇದ್ದೂ ಇಲ್ಲದಂತಹಾ, ಗೊತ್ತಿದ್ದೂ ಗೊತ್ತಿರದಂತಹಾ ತಮ್ಮದೇ ಕಲ್ಪನಾಲೋಕವನ್ನು ಕಟ್ಟಿಕೊಂಡು ಅದರಲ್ಲೇ ಇದ್ದಬದ್ದ ಸುಖವನ್ನೆಲ್ಲಾ ಸೂರೆಹೊಡೆಯುವ ಹಾಗೆ ಪ್ರತಿಕ್ಷಣ ಉತ್ಸಾಹದಿಂದ ಬದುಕಲು ಯತ್ನಿಸುತ್ತಿದ್ದರು. ನಡುನಡುವೆ ಸುನಿಲನಿಗೆ ತಾಯಿಯ ಆರೋಗ್ಯದ ಕುರಿತು ಅನುಮಾನಗಳಿದ್ದರೂ ಆಕೆ ಏನೋ ಸಮಜಾಯಿಷಿ ಕೊಟ್ಟು

ತಳ್ಳಿಹಾಕುತ್ತಿದ್ದಳು. ಆಕೆಯ ದಾರುಣ ಪರಿಸ್ಥಿತಿಯ ಅರಿವಾಗುವ ಹೊತ್ತಿಗೆ ಬದುಕು ಅಂತಿಮ ಹಂತ ತಲುಪಿ ಆಗಿತ್ತು.

ಆ ಹೊತ್ತಿನಲ್ಲಿಯೇ ಆತ ಮತ್ತೆ ಆ ಮನೆಗೆ ಕಾಲಿಟ್ಟದ್ದು. ಏಳಲಾಗದಂತೆ ಹಾಸಿಗೆ ಹಿಡಿದಿದ್ದ ತಾಯಿಯನ್ನು ನೋಡಿ ಕಣ್ಣು ತುಂಬಿಕೊಳ್ಳಬೇಕಾ? ಹೆಂಡತಿಯ ಆರೈಕೆ ಮಾಡುವುದನ್ನು ಬಿಟ್ಟು ಪುಷ್ಪವಲ್ಲಿಯ ಜೊತೆ ಮೈಮರೆಯುತ್ತಿದ್ದ ಅಪ್ಪನನ್ನು ಕಂಡು ಆಕ್ರೋಶಗೊಳ್ಳಬೇಕಾ? ಕನಸು ಮತ್ತು ಕಲ್ಪನಾ ಲೋಕವನ್ನು ತಮ್ಮ ಪಾಲಿಗೆ ತೆರೆದಿಟ್ಟು ಕಾಣದಾ ಲೋಕಕ್ಕೆ ಪಯಣ ಹೊರಟ ತಾಯಿಯನ್ನು ಅಳದೇ ಕಳಿಸಿಕೊಡಬೇಕಾ? ಸುನಿಲ ತನ್ನ ತಲ್ಲಣಗಳ ಸಮಷ್ಟಿಯನ್ನೂ ಮುಷ್ಟಿಯಲ್ಲಿ ಅದುಮಿಹಿಡಿದು ಅವಡುಗಚ್ಚಿ ಇದ್ದುಬಿಟ್ಟಿದ್ದ. ಆ ಕಾಲಕ್ಕೇ ಅವನಿಗೆ ತಾಯಿಯಿಂದ ಅದೊಂದು ಬಗೆಯ ಪ್ರೌಢಿಮೆ ದೊರಕಿಬಿಟ್ಟಿತ್ತು. ಶಾರದಾ ಆತನನ್ನು ತನ್ನ ಪಕ್ಕದಿಂದ ಎದ್ದು ಹೋಗದಂತೆ ತಡೆದುಬಿಟ್ಟಿದ್ದಳು. ತನ್ನ ಕೋಣೆಗೆ ಗಂಡನೂ ಸೇರಿದಂತೆ ಬೇರೆ ಯಾರಿಗೂ ಕಾಲಿಡದಂತೆ ಕಟ್ಟಪ್ಪಣೆ ಮಾಡಿಬಿಟ್ಟಿದ್ದಳು. ಮಧ್ಯದಲ್ಲಿ ಒಂದೆರೆಡು ದಿನ ಚಿನ್ಮಯಿ ಮಾತ್ರಾ ಬಂದು ಹೋಗಿದ್ದಳು. ಅಷ್ಟೇ. ಇನ್ನು ಏನೇ ಆದರೂ ಹದಿನೈದು ದಿನಗಳಿಗಿಂತ ಹೆಚ್ಚು ಕಾಲ ಬದುಕಿರಲು ಸಾಧ್ಯವಿಲ್ಲಾ ಎಂದು ಡಾಕ್ಟರ್ ಹೇಳಿಬಿಟ್ಟಿದ್ದರು. ಏನೇನು ಮಾಡಬೇಕು ಯಾವ್ಯಾವ ಸಮಯದಲ್ಲಿ ಹೇಗಿರುತ್ತದೆ ಎಲ್ಲವನ್ನೂ ವಿವರಿಸಿದ್ದರು. ಆದರೆ... ಆಗಲೂ... ಆ ಹೊತ್ತಿನಲ್ಲೂ ಶಾರದಾ ಬದುಕಿನ ಉತ್ಸಾಹ ಕಳೆದುಕೊಂಡಿರಲಿಲ್ಲ.

ಆ ಘಳಿಗೆಗಳಲ್ಲೇ ಆಕೆ ಮಗನ ಮುಂದೆ ತನ್ನ ಪತ್ರಗಳ ಕಂತೆ ಬಿಚ್ಚಿಟ್ಟದ್ದು. ಆಕೆ ಮಗನಿಗೆ ಕಳಿಸಿದ ಪತ್ರಗಳಿಗಿಂತ ಕಳಿಸದೇ ಉಳಿದಿದ್ದ ಪತ್ರಗಳೇ ಸಾವಿರಗಟ್ಟಲೆ ಇದ್ದವು. ಆತ ದಿನವೂ ಅವಳ ಎದುರು ಕುಳಿತು ಅದನ್ನು ತೆರೆದು ಓದುತ್ತಿದ್ದ. ಎಷ್ಟೊಂದು ಸಿಹಿಸಿಹಿ ನೆನಪುಗಳು. ಎಷ್ಟೊಂದು ವೈವಿಧ್ಯಮಯ ವಿಚಾರಗಳು. ಎಷ್ಟೊಂದು ಕನಸು ಕಲ್ಪನೆಗಳು... ಆತನ ಬದುಕಿನ ಹಾದಿಯುದ್ದಕ್ಕೂ ಬೇಕುಬೇಕಾದಷ್ಟು ಕನಸಿನ ಬುತ್ತಿ ಕಟ್ಟಿಕೊಟ್ಟಿದ್ದಳು ಆಕೆ. ಅಲ್ಲಿ ಆತನನ್ನು ಚಕಿತಗೊಳಿಸುವ ಅನೇಕ ವಿಚಾರಗಳಿದ್ದವು, ನೋಟಗಳಿದ್ದವು. ಅದೆಲ್ಲವೂ ಆಕೆಯ ಬರಹದಲ್ಲಿ ಮಗನಿಗಾಗಿ ಮೈದಳೆದು ನಿಂತಿದ್ದವು. ಆ ದಿನಗಳು, ಆ ನೆನಪುಗಳು, ಆ ಕನಸುಗಳು, ಅ ಚಿಂತನೆಗಳು ಎಲ್ಲವನ್ನೂ ಮತ್ತೆ ಮತ್ತೆ ಓದಿ ಹೇಳುತ್ತಾ ಕೇಳುತ್ತಾ... ಛೆ! ಮುಗಿದು ಹೋಗುವ ಆ ಪಯಣ ಕೂಡಾ ಅತ್ಯಂತ ಸ್ಮರಣೀಯವಾಗಿಸಿದ್ದಳು ಶಾರದಾ.

ತಾಯಿ ದೂರವಾದ ಮೇಲೆ ಮತ್ತೆ ಅ ಮನೆಗೆ ಕಾಲಿಡಬೇಕು ಎನಿಸಲಿಲ್ಲಾ ಸುನಿಲನಿಗೆ. ಆತ ಓದಿನ ನೆಪದಲ್ಲಿ ಮತ್ತೆ ರೆಸಿಡೆನ್ಷಿಯಲ್ ಸ್ಕೂಲು ಸೇರಿದ. ತಾಯಿ ಎಷ್ಟೇ ಮಾತು ತೆಗೆದುಕೊಂಡಿದ್ದರೂ, ಆಕೆಯಿಂದ ಇನ್ನು ಬಾರದ

ಪತ್ರಗಳಿಗಾಗಿ ಕಾಯುವ ಹೊತ್ತಿನಲ್ಲಿ... ಆಕೆ ಇನ್ನು ಇಲ್ಲ, ಆಕೆಯಿಂದ ಇನ್ನು ಪತ್ರಗಳು ಬರುವುದಿಲ್ಲ, ಆಕೆಯ ದನಿ ಮತ್ತೆಂದೂ ಕೇಳುವುದಿಲ್ಲವೆಂಬ ಸತ್ಯ... ಆತನನ್ನು ಹಿಂಸಿಸುತ್ತಿತ್ತು. ಆ ಘಳಿಗೆಗಳಲ್ಲಿ ಚಿನ್ಮಯಿ ಕೂಡಾ ಇಲ್ಲದೇ ಹೋಗಿದ್ದರೆ ಆತ ಅಕ್ಷರಶಃ ಹುಚ್ಚನೇ ಆಗಿಬಿಡುತ್ತಿದ್ದನೇನೋ. ಎರಡು ಅನಾಥ ಜೀವಗಳು ಒಂದಕ್ಕೊಂದು ಆತುಕೊಂಡು ಕೂತುಕೊಂಡು ಆಗಸದಲ್ಲಿ ಮಿನುಗುವ ನಕ್ಷತ್ರಗಳಲ್ಲಿ ಅಮ್ಮನನ್ನು ಹುಡುಕುತ್ತಾ ಆಪ್ತವಾಗುತ್ತಿದ್ದವು. ತೀರಾ ಯಾವಾಗಲೋ ಒಮ್ಮೆ ನೆಪಕ್ಕೆ ಆ ಮನೆಗೆ ಬಂದು ಹೋಗುತ್ತಿದ್ದ ಸುನಿಲ ತಾಯಿಯೊಂದಿಗೆ ಕಳೆದ ಆ ರೂಮು ಸೇರಿಬಿಡುತ್ತಿದ್ದ. ಆಕೆಯ ರಾಶಿ ರಾಶಿ ಪುಸ್ತಕಗಳ ನಡುವೆ ಆಕೆಯ ನೆನಪುಗಳನ್ನು ತಬ್ಬಿಕೊಂಡು ಬಿಕ್ಕಿ ಬಿಕ್ಕಿ ಅತ್ತು ಹಗುರಾಗುತ್ತಿದ್ದ. ಅಮ್ಮ ಮಲಗಿದ್ದ ದಿಂಬು ಹಾಸಿಗೆಗಳ ಮೇಲೆ ತಲೆ ಇಟ್ಟು ಕಣ್ಣೀರಾಗುತ್ತಿದ್ದ. ಅಮ್ಮನಿಗೆ ಸಂಬಂಧಪಟ್ಟ ಎಲ್ಲವನ್ನೂ ತಂದು ಆ ಕೋಣೆಯೊಳಗೆ ಗುಡ್ಡೆ ಹಾಕಿಕೊಂಡಿದ್ದ ಸುನಿಲ ಬೇರೆ ಯಾರಿಗೂ ಆ ಕೋಣೆಗೆ ಹೋಗುವ ಅವಕಾಶವನ್ನೇ ನೀಡಿರಲಿಲ್ಲ. ಹಾಗೂ ಒಮ್ಮೆ ಆ ಕೋಣೆಯಲ್ಲಿ ಏನನ್ನೋ ಹುಡುಕಲು ಬೀಗ ಮುರಿದಿದ್ದ ಅಪ್ಪ. ಅದೊಮ್ಮೆ ಸುನಿಲ ಮನೆಗೆ ಬಂದಾಗ ಇದನ್ನು ಕಂಡವನೇ ಯಾವ ಪರಿ ಆಕ್ರೋಶಗೊಂಡಿದ್ದನೆಂದರೆ ಆ ಮನೆಯೊಳಗೆ ಅಣುಅಣುವಾಗಿ ಬೆರೆತುಹೋಗಿದ್ದ ಶಾರದಾ ಕೂಡಾ ಅಕ್ಷರಶಃ ಬೆಚ್ಚಿಬಿದ್ದಿದ್ದಳೇನೋ. ತನ್ನ ಮಗನ ಒಳಗೆ ಇಂತಹ ಒಬ್ಬ ರಾಕ್ಷಸ ಇದ್ದಿರಬಹುದಾದ ಕಲ್ಪನೆಯೂ ಆಕೆಗೆ ಇರಲಿಲ್ಲವೇನೋ. ಅಂದು ಅವನು ಅಬ್ಬರಿಸಿ ನಡೆದುಕೊಂಡ ರೀತಿಗೆ ಅಂತಹ ಕ್ರೂರಿ ಅಪ್ಪ ಕೂಡಾ ಬೆದರಿ ಹೋಗಿದ್ದ. ಆತ ಮತ್ತೆ ಯಾವತ್ತೂ ಆ ರೂಮಿನ ಕಡೆ ತಲೆ ಇಟ್ಟು ಕೂಡಾ ಮಲಗಲಿಲ್ಲಾ.

ತಾಯಿಯ ನೆನಪುಗಳು ಬೇಕಾದಾಗ ಮಾತ್ರಾ ಅಲ್ಲಿಗೆ ಬರುತ್ತಿದ್ದ ಸುನಿಲನಿಗೆ ಮತ್ತೆ ಕೆಲವು ದಿನಗಳ ಕಾಲ ಅಲ್ಲೇ ಇರುವ ಅನಿವಾರ್ಯತೆ ಸೃಷ್ಟಿಯಾಗಿದ್ದು ಇದ್ದಕ್ಕಿದ್ದಂತೆ ಪ್ಯಾರಾಲಿಸಿಸ್ ಆಗಿ ಹಾಸಿಗೆ ಹಿಡಿದಿದ್ದ ಅಪ್ಪ ತೀರಾ ಕೊನೆಗಾಲದಲ್ಲಿದ್ದಾನೆ ಎಂಬ ವಿಷಯ ತಿಳಿದು ಬಂದಾಗ. ಅಪ್ಪನೇ ಇನ್ಯಾರ ಮೂಲಕವೋ ಹೇಳಿಕಳಿಸಿದ್ದ. ಅವನು ಅಪಾರವಾಗಿ ಮುದ್ದಿಸಿದ್ದ ಪುಷ್ಪವಲ್ಲಿ ಸೇವೆ ಮಾಡುವುದಕ್ಕೆ ಮೂತಿ ತಿರುವಿದ್ದಳು. ಆತ ಹಾಸಿಗೆಗೆ ಅಂಟಿಕೊಂಡಿದ್ದ. ಕೈಕಾಲು ಆಡಿಸಲೂ ಆಗುತ್ತಿರಲಿಲ್ಲಾ. ಮಾತಾಡಲು ನೆಟ್ಟಗೆ ಬಾಯಿಲ್ಲಾ. ಬದುಕು ಬಿದ್ದಲ್ಲಿಯೇ ಬಿದ್ದುಕೊಂಡು... ಕೊಳೆಯುತ್ತಿತ್ತು. ಇಂಥಾ ಬದುಕು ಬೇಡವೇ ಬೇಡಾ ಸಾವೇ ಬಂದುಬಿಡು ಎಂದು ಆತ ಗೋಗರೆಯುತ್ತಿದ್ದ. ಎದ್ದು ಆತ್ಮಹತ್ಯೆ ಮಾಡಿಕೊಳ್ಳುವ ಶಕ್ತಿಯನ್ನೂ ಭಗವಂತ ಕಿತ್ತುಕೊಂಡಾಗಿತ್ತು. ಆತ ಸಾವು ಕರುಣಿಸಿ ಎಂದು ಕೇಳಿದ್ದಕ್ಕೆ ಪುಷ್ಪವಲ್ಲಿಯಾಗಲೀ ಆಕೆಯ

ಮಗಳಾಗಲೀ ಬೇಡಾ ಎಂದೇನೂ ಹೇಳಿರಲಿಲ್ಲಾ, ಆದರೆ ಅವನಿಗೆ ಸಾವು ಕರುಣಿಸಿ ತಾವು ಜೈಲುಪಾಲಾಗಲು ಸಿದ್ಧರಿರಲಿಲ್ಲಾ. ಹಾಗಾಗಿ ಅವರು ಆತನ ಪಕ್ಕ ತನ್ನ ಸಾವಿಗಾಗಿ ಕಾದು ಕೂತ ರಣಹದ್ದುಗಳಂತೆ ಕಾಣುತ್ತಿದ್ದರು ಅವನಿಗೆ.

ಅಂತಹ ಸಮಯದಲ್ಲೇ ಆತ ಮಗನಿಗೆ ಹೇಳಿಕಳಿಸಿದ್ದು, ಕೊನೆಗಾಲದಲ್ಲಿ ಅವನನ್ನೊಮ್ಮೆ ನೋಡಬೇಕು ಅಂತಾ. ಹಾಗೆ ಬಂದಿದ್ದ ಮಗನ ಕೈಹಿಡಿದು ಕಣ್ಣೀರು ಹಾಕಿದ್ದ ಆತ. 'ನನ್ನ ಕ್ಷಮಿಸಬೇಡಾ, ನನಗೆ ಅಯ್ಯೋ ಎನ್ನಬೇಡಾ, ಸತ್ತ ಮೇಲೆ ನನಗೆ ಕೊಳ್ಳಿ ಇಡಲೂ ಬೇಡಾ. ಯಾವುದೋ ಕಾಡಿಗೆ ಎಸೆದು ಹದ್ದಿನ ಪಾಲಾಗುವ ಹಾಗೆ ಮಾಡಿ ಹೋಗಿಬಿಡು' ಎಂದಿದ್ದ. ಆತನಿಗೆ ಪಶ್ಚಾತ್ತಾಪ ಕಾಡುತ್ತಿತ್ತು. ಆದರೆ ಪಶ್ಚಾತ್ತಾಪಗಳು ನೊಂದವರ ಬದುಕನ್ನೇನೂ ಮರಳಿ ತರುವುದಿಲ್ಲವಲ್ಲಾ. ಪಶ್ಚಾತ್ತಾಪ ಪ್ರಾಯಶ್ಚಿತ್ತಗಳು ಅವರವರ ಸಮಾಧಾನಕ್ಕಷ್ಟೇ. ನಿಟ್ಟುಸಿರಿಟ್ಟ ಸುನಿಲ ಯಾವುದೇ ರಾಗದ್ವೇಷಗಳಿಲ್ಲದೆ ತಣ್ಣಗೆ ಮುಂದಿನ ಕರ್ತವ್ಯ ಎಂಬಂತೆ ಆತ ಇದ್ದಷ್ಟು ದಿನ ಆತನ ಕೊನೆಯ ಸೇವೆಗಳನ್ನು ಮಾಡಿ ಮುಗಿಸಿದ್ದ.

ಆತನೂ ಲೋಕದ ವ್ಯಾಪಾರ ಮುಗಿಸಿ ಹೊರಟ ಮೇಲೆ ಅಲ್ಲಿದ್ದ ಆ ತಾಯಿ ಮಗಳಿಗೆ ಒಂದು ದಾರಿ ತೋರಬೇಕಿತ್ತು. ಆದರೆ ಪುಷ್ಪವಲ್ಲಿ ತಿರುಗಿ ಬಿದ್ದಿದ್ದಳು. ಆ ಮನೆ ಮತ್ತು ಎಲ್ಲ ಆಸ್ತಿಗಳೂ ತನಗೆ ಸೇರಿದ್ದು. ಅವನ ಅಪ್ಪ ತನ್ನ ಹೆಸರಿಗೆ ಬರೆದುಕೊಟ್ಟಿದ್ದಾನೆ ಎಂದು ಮೊಂಡು ಹಿಡಿದಳು. ಕೋರ್ಟು ಕೇಸು ಎಂದೆಲ್ಲಾ ಮಾತಿನಲ್ಲಿ ಎಳೆದಾಡತೊಡಗಿದಳು. ಇದೆಲ್ಲಾ ಶಾರದಾ ಈ ಮೊದಲೇ ನಿರೀಕ್ಷೆ ಮಾಡಿದ್ದರಿಂದ ಸಮಸ್ತ ಆಸ್ತಿ ಎಲ್ಲವೂ ಅಧಿಕೃತವಾಗಿ ಸುನಿಲನ ಹೆಸರಿಗೆ ವರ್ಗಾವಣೆ ಆಗಿಹೋಗಿತ್ತು. ಅಪ್ಪ ಶಾರದಾ ಬದುಕಿದ್ದಾಗಲೇ ಒಂದಷ್ಟು ನಕಲಿ ದಾಖಲಾತಿಗಳನ್ನು ತಯಾರಿಸಿ ಅದನ್ನು ಪುಷ್ಪವಲ್ಲಿಯ ಮುಖಕ್ಕೆ ಹಿಡಿದು ಆ ತಾಯಿ ಮಗಳನ್ನು ಕೂಡಾ ಯಾಮಾರಿಸಿದ್ದ. ಅದನ್ನೇ ನಂಬಿಕೊಂಡಿದ್ದ ಪುಷ್ಪವಲ್ಲಿ ಹಾರಾಟ ಕುಣಿದಾಟ ಆರಂಭಿಸಿದ್ದಳು. ಯಾವಾಗ ಲಾಯರ್ ಬಂದು ಅವಳು ಯಾವ ಪರಿಸ್ಥಿತಿಯಲ್ಲಿದ್ದಾಳೆ ಎಂದು ಬಿಡಿಸಿ ಹೇಳಿ ಹೋದನೋ ಆವತ್ತು ಪುಷ್ಪವಲ್ಲಿ ಅಕ್ಷರಶಃ ಬೀದಿಯಲ್ಲಿ ಬಿದ್ದು ಬಳೆ ಒಡೆದುಕೊಂಡು ಅತ್ತು ಹೊರಳಾಡಿ ಇನ್ನಿಲ್ಲದ ನಾಟಕ ಆಡಿದ್ದಳು. ಹಾದಿಬೀದಿಯ ಜನ ನಕ್ಕರೋ ಹೊರತು ಪರವಾಗಿ ನಿಲ್ಲಲು ಬಂದಾರೆಯೆ? ಅದೆಲ್ಲ ಮುಗಿದ ಮೇಲೆಯೂ ಯಾವುದೇ ರಾಗದ್ವೇಷಗಳಿಲ್ಲದೆ ಅವರಿಬ್ಬರನ್ನೂ ಎದುರು ಕೂರಿಸಿಕೊಂಡು, ತಾಯಿಯ ನೆನಪುಗಳು ಸಾವಿರಾರು ಕಾಡುವ ಈ ಮನೆಯೊಂದನ್ನು ಬಿಟ್ಟು 'ಬೇರೆ ಏನು ಬೇಕು ಕೇಳಿ' ಎಂದಿದ್ದ ಸುನಿಲ.

ಅಂದು ರಾತ್ರಿಯೇ ಆ ಹುಡುಗಿ ಕನ್ನಗಿ ನಡುರಾತ್ರಿಯಲ್ಲಿ ಅವನ ಕೋಣೆಗೆ ಕಾಲಿಟ್ಟಿದ್ದು. ಆಕೆ ಮಾತಾಡುವ ನೆಪದಲ್ಲಿ ಅವನ ಹತ್ತಿರ ಬಂದವಳು

ಪಳಗಿದವಳ ಹಾಗೆ ಹತ್ತಿರವೇ ಕುಳಿತು ಆತನನ್ನು ಹಾಸಿಗೆಗೆ ಕರೆಯುವಾಗ ಆತ ಚಕಿತನಾಗಿದ್ದ. ಈ ಮೊದಲೂ ಕೂಡಾ ಆಕೆಯ ಈ ವಿಚಿತ್ರ ವರ್ತನೆಗಳನ್ನು ಗಮನಿಸಿದ್ದನಾದರೂ ಅದರ ಬಗ್ಗೆ ಕುತೂಹಲ ತೋರಿಸಿರಲಿಲ್ಲಾ. ಹದಿನೈದು ಹದಿನಾರರ ಹರೆಯದ ಆಕೆಯ ಕಣ್ಣುಗಳಲ್ಲಿ ಜಗತ್ತಿನೆಡೆಗೆ ಅದೊಂದು ತಿರಸ್ಕಾರ ಎದ್ದು ಕುಣಿಯುತ್ತಿತ್ತು. ಪ್ರತಿನೋಟದಲ್ಲೂ ಎದುರಿರುವ ಪುರುಷನನ್ನು ಹೀರಿ ಕುಡಿದು ಕಾಮಕೇಳಿಗೆ ಎಳೆಯುವ ಅದಮ್ಯ ಬಯಕೆಗಳು ಪುಟಿಯುತ್ತಿತ್ತು. ಅದೆಲ್ಲವನ್ನು ಈ ಹಿಂದೆ ಆಕೆಯ ಹುಚ್ಚುತನ ಎಂದಷ್ಟೇ ಸುನಿಲ ಭಾವಿಸಿದ್ದ. ತಾಯಿಯಂತೆ ಮಗಳು ಎಂದು ನಿಟ್ಟುಸಿರಿಟ್ಟಿದ್ದ. ಆದರೆ ಅಂದು ರಾತ್ರಿ ಆತನ ಕೋಣೆ ಹೊಕ್ಕ ಆಕೆ, ಆತನ ನಿರಾಕರಣೆಯ ನಡುವೆಯೂ ಮೇಲೆ ಬಿದ್ದು ಬರುವಾಗ ಆತ ತಾಳ್ಮೆ ಕಳೆದುಕೊಂಡು ಆಕೆಗೆ 'ನೀನು ನನ್ನ ತಂಗಿ ಇದ್ದಂತೆ. ನಮ್ಮಪ್ಪನೇ ನಮ್ಮಿಬ್ಬರಿಗೂ ಅಪ್ಪ' ಎಂದಿದ್ದ.

ಆಗಲೇ ಆ ಹುಡುಗಿ ಹಾಗೆ ಹೂಂಕರಿಸಿದ್ದು.

"ಅವನೂ ಒಬ್ಬ ಅಪ್ಪನಾ? ಥೂ...! ಅಪ್ಪಾ ಅನ್ನೋ ಪದಕ್ಕೇ ನಾಲಾಯಕ್! ಅಂಥಾ ಹಲ್ಕಟ್ ಅವ್ನು.." ಎಂದಳು. ಆತ ಆಕೆಯನ್ನೇ ಅಚ್ಚರಿಯಿಂದ ನೋಡಿದ.

"ಹುಂ... ನಿಮ್ಮಪ್ಪಂಗೆ ವಯಸ್ಸಾಗಿರೋ ನಮ್ಮಮ್ಮನ ಮೇಲೆ ಅಲ್ಲ ಕಣ್ಣು ಇದ್ದದ್ದು... ನನ್ನ ಮೇಲೆ" ಅಂದಿದ್ದಳು.

ಈ... ಎಳೆಹುಡುಗಿಯ ಮೇಲೆ... ಈ ಅಪ್ಪಾ ಎನ್ನಿಸಿಕೊಂಡ ಜೀವಿ... ಛಿ! ಆ ಕ್ಷಣದಲ್ಲಿ ಆತನಿಗೆ ಕಕ್ಕಸ್ಸು ಹರಿವ ಚರಂಡಿಯಲ್ಲಿ ಬಿದ್ದು ಎದ್ದಷ್ಟು ಹೇಸಿಗೆಯಾಗಿತ್ತು. ಸೀದಾ ಎದ್ದುಹೋಗಿ ಬೆಂಕಿಗೇ ಧುಮುಕಿಬಿಡಬೇಕು ಎನಿಸಿಬಿಟ್ಟಿತ್ತು. ಈ ಜಗತ್ತು... ಹೀಗೂ ಇರಲು ಸಾಧ್ಯವೆ? ಪುಣ್ಯಕ್ಕೆ ಪುಷ್ಪವಲ್ಲಿ ಆತನ ಸಂಪರ್ಕಕ್ಕೆ ಬರುವ ಮೊದಲೇ ಯಾರಿಗೋ ಹುಟ್ಟಿದ್ದ ಮಗಳು ಅದು. ಛೀ...! ಅಸಹ್ಯ ಎನ್ನುವುದು ಉಕ್ಕುಕ್ಕಿ ಬರುತ್ತಿತ್ತು. ಇಂಥಾ ಗಲೀಜು ವ್ಯಕ್ತಿತ್ವದ ಅಪ್ಪನ ಸೇವೆ ಮಾಡಿದ್ದು ಕೂಡಾ ಎಂಥಾ ಅಪರಾಧ ಎನಿಸಿಬಿಟ್ಟಿತ್ತು. ಮೈಯೆಲ್ಲಾ ಸಾವಿರಸಾವಿರ ಸೆಗಣಿಹುಳು ಹರಿದಾಡುತ್ತಿರುವ ಅನುಭವ.

ಅದೇನನ್ನಿಸಿತೋ ಆತ ಬಿಕ್ಕಿ ಬಿಕ್ಕಿ ಅಳುತ್ತಾ ಆಕೆಯನ್ನು ಅಪ್ಪಿಕೊಂಡು ಬಿಟ್ಟ. ಇಂಥಾ ದರಿದ್ರ ತಂದೆಯನ್ನು ಪಡೆದ ತನಗೆ ತನ್ನ ತಾಯಿಯಂಥಾ ತಾಯಿ ಸಿಕ್ಕಳು. ಅದೂ ಸಿಗದ ಆ ಹತಭಾಗ್ಯ ಹೆಣ್ಣಿನ ಮೇಲೆ ಕರುಣೆಯೇ ಉಕ್ಕಿಬಿಟ್ಟಿತ್ತು. ಆದರೆ ಆಕೆಗೆ ಕರುಣೆ ಬೇಕಿರಲಿಲ್ಲಾ. ಆ ಮನೆಯಲ್ಲಿ ಇರಲು ಆಕೆ ಏನು ಬೇಕಾದರೂ ಮಾಡಲು ತಯಾರಾಗಿದ್ದಳು. ಪುಷ್ಪವಲ್ಲಿ ಮಗಳನ್ನು ಹಾಗೆ ತಯಾರು ಮಾಡಿ ಕಳಿಸಿದ್ದಳು.

ಅಂದು ರಾತ್ರಿ ಬಹಳ ಹೊತ್ತಿನವರೆಗೆ ಆತ ಆಕೆಯೊಂದಿಗೆ ಕುಳಿತು ಮಾತಾಡುತ್ತಿದ್ದ. ಆತನ ಕಂಬನಿ ಮತ್ತು ಹೃದಯವಂತಿಕೆ ಅವಳ ವ್ಯಕ್ತಿತ್ವವನ್ನೇ ಪೂರ್ತಿಯಾಗಿ ತೊಳೆದುಹಾಕಿತ್ತು. ಬೆಳಿಗ್ಗೆ ಹೊತ್ತಿಗೆ ಆಕೆ ನೇರವಾಗಿ ಹೋಗಿ ಪುಷ್ಪವಲ್ಲಿಯ ಕತ್ತು ಹಿಡಿದಿದ್ದಳು. ಮಗಳಿಂದ ಮುಖದ ಮೇಲೆ ತುಪ್ಪನೇ ಉಗಿಸಿಕೊಂಡ ಪುಷ್ಪವಲ್ಲಿಯ ಬಾಯಿಕಟ್ಟಿಹೋಗಿತ್ತು. ತಮ್ಮಿಬ್ಬರ ನೆರಳೂ ಬೀಳದ ಹಾಗೆ ದೂರದೂರಕೆ ಪುಷ್ಪವಲ್ಲಿಯನ್ನೂ ಕರೆದುಕೊಂಡು ಹೋಗಿಬಿಡುತ್ತೇನೆ ಎಂದಿದ್ದಳು ಕನ್ನಗಿ. ಅವಳಿಗೆ ಬದುಕು ಸಂಬಂಧ ಮಾನವೀಯತೆ ಎಲ್ಲದರ ಪರಿಚಯವಾಗಿತ್ತು. ಅವರಿಗೆ ಬೇರೊಂದು ವ್ಯವಸ್ಥೆ ಮಾಡಿಕೊಟ್ಟು ಸುಖವಾಗಿರಿ ಎಂದು ಮನಃಪೂರ್ವಕವಾಗಿ ಹಾರೈಸಿ ಕಳಿಸಿದ್ದ ಸುನಿಲ.

ಹಾಗೆ ಮನೆಯಿಂದಾಚೆ ಕಾಲಿಡುವ ಮುನ್ನ... ಅದೊಂದು ಕ್ಷಣ ಅದೊಂದು ಕ್ಷಣ... ನಿಜವಾಗಿ ಮಗುವಾಗಿದ್ದಳು... ಆಕೆ ಬಿಕ್ಕಿ ಬಿಕ್ಕಿ ಅಳುತ್ತಾ,

"ನಿನ್ನನ್ನು ತಬ್ಬಿಕೊಳ್ಳಬೇಕು ಅನಿಸುತ್ತೆ. ಆದರೆ ಇದು ಯಾರ್‍ಯಾರೋ ತಬ್ಬಿಕೊಂಡ ಮೈಯಿ. ಇದು ನಿನಗಲ್ಲಾ. ಬೇಡಾ ಬಿಡು. ನಿನಗೆ ಅಕ್ಕ ತಂಗಿಯಾಗಿ ಹುಟ್ಟುವುದಕ್ಕೂ ನನಗೆ ಯೋಗ್ಯತೆಯಿಲ್ಲಾ. ನನ್ನನ್ನು ದ್ವೇಷಿಸದೆ ಅಷ್ಟು ತಲೆಸವರಿದೆಯಲ್ಲಾ ಅದಷ್ಟು ಸಾಕು" ಎಂದು ಹೇಳಿ ಮನೆಯಿಂದ ಆಚೆ ಹೋಗಿದ್ದಳು.

ಆ ಕ್ಷಣಗಳಲ್ಲಿ ಆಕೆಯ ಮನಸ್ಸಿನ ಮಾತುಗಳು ಅದೆಷ್ಟು ಇದ್ದವೋ! ಹೋಗುವ ಮುನ್ನ ಆಕೆ ತಿರುಗಿ ನಿಂತು ಆತನನ್ನೇ ನೋಡುತ್ತಾ ನೋಡುತ್ತಾ... ಮಾತುಗಳೇ ಇಲ್ಲದೆ... ಏನನ್ನು ಹೇಳಲಿ... ಏನನ್ನು ಕೇಳಲಿ ಎಂದು ಭಾವುಕವಾಗಿ ಯೋಚಿಸುತ್ತಾ... ಹೆಜ್ಜೆ ಎತ್ತಿಡಲೂ ಆಗದೇ... ಇಲ್ಲಿಂದ ಹೊರಹೋದರೆ ಮತ್ತೆ ನಿನ್ನನೆಂದೂ ಕಾಣಲಾರೆ ಎಂಬ ಸಂಕಟದೊಂದಿಗೆ...

ತುಂಬ ಹೊತ್ತು ಆತನನ್ನೇ ಕಣ್ಣತುಂಬ ತುಂಬಿಕೊಳ್ಳುತ್ತಾ ನಿಂತಿದ್ದಳಲ್ಲಾ...

ಅಧ್ಯಾಯ 21

ಥೇಟು ಹಾಗೆಯೇ...

ಕನ್ನಗಿಯ ಹಾಗೆಯೇ... ಅದೇ ಭಂಗಿಯಲ್ಲಿ... ಅವಳನ್ನೇ ನೆನಪಿಸುವಂತೆ ನಿಂತಿದ್ದಳು... ಆ ಹುಡುಗಿ...! ಅವಳಂತೆಯೇ ಮತ್ತೊಬ್ಬ ಹತಭಾಗ್ಯೆ...!

ಅಲ್ಲಿ ಅಂದು ಅವಳ ಅಮ್ಮ ಆತನ ಬಳಿಗೆ ಆ ಹುಡುಗಿಯನ್ನು ಯಾವ ಉದ್ದೇಶದಿಂದ ಕಳಿಸಿದ್ದಳೋ ಅದೇ ಉದ್ದೇಶದಿಂದ ಇಂದು ಈ ಹುಡುಗಿಯನ್ನು ಕಳಿಸಿದ್ದಾಳೆ... ಮಲ್ಲಿ! ಅದರಲ್ಲೂ... ಆ ಹುಡುಗಿ ಹೇಳಿದ್ದೇನು..? ಮಲ್ಲಿ... ಅವನು ಅಪ್ಪಾನಾ..? ಹೇಗೆ? ಅದು ಹೇಗೆ ಸಾಧ್ಯ? ಅಂದರೆ ಇಷ್ಟು ಹೊತ್ತೂ ಮಲ್ಲಿ ಹೇಳಿದ್ದೆಲ್ಲಾ ಸುಳ್ಳಾ...?

ಸುನಿಲನ ತಲೆ ಮುನ್ನೂರೈವತ್ತು ಕಿಲೋಮೀಟರ್ ಸ್ಪೀಡಿನಲ್ಲಿ ಮುನ್ನೂರಾ ಅರವತ್ತು ಡಿಗ್ರಿಗೂ ಸುತ್ತುತ್ತಲೇ ಇತ್ತು. ಇದ್ದಕ್ಕಿದ್ದಂತೆ ಅಶರೀರವಾಣಿ ಕೇಳಿಸಿದರೇ ಬೆಚ್ಚಿಬೀಳುವ ಕಾಲದಲ್ಲಿ ಸಶರೀರಿಯಾಗಿ ಇಂಥದ್ದೊಂದು ದಂತದ ಗೊಂಬೆ... ಜೀವತಳೆದ ಶಿಲಾಬಾಲಿಕೆ... ಅಪ್ಸರೆಯಂಥಾ ಹುಡುಗಿ... ಆ

ಸರಿಹೊತ್ತಿನಲ್ಲಿ ಅದೆಲ್ಲಿಂದಲೋ ಧುತ್ತನೆ ಎದುರು ಬಂದು ನಿಂತರೆ ಅವನ ಪರಿಸ್ಥಿತಿ ಹೇಗಾಗಬೇಡಾ?

ಆತ ಇನ್ನೂ ಆದ ಆಘಾತಕ್ಕೆ ನಡುಗುತ್ತಲೇ ಇದ್ದ... ಆ ಪರಿಯ ಅವನ ಗಾಬರಿಯನ್ನು ನಿರೀಕ್ಷಿಸಿರದಿದ್ದ ಹುಡುಗಿ ಒಂದು ಕ್ಷಣ ತನಗೆ ಕೊಟ್ಟಿದ್ದ ಸೂಚನೆಯನ್ನೂ ಮರೆತು ಗೊಂದಲದಲ್ಲಿಯೇ ತನ್ನ ಬಟ್ಟಲಗಣ್ಣುಗಳ ತುಂಬಾ ಆತನನ್ನೇ ತುಂಬಿಕೊಳ್ಳುತ್ತಾ ನಿಂತಿದ್ದಳು.

ಕೆಲಸಮಯದ ನಂತರ ತನ್ನ ಏದುಸಿರು ಹಿಡಿತಕ್ಕೆ ತಂದುಕೊಂಡ ಸುನಿಲ ಒಮ್ಮೆ ಉಗುಳುನುಂಗಿದ. ಗಂಟಲ ಪಸೆ ಆರಿದ್ದಕ್ಕೋ ಏನೋ ಉಸಿರು ಸಿಕ್ಕಿಕೊಂಡ ಹಾಗೆ ಕೆಮ್ಮತೊಡಗಿದ. ತಕ್ಷಣ ಆ ಹುಡುಗಿ ಆತಂಕದಿಂದ ಆತನ ಕಡೆ ಸರಿಯಲು ಮುಂದಾಗುತ್ತಿದ್ದಂತೆಯೇ ತಟ್ಟನೆ ಕೈಯೆತ್ತಿ ಕಿರುಚಿ ತಡೆದು ನಿಲ್ಲಿಸಿದ.

"ನಿಲ್ಲು... ಅಲ್ಲೇ ನಿಲ್ಲು... ಹತ್ರ ಬರ್ಬೇಡಾ... ನೀ ಯಾರು? ಇದ್ದಕ್ಕಿದ್ದಂಗೆ ಎಲ್ಲಿಂದ ಬಂದಿ..? ಯಾವಾಗ ಬಂದಿ? ನನಗೆ ಗೊತ್ತೇ ಆಗ್ಲಿಲ್ಲಲ್ಲಾ" ಎಂದ.

ಈಗ ನಿಟ್ಟುಸಿರಿಟ್ಟ ಆ ಹುಡುಗಿ, ಮರೆತದ್ದೇನೋ ನೆನಪಿಸಿಕೊಂಡಂತೆ ಮತ್ತೆ ನಾಚಿ ವಯ್ಯಾರವಾಗಿ ನಗುತ್ತಾ, ಕಾಲಲ್ಲಿ ನೆಲವನ್ನು ಗೀಚುತ್ತಾ,

"ನಾನು ಇಲ್ಲೇ ಇದ್ದೆ ರೀ... ಆ ಕ್ವಾಣಿ ಐತಲ್ಲಾ. ಅದರ ಹಿಂದೆನೇ ಇದ್ದೆ".

"ಅದು... ಅದು... ಬೀಗ ಹಾಕಿತ್ತಲ್ಲಾ... ನೀನು ಅದರ ಒಳಗೆ ಹೆಂಗಿದ್ದೆ?"

"ಅದು ಮ್ಯಾಲೆ ನೋಡೂದಕ್ಕೆ ಬೀಗ ಹಾಕ್ದಂಗೈತೆ ಧಣೀ. ಆದ್ರ ಒಳಗಿಂದ ನಾ ಚಿಲಕ ಹಾಕ್ಕೊಂಡಿರ್ತೀನಿರೀ. ನಾ ಒಳಗಿರೋದು ಯಾರ್ಗೂ ಗೊತ್ತಾಗೋದಿಲ್ಲರೀ... ಅಲ್ಲಿ ನಮ್ಮ ದೇವ್ರು ಅದಾರೆ ಅಂತ ನಮ್ಮಪ್ಪ ಹೇಳಿರ್‍ತಾನಲ್ಲಾ... ಅದಕ್ಕ... ಯಾರೇ ಬಂದ್ರೂ ಹೆದರಿ ಆ ಕ್ವಾಣಿ ಕಡೆ ತಲೆ ಎತ್ತಿ ಕೂಡಾ ನೋಡೂದಿಲ್ರೀ".

"ಅಂದ್ರೆ ಅಂದ್ರೆ... ನೀನು ನೀನು ಈ ಮನೇಲೇ ಇರೋಳೇನು? ಯಾವಾಗಿಂದ ಇದ್ದೀ? ಇಲ್ಲಿ ಮನೆನಲ್ಲಿ ಏನೇನ್ ನಡೀತದೆ ಎಲ್ಲ ಗೊತ್ತೈತಲ್ಲಾ ನಿನಗೆ?"

"ಹಾಂ... ಎಲ್ಲ ಗೊತ್ತೈತ್ರೀ... ಆ ಬಾಗ್ಲಾಗ ಒಂದು ದೊಡ್ಡ ರಂಧ್ರ ಐತಲ್ರೀ... ನಾ ಅದರಾಗ ಇಲ್ಲಿ ಏನೇನ್ ನಡೀತಿರ್‍ತತಿ ನೋಡ್ತಿರ್ತೀನಿ... ಏನೇನ್ ಮಾತಾಡ್ತಾರ ಎಲ್ಲ ಕೇಳಿಸ್ಕೊಂತಿರ್ತೀನ್ರೀ"

ಮತ್ತೊಮ್ಮೆ ಸುನಿಲನ ತಲೆ ಮುನ್ನೂರೈವತ್ತು ಕಿಲೋಮೀಟರ್ ಸ್ಪೀಡಿನಲ್ಲಿ ಮುನ್ನೂರಾ ಅರವತ್ತು ಡಿಗ್ರಿಗೂ ತಿರುಗಲು ಶುರುವಾಯಿತು. ಅಂದರೆ... ಅಂದರೆ... ಈ ಹುಡುಗಿ ಇಲ್ಲೇ ಇದೆ... ಇಷ್ಟು ಹೊತ್ತು ನಾನು ಮತ್ತು ಮಲ್ಲಿ ಏನೇನು ಮಾತಾಡಿದ್ದೀವಿ ಎಲ್ಲ ಕೇಳಿಸಿಕೊಂಡಿದ್ದಾಳೆ. ಅವಳು ನನ್ನೊಂದಿಗೆ

ಹೇಗೇಗೆಲ್ಲ ವರ್ಣಿಸಿದ್ದಾಳೆ ಅದೆಲ್ಲವನ್ನೂ ಈ ಹುಡುಗಿ ನೋ...ಡೀ... ಕೇ...ಳೀ...!?

ಮತ್ತೊಮ್ಮೆ ಉಗುಳು ನುಂಗಲು ಹೋದ ಸುನಿಲನಿಗೆ ಮತ್ತೊಮ್ಮೆ ಉಸಿರು ಸಿಕ್ಕಿಕೊಂಡಂತಾಯಿತು... ಮತ್ತೆ ಆತ ಕೆಮ್ಮುವಾಗ ಆ ಹುಡುಗಿ ಆತನನ್ನು ಕೇಳದೆ ಮತ್ತೆ ವೈನಿನ ಗ್ಲಾಸ್ ಎತ್ತಿಕೊಂಡು ಆತನ ಕಡೆ ಬರಲು ತೊಡಗಿದಳು... ಮತ್ತೆ ಕಿರುಚಿದ ಸುನಿಲ...

"ಬರಬೇಡಾ... ಹತ್ರ ಬರಬೇಡಾ... ಅದನ್ನ ಅಲ್ಲೇ ಇಡು..." ಎಂದು ಕಿರುಚಿದ. ಒಂದು ಕ್ಷಣ ಆತ ಕಿರುಚಿದ್ದಕ್ಕೆ ಗಾಬರಿಯಾದ ಆ ಹುಡುಗಿಗೆ ಏನನ್ನಿಸಿತೋ, ವೈನ್ ಗ್ಲಾಸ್ ಕೆಳಗಿಟ್ಟು ಆತನನ್ನೇ ಕದ್ದು ಕದ್ದು ನೋಡುತ್ತಾ ಸೆರಗಿನಲ್ಲಿ ಮುಖಮುಚ್ಚಿಕೊಂಡು ಅಲೆಅಲೆಯಾಗಿ ನಗಲು ಆರಂಭಿಸಿತು. ಆಗಾಗ ಸೆರಗಿನಿಂದ ಮುಖ ಸರಿಸಿ ಆತನನ್ನು ನೋಡಿ ನೋಡಿ ನಗಲು ಆರಂಭಿಸಿತು. ಆತ ಚಕಿತನಾಗಿ ಗೊಂದಲದಿಂದ ನೋಡಿದಷ್ಟೂ ಆ ಹುಡುಗಿ ಇನ್ನೂ ನಗುತ್ತಿತ್ತು. ಕೊನೆಗೆ ಕುಸಿದು ಕುಳಿತು ಕೈಮುಗಿದು,

"ನನ್ನ ಕ್ಷಮಿಸ್ರೀ ಧಣೀ. ನೀವು ಹೆದರ್‍ಕೊಂತೀರಿ. ಆಮೇಲೆ ಕರೆದು ಮಾತಾಡಿಸ್ತೀರಿ ಅಂತ ಅಪ್ಪ ಹೇಳಿದ್ದ. ಆದ್ರ ನೀವು ಹಿಂಗ ಹೆದರ್‍ಕಂತೀರಿ ಅಂತ ನಂಗ್ ಗೊತ್ತಿರ್‍ಲಿಲ್ಲಾ" ಎಂದು ಹೇಳಿದವಳೇ ಆತನನ್ನು ನೋಡುತ್ತಾ ಇನ್ನೂ ಜೋರಾಗಿ ನೆಲಕ್ಕೆ ಬಿದ್ದು ನಗತೊಡಗಿದಳು.

"ನಾ ಇನ್ನಾ ಚಿಕ್ಕ ಹುಡುಗಿರೀ ಧಣೀ. ನೀವು ನನ್ನ ಕಂಡು ಹಿಂಗ ಹೆದರ್‍ತೀರಿ ಅಂತ ನನಗ್ ಗೊತ್ತಿರ್‍ಲಿಲ್ಲಾರೀ" ಎಂದು ಹೇಳುತ್ತಾ ಮತ್ತೆ ಮತ್ತೆ ಬಿದ್ದೂ ಬಿದ್ದೂ ನಕ್ಕಳು.

ಆಗ ಅನ್ನಿಸಿತು ಸುನಿಲನಿಗೆ. ಅರೆ..! ಇದು... ಇನ್ನೂ... ಎಷ್ಟು ಮಗು...! ಎಂಥಾ ಚಂದದ ನಗೆ...! ಮನಸ್ಸು ತೆರೆದು ಉಕ್ಕುಕ್ಕಿ ಬರುವ ನಗುವನ್ನು ತಡೆಯುತ್ತಾ ತಡೆಯಲಾಗದೆ ನಗುತ್ತಿರುವ ಆ ಹುಡುಗಿಯನ್ನು ನೋಡುತ್ತಾ ನೋಡುತ್ತಾ ಆ ನಗುವಲ್ಲೇ ಕಳೆದುಹೋಗುತ್ತಾ ನಿಧಾನಕ್ಕೆ ಸುನಿಲನ ತುಟಿಗಳ ಮೇಲೆ ಅವನಿಗೇ ಅರಿವಾಗದೆ ಮಂದಹಾಸವೊಂದು ಹರಡಿಕೊಳ್ಳುತ್ತಿತ್ತು. ಕಣ್ಣೆದುರು ಮೆಲ್ಲಗೆ ರೆಕ್ಕೆ ಆಡಿಸುತ್ತಾ ಬಂದು ಗಿಡದ ಮೇಲೆ ಕುಳಿತ ಚಿಟ್ಟೆಯನ್ನು ಬಾಯಿಬಿಟ್ಟುಕೊಂಡು ನೋಡುತ್ತಾ ಮೆಲ್ಲಮೆಲ್ಲಗೆ ಹಿಡಿಯಲು ಹೋಗುವ ಮಗುವಿನ ಮನಸ್ಸಿನಂತಾಗಿ ಹೋಗಿತ್ತು. ಆತ ತನ್ನೆದುರು ನಗುತ್ತಿರುವ ಆ ಮರಿಚಿಟ್ಟೆಯನ್ನೇ ನೋಡುತ್ತಾ ಮೈಮರೆತುಬಿಟ್ಟ. ನಗುತ್ತಿದ್ದ ಆ ಹುಡುಗಿ ಬದಲಾದ ಅವನ ಭಾವವನ್ನು ಗಮನಿಸುತ್ತಾ ಬಂದಂತೆ ತಟ್ಟನೆ ತಾನು ತಪ್ಪು ಮಾಡಿದ ನೆನಪಾಗಿ ಎದ್ದು ಸರಸರನೆ ಗಂಭೀರಳಾಗಿ ಮತ್ತೆ ಮೊದಲಿನ ಹಾಗೆ ವಯ್ಯಾರದ ಭಂಗಿಯಲ್ಲಿ ಕಾಲಿನಲ್ಲಿ ನೆಲ ಉಜ್ಜುತ್ತಾ ನಿಂತಳು.

ಈಗ ರಸಭಂಗವಾದಂತೆನಿಸಿತು ಸುನಿಲನಿಗೆ.

"ಎಷ್ಟು ಚೆನ್ನಾಗ್ ನಗ್ತಿದ್ದೆ. ಅದ್ಯಾಕೆ ಹಾಗೆ ಬೆಚ್ಚಿಬಿದ್ದೆ ಪುಟ್ಟಿ? ನಗು... ಬೇಕಾದ್ರೆ ನಾನು ಮತ್ತೆ ಹೆದರ್ಕೊಳ್ಲಾ? ಹಾಂ.. ಹೆದರ್ಕೋತೀನಿ ನಗು... ಎಷ್ಟು ಚೆನ್ನಾಗ್ ನಗ್ತೀಯಾ ಗೊತ್ತಾ? ನಕ್ಕಾಗ ಎಷ್ಟು ಮುದ್ದಾಗಿ ಕಾಣ್ತಿದ್ದೆ ಗೊತ್ತಾ?"

ಈಗ ಆ ಹುಡುಗಿಯ ಕಣ್ಣಲ್ಲಿ ಲಜ್ಜೆಯ ಮಿಂಚೊಂದು ಸಳಕ್ಕನೆ ಮೂಡಿ, ಕೆನ್ನೆ ಕೆಂಪಾಗಿ ತುಟಿ ಅದುರಿ ಚಕ್ಕನೆ ಆತನ ಕಡೆಗೊಮ್ಮೆ ತುಂಬುಗಣ್ಣಲ್ಲಿ ಆ ಮಿಂಚು ಹರಿಸಿ ಅಷ್ಟೇ ವೇಗದಲ್ಲಿ ಮತ್ತೆ ನೆಲಕ್ಕೆ ಕಣ್ಣು ತಿರುಗಿಸಿ ನಿಂತುಬಿಟ್ಟಳು.

ಅನಿರೀಕ್ಷಿತವಾದ ಆ ಮಿಂಚಿಗೆ ಸುನಿಲ ನಡುಗಿ ಹೋದ. ಆ ಭಾವ ಚೆಂದಿತ್ತು...! ಆದರೆ ಅದು ತನಗಲ್ಲ. ತನಗೆ ಬೇಕಿರಲಿಲ್ಲಾ. ಎಚ್ಚೆತ್ತುಕೊಂಡ ಸುನಿಲ ನಿಧಾನಕ್ಕೆ ನಿಟ್ಟುಸಿರಿಟ್ಟು ಸುತ್ತ ನೋಡುತ್ತಾ,

"ಮ್... ಮಧ್ಯರಾತ್ರಿಯಲ್ಲಿ ಮುಗಿಲಿನಿಂದ ಇಳಿದ ಎಳೆ ಅಪ್ಸರೆ... ಆ ಕಳ್ಸಿರೋ ದೇವೇಂದ್ರ ಕೈಗ್ ಸಿಕ್ರೆ..." ಎಂದು ಒಂದು ಕ್ಷಣ ಹಲ್ಲು ಕಚ್ಚಿ ಅತ್ತಿತ್ತ ನೋಡಿ ನಂತರ ಈಕೆಯ ಕಡೆ ನೋಡಿದ.

ಆತನನ್ನೇ ಓರೆಗಣ್ಣಲ್ಲಿ ಕದ್ದು ಕದ್ದು ನೋಡುತ್ತಿದ್ದ ಹುಡುಗಿ ಆತ ನೋಡಿದ ತಕ್ಷಣ ಪಟಕ್ಕನೆ ಒಂದು ಕಿರುನಗು ಹಾರಿಸಿ ಮತ್ತೆ ಕಣ್ಣು ನೆಲಕ್ಕೆ ಒರಗಿಸಿ ನಿಂತುಬಿಟ್ಟಿತು. ಅದೇ ವಯ್ಯಾರದ ಭಂಗಿಯಲ್ಲಿ ಒಮ್ಮೆ ಮೆಲ್ಲಗೆ ಹೊರಳಿಯೂ ಹೊರಳದಂತೆ ವಾಲಾಡಿ ಕತ್ತು ಮೆಲ್ಲ ಜಾರಿಸಿ... ಮತ್ತೆ ಅದೇ ಭಂಗಿ...!

ವಾಹ್...! ಪಾಠ ಚೆನ್ನಾಗಿ ಆಗಿದೆ. ಇದೆಲ್ಲಾ ಯಾವಾಗ? ಯಾರು ಇವಳು? ಏನು ನಡೆಯುತ್ತಿದೆ ಇಲ್ಲಿ? ನನಗೆ ಅಂತ ಕಾದಿಟ್ಟ ಯಾರೂ ಮುಟ್ಟದ ಹೂವು ಇದೇನಾ? ನಿಧಾನಕ್ಕೆ ಆತನಿಗೆ ಪರಿಸ್ಥಿತಿಯ ಅರಿವಾಗಿ ಗಾಂಭಿರ್ಯ ತುಂಬಿಕೊಳ್ಳತೊಡಗಿತು. ಆತ ಮೃದುವಾಗಿ,

"ಏನಮ್ಮಾ ನಿನ್ನ ಹೆಸರು?" ಎಂದ.

ಆ ಹುಡುಗಿ ಉತ್ತರಿಸಲಿಲ್ಲಾ. ಯೋಚಿಸುತ್ತಿತ್ತು.

"ಅರೆ... ನಿನ್ನ ಹೆಸರೇನಮ್ಮಾ? ನಿನ್ನನ್ನ ಏನಂತ ಕರೀಲಿ."

"ಧಣೀರೇ... ನೀವು ನನ್ನ್ ಹೆಂಗ್ ಕರೆದ್ರೂ ಸರಿರೀ. ನಾನು ನಿಮ್ಮ ಪಾದ ಸೇವಕಿರೀ" ಎಂದಳು.

ತಟ್ಟನೆ ಅವನಿಗೆ ತಿಳಿದುಹೋಯಿತು. ಈ ಹುಡುಗಿ ಒಪ್ಪಿಸುತ್ತಿರುವುದೆಲ್ಲ ಪಾಠಗಳೇ... ನಕ್ಕಿದ್ದೊಂದು ಬಿಟ್ಟು! ಅವಳ ಒಳಗಿನ ನಿಜವಾದ ಮಗುವಿನ ದರ್ಶನ ಮಾಡಿಸಿ ಮತ್ತೀಗ ಮಲ್ಲಿಯ ಪಾಠಗಳ ಕಲಿತ ಹೆಣ್ಣಾಗಿ... ಹೆಣ್ಣಾ? ಅರೆ... ಇದಿನ್ನೂ ಮೊಗ್ಗು... ಈಗ ಇನ್ನೂ ಅರಳಬೇಕಾದ ಮೊಗ್ಗು... ಈ ಮೊಗ್ಗನ್ನು ಹಿಂಡಿ ಅರಳಿಸಲು ಅದ್ಯಾವ ಮೃಗಕ್ಕೆ ಮನಸ್ಸು ಬರುತ್ತದೋ...

"ನಾನು ಕೇಳಿದ್ದಕ್ಕೆ ಸರಿಯಾಗಿ ಉತ್ರ ಕೊಡು. ಆ ನಿಮ್ಮಪ್ಪ... ಆ ಮನೆಹಾಳ ಹೇಳ್ಕೊಟ್ಟಿರೋ ಉತ್ರ ಕೊಡಬೇಡಾ..."

"ನಮ್ಮಪ್ಪಗ ಬೈಬೇಡ್ರೀ ಧಣೀ..." ತಟ್ಟನೆ ಉಸುರಿತು ಕೂಸು! ಅದೊಂದು ಕ್ಷಣ ಆಕೆಯ ಕಣ್ಣಲ್ಲಿ ಕಂಡ ಕಿಚ್ಚು ಆಕೆಗೆ ಮಲ್ಲಿಯ ಮೇಲಿದ್ದ ಅಭಿಮಾನದ ಪರ್ವತವನ್ನೇ ಕಾಣಿಸಿ ಸುನಿಲನಿಗೆ ಎದೆ ಝಲ್ಲೆಂದಿತು.

ಮರುಕ್ಷಣ ಹಾಗೆಯೇ ನೆಲಕ್ಕೆ ಕಣ್ಣು ಒರಗಿಸಿದಂತೆಯೇ ಆ ಮಗು, "ತಪ್ಪಾತ್ರೀ ಧಣೀ. ಮತ್ತೆ... ಮತ್ತೆ... ನಮ್ಮಪ್ಪಗ ಬೈಬ್ಯಾಡ್ರೀ. ನೀವು ನನಗ ಏನಾರಾ ಹೇಳ್ರೀ... ಏನಾರಾ ಮಾಡ್ರೀ. ನಾನು ನಿಮಗ್ ದಾಸಿ ಇದ್ದಂಗರೀ... ನೀವ್ ಹೇಳ್ದಂಗ್ ಕೇಳ್ತೀನ್ರೀ. ಆದ್ರ... ನಮ್ಮಪ್ಪಗ ಮಾತ್ರಾ ಬೈಬ್ಯಾಡ್ರೀ" ಎಂದು ಮೆಲುದನಿಯಲ್ಲಿಯೇ ಆ ಮಗು ನೋವು ಸಂಕಟದಿಂದಲೇ ಪಿಸುಗುಟ್ಟುವಂತೆ ಕೇಳಿಕೊಂಡಿತು. ಆ ಮನವಿಯಲ್ಲಿ ತನ್ನ ಕಡೆ ಇರುವ ಪ್ರೀತಿ ಗೌರವ ಮತ್ತು ತನ್ನ ಅಪ್ಪನ ಮೇಲಿರುವ ಪ್ರೀತಿ ಗೌರವೆರಡನ್ನೂ ಆಕೆ ಸರಿಸಮಾನವಾಗಿ ತೂಗಿದ ಹಾಗೆ ಕಂಡಂತಾಗಿ ಸುನಿಲ ವಿಸ್ಮಿತನಾದ. ಆತ ನಸುನಗುತ್ತಾ,

"ಆಯ್ತು ಬಿಡು. ನಾನು ಬೈಯೋದಿಲ್ಲ. ಹೇಳು ನಿನ್ನ ಹೆಸರೇನು?"

"ನನಗಾ... ಏನೂ ಹೆಸರಿಲ್ರೀ..."

ಹಠಾತ್ತನೆ ಚಕಿತನಾದ ಸುನಿಲ,

"ಏನು? ಏನಂದೆ?" ಎಂದ. ಆತನಿಗೆ ಆಕೆಯ ಮಾತು ಅರಗಿಸಿಕೊಳ್ಳಲೇ ಆಗಲಿಲ್ಲಾ ಅಥವಾ ಅರ್ಥವೇ ಆಗಲಿಲ್ಲಾ.

"ಹೂಂನ್ರೀ... ನನಗಾ ಏನೂ ಹೆಸರಿಲ್ರೀ..."

ಆ ಹುಡುಗಿ ಮತ್ತೆ ಹಾಗೇ ಉಲಿಯಿತು.

"ಏನ್ ಹೇಳ್ತಿದ್ದೀಯಮ್ಮ? ನಿನಗೆ ಏನೂ ಹೆಸರಿಲ್ವಾ? ಮತ್ತೆ ನಿಮ್ಮಪ್ಪ ನಿನಗೆ ಏನಂತಾ ಕರೀತಾನೆ?"

"ನಮ್ಮಪ್ಪಯ್ಯ ನನಗೆ ಕೂಸೇ ಅಂತಾ ಕರೀತಾನೆ. ನಾನು ಅವನನ್ನ ಅಪ್ಪಯ್ಯಾಂತ ಕರೀತೀನಿ. ಅಷ್ಟೇ"

"ಸರಿ... ಮತ್ತೆ... ಬೇರೆಯವ್ರು ಏನಂತಾ ಕರೀತಾರೆ?"

"ಬೇರೆಯವ್ರು ಯಾರೂ ನನಗೆ ಗೊತ್ತೇ ಇಲ್ರೀ. ನನ್ನ ಕೂಡಾ ಯಾರೂ ಮಾತೇ ಆಡಿಲ್ಲರೀ. ನಾನಿಲ್ಲಿರೋದು ಯಾರ್ಗೂ ಗೊತ್ತೇ ಇಲ್ರೀ. ಇಲ್ಲಿದ್ದೆ ಅಂದ್ರೆ ನಮ್ಮಪ್ಪನ್ನ ಬಿಟ್ಟು ನನ್ನನ್ನ ಬೇರೆ ಯಾರೂ ಮಾತಾಡ್ಸೋರೇ ಇಲ್ಲಾರೀ..."

ಈಗ ಮತ್ತೆ ಸುನಿಲನಿಗೆ... ಮುನ್ನೂರಾಐವತ್ತು ಕಿಲೋಮೀಟರ್ ಸ್ಪೀಡಿನಲ್ಲಿ...

ಅಲ್ಲಾ... ಇದು ಹೇಗೆ ಸಾಧ್ಯ? ಅಂದರೆ ಈ ಹುಡುಗಿ ಇಷ್ಟು ವರ್ಷ ಈ ಕತ್ತಲೆಯಲ್ಲೇ ಬೆಳೆದಿದ್ದಾಳಾ? ಈ ಕೂಸು ಜಗತ್ತೇ ಕಂಡಿಲ್ಲವಾ? ಇವಳು ಮಲ್ಲಿ

ಹತ್ತಿರ ಬಂದದ್ದು ಹೇಗೆ? ಸೀರೆ ಉಟ್ಟು ನುಲಿದಾಡುವ ಮಲ್ಲಿಯನ್ನು ಅಪ್ಪ ಎಂದು ಈ ಮಗು ಹೇಗೆ ಕರೆಯುತ್ತದೆ?...

ಈಗ ನಿಧಾನಕ್ಕೆ ಸುನಿಲನ ಒಳಗಿನ ಕಥೆಗಾರ ತನ್ನ ಓಟವನ್ನು ಒಂದು ದಿಕ್ಕಿಗೆ ತಿರುಗಿಸಿ ನಿಲ್ಲಿಸಿಕೊಂಡ. ಇಲ್ಲೊಂದು ಕೇಳಿರದ ಕಥೆಯಿದೆ. ಇದು ಅದ್ಭುತ ಕಥೆಯಾಗುವ ಅವಕಾಶವೂ ಇದೆ. ಈ ಹುಡುಗಿ... ಈ ಹುಡುಗಿಯನ್ನು...

"ಹಾಗಾದ್ರೆ... ನಿನ್ನನ್ನ ಏನಂತ ಕರೀಲಿ ಪುಟ್ಟೀ?"

"ನಮ್ಮಪ್ಪಗ ಮಹಾರಾಣೀ ಅಂತಿದ್ರಲ್ರೀ... ಚಿಕ್ಕಾಕಿ ನಾನು. ನನಗ ರಾಜಕುಮಾರಿ ಅಂತಾ ಕರೀರಿ ಧಣೀರೇ. ನೀವು ನನಗೆ... ನನ್ನ ಕನಸಿನ ರಾಜಕುಮಾರರೀ" ಎಂದು ಉಲಿದು ತಟ್ಟನೆ ನಾಚಿಕೊಂಡು ಎರಡೂ ಕೈಗಳಿಂದ ಮುಖಮುಚ್ಚಿಕೊಂಡು ನಿಂತುಬಿಟ್ಟಳು ಹುಡುಗಿ.

ಇದು ಪಾಠವಾ? ಅಥವಾ ಎದೆಯಾಳದ ಮಾತಾ? ಯಾರೂ ಮುಡಿಯದ ಹೂವಿನ ಬಳಿ ಬಂದ ದುಂಬಿಯ ಮೇಲೆ ಹುಟ್ಟಿದ ಮೊದಲ ಪ್ರೇಮವಾ? ಇದು ಮೊಗ್ಗಿನ ಮನಸಿನ ಮಾತಾ? ಇದು ನ್ಯಾಯವಾ? ಸುನಿಲ ವಿಹ್ವಲಗೊಂಡ. ಆತ ಮುಗುಳ್ನಕ್ಕು,

"ನಾನು... ನಾನು ನಿನಗೆ ಒಂದು ಹೆಸರಿಡ್ಲಾ? ನಿನ್ನನ್ನ ಹಾಗೇ ಕರೀಲಾ?" ಎಂದ.

ಆ ಹುಡುಗಿ ಮುಖಮುಚ್ಚಿದ ಕೈಗಳನ್ನು ತೆಗೆಯದೆ ಹಾಗೇ ಸುಮ್ಮನೆ ತಲೆದೂಗಿತು.

"ಮಲ್ಲಿ ಮಗಳು ನೀನು... ತೊಳೆದ ಮಲ್ಲಿಗೆ ಹಾಗಿದ್ದೀಯಾ... ನಾನು ನಿನ್ನನ್ನ ಮಲ್ಲಿಗಿ ಅಂತ ಕರೀತೀನಿ. ನಿನಗೆ ಒಪ್ಪಿಗೇನಾ?".

ತಟ್ಟನೆ ಎರಡೂ ಕೈಯನ್ನು ಬಿಡಿಸಿ ಆತನ ಕಡೆ ನೋಡಿದ ಆ ಹುಡುಗಿಯ ಮೊಗದ ತುಂಬಾ ಬೆಳದಿಂಗಳು ಪೂರ್ಣವಾಗಿ ಅರಳಿಕೊಂಡಿತು... ಕಣ್ಣಲ್ಲೊಂದು ಹೊಸಮಿಂಚು. ಅರೆ! ತನಗೆ ಇಂದು ಒಂದು ಹೊಸಾ ಹೆಸರು... ಮಲ್ಲಿಗಿ! ಓ...! ಮಲ್ಲಿ ಮಗಳು... ಮಲ್ಲಿಗಿ...!

"ಮಲ್ಲಿಗೀ... ಭಾಳಾ ಛಂದೈತ್ರೀ... ಇನ್ನು ಮ್ಯಾಲ ನನ್ನನ್ನ ಹಾಗೇ ಕರೀಂತ ನಮ್ಮಪ್ಪಗೂ ಹೇಳ್ತೀನ್ರೀ... ಮಲ್ಲಿ ಮಗಳು ಮಲ್ಲಿಗಿ... ಮಲ್ಲಿ ಮಗಳು ಮಲ್ಲಿಗಿ..." ಎಂದು ಹೇಳಿಕೊಳ್ಳುತ್ತಾ ಗಿರಗಿರನೆ ಜೋರಾಗಿ ತಿರುಗಿದ ಆ ಹುಡುಗಿ ಅದೆಷ್ಟು ಮನಃಪೂರ್ವಕವಾಗಿ ನಕ್ಕಿತೆಂದರೆ ಸುನಿಲ ಮತ್ತೆ ಮೈಮರೆತು ಅವಳನ್ನೇ ಬಾಯಿತೆರೆದು ಮಂದಹಾಸದೊಂದಿಗೆ ನೋಡುತ್ತಿದ್ದ. ಮೈಮರೆತಿದ್ದ ಆ ಬಾಲೆ ಮತ್ತೆ ಆತನನ್ನು ಗಮನಿಸಿ ಹಠಾತ್ತಾಗಿ ಮೈಮರೆತದ್ದು ನೆನಪಿಸಿಕೊಂಡಂತೆ.. ಮತ್ತೆ ವಯ್ಯಾರವಾಗಿ ಹಾಗೇ ಮೊದಲಿನ ಹಾಗೆ ನಿಂತಿತು. ಪ್ರತಿಬಾರಿ

ಯಾರೋ ಹೇಳಿಕೊಟ್ಟ ಹಾಗೆ ಅವಳು ಬಂದು ನಿಲ್ಲುತ್ತಿದ್ದ 'ಸ್ಟಾಂಡಟೀಸ್' ನಿಲುವಿಗೆ ಮನದುಂಬಿ ನಕ್ಕ ಸುನಿಲ. ನಗುತ್ತಲೇ,

"ಮಲ್ಲಿಗಿ... ಏ ಮಲ್ಲಿಗಿ... ನಿನಗೆ ನಿಮ್ಮಪ್ಪ ಹೇಳಿಕೊಟ್ಟಿರೋ ಪಾಠ ಆ ಕಡೆ ಇಡು. ಬಾ ಇಲ್ಲಿ" ಎಂದ.

ಆತನ ಕರೆಯುವಿಕೆಗೆ ಕಾಯುತ್ತಿದ್ದಳೇನೋ ಎಂಬಂತೆ ಆ ಹುಡುಗಿ ಆತನ ಹತ್ತಿರ ನಡೆದು ಬಂದು ಆತನ ಕಾಲಿಗೆ ನಮಸ್ಕರಿಸಿ ಹಾಗೇ ಮುಂದೆ ಬಾಗಿ ಆತನ ಬಳಸಿ ಮುತ್ತಿಡಲು ಮುಂದಾಗುವಾಗ ತಟ್ಟನೆ ಆಕೆಯನ್ನು ತಡೆದ ಸುನಿಲ,

"ಅದೆಲ್ಲಾ ಬೇಡಾ, ಬಾ ಕೂತ್ಕೋ" ಎಂದ.

ಆ ಹುಡುಗಿ ನಾಚುತ್ತಾ, ಇನ್ನೂ ಹತ್ತಿರಕ್ಕೆ ಸರಿದು,

"ಧಣೀ, ಮತ್ತೆ ನಿಮ್ಮ ಮಡಿಲಾಗ ಕೂತ್ಕೊಳ್ಳೇನ್ರೀ? ಉಕ್ಕಿನ ಹಾಗಿರೋ ನಿಮಗೆ ಈ ಹೂವು ಭಾರ ಆಗ್ತದೇನ್ರೀ?" ಎಂದಳು.

ಅಹ್ಹಹ್ಹಾ... ಎಂದು ಗಹಗಹಿಸಿ ನಕ್ಕ ಸುನಿಲ. ನಿಜಕ್ಕೂ ತಡೆಯಲಾಗದೆ ನಕ್ಕ. ಆಕೆಯ ಪ್ರತಿಕ್ರಿಯೆಯನ್ನೂ ಲೆಕ್ಕಕ್ಕೆ ತೆಗೆದುಕೊಳ್ಳದೆ ಕಣ್ಣಲ್ಲಿ ನೀರು ಬರುವಷ್ಟು ನಕ್ಕ. ಆತ ಹಾಗೇಕೆ ನಗುತ್ತಿದ್ದಾನೆಂಬುದೇ ಅರಿವಾಗದೆ ಆ ಹುಡುಗಿ ಪೆಚ್ಚಾಗಿ ನಿಂತುಬಿಟ್ಟಿತು. ತಾನೇನಾದರೆ ತಪ್ಪಾಗಿ ನುಡಿದೆನಾ ಎಂಬ ಗೊಂದಲದ ಭಾವ. ನಗುತ್ತಿದ್ದ ಸುನಿಲನ ಕಣ್ಣಂಚಿನಲ್ಲಿ ಜಾರುತ್ತಿದ್ದ ಹನಿ ಆ ಮುಗ್ಧತೆಗೆ ಮನಸೋಲುತ್ತಿತ್ತು... ಆಕೆಯ ಪರಿಸ್ಥಿತಿಗೆ ಮರುಗುತ್ತಿತ್ತು. ನಗುವಿನೊಂದಿಗೆ ಕಿಬ್ಬೊಟ್ಟೆಯಾಳದಿಂದಲೂ ಅದೊಂದು ಸಂಕಟ ಸುಳಿ ಸುತ್ತಿಸುತ್ತಿ ಬರುತ್ತಿತ್ತು. ನಂತರ ನಗುತ್ತಲೇ ಕಣ್ಣೊರೆಸಿಕೊಳ್ಳುತ್ತಾ, ಸುನಿಲ ಆಕೆಯನ್ನು ಪಕ್ಕ ಕೂರಿಸಿಕೊಂಡ. ಅವಳ ನೆತ್ತಿಗೊಮ್ಮೆ ಚುಂಬಿಸಿ ಅವಳ ಎರಡೂ ಕೆನ್ನೆಗಳನ್ನು ಕೈಗೆ ತೆಗೆದುಕೊಂಡು,

"ಮಲ್ಲಿಗಿ... ನನ್ನ ಮುದ್ದು ಮಲ್ಲಿಗಿ... ಯಾರು ಪುಟ್ಟೀ ನೀನು? ನೀನು... ಇಲ್ಲಿಗೆ ಹೇಗೆ ಬಂದೆ?" ಎಂದ.

ಅಧ್ಯಾಯ 22

ಹಗಲು ರಾತ್ರಿಗಳ ಪರಿವೆಯಿಲ್ಲದೆ ಆ ರಾಜಬಂಗಲೆಯ ಗೋಡೆಗಳ ನಡುವೆ ಬರಿಯ ನೆಲದ ಮೇಲೆ ಬಿದ್ದು ರೋಧಿಸಿ ರೋಧಿಸಿ ಕಣ್ಣ ನೀರು ಇಂಗಿ ಹೋಗಿತ್ತು ಮಲ್ಲಿಕಾಳಿಗೆ. ಪಾರ್ವತಿ, ಗಂಡ, ರೇಣುಕಾ ಎಲ್ಲರೂ ಹಿಂದೆಹಿಂದೆಯೇ ಇಹಲೋಕದ ವ್ಯಾಪಾರ ಮುಗಿಸಿ ಹೊರಟುಹೋದ ಮೇಲೆ ಆ ಖಾಲಿಖಾಲಿ ಮನೆಯ ತುಂಬ ತುಂಬಿಕೊಂಡಿದ್ದು ಕೇವಲ ಶೂನ್ಯಭಾವ. ಬೆಳಗು ಬೆಳಗಿದ್ದು ಕತ್ತಲು ಕವಿದದ್ದು ಯಾವುದೂ ಗೊತ್ತಾಗುತ್ತಿರಲಿಲ್ಲ. ಹಸಿವಾಗುತ್ತಿರಲಿಲ್ಲ. ಹಸಿವಾದರೂ ಅರಿವಾಗುತ್ತಿರಲಿಲ್ಲ. ತಿಂದದ್ದು ಕುಡಿದದ್ದು ನೆನಪೇ ಇರಲಿಲ್ಲ. ಯಾವಾಗ ಏನು ಮಾಡುತ್ತಿದ್ದೇನೆ ತನಗೇ ಗೊತ್ತಿರಲಿಲ್ಲಾ... ಆದರೆ...

ಸಾಯಬೇಕು ಎನಿಸುತ್ತಿರಲಿಲ್ಲ!

ಜೀವನೋತ್ಸಾಹಿಗಳಿಗೆ ಇದೇ ವರ. ಕಷ್ಟಕಾರ್ಪಣ್ಯಗಳು ಬದುಕು ಹಿಂಡಿ ಹಿಪ್ಪೆ ಮಾಡಿಹಾಕುವಾಗ ಈ ಸುಡುಗಾಡು ಬದುಕನ್ನು ಒಮ್ಮೆ

ಎಡಗಾಲಲ್ಲಿ ಝಾಡಿಸಿ ಒದ್ದು ಎದ್ದು ಹೋಗಿಬಿಡಬೇಕು ಅಂತಾ ಅನಿಸುತ್ತಲೇ ಇರುತ್ತದೆ. ಆದರೆ, ಹಾಗಾಗುವುದಿಲ್ಲ... ಹಿಂಡಿದಷ್ಟೂ ಉಕ್ಕುಕ್ಕಿ ಹೆಪ್ಪುಗಟ್ಟುತ್ತಿದ್ದ ನೋವು ಇದ್ದಕ್ಕಿದ್ದಂತೆ ಬೇರೆ ರೂಪ ತಾಳುತ್ತದೆ. ಹಾಲು ಹಾಲಾಹಲವಾಗುವ ಪರಿ ಅದು. ಆಗ ಬದುಕು ಸಾಕೆನಿಸುವುದಿಲ್ಲ... ಬೇಕೆನಿಸುತ್ತದೆ. ಏಕೆಂದರೆ... ಅದರ ಮೇಲೆ ಸೇಡು ತೀರಿಸಿಕೊಳ್ಳಲು...!

ನನಗೆ ಇದನ್ನು ಕೊಡಲಿಲ್ಲಾ ಅಲ್ವಾ ನೀನು... ನೋಡು ನಾನು ಅದನ್ನು ಹೇಗೆ ಪಡೀತೀನಿ ಅಂತಾ, ಹೀಗೆ ಇರೋದಕ್ಕೆ ಬಿಡಲಿಲ್ಲ ಅಲ್ವಾ ನೀನು, ನೋಡು ಈಗ ಹೇಗಿರ್ತಿನಿ ಅಂತಾ... ಹುಂ.. ಏನ್ ತಿಳ್ಕೊಂಡಿದೀಯಾ ನನ್ನನ್ನ? ಅಷ್ಟು ಸುಲಭವಾಗಿ ನನ್ನನ್ನ ತುಳಿದು ನಗಬಹುದು ಅಂದ್ಕೊಂಡಿದೀಯಾ? ಎದ್ದು ನಿಲ್ತೀನಿ ನೋಡು... ಸಿಡಿದು ಎದ್ದಾ ಅಂದ್ರೆ... ನಾನ್ಯಾರು ಅಂತ ನಿನಗ್ ಗೊತ್ತಿಲ್ಲಾ...

ಅರೆ! ಯಾರೊಂದಿಗೆ ಯುದ್ಧ..? ಯಾರೊಂದಿಗೆ ದ್ವೇಷ? ಅಕ್ಷರಶಃ ತನ್ನೊಂದಿಗೆ..! ತನ್ನ ಬದುಕಿನೊಂದಿಗೆ..! ತನಗೆ ಇಂಥಾ ಬದುಕು ಕರುಣಿಸಿದ ಭಗವಂತನೊಂದಿಗೆ...! ನೆಲದ ಮೇಲೆ ಬಿದ್ದು ಬಿದ್ದು ಒದ್ದಾಡಿದ್ದು ಸಾಕು ಎನಿಸುತ್ತಿದ್ದಂತೆಯೇ ಎದ್ದು ಕಣ್ಣೊರೆಸಿಕೊಂಡು, ಸೆರಗು ಕೊಡವಿ ಭುಜದ ಮೇಲೆ ಹಾಕಿಕೊಂಡು, ಬಾಗಿಲೊದ್ದು ಬೀದಿಗೆ ಬಿದ್ದಳು ಮಲ್ಲಿಕಾ. ತನ್ನನ್ನು ನೋಯಿಸಲು ಯತ್ನಿಸುತ್ತಿದ್ದ ವಿಧಿಗೆ ಸಡ್ಡು ಹೊಡೆದು ಯುದ್ಧಕ್ಕೇ ಇಳಿದುಬಿಟ್ಟಳು.

ಅಲ್ಲಿಂದಾಚೆಗೆ ಅವಳು ನಿಜವಾಗಿ ಬೀದಿಪಾಲು. ಅವಳು ನೋಯಲು ಬಯಸತೊಡಗಿದಳು. ನೋವಿನಲಿ ಹುಚ್ಚುಚ್ಚಾಗಿ ನಗಲು ತೊಡಗಿದಳು. ನೋಡದ ಜನವಿಲ್ಲಾ, ಜಗತ್ತಿಲ್ಲಾ. ಎಲ್ಲೆಲ್ಲೂ ಹಸಿಹಸಿ ಕಾಮ. ಸಾರಾಯಿ ಘಾಟಿನಂಥಹಾ ಅಮಲು. ಮೊದಮೊದಲು ಹೇಸಿಗೆ; ನಶೆ ಏರಿದಂತೆಲ್ಲಾ ಎಲ್ಲವೂ ಸುಖವೇ... ಎಲ್ಲ ಸಲೀಸು. ಹೊಲಸು ಎಂಬ ಪದ ಹೊಸಿಲಿನಿಂದಾಚೆ ದಾಟಿ ಊರಿನಿಂದಾಚೆ ನೆಗೆದು ಬೇರೆ ಲೋಕಕ್ಕೇ ಹಾರಿತ್ತು. ತನ್ನ ಕಂಡು ಆಡಿಕೊಂಡು ನಕ್ಕವರನ್ನು ಕಂಡು ಬಿದ್ದು ಬಿದ್ದು ನಕ್ಕಳು. ನಕ್ಕವರೊಂದಿಗೇ ತಾನೂ ನಕ್ಕು ಸೇರಿಹೋದಳು. ಎಚ್ಚರಾದರೆ ಸಾಕು, ಜಗತ್ತು ಸುತ್ತಲು ಹೊರಡುತ್ತಿದ್ದಳು. ಮತ್ತೆ ಎಚ್ಚರ ತಪ್ಪುವವರೆಗೆ...

ಆದರೆ... ಆಕೆ ಎಷ್ಟೇ ಎಚ್ಚರ ತಪ್ಪಿದರೂ ಹಾವು ಮೊಸಳೆಗಳನ್ನು ಹತ್ತಿರ ಬಿಟ್ಟುಕೊಳ್ಳಲಿಲ್ಲಾ. ಅಗತ್ಯವಿದ್ದಷ್ಟು ನರಿನಾಯಿಗಳನ್ನು ಹತ್ತಿರ ಬಿಟ್ಟುಕೊಂಡಿದ್ದಳು. ಯಾರ ವಿರುದ್ಧವಾದರೂ ಬೊಗಳಲು ಬೇಕಲ್ಲಾ. ಅದೂ ಅಲ್ಲದೆ ಮೋಜಿನ ಕೂಟಗಳಲ್ಲಿ ನಾಯಿಗಳ ಊಳಿಡುವಿಕೆಯೂ ಸುಖ ಎನಿಸುತ್ತಿತ್ತು. ಆಕೆಯೂ ಮೈಮರೆವಷ್ಟು ಊಳಿಡುತ್ತಿದ್ದಳಲ್ಲಾ...!

ನಶೆಯ ನೋವಿನ ಸುಖದ ಕೇಕೆ ಅಬ್ಬರಗಳು ದಿನದ ಬಹುಪಾಲು ಆಕ್ರಮಿಸಿಕೊಂಡಿದ್ದವು. ಆದರೂ... ಆಗಾಗ ಬೇಡವೆಂದರೂ ಬಿಡದೆ ಬಿಡ್ಡೀಮಗಂದು ದುಃಖ... ಕಟ್ಟೆಯೊಡೆದು ನುಗ್ಗುತ್ತಿತ್ತು. ಹಾಳಾದ್ದು ನಶೆಯಲ್ಲಿ ಜಗತ್ತನ್ನೇ ಮರೆತು ಕಿರುಚುವಾಗಲೂ ಇದ್ದಕ್ಕಿದ್ದಂತೆ ಕಿಬ್ಬೊಟ್ಟೆ ಸೀಳಿಕೊಂಡು ಬಂದುಬಿಡುತ್ತಿತ್ತು. ಆಗೆಲ್ಲಾ ಮತ್ತಷ್ಟು ಮತ್ತಷ್ಟು ಹುಚ್ಚುಹುಚ್ಚು ಕುಣಿತ ಹುಚ್ಚುಚ್ಚು ಕಾಮಕೇಳಿ. ಇದ್ದ ಊರು ಸಾಲದು ಎನಿಸಿ ದೂರದೂರದ ಊರುಗಳನ್ನು ಸುತ್ತತೊಡಗಿದಳು. ಒಂದೊಂದು ಕಡೆ ಒಂದೊಂದು ಅವತಾರ.

ಬೆವರುತ್ತಿದ್ದ ಮೈಯಿ ನಾರುತ್ತಿದೆ ಎನಿಸುವ ಹೊತ್ತಿನಲ್ಲಿ ಇದ್ದಕ್ಕಿದ್ದಂತೆ ನೂರೊಂದು ನದೀ ತೀರ್ಥಕ್ಷೇತ್ರ ಸ್ನಾನದ ನೆಪ ಹಿಡಿದು ಊರೂರು ಸುತ್ತತೊಡಗಿದಳು. ಅದು ಅವಳಿಗೆ ಇನ್ನೊಂದು ಬಗೆಯ ಗೌರವ ತಂದುಕೊಟ್ಟಿತು. ಅವಳು ಬದಲಾಗಿದ್ದೇ ತಡ ಹೊಸದೊಂದು ವ್ಯಕ್ತಿತ್ವ ಆವರಿಸತೊಡಗಿತು. ರೇಣುಕಾಳ ಹಾಗೆ ತನ್ನಂತಹ ಹತಭಾಗ್ಯದ ಜೀವಗಳಿಗೆ ಮುಂದಾಳಾಗಿ ನಿಂತಳು. ಬೇರೆಯೇ ಕೆಚ್ಚು ಮೂಡತೊಡಗಿತು. ನಿಧಾನಕ್ಕೆ ಅಸಹ್ಯವು ಸಾಕೆನಿಸಿ ಗೌರವದ ಸಾಂಗತ್ಯಗಳು ಬೇಕೆನಿಸಿತು. ಒಂದು ಮಟ್ಟಕ್ಕೆ ಬದುಕಿನ ಮೇಲೆ ಸೇಡು ತೀರಿಸಿಕೊಂಡ ಮೇಲೆ ಕಣ್ಣಲ್ಲಿ ಹೊಸಬೆಳಕು ಹುಟ್ಟುತ್ತಾ ಬದುಕು ಸಹ್ಯವಾಗತೊಡಗಿತು.

ಆದರೂ...

ಆಗಾಗ ಪ್ರೀತಿಯೆಂಬ ಮಾಯೆ ಮುಸುಕುತ್ತಿತ್ತಲ್ಲಾ... ಸರಕ್ಕನೆ ಬಯಕೆಯ ಖಂಜರ ಎದೆಯೊಳಗಿಳಿಸಿ ನೆತ್ತರು ಚಿಮ್ಮುವಂತೆ ಮಾಡುತ್ತಿತ್ತಲ್ಲಾ... ಅದರ ಹುಡುಕಾಟ ನಿಲ್ಲಿಸಿದ್ದರೂ ಅದು ತಾನಾಗೇ ಹುಡುಕಿ ಬರಬೇಕೆಂದು ಮನ ಬೇಡುತ್ತಿತ್ತು. ನಿಂದನೆಯೊಂದಿಗೆ ಅವಗಣನೆಯೊಂದಿಗೆ ಮೂಲೆ ಸೇರಿದ್ದ ದೈವನಂಬಿಕೆ ಮತ್ತೆ ಆವರಿಸಿಕೊಳ್ಳತೊಡಗಿತು. ಊರೂರ ಜಾತ್ರೆಗಳು ದೇವರನ್ನು ಪರಿಚಯಿಸುವುದರ ಜೊತೆಗೆ ವಿಚಿತ್ರ ಸಂಪರ್ಕಗಳನ್ನೂ ಬೆಳೆಸತೊಡಗಿತು. ಭಕ್ತಿ ಮತ್ತು ಬದುಕು ಎರಡೂ ಬೆಸೆದುಕೊಳ್ಳತೊಡಗಿತ್ತು. ತನ್ನ ಗತಬದುಕಿನ ನರಳಿಕೆಗಳು ಮುಗಿದು ಮುಂದಿನ ಬದುಕು ಹೇಗಿರಬೇಕೆಂದು ಚಿಂತಿಸುವ ಮಟ್ಟಕ್ಕೆ ತಲುಪಿತ್ತು. ಅಂತಹ ಹುಡುಕಾಟದ ಸಮಯದಲ್ಲಿಯೇ ಸಾವಿರಾರು ಊರಿನ ದೇವರುಗಳ ಜಾತ್ರೆ ಬದುಕಿನಲ್ಲಿ ಹೊಸರುಚಿ ಹತ್ತಿಸಿದ್ದವು.

ಆ ದಿನಗಳಲ್ಲಿ ಆಕೆಗೆ ಮತ್ತೊಂದು ಹುಚ್ಚು ಹಂಬಲ ಹಿಡಿದಿತ್ತು. ದೆವ್ವದೊಂದಿಗೆ ಸೆಣೆಸುವ ಬಯಕೆ. ಹಾಂ... ದೆವ್ವದೊಂದಿಗೆ ಸೆಣೆಸಿ ಸತ್ತು ದೆವ್ವದಂತೆ ಬದುಕಬೇಕೆಂಬ ಉನ್ಮತ್ತ ಬಯಕೆ! ಆಕೆ ಎಲ್ಲೇ ಹೋದರೂ ನಡುರಾತ್ರಿಯ ದೆವ್ವಗಳನ್ನು ಹುಡುಕಿಕೊಂಡು ಹೋಗಲು ತೊಡಗಿದ್ದಳು.

ಯಾರ್‍ಯಾರಿಗೋ ಕಾಣುವ ದೆವ್ವಗಳು ತನ್ನ ಕಣ್ಣಿಗೇಕೆ ಕಾಣುವುದಿಲ್ಲ ಎನಿಸುತ್ತಿತ್ತು. ಅಮಾವಾಸ್ಯೆಯಲ್ಲಿ ಸ್ಮಶಾನದಲ್ಲಿ ಸಂಭೋಗ ನಡೆಸಿದರೆ ದೆವ್ವಗಳು ಕಾಣುತ್ತವಂತೆ ಎಂಬೆಲ್ಲ ಹುಚ್ಚು ಪ್ರಯೋಗಗಳನ್ನೂ ಮಾಡಿ ನಕ್ಕಿದ್ದಳು. ಕೂಗಿ ಕರೆದರೂ ಬಾರದ ಕೂಗುಮಾರಿಗಳು ಬೇರೆ ಯಾರ್‍ಯಾರದೋ ರಕ್ತ ಹೀರುವ ಕಥೆ ಕೇಳಿ ನಕ್ಕಿದ್ದಳು. ದೆವ್ವಗಳು ಅರ್ಧರಾತ್ರಿಯಲ್ಲಿ ಮಗು ಅತ್ತಂತೆ ಅಳುತ್ತವೆ ಅಥವಾ ಆಕ್ರಂದನದ ಕೂಗು ಹಾಕುತ್ತವೆ ಅಥವಾ ಎದೆನಡುಗಿಸುವಂತೆ ಪಕಪಕನೆ ನಕ್ಕು ಬೆಚ್ಚಿಬೀಳಿಸುತ್ತವೆ ಅಂತೆಲ್ಲಾ ಕೇಳಿದ್ದ ಮಲ್ಲಿ ನಶೆಯಲ್ಲಿದ್ದಾಗ ಅರ್ಧರಾತ್ರಿಯಲ್ಲಿ ದೆವ್ವಗಳನ್ನು ಹುಡುಕಿಕೊಂಡು ಹೋಗುತ್ತಿದ್ದಳು. 'ಈ ಸುವ್ವರ್ ಮನ್ಸಾರ ಲೋಕ ಸಾಕಾಗೈತಿ. ಯಾವ್ದಾರ ದೆವ್ವ ಸಿಕ್ಕರೆ ಅದರ ಜೊತೆ ಹೋರಾಡಿ ಸತ್ತು ತಾನೂ ಒಂದ್ ದೆವ್ವ ಆಗಿ ಇನ್ನೂ ಇರೋಬರೋ ಆಸೆಯೆಲ್ಲ ತೀರಿಸ್ಕೋಬೇಕು ನೋಡು' ಅನ್ನೋದು ಅವಳ ಹುಚ್ಚುಚ್ಚು ಆಲೋಚನೆ.

ಅದೊಂದು ರಾತ್ರಿ ತೇರದಾಳ ಜಾತ್ರೆಯಲ್ಲಿ ಒಂದು ಮಟ್ಟಕ್ಕೆ ನಶೆಯೇರಿಸಿಕೊಂಡು ಚಂದಿರನ ಬೆಳಕಲ್ಲಿ ದಾರಿ ಹುಡುಕಿಕೊಂಡು ಓಲಾಡುತ್ತಾ ಹೊರಟಿದ್ದ ಮಲ್ಲಿಕಾಳಿಗೆ ಕ್ಷೀಣ ದನಿಯಲ್ಲಿ ಮಗುವಿನ ಅಳುವೊಂದು ಕೇಳಿಸುತ್ತಿತ್ತು. ದೆವ್ವ! ಹಾಗೆ ಅಂದುಕೊಂಡವಳೇ ತನ್ನಷ್ಟಕ್ಕೇ ಜೋರಾಗಿ ನಕ್ಕು "ಯಾವ್ದೇ ಅದು ಬೋಸುಡಿ ದೆವ್ವಾ... ಬಾರೇ ಮುಂದೇ.." ಎಂದು ವಿಚಿತ್ರವಾಗಿ ನಗುತ್ತಾ ಅಳುವಿನ ಧ್ವನಿ ಹಿಂಬಾಲಿಸಿ ಹೊರಟೇಬಿಟ್ಟಳು. ಹಾಗೆ ಆ ಅಳುವಿನ ಧ್ವನಿ ಹುಡುಕಿ ಹೊರಟಿದ್ದ ಮಲ್ಲಿಕಾಳಿಗೆ ಹತ್ತಿರವಾದಷ್ಟೂ ಅಳುವಿನ ಧ್ವನಿ ಹೆಚ್ಚಾಗಿ ಕೇಳಿಸುತ್ತಲೇ ಇತ್ತು. ಪಕಪಕನೆ ನಗುತ್ತಾ ಒಂದು ಪೊದೆಯ ಹಿಂದೆ ಬಂದು ನೋಡಿದ ಮಲ್ಲಿಕಾಳಿಗೆ ಕುಡಿದ ನಶೆಯೆಲ್ಲಾ ಇಳಿದುಹೋಯಿತು. ಆ ಚಂದಿರನ ಬೆಳಕಲ್ಲಿ ಹಳೇ ಸೀರೆಯ ಹಾಸಿಗೆಯಲ್ಲಿ ಮುದ್ದಾಗಿ ಮುದ್ದೆಮುದ್ದೆಯಾಗಿ ಬೆಳದಿಂಗಳಂತಹ ನವಜಾತ ಶಿಶುವೊಂದು ಮಲಗಿತ್ತು.

ಅದುರಿ ಹೋದಳು ಮಲ್ಲಿಕಾ!

ಶಿವನೇ... ಈ ನಿರ್ಜನ ಕಾಡಿನಲ್ಲಿ ಈ ಸರಿರಾತ್ರಿಯಲ್ಲಿ ಇಂಥದೊಂದು ಮುದ್ದಾದ ಮಗುವನ್ನು ಹೀಗೆ ಕಾಡುಪ್ರಾಣಿಗಳ ವಶಕ್ಕೆ ಒಪ್ಪಿಸಿ ಹೋಗಿರುವ ಆ ಕ್ರೂರಿ ಯಾರಿರಬಹುದು? ಆ ಕೂಸು ಅದೆಷ್ಟು ಹೊತ್ತಿನಿಂದ ಅದ್ಯಾವ ದೈವವನ್ನು ಅಳುತ್ತಾ ಕರೆಯುತ್ತಾ ಇದ್ದಿರಬಹುದು. ತಾರಕ ಗಂಟಲಿನಲ್ಲಿ 'ಆ' ಎಂದು ಆಕ್ರಂದನದೊಂದಿಗೆ ಕಿರುಚುತ್ತಾ ಬಂದ ಮಲ್ಲಿಕಾ ಆ ಮಗುವನ್ನು ಬಾಚಿ ಎತ್ತಿಕೊಂಡವಳೇ ಆಕಾಶದ ಕಡೆ ನೋಡಿ ಮತ್ತೆ ಜೋರಾಗಿ 'ಥೂ' ಎಂದು ಅರಚಿದಳು. ಆಕೆಯ ಅರಚುವಿಕೆಗೆ ಬೆಚ್ಚಿಬಿದ್ದ ಮಗುವಿನ ಅಳು ಇನ್ನೂ ಜೋರಾಯಿತು.

ತಕ್ಷಣ ಬೆಚ್ಚಿದ ಮಲ್ಲಿಕಾ,

"ಅಯ್ಯಯ್ಯೋ ಇಲ್ಲವ್ವಾ... ಇಲ್ಲ ತಾಯೀ... ನಿನ್ನನ್ನ ಇಲ್ಲಿ ತಂದು ಬಿಡು ಅಂತ ಅದ್ಯಾರ್ಗ್ಗೋ ಹೇಳ್ಕೊಟ್ನಲ್ಲಾ... ಆ ಪಾಪಿ ಭಗವಂತಾ ಅವ್ನಿಗೆ ಒಂದ್ಸಲ ಜೋರಾಗಿ ಶಾಪ ಹಾಕ್ದೆ. ಸಮಾಧಾನ ಮಾಡ್ಕೋ ಸಮಾಧಾನ ಮಾಡ್ಕೋ ನನ್ನವ್ವಾ" ಎಂದು ಮಗುವಿಗೆ ಏನು ಕೊಡಲಿ ಎಂದು ಒದ್ದಾಡಿದಳು. ನೀರಿನ ಬಾಟಲ್ ತೆಗೆದು ಒಂದೆರೆಡು ಹನಿ ನೀರು ಕುಡಿಸಿದಳು. ಅವಳಿಗೆ ಅನುಮಾನವೇ ಇರಲಿಲ್ಲಾ. ಅದು ಹೆಣ್ಣು ಮಗುವೇ. ಸುತ್ತ ಮುತ್ತಲ ಹಳ್ಳಿಗಳಲ್ಲಿ ಅದು ಸಹಜವಾಗಿ ಹೋಗಿತ್ತು.

ಮೌಢ್ಯ ತುಂಬಿದ ಸಮಾಜದ ಮೊದಲ ಬಲಿ ಯಾವತ್ತಿಗೂ ಹೆಣ್ಣೇ, ಅನಾದಿ ಕಾಲದಿಂದಲೂ.

"ಈ ಹೊತ್ತಲ್ಲಿ ನಿನಗೆ ಹಾಲು ಎಲ್ಲಿಂದ ತರ್ಲವ್ವಾ?" ಎನ್ನುತ್ತಿದ್ದಂತೆಯೇ ಅವಳಿಗೆ ಕಣ್ಣುಕ್ಕಿತು. ಮೊದಲು ಈ ಮಗುವನ್ನು ರಕ್ಷಿಸಬೇಕು. ಹತ್ತಿರದ ಊರು ಸೇರಿ ಅಲ್ಲಿ ಎಲ್ಲಾದರೂ ಹಾಲು ನೀರು ನೋಡಬೇಕು ಎನಿಸಿಬಿಟ್ಟಿತು. ಯಾತಕ್ಕೂ ಇರಲಿ ಅಂತ ಒಮ್ಮೆ ಅದನ್ನು ಎತ್ತಿಕೊಂಡು ಸುತ್ತ ನೋಡಿ,

"ಈ ಕೂಸನ್ನ ಇಲ್ಲಿ ಬಿಟ್ಟುಹೋಗಿರೋ ಪಾಪಿ ಮುಂಡೇ ಮಕ್ಳು ಯಾರದೀರೋ?" ಅಂತ ಜೋರಾಗಿ ಕೂಗು ಹಾಕಿದಳು. ಅದು ಪ್ರತಿಧ್ವನಿಯೂ ಬಾರದಂತಹ ಎಳೆಕಾಡು.

ಮಡಿಲಿಗೆ ಬಿದ್ದ ಮಗುವನ್ನೊಮ್ಮೆ ನೋಡಿದಳು ಮಲ್ಲಿಕಾ. ನೀರು ಕುಡಿದದ್ದಕ್ಕೇ ಸಾಕಾಗಿ ಕೂಸು ಅವಳ ಮಡಿಲಿಗೊರಗಿ ಕಣ್ಣು ಮುಚ್ಚಿತ್ತು. ಉಸಿರು ನಿಲ್ಲಿಸಿಬಿಟ್ಟಿತಾ ಎಂಬಂತೆ ಗಾಬರಿಯಿಂದ ಅ ಮಗುವಿನ ಎದೆಯನ್ನು ತನ್ನ ಕಿವಿಗೆ ಅನಿಸಿಕೊಂಡಳು ಮಲ್ಲಿಕಾ...

ಆಗ... ನಿಧಾನಕ್ಕೆ ಒಂದು ಘನಘೋರ ಮೌನದ ಆಳದೊಳಗಿಂದ... ನಿಧಾನಕ್ಕೆ ಸ್ಪಷ್ಟವಾಗಿ ಕೇಳಿಸತೊಡಗಿದ್ದ ಪುಟ್ಟ ಎದೆಬಡಿತಗಳು ಅವಳೆದೆಯಲ್ಲಿ ಇದ್ದಕ್ಕಿದ್ದಂತೆ ಸಮುದ್ರದಲ್ಲಿ ತೆರೆಗಳು ಎದ್ದಂತೆ ಭಾವತರಂಗಗಳನ್ನು ಎಬ್ಬಿಸತೊಡಗಿತು. ಅವಳಿಗೇ ಅರಿವಾಗದಂತೆ ರೆಪ್ಪೆಗಳ ಹಿಂದೆ ಅಡಗಿಕೊಂಡಿದ್ದ ಕಣ್ಣುಗಳು ಗಲಗಲ ಆಡುತ್ತಾ ಹೊಸಲೋಕವೊಂದನ್ನು ಕಾಣತೊಡಗಿದವು. ಆಯಾಚಿತವಾಗಿ ಕಣ್ಣಿಂದ ಎರಡು ಹನಿ ಜಾರಿಯೇಬಿಟ್ಟಿತು.

ಕಣ್ತೆರೆದು ಅ ಮಗುವನ್ನೇ ನೋಡಿದ ಮಲ್ಲಿಕಾಳ ತುಟಿ ಅದುರುತ್ತಿತ್ತು. ಅಡಿಯಿಂದ ಮುಡಿಯವರೆಗೂ ಸಮುದ್ರ ಘೋಷ; ಕಂಪನ. ನಡುಗುವ ಕೈಗಳಿಂದ ಅ ಮಗುವನ್ನೊಮ್ಮೆ ಮುಟ್ಟಿ ನೋಡಿದಳು. ಬೆರಳು ತಾಗುತ್ತಿದ್ದಂತೆಯೇ ತಟಕ್ಕನೆ ಆಯಾಚಿತವಾಗಿ ಕಣ್ಣೂ ತೆರೆಯದೆ ಮಗುವಿನ ಎಳೆಬೆರಳುಗಳು ಆ ಬೆರಳನ್ನು ಗಟ್ಟಿಯಾಗಿ ಹಿಡಿದು ತನ್ನ ಎದೆಗಂಟಿಸಿಕೊಂಡಿತು. ಆ

ಎಳೆಬೆರಳ ಸ್ಪರ್ಶದ ರೋಮಾಂಚನಕ್ಕೆ ಮಲ್ಲಿಕಾಳ ಕಿವಿತುಂಬ ಯಾವುದೋ ಗಂಧರ್ವಗಾನ. ಆಗಸದಲ್ಲಿದ್ದ ಚಂದಿರ ಇಳಿದು ಕೂಸಾಗಿ ಮಡಿಲು ಸೇರಿದ್ದ. ತನ್ನ ಬೆಳದಿಂಗಳ ಮಲ್ಲಿಕಾಳ ಮೊಗದ ತುಂಬ ಎರಚಿ ಚೆಂದ ನೋಡುತ್ತಿದ್ದ. ಮೆಲ್ಲಗೆ ತನ್ನ ಬೆರಳು ಹಿಡಿದು ನಿದ್ರಿಸುತ್ತಿದ್ದ ಆ ಮಗುವನ್ನು ಹಾಗೇ ತನ್ನ ಎದೆಗೆ ಆನಿಸಿಕೊಂಡಳು ಮಲ್ಲಿಕಾ. ಆ ಕ್ಷಣಕ್ಕೆ ಅವಳು ತಾಯಿಯಾಗಿಬಿಟ್ಟಿದ್ದಳು!

ಮತ್ತು... ಮುಂದೆ ಅ ಮಗುವಿಗೆ ನಿಜವಾದ ತಾಯಿಯಾಗಿಬಿಟ್ಟಳು... ಮತ್ತು...ಅಪ್ಪ... ಹಾಂ ಅಪ್ಪಾ... ಅದೆಂಗೆ?

ಅಧ್ಯಾಯ 23

ಅಪ್ಪ...!

ಗಂಡಿನ ಅಸ್ತಿತ್ವವನ್ನೇ ಬದಲಿಸಿ ಸಂಪೂರ್ಣವಾಗಿ ಹೆಣ್ಣಾಗಿ ಬದಲಾದ ಮಲ್ಲಿ... ಹೆಣ್ಣಾಗಿಯೇ ತನ್ನನ್ನು ಗುರುತಿಸಬೇಕು ಎಂದು ಎಲ್ಲರೊಂದಿಗೆ ಹಂಬಲಿಸುವ ಮಲ್ಲಿ... ಈ ಹುಡುಗಿಯ ಬಾಯಲ್ಲಿ ಅಪ್ಪ ಅನಿಸಿಕೊಂಡಿದ್ದು ಹೇಗೆ?

ಪಕ್ಕ ಕುಳಿತು ತನ್ನ ಮತ್ತು ಮಲ್ಲಿಯ ಗತ ಬದುಕಿನ ಕಥೆಗಳನ್ನು ಮುಗ್ಧವಾಗಿ ಒಂದಾದ ಮೇಲೊಂದರಂತೆ ಹೇಳುತ್ತಾ ಇದ್ದ ಆ ಹುಡುಗಿ ಮಲ್ಲಿಗಿಯ ಕಡೆ ಒಮ್ಮೆ ಕಿರುಗಣ್ಣಿನಲ್ಲಿ ನೋಡಿದ ಸುನಿಲ. ಆ ಹುಡುಗಿ ಕಥೆ ಹೇಳುವುದರಲ್ಲಿ ತಲ್ಲೀನವಾಗಿತ್ತು. ಅನಿಸಿದ್ದನ್ನೆಲ್ಲಾ ತಟ್ಟನೆ ಕೇಳುವ ಹಾಗಿರಲಿಲ್ಲಾ. ಮೆಲ್ಲಮೆಲ್ಲಗೆ ಆಕೆಯನ್ನು ಮಾತು ತಿರುಗಿಸುತ್ತಾ ಮಾತಿಗೆಳೆಯಬೇಕಿತ್ತು. ಆ ಮಟ್ಟಕ್ಕೆ ತಿರುಗಿಸಿಕೊಳ್ಳಲು ಸುನಿಲ ಪಟ್ಟ ಪಾಡು ಅಷ್ಟಿಷ್ಟಲ್ಲಾ.

ಆತ ಹತ್ತಿರ ಕರೆಯುತ್ತಿದ್ದಂತೆಯೇ ಬಂದ ಹುಡುಗಿ ಮಾತೆತ್ತಿದರೆ "ಧಣೇರೇ, ನಾನು ನಿಮ್ಮ

ಮಡಿಲಾಗ ಕೂರಲೇನ್ರೀ?" ಅಂತ ಮಾತಿಗೆ ಮುಂಚೆ ಕೇಳುತ್ತಿತ್ತು. ಆತ ಪಕ್ಕ ಕೂರಿಸಿಕೊಂಡು ಭುಜ ಬಳಸಿ, ತಲೆಸವರಿ, ಮೃದುಮಾತುಗಳಲ್ಲಿ ಆಕೆಯ ಚಿಂತನೆಯ ದಾರಿ ತಪ್ಪಿಸಿ ಮಲ್ಲಿಯ ಗತಬದುಕಿನ ಕಥೆಗಳನ್ನು ಹೆಕ್ಕುತ್ತಾ ಇರುತ್ತಿದ್ದ. ಇದ್ದಕ್ಕಿದ್ದಂತೆ ಆ ಕೂಸು ಪಟಕ್ಕನೆ ತನಗೆ ಪ್ರೋಗ್ರಾಮ್ ಆಗಿರುವ ಯಾವುದೋ ಆದೇಶವನ್ನು ನೆನಪಿಸಿಕೊಂಡಂತೆ "ಧಣೇರೇ, ಮತ್ತ ಅರಿವಿ ತೆಗೀಲೇನ್ರೀ?" ಅನ್ನುತ್ತ ತನ್ನ ರವಿಕೆಯ ಕಡೆ ಕೈಹಾಕುತ್ತಿತ್ತು.

ಮೊದಮೊದಲಿಗೆ ಆತನಿಗೆ ಆ ಹುಡುಗಿ ಹಾಗೆ ಕೇಳುವಾಗ ಸಿಟ್ಟು ಬರುತ್ತಿತ್ತು. ಆದರೆ ಆ ಸಿಟ್ಟು ನಿಧಾನಕ್ಕೆ ನಗುವಿಗೆ ತಿರುಗಿತು. ನಗುವಿನಿಂದ ಅದು ಪ್ರೀತಿ, ಮುದ್ದು ಮತ್ತು ಅನುಕಂಪದ ಕಡೆ ತಿರುಗಿತ್ತು.

"ಅಲ್ಲಾ ಪುಟ್ಟೀ, ಪದೇ ಪದೇ ಇದನ್ನ ಕೇಳ್ತಾ ಇರ್ತೀಯಲ್ಲಾ ಯಾಕೆ? ಇದು ನಿಮ್ಮಪ್ಪಾ ಹೇಳ್ಕೊಟ್ಟಿರೋದಾ?" ಎಂದಾಗ ಮೊದಮೊದಲಿಗೆ ಇಲ್ಲವೆನ್ನುತ್ತಿದ್ದ ಹುಡುಗಿ ಕೊನೆಗೆ ಹೌದೆಂದು ಒಪ್ಪಿಕೊಂಡುಬಿಟ್ಟಿತ್ತು. ಸುನಿಲನನ್ನು ಹಾಲಿನಲ್ಲಿ ಕೂರಿಸಿ ದೇವರ ಪೂಜೆ ಎಂಬ ನೆಪದಲ್ಲಿ ಒಂದು ಘಂಟೆಗೂ ಹೆಚ್ಚು ಕಾಲ ರೂಮು ಸೇರಿದ್ದ ಮಲ್ಲಿ, ಅಷ್ಟು ಹೊತ್ತೂ ಆ ಹುಡುಗಿಗೆ ಸ್ನಾನ ಮಾಡಿಸಿ, ಮುದ್ದಾಗಿ ಕೈಯಾರೆ ಸಿಂಗರಿಸಿ ಅಣಿಗೊಳಿಸುವ ಸಂಪೂರ್ಣ ಸಮಯದಲ್ಲಿ ಮಲ್ಲಿಗಿಗೆ ಹೇಳಬೇಕಾದದ್ದೆಲ್ಲವನ್ನೂ ದೀರ್ಘವಾಗಿ ಭಾವುಕಳಾಗಿ ಕಣ್ಣುತುಂಬಿ ಹೇಳಿದ್ದಳು. ಕೊನೆಗೆ 'ಅದೇನಾರಾ ಆಗಲಿ. ನೀನು ಇವತ್ತು ಆತನನ್ನು ಮಣಿಸಿಯೇ ಮಣಿಸಬೇಕು. ನಿನ್ನನ್ನು ನೀನು ಅವನಿಗೆ ಒಪ್ಪಿಸಿಯೇ ತೀರಬೇಕು. ಇಂಥಾ ಹುಡುಗ ನಿನಗೆ ಈ ಜನ್ಮದಲ್ಲಿ ಅಲ್ಲ, ಇನ್ನೂ ಏಳೇಳು ಜನ್ಮದಲ್ಲೂ ಸಿಗಲಾರ. ಒಂದು ದಿನ ಜೊತೆಗೆ ಬದುಕಿದರೂ ನೂರು ಜನ್ಮಕ್ಕೆ ನೆನಪಾಗಿ ಕಾಡುವಂಥಾ ಅಪ್ಪಟಪ್ರೀತಿಯ ಹೃದಯವಂತ ಮನುಷ್ಯ ಇವನು. ನಿನ್ನ ಜನ್ಮ ಸಾರ್ಥಕ ಎನಿಸಬೇಕಾದರೆ ನೀನು ಇವನೊಂದಿಗೆ ಸೇರಲೇಬೇಕು' ಅಂತಾ ತಾಕೀತಾಗಿತ್ತು.

"ಅಲ್ಲ ಪುಟ್ಟೀ.. ಹುಂ... ಆಯ್ತು... ನಿಮ್ಮಪ್ಪ...! ಅವ್ನೇನೋ ಹೇಳ್ಬಿಟ್ಟಾ. ನೀನೂ ಅದಕ್ಕೆ ಹಾಗೇ ಆಗ್ಲಿ ಅಂತಾ ತಲೆ ಅಡಿಸಿ ಹೂಂ ಅಂದುಬಿಡ್ತೀಯಾ? ನಿನಗೆ ಅಂತಾ ಒಂದು ಆಸೆ ಕನಸು ಏನೂ ಇಲ್ವೇನಮ್ಮಾ?"

"ಇಲ್ಲಾರೀ ಧಣೀ. ನನಗಾ ಅಂಥಾದ್ದೇನೂ ಇಲ್ಲಾರೀ. ನಮ್ಮಪ್ಪ ಹ್ಯಾಂಗ್ ಹೇಳ್ತಾನೋ ಹಾಂಗರೀ. ಅಂವ ಏನ್ ಹೇಳ್ತಾನೋ ಅದನ್ನ ನಾ ಕಣ್ಣು ಮುಚ್ಕೊಂಡ್ ಮಾಡ್ತೇನ್ರೀ. ಏನೇ ಹೇಳಿದ್ರೂ ನಮ್ಮಪ್ಪ ನನಗ ಒಳ್ಳೇದಕ್ಕೇ ಹೇಳಿರ್ತಾನ್ರೀ. ಯಾರೋ ಹೆತ್ತು ಎಲ್ಲೋ ಎಸೆದು ಹೋದ ಕೂಸು ನಾನು. ನನಗೆ ತುಸುನೂ ನೋವಾಗದ ಹಾಗೆ ಕಣ್ಣಲ್ಲಿ ಕಣ್ಣಿಟ್ಟು ಕಾಪಾಡ್ಕೊಂಡಾನ್ರೀ.

ನನ್ನನ್ನ ಹೆಗಲ ಮ್ಯಾಲೆ ಹೊತ್ತು ತಿರುಗಾಡ್ಯಾನ್ರೀ. ಅಂಥಂವ ನನಗ ಒಳ್ಳೇದಲ್ಲದೆ ಬೇರೆ ಇನ್ನೇನ್ ಬಯಸ್ತಾನ್ರೀ? ನಾನು ಅಂವ ಹೆಂಗ್ ಹೇಳ್ತಾನೋ ಹಂಗೇ ಕೇಳಲೇಬೇಕಲ್ಲೇನ್ರೀ?".

ನಗುನಗುತ್ತ ನುಡಿದ ಮಲ್ಲಿಗಿಯನ್ನೇ ಕೆಲವು ಕ್ಷಣ ಹಾಗೇ ಸುಮ್ಮನೆ ನೋಡುತ್ತಾ ಇದ್ದುಬಿಟ್ಟ ಸುನಿಲ. ಆಕೆಯ ಪ್ರತಿಮಾತೂ ಕೂಡಾ ಅವನ ಎದೆಗೆ ತಂಗಾಳಿ ತಾಗಿದ ಅನುಭವ ತರುತ್ತಿತ್ತು. ಪದೇ ಪದೇ ಕಣ್ಣ ಪಾಪೆಗೆ ನುಗ್ಗುವ ತೆಳುವಾದ ನೀರಿನ ಪರೆ ಹಿಡಿದಿಡುವುದೇ ಒಂದು ಅಸಾಧ್ಯದ ಸಂಕಲ್ಪವಾಗಿತ್ತು. ಎಳ್ಳಷ್ಟೂ ಕಲೆಯಿಲ್ಲದ ಮುದ್ದಾದ ಮಲ್ಲಿಗೆ ಹೂವಿನ ಹಾಗಿರುವ, ಆ ಮುಗ್ಧಜೀವವನ್ನು ಎಷ್ಟು ನೋಡಿದರೂ ಅವನಿಗೆ ಮನದಣಿಯುತ್ತಿರಲಿಲ್ಲ. ಒಂದು ಅಪ್ಪಟ ಅಕಳಂಕ ಹೃದಯದ ಆಕೆಯನ್ನು ಬಲವಂತವಾಗಿ 'ನಿನ್ನ ಮುಖ ನೋಡಿ ಮಾತಾಡಬೇಕು' ಎಂದು ಸ್ವಲ್ಪ ಹೊತ್ತು ಎದುರು ಕೂರಿಸಿಕೊಂಡಿದ್ದ. ಆ ಹುಡುಗಿ ಅವನಿಂದ ದೂರ ಸರಿದು ಕೂರಲಿಕ್ಕೇ ಒಪ್ಪುತ್ತಿರಲಿಲ್ಲಾ. ಅತನ ಪಕ್ಕ ಕುಳಿತು ಆತನ ಕೈಹಿಡಿದುಕೊಂಡಿರುತ್ತಿತ್ತು. ಮಾತಾಡುತ್ತಾ ಮೈಮರೆತಾಗ ಆತನ ಹೆಗಲಿಗೆ ತಲೆ ಒರಗಿಸುತ್ತಿತ್ತು. ಧಿಗ್ಗನೆ ಆಗಾಗ ಏನೋ ನೆನಪಾದಂತೆ ಆತನ ಕೈಗಳನ್ನು ತನ್ನ ಎದೆಗೆ ಆನಿಸಿಕೊಳ್ಳುತ್ತಿತ್ತು. ತುಂಬ ಹಿಂಸೆ ನೋವಿನೊಂದಿಗೆ ಸುನಿಲ ಉಪಾಯದಿಂದ ಮೆಲ್ಲಗೆ ಜಾರಿಸಿಕೊಳ್ಳುತ್ತಿದ್ದ. ಮಾತಿನಲ್ಲಿ ಜಾಣತನ ಬೆರೆಸಿ ಆಕೆಯ ಈ ಆಲೋಚನೆಗಳನ್ನು ಮುಂದೂಡುತ್ತಿದ್ದ. ಶುದ್ಧ ಮಗುವಿನ ಮನಸ್ಸಿನ ಆ ಹುಡುಗಿಗೆ ಈ ಬುದ್ಧಿವಂತಿಕೆ ಚಾಲಾಕಿತನಗಳೆಲ್ಲಾ ತಿಳಿಯದೆ, 'ಅಲ್ನೋಡು ಚಂದ್ರಾ' ಎಂದ ಕೂಡಲೇ ಅಳುವನ್ನೂ ಮರೆತು ಆಕಾಶ ನೋಡುವ ಮಗುವಿನ ಹಾಗೇ ವರ್ತಿಸುತ್ತಿತ್ತು.

ಒಮ್ಮೆಯಂತೂ ಸಿಟ್ಟೇರಿ,

"ಏಯ್, ನಿಮ್ಮಪ್ಪಂಗೆ ಬುದ್ಧಿ ಇಲ್ಲದೆ ಏನೋ ಹೇಳ್ತಾನೆ. ನೀನು ಅದರ ಹಾಗೇ ನಡ್ಕೊಳ್ತೀಯಾ? ಏನ್ ಗೊತ್ತು ನಿನಗೆ? ನಿನ್ನ ಜೊತೆ ನಾನು ಸರಸ ಆಡ್ಬೇಕಾ? ಸೆಕ್ಸ್ ಮಾಡ್ಬೇಕಾ? ಸೆಕ್ಸು ಅಂದ್ರೆ ಏನು ಗೊತ್ತು ನಿನಗೆ?" ಅಂದಿದ್ದ ಏರು ಧ್ವನಿಯಲ್ಲಿ.

"ಏನಿಲ್ರೀ, ನಮ್ಮಪ್ಪಗಾ ಹಿಂದ್ಲಿಂದ ಮಾಡ್ತಾರ್ರೀ. ಹೆಂಗಸರಿಗ ಮುಂದ್ಲಿಂದ ಮಾಡ್ತರ್ರೀ. ಅಷ್ಟೇರೀ" ಅಂದಿತ್ತು ಆ ಕೂಸು, ತಣ್ಣಗೆ, ಅತ್ಯಂತ ತಣ್ಣಗೆ, ಯಾವುದೇ ಅಳುಕುಗಳಿಲ್ಲದೆ ಅತ್ಯಂತ ಸಹಜವಾಗಿ...

ಒಂದು ಕ್ಷಣ ಗಡಗಡನೆ ನಡುಗಿ ದಿಗ್ಮೂಢನಾಗಿ ಹೋಗಿದ್ದ ಸುನಿಲ! ನೆತ್ತಿಯಿಂದ ಕಾಲ ಕಿರುಬೆರಳವರೆಗೆ ಬೆನ್ನುಹುರಿಯ ಮೂಲಕ ಒಂದು ಕೆಂಡದುಂಡೆ ಮತ್ತು ಒಂದು ಮಂಜುಗಡ್ಡೆ ಒಂದರ ಹಿಂದೆ ಒಂದು ಸರಸರ ಹರಿದು ಹೋಗಿತ್ತು.

ಇಷ್ಟೇನಾ? ಕಾಮ ಪ್ರೇಮ ಎಲ್ಲ ಸುಡುಗಾಡಿನ ಲೆಕ್ಕಾಚಾರ ಇಷ್ಟೇನಾ? ಅದು ಈ ಪುಟ್ಟ ಹುಡುಗಿ ಹೇಳಿದಷ್ಟು ಸರಳವಾ? ತಿದ್ದಿಕೊಟ್ಟ ಹಾಗೆ ತುಸು ನಾಚಿ ನುಡಿದು ನೆಲ ನೋಡುತ್ತಾ ಕುಳಿತಿದ್ದ ಆ ಹುಡುಗಿಯ ಕಣ್ಣಾಲಿಗಳಲ್ಲಿ ರವೆಯಷ್ಟಾದರೂ ನೋವಿರಲಿಲ್ಲಾ. ಅದು ತಪ್ಪು ಅಥವಾ ಪಾಪವೆಂಬ ಪ್ರಜ್ಞೆಯೇ ಇರಲಿಲ್ಲಾ. ಹೋಗಲಿ ತಾನು ಹೀಗೆಲ್ಲಾ ಹೇಳಿದರೆ ಎದುರಿರುವಾತ ಏನೆಂದು ತಿಳಿಯಬಹುದೆಂಬ ಕಿಂಚಿತ್ ಆಲೋಚನೆಯೂ ಆಕೆಗೆ ಇರಲಿಲ್ಲ. ಆ ಮುಚ್ಚಿದ ಕೋಣೆಯ ಕದದಲ್ಲಿದ್ದ ಒಂದು ಪುಟ್ಟ ರಂಧ್ರ ಅವಳನ್ನು ಈ ಮನೆಯ ಎಲ್ಲ ಆಗುಹೋಗುಗಳಿಗೆ ಸಾಕ್ಷೀಕರಿಸುತ್ತಿತ್ತು. ಮಲ್ಲಿಯನ್ನು ಯಾರಾದರೂ ಭೋಗಿಸಿದರೆ ಅಥವಾ ಮಲ್ಲಿ ಯಾರಾದರೂ ಹುಡುಗಿಯನ್ನು ಕರೆತಂದು ತನ್ನ ಮನೆಯಲ್ಲಿ ಬೇರೆಯವರಿಗೆ ಒಪ್ಪಿಸಿದರೆ, ಆ ಮನೆಯಲ್ಲಿ ನಡೆವ ಎಲ್ಲ ರಾಸಕ್ರೀಡೆಗಳು, ಅಪಸವ್ಯಗಳು, ಅಸಂಬದ್ಧ ಮಾತುಗಳು, ಎಲ್ಲದಕ್ಕೂ ಪ್ರತ್ಯಕ್ಷಸಾಕ್ಷಿಯಾಗಿ ಆ ಹುಡುಗಿ ಆ ಮಟ್ಟಿಗಿನ ಲೋಕಜ್ಞಾನ ಸಂಪಾದಿಸಿಕೊಳ್ಳುತ್ತಿದ್ದಳು. ಒಂದು ಎಳೆಮಗುವಿಗೆ ಲೋಕಜ್ಞಾನ ತಿಳಿಸುವ ಇಂಥದ್ದೂ ಒಂದು ಕ್ರಮ ಇರಬಹುದು ಎಂದು ಜಗತ್ತಿಗೆ ತಿಳಿಸಿಕೊಟ್ಟ ಏಕೈಕ ಮಹಾಮಹಿಮ ಅಥವಾ ಮಹಾಮಹಿಮಳು ಮಲ್ಲಿಯೇ ಇರಬಹುದೇನೋ.

ಅಂದು...

ಆ ಕಡುರಾತ್ರಿಯಲ್ಲಿಯೇ ಮಗುವನ್ನೆತ್ತಿಕೊಂಡು ತನ್ನ ಊರಿನ ಕಡೆ ಹೆಜ್ಜೆ ಹಾಕಿದ್ದ ಮಲ್ಲಿಗೆ, ಆ ಮಗುವನ್ನು ಮುಂದೇನು ಮಾಡಬೇಕೆಂಬುದು ಸ್ಪಷ್ಟವಿರಲಿಲ್ಲಾ. ಆ ರಾತ್ರಿ ಮಗುವನ್ನು ತನ್ನ ಮನೆಗೆ ಕರೆತಂದು ಒಂದೆರೆಡು ದಿನ ಚೆನ್ನಾಗಿ ಆರೈಕೆ ಮಾಡಿ ನಂತರ ಯಾವುದಾದರೂ ಅನಾಥಾಶ್ರಮಕ್ಕೆ ಸೇರಿಸಿಬಿಡಬೇಕು ಎಂಬುದು ಆಕೆಯ ಹಂಚಿಕೆಯಾಗಿತ್ತು. ಯಾವಾಗ ಎರಡು ದಿನ ಆ ಮಗುವಿನ ನಗು ಅಳುಗಳು ಆ ಮನೆಯ ತುಂಬ ತುಂಬಿಕೊಂಡಿತೋ ಮಗುವನ್ನು ಆಚೆ ಕಳಿಸುವ ಯೋಚನೆಯನ್ನೇ ತಳ್ಳಿಹಾಕಿಬಿಟ್ಟಳು ಮಲ್ಲಿ. ಆ ಮಗುವನ್ನು ಒಪ್ಪಿಸಬೇಕಾದವರಿಗೆ ಎಂದಾದರೂ ಒಪ್ಪಿಸಲೇಬೇಕು. ಅಲ್ಲಿಯವರೆಗೂ ಈ ಬೊಂಬೆ ತನಗಿರಲಿ. ತಾನು ಅದರೊಂದಿಗೆ ಒಂದಷ್ಟು ದಿನ ಆಟವಾಡಿಕೊಳ್ಳುತ್ತೇನೆ. ತಾನು ಅದಕ್ಕೆ ತಾಯಿಯಾಗಿ ಒಂದು ತಿಂಗಳ ಮಟ್ಟಿಗಾದರೂ ತನ್ನ ತಾಯ್ತನದ ಬಯಕೆ ತೀರಿಸಿಕೊಳ್ಳುತ್ತೇನೆ. ಅದೇನಾದರೂ ಆಗಲಿ ಎಂದು ನಿರ್ಧರಿಸಿಬಿಟ್ಟಳು. ಆ ಮಗುವಿನ ಆರೈಕೆ ಪಾಲನೆಗಳಲ್ಲಿ ಸಿಕ್ಕ ಸಂತೋಷ ನೆಮ್ಮದಿ ಆ ಮಗುವನ್ನು ಬೇರೆಯವರ ಸುಪರ್ದಿಗೆ ಒಪ್ಪಿಸುವ ನಿರ್ಧಾರವನ್ನು ಮುಂದೂಡುತ್ತಲೇ ಬಂದಿತು.

ಯಾವತ್ತೋ ಒಂದು ದಿನ ಎಚ್ಚೆತ್ತ ಮಲ್ಲಿಗೆ, ಇನ್ನು ಈ ಮಗುವನ್ನು ಯಾರಿಗಾದರೂ ಒಪ್ಪಿಸಲೇಬೇಕು ಅಥವಾ ತನ್ನ ಜೊತೆಗೇ ಇಟ್ಟುಕೊಳ್ಳಬೇಕು

ಎಂಬ ಅನಿವಾರ್ಯವಾದ ನಿರ್ಧಾರ ಕೈಗೊಳ್ಳುವ ಸಮಯ ತಂದಿತ್ತು. ಈಗ ಆಕೆ ಆ ಮಗುವನ್ನು ಎಲ್ಲೋ ಹೋಗಿ ಅರ್ಧರಾತ್ರಿಯಲ್ಲಿ ಯಾವುದೋ ಅನಾಥಾಶ್ರಮದ ಮುಂದೆ ಮಲಗಿಸಿ ಬರುವಂತಿರಲಿಲ್ಲ. ಹಾಗೆ ಮಾಡಿದರೆ ಮತ್ತೆ ಆ ಮಗುವಿನ ಮುಖ ನೋಡುವಂತಿರಲಿಲ್ಲಾ. ತಾನೇ ಹೋಗಿ ನೇರವಾಗಿ ಕೊಟ್ಟರೆ ಪೋಲೀಸು ಕೇಸಿನಿಂದ ಹಿಡಿದು ಇನ್ನೂ ಏನೇನೋ ಹಿಂಸೆಗಳಿಗೆ ತಾನಾಗಿಯೇ ಮೈ ಒಡ್ಡಬೇಕಿತ್ತು. ಆನಂತರವೂ ಮತ್ತೆ ಬೇಕೆಂದಾಗ ಆ ಮಗುವಿನ ಮುಖ ನೋಡುವಂತಿರಲಿಲ್ಲ. ಅಷ್ಟು ದಿನಗಳ ಮಗುವಿನೊಂದಿಗಿನ ಒಡನಾಟ ಆಕೆಯ ಬದುಕನ್ನೇ ಬೇರೆ ದಿಕ್ಕಿಗೆ ತಿರುಗಿಸಿತ್ತು. ಆ ಮಗುವಿನ ಮೇಲೆ ಮೋಹ ಬೆಳೆದಿತ್ತು. ಆಗಲೇ ಆಕೆ ನಿರ್ಧರಿಸಿಬಿಟ್ಟಳು, ಇದಕ್ಕೆ ತಾನೇ ತನ್ನ ಕೈಯಾರೆ ಬೇರೆಯೇ ಬದುಕು ಕಟ್ಟಿಕೊಡುತ್ತೇನೆ. ಹಾಗಾಗಬೇಕೆಂದರೆ ಮೊದಲು ತಾನು ಬದಲಾಗಬೇಕು. ಈ ಮಗುವಿಗಾಗಿ ಬದುಕಬೇಕೆಂಬ ನಿರ್ಧಾರ ಬೇಕು. ಜಗತ್ತಿನೊಂದಿಗಿನ ಎಲ್ಲ ದ್ವೇಷವನ್ನು ಮರೆತು ಒಂದು ಕ್ಷಣ ಕಣ್ಮುಚ್ಚಿ ಪ್ರೀತಿದೇವತೆಯನ್ನು ಮಾತ್ರವೇ ಕಣ್ಣೆದುರು ತಂದು ನಿಲ್ಲಿಸಿಕೊಂಡು, ಆಕೆಯ ಸಾಕ್ಷಿಯಾಗಿ ಮಗುವಿನ ತಲೆಮೇಲೆ ಕೈಯಿಟ್ಟು ಮಲ್ಲಿ ನಿರ್ಧರಿಸಿಬಿಟ್ಟಳು. ಇನ್ನು ಈ ಮಗು ನನ್ನದು!

ಅಲ್ಲಿಂದಾಚೆಗೆ ಆ ಮಗುವನ್ನು ಗುಟ್ಟಾಗಿ ಸಾಕಲು ತೊಡಗಿಬಿಟ್ಟಳು. ಅವಳ ಬದುಕಿಗೊಂದು ಗುರಿ ಸಿಕ್ಕಿತ್ತು, ಅರ್ಥ ಕಂಡಿತ್ತು. ಬದುಕುವ ಬಯಕೆ ಮತ್ತೆ ದಾವಾನಲದ ಹಾಗೆ ಬೆಳೆದು ಜಾಗೃತವಾಗಿತ್ತು.. ಆ ಮಗುವಿನೊಂದಿಗೆ ಮನೆಯೊಳಗೇ ಬೆಳೆಯುತ್ತಾ ಬೆಳೆಯುತ್ತಾ ಅದರೊಂದಿಗೆ ಒಡನಾಡುತ್ತಾ, ಆಕೆಯ ಬದುಕಿನ ನಶ್ವರತೆ ಎಲ್ಲವೂ ಒಂದು ಹಠವಾಗಿ, ಬದುಕನ್ನು ಮತ್ತಷ್ಟು ಉನ್ಮತ್ತವಾಗಿ ಪ್ರೀತಿಸಲು ಅನುಕೂಲವಾಗುವಂತೆ ಬದಲಾಗಿ ಹೋಗಿತ್ತು.

ಆ ಮಗುವನ್ನು ಆಕೆ ಶಾಲೆಗೆ ಕಳಿಸಿರಲಿಲ್ಲಾ. ಆಕೆಯೇ ಆ ಮಗುವಿಗೆ ತಾಯಿಯಾಗಿದ್ದಳು. ತಂದೆಯಾಗಿದ್ದಳು. ಗುರುವಾಗಿದ್ದಳು, ಗೆಳೆಯ ಗೆಳತಿಯಾಗಿದ್ದಳು. ತಾನು ಕಲಿತಿದ್ದ ಎಲ್ಲ ವಿದ್ಯೆಗಳನ್ನೂ ಆಕೆಗೆ ಕಲಿಸಿದ್ದಳು. ಆ ಹುಡುಗಿ ವಿವರಿಸುವಾಗಲೇ ಸುನಿಲನಿಗೆ ಅರ್ಥವಾಗಿದ್ದು, ಆ ಮನೆಯ ಗೋಡೆಗಳ ಮೇಲೆ ಬರೆದ ಚಿತ್ರಗಳನ್ನು ವಿವರಿಸುವಾಗ ಮಲ್ಲಿ ಇದೆಲ್ಲ ತಾನು ಮತ್ತು ರೇಣುಕಾ ಬರೆದದ್ದು ಎಂದು ಸುಳ್ಳು ಹೇಳಿದ್ದಳು. ಇಲ್ಲಾ. ಆ ಮನೆಯ ಗೋಡೆಗಳ ಮೇಲೆ ಬರೆದ ಎಲ್ಲ ಚಿತ್ರಗಳೂ ಕೂಡಾ ಮಲ್ಲಿ ಮತ್ತು ಮಲ್ಲಿಗಿಯರೇ ಬರೆದ್ದು. ಆ ಮನೆಯ ಹಸೆ ಅಂದ ಚೆಂದಗಳೆಲ್ಲವೂ ಮಲ್ಲಿ ಮಲ್ಲಿಗಿಯರೇ ರೂಪಿಸಿದ್ದು. ಬರೀ ಅದಿಷ್ಟೇ ಅಲ್ಲ, ಮಲ್ಲಿ ಆ ಹುಡುಗಿಗೆ ಎಲ್ಲ ರೀತಿಯ ಓದು ವಿದ್ಯೆಗಳನ್ನು ಕೂಡಾ ಸ್ವತಃ ಕಲಿತು ಆಕೆಗೂ ಕಲಿಸಿದ್ದಳು.

ಮಲ್ಲಿಗಿ ಆತನನ್ನು ಕೈಹಿಡಿದು ಕರೆದೊಯ್ದು ಆ ಮುಚ್ಚಿದ ಕೋಣೆಯ ಬಾಗಿಲು ತೆರೆದು ತನ್ನ ಲೋಕವನ್ನು ಸಂಪೂರ್ಣವಾಗಿ ಪರಿಚಯಿಸಿದ್ದಳು. ಎಂದೂ ಯಾರಿಗೂ ತೆರೆದುಕೊಳ್ಳದ ಬಾಗಿಲೊಂದು ಅಂದು ಆತನಿಗಾಗಿ ತೆರೆದುಕೊಂಡಿತ್ತು. ಆ ಮನೆಯ ಎಲ್ಲ ಬಾಗಿಲು ಕಿಟಕಿಗಳು ಸದಾ ಮುಚ್ಚಿರುತ್ತಿತ್ತು. ಅದರಲ್ಲೂ ಈ ಹುಡುಗಿ ಇದ್ದ ಕೋಣೆ ಅತ್ಯಂತ ರಹಸ್ಯವಾಗಿತ್ತು. ಅಲ್ಲಿ ದೇವರ ಪ್ರತಿಷ್ಠಾಪನೆಯೂ ಇತ್ತು. ಜೊತೆಗೆ ಅಲ್ಲಿದ್ದ ಕಬೋರ್ಡ್‌ನ ಹಿಂದೆ ಒಂದು ರಹಸ್ಯ ಬಾಗಿಲೂ ಇತ್ತು. ಅದು ಕೇವಲ ಕೋಣೆಯಾಗಿರಲಿಲ್ಲಾ. ಅದೊಂದು ಸಣ್ಣ ಮನೆಯೇ ಆಗಿತ್ತು. ಅಲ್ಲಿ ಆಕೆಗೆ ಮಲಗುವ ಕೋಣೆ, ಪುಟ್ಟ ಅಡಿಗೆಮನೆ, ಲೈಬ್ರರಿ, ಶೌಚಾಲಯ... ಜೊತೆಗೆ ಅತ್ಯಂತ ಕಠಿಣ ಸಂದರ್ಭಗಳಲ್ಲಿ ಯಾವುದಾದರೂ ದಾಳಿಯಾದರೆ ಅಥವಾ ಅತ್ಯಂತ ಸಂಕಷ್ಟದ ಪರಿಸ್ಥಿತಿ ಎದುರಾದರೆ ಅಲ್ಲಿಂದ ತಪ್ಪಿಸಿಕೊಂಡು ಹೋಗಲು ಮತ್ತೊಂದು ಗುಪ್ತ ದ್ವಾರ...!

ಮಲ್ಲಿ ಆ ಹುಡುಗಿಯನ್ನು ತನ್ನೊಂದಿಗೆ ಉಳಿಸಿಕೊಳ್ಳಲು ಅದೆಷ್ಟು ಯೋಚಿಸಿದ್ದಳು. ಪ್ರತಿಯೊಂದು ವಿವರವನ್ನು ಗ್ರಹಿಸುತ್ತಾ ಗ್ರಹಿಸುತ್ತಾ ಸುನಿಲನ ಮನಸ್ಸು ಮಲ್ಲಿಯ ಬಗ್ಗೆ ನಿಜವಾಗಿ ಭಾವುಕವಾಗುತ್ತಿತ್ತು. ಪಾಪ ಎನಿಸುತ್ತಿತ್ತು. ಮಲ್ಲಿಯ ಪಾಲಿಗೆ, ತಾನು ಆಧಾರವಾಗಿದ್ದ ಕೂಸೊಂದು ತನ್ನ ಬದುಕಿಗೆ ಆಧಾರವಾಗಿತ್ತು. ಹೊಸಹೊಸ ಚಿಂತನೆಗಳು ಆಲೋಚನೆಗಳನ್ನು ಹುಟ್ಟುಹಾಕಿತ್ತು. ಮಲ್ಲಿ ಆ ಮಗುವಿಗೆ ಸಂಗೀತ ಕಲಿಸಿದ್ದಳು. ನಾಟ್ಯ ಕಲಿಸಿದ್ದಳು. ಚಿತ್ರಕಲೆ ಕಲಿಸಿದ್ದಳು. ಆಕೆಗಾಗಿಯೇ ಅಂತಲೇ ತಾನೂ ಕೂಡಾ ಓದಿ, ಓದಿಸಿ, ಓದಿನ ಮೇಲೆ ಆಸಕ್ತಿ ಕುತೂಹಲ ಬೆಳೆಸಿದ್ದಳು. ಮಲ್ಲಿಯ ಮಾತುಗಳನ್ನು ಕೇಳುವಾಗ ಇಷ್ಟೆಲ್ಲಾ ಜ್ಞಾನ ಅಭಿರುಚಿ ಆಕೆಗೆ ಬಂದಿದ್ದು ಹೇಗೆ ಎಂಬ ಸುನಿಲನ ಕುತೂಹಲದ ಹುಡುಕಾಟಕ್ಕೆ ಅಲ್ಲಿ ಆ ಕೋಣೆಯಲ್ಲಿ ಸರಿಯಾದ ಉತ್ತರ ದೊರಕಿತ್ತು. ಆ ಮನೆಯ ಪ್ರತಿಯೊಂದು ಕೋಣೆಯೂ ಮುಚ್ಚಿದ ಕಿಟಕಿ ಬಾಗಿಲ ಹಿಂದೆ ಗಾಳಿಬೆಳಕಿಲ್ಲದೆ ನರಳುತ್ತಿರಲಿಲ್ಲ. ಅದಕ್ಕೆ ಬೇಕಾದ ವಾತಾಯನ ವ್ಯವಸ್ಥೆ ಮತ್ತು ಎಸಿ ವ್ಯವಸ್ಥೆಗಳೂ ಕೂಡಾ ಮಲ್ಲಿಯೇ ಸ್ವತಃ ಮಾಡಿಕೊಂಡಿದ್ದಳು.

ಈ ಮಲ್ಲಿ ಮಲ್ಲಿಗೆಯರ ಜೋಡಿ ಇಟ್ಟಿಗೆ ಇಟ್ಟು ಸಿಮೆಂಟುಗಾರೆ ತಟ್ಟಿ ಕೋಣೆಗಳನ್ನು ವ್ಯವಸ್ಥೆಗಳನ್ನು ಕಟ್ಟಿಕೊಂಡ ಹಾಗೆ ಬದುಕನ್ನು ಕೂಡಾ ಕಟ್ಟಿಕೊಂಡು ಬಿಟ್ಟಿದ್ದರು. ಆ ಹುಡುಗಿ ಅಲ್ಲಿ ಇರುವ ಯಾವುದೇ ಸುಳಿವು ಕೂಡಾ ಯಾರಿಗೇ ಆದರೂ ಸಿಗುವ ಸಾಧ್ಯತೆಯೇ ಇರಲಿಲ್ಲಾ. ಅವರಿಬ್ಬರೂ ಒಟ್ಟಿಗೆ ಇದ್ದಾಗ ನಾನಾ ರೀತಿಯ ಆಟಪಾಠಗಳಲ್ಲಿ ಹಗಲು ರಾತ್ರಿಗಳು ಕಳೆದು ಹೋಗುತ್ತಿದ್ದವು. ಯಾರಾದರೂ ಬಂದಾಗ ಮಾತ್ರಾ ಮಲ್ಲಿಗಿ ಓಡಿಹೋಗಿ ಆ

ಕತ್ತಲೆಕೋಣೆಯ ಆಶ್ರಯ ಪಡೆಯುತ್ತಿತ್ತು. ಇನ್ನುಳಿದಂತೆ ಮಲ್ಲಿಯೂ ಹೊರಗೆ ಹೋಗಿದ್ದಾಗ ಆ ಪುಟ್ಟ ಹುಡುಗಿ ಯಾವುದೇ ಆತಂಕ ಅಂಜಿಕೆಗಳಿಲ್ಲದೆ ಮನೆಯ ತುಂಬ ಒಂಟಿ ಅತೃಪ್ತ ಆತ್ಮದಂತೆ ಓಡಾಡಿಕೊಂಡಿತ್ತು.

ಇದಿಷ್ಟೇ ಅಲ್ಲಾ. ಆಕೆಗೆ ಯಾವ ಯಾವ ಸಂದರ್ಭಗಳಲ್ಲಿ ಹೇಗೆ ಹೇಗೆ ವರ್ತಿಸಬೇಕು ಎಂಬ ಸಂಪೂರ್ಣ ತರಬೇತಿ ನೀಡಲಾಗಿತ್ತು. ಆರೋಗ್ಯಕ್ಕೆ ತೊಂದರೆಯಾದಾಗ ಏನು ಮಾಡಬೇಕು? ಅನಿರೀಕ್ಷಿತ ಅಪಾಯದ ಸಂದರ್ಭಗಳಲ್ಲಿ ಏನು ಮಾಡಬೇಕು? ಆಕೆ ಈ ಮನೆಯಿಂದ ಹೊರಹೋಗಲೇಬೇಕಾದರೆ ಆಗ ಹೊರಹೋಗುವ ರೀತಿ ಹೇಗೆ? ಎಷ್ಟೇ ತಂತ್ರಜ್ಞಾನ ಬೆಳೆದಿದ್ದರೂ ಬೇಸಿಕ್ ಹ್ಯಾಂಡ್ ಸೆಟ್ ಮೊಬೈಲ್ ಮೂಲಕ ಮಲ್ಲಿ ಹೇಗೆ ಆ ಮಗುವಿನ ಸಂಪರ್ಕ ಇಟ್ಟುಕೊಂಡಿದ್ದಳು? ಪ್ರತಿ ಆರು ಗಂಟೆಗೊಮ್ಮೆ ಕರೆ ಮಾಡದೇ ಹೋದರೆ ಏನು ಮಾಡಬೇಕು? ಒಂದು ವೇಳೆ ಹೊರಗೆ ಹೋದ ಮಲ್ಲಿ ಇಪ್ಪತ್ತನಾಲ್ಕು ಗಂಟೆ ಮನೆಗೆ ಬರದೇ ಇದ್ದರೆ ಏನು ಮಾಡಬೇಕು? ನಲವತ್ತೆಂಟು ಗಂಟೆ ಕಳೆದ ಮೇಲೂ ಆಕೆ ಮನೆಗೆ ಬರದೇ ಇದ್ದರೆ, ಫೋನು ಕೂಡಾ ಮಾಡದೇ ಇದ್ದರೆ ಏನರ್ಥ? ಆ ಸಮಯದಲ್ಲಿ ಮನೆಯಿಂದ ಹೊರಗೆ ಬಂದರೆ ಏನು ಮಾಡಬೇಕು? ಯಾರ್‍ಯಾರನ್ನು ಸಂಪರ್ಕಿಸಬೇಕು? ಎಲ್ಲಿ ಸುರಕ್ಷಿತ ಆಶ್ರಯ ಪಡೆಯಬೇಕು?...

ಸುನಿಲ ಕೇಳುವ ಯಾವುದೇ ಪ್ರಶ್ನೆಗೂ ಮಲ್ಲಿಗಿ ಯಾವುದೇ ಮುಚ್ಚುಮರೆಯಿಲ್ಲದೆ ಸತ್ಯವನ್ನೇ ನುಡಿಯುತ್ತಿತ್ತು. ಆಕೆ ನುಡಿವ ಪ್ರತಿಯೊಂದು ಮಾತಿಗೂ ಸುನಿಲನಿಗೆ ಹೊಸಲೋಕವೊಂದು ತೆರೆದುಕೊಳ್ಳುತ್ತಿತ್ತು. ನಿಜಕ್ಕೂ ಕಂಡು ಕೇಳರಿಯದ ಲೋಕ. ಅವನ ಮಿದುಳಿಗೆ ಒಳಬರುತ್ತಿರುವ ಮಾಹಿತಿಗಳ ವಿಶ್ಲೇಷಣೆಗೆ ತೊಡಗಲು ಅವಕಾಶವೇ ಸಿಗದಷ್ಟು ಅದ್ಭುತಗಳ ಮಹಾಪೂರ ಹರಿದು ಬರುತ್ತಿತ್ತು. ಮಲ್ಲಿಯ ಮೇಲೆ ಮೊದಲ ಬಾರಿ ಕಂಡಾಗ ಆ ಕ್ಷಣಕ್ಕೆ ಉದಿಸಿದ ಅನುಕಂಪ ಪ್ರೀತಿಯ ಮಿಂಚೊಂದು ಕೊನೆಗೆ ತನ್ನನ್ನು ಅವಳ ಈ ಅದ್ಭುತಲೋಕದ ಒಳಗೆ ಈ ಪರಿಗೆ ಎಳೆದು ತರಬಹುದು ಎಂಬ ಸಣ್ಣ ಕಲ್ಪನೆಯೂ ಆತನಿಗೆ ಇರಲಿಲ್ಲಾ. ಆತನ ಕಲ್ಪನಾಲೋಕ ದೊಡ್ಡದೇ ಇತ್ತಾದರೂ ಅದರಲ್ಲಿ ಇಂಥಾ ಅದ್ಭುತಗಳ ಸೃಷ್ಟಿ ಸಾಧ್ಯವಿರಲಿಲ್ಲ. ಇದು ಆತನ ಅನುಭವ ಮತ್ತು ಅನುಭಾವಗಳ ಪರಿಧಿಯಿಂದ ಆಚೆಗೆ ಅಗಾಧವಾಗಿ ಹರಡಿಕೊಂಡಿತ್ತು. ಆತ ಮಲ್ಲಿಯ ಕಿಚ್ಚು ಮತ್ತು ಹೋರಾಟದ ಬದುಕಿಗೆ ಅದೆಷ್ಟು ಬಾರಿ ಮನಃಪೂರ್ವಕವಾಗಿ ಎದೆ ಮುಟ್ಟಿ ನಮನ ಸಲ್ಲಿಸಿದ್ದನೋ. ಅಕಸ್ಮಾತ್ ಆ ಕ್ಷಣಕ್ಕೆ ಮಲ್ಲಿ ಏನಾದರೂ ಎದುರು ಬಂದಿದ್ದರೆ ಮನಸ್ಸಿಗೆ ಸಮಾಧಾನ ಆಗುವಷ್ಟು ಹೊತ್ತು ಆಕೆಯನ್ನು ಗಟ್ಟಿಯಾಗಿ ಅಪ್ಪಿಹಿಡಿದು ಹಾಗೇ ಇದ್ದುಬಿಡಬೇಕು ಎಂದು ಬಯಸುತ್ತಿದ್ದ.

ಯಾವ ಮಲ್ಲಿ ಪ್ರೀತಿಗಾಗಿ ಹಂಬಲಿಸುತ್ತಿದ್ದಾಳೆ ಎಂದು ಮಾತ್ರ ಭಾವಿಸಿ ಆಕೆಯನ್ನು ಅನುಕಂಪದಿಂದ ನೋಡುತ್ತಿದ್ದನೋ ಆ ಮಲ್ಲಿ, ಈಗ ಪ್ರೀತಿ ಕೊಡುವ ರೀತಿಯಲ್ಲಿ ತನ್ನ ತಾಯಿಗಿಂತ ಮಿಗಿಲು ಎನಿಸಿ ಆಕೆಯ ಮೇಲೆ ಎಲ್ಲಿಲ್ಲದ ಗೌರವ ಭಾವನೆ ಉಕ್ಕಿಬಿಟ್ಟಿತ್ತು. ಎದುರು ಬಂದ ಕೂಡಲೇ ಮೊದಲು ಆಕೆಯನ್ನು ಅಪ್ಪಿ ಹಗುರಾಗಬೇಕು ಎನಿಸುತ್ತಿತ್ತು. 'ನಿನ್ನದಲ್ಲದ ಕುಡಿಯೊಂದನ್ನು ನಿನ್ನದಾಗಿಸಿಕೊಂಡು ನಿನ್ನಲ್ಲೇ ಉಳಿಸಿಕೊಳ್ಳುವ ಹಂಬಲದಲ್ಲಿ ಅದೆಷ್ಟು ಪ್ರೀತಿ ಸುರಿದಿದ್ದೀಯಾ ಮಲ್ಲೀ? ನಿನಗೆ ಶರಣು ಶರಣು' ಎಂದು ಹೃದಯ ಕೂಗಿ ಕೂಗಿ ಹೇಳುತ್ತಿತ್ತು. ಮಲ್ಲಿಗಿ ಆ ಮನೆಯ ತುಂಬ ಓಡಾಡುತ್ತಾ ಅವನಿಗೆ ತನ್ನ ಅಪ್ಪ ತನಗಾಗಿ ಮಾಡಿರುವ ಎಲ್ಲ ವ್ಯವಸ್ಥೆಗಳನ್ನೂ ಉತ್ಸಾಹದಿಂದ ತೋರಿಸುತ್ತಾ ಕಣ್ಣರಳಿಸಿ ವಿವರಿಸುತ್ತಾ ಇದ್ದರೆ,,, ಅದೆಷ್ಟು ಬಾರಿ ಆ ಹುಡುಗಿಗೆ ಕಾಣದಂತೆ ಸುನಿಲ ಕಣ್ಣು ಒರೆಸಿಕೊಂಡಿದ್ದನೋ!

ಆ ಮಗುವಿಗೆ ತನ್ನಿಂದ ಸಾಧ್ಯವಿರಬಹುದಾದ ಎಲ್ಲ ರೀತಿಯ ಪಾಠಗಳನ್ನು ವಿದ್ಯೆಗಳನ್ನು ಮಲ್ಲಿ ಚೆನ್ನಾಗಿ ಅರೆದು ಕುಡಿಸಿದ್ದಳು. ಆಕೆಯ ಆ ಮುಕ್ತ ಪ್ರೀತಿಯಲ್ಲಿ ಆ ಮಗು ಹೇಗೆ ಬೆಳೆದು ಬಂದಿತ್ತೆಂದರೆ ಆ ಮಗುವಿನ ಜಗತ್ತು ಮಲ್ಲಿ ಮಾತ್ರಾ ಆಗಿತ್ತು. ಇದೊಂದು.. ಈ ದಿನದವರೆಗೆ ಮಾತ್ರಾ..!

ಆ ಭೂತಬಂಗಲೆಯಂಥಾ ಮನೆಯಲ್ಲಿ ಅಂತದ್ದೊಂದು ಒಂಟಿ ಜೀವ ಸೂರ್ಯನ ಬೆಳಕನ್ನೇ ಕಾಣದೆ, ಯಾವುದೇ ನೋವುಗಳಿಲ್ಲದೆ ಸುಖವಾಗಿ ಬದುಕುತ್ತಿತ್ತು. ಹಾಗೆ ಅತ್ಯಂತ ಜತನದಿಂದ ಕಾಪಾಡಿಕೊಂಡು ಬಂದಿದ್ದ ಆ ಮಗುವನ್ನು ಮಲ್ಲಿ ಅಂದು ಈತನ ಮಡಿಲಿಗೆ ತುಂಬಿ ಧನ್ಯತಾಭಾವದೊಂದಿಗೆ ಹೊರಗೆ ಹೊರಟು ಹೋಗಿದ್ದಳು. ಲೋಕಜ್ಞಾನವೇ ಇಲ್ಲದ ಮಲ್ಲಿಗಿ ಆತ ಹೇಳಿದ್ದನ್ನೇ ಶ್ರದ್ಧಾಭಕ್ತಿಯಿಂದ ಒಪ್ಪಿಕೊಂಡು ಆತನಿಗೆ ಮಿಲನಸೇವೆ ಒದಗಿಸಲು ಸಿದ್ಧವಾಗಿಬಿಟ್ಟಿತ್ತು. ಅವಳದು ಅಂದೆಂಥಾ ಚರಣದಾಸಿಯ ಸಮರ್ಪಣಾ ಮನೋಭಾವ. ಈ ಮಗುವಿನದು ಅದೆಂಥಾ ನಿಷ್ಕಲ್ಮಶ ಮನಃಸ್ಥಿತಿ. ಅಯ್ಯೋ ಭಗವಂತಾ! ಏನೀ ಬಂಧ ಸಂಬಂಧ? ಇದಕ್ಕೆ ಏನಂತ ಹೆಸರಿಡಲಿ? ತಪ್ಪೋ ಸರಿಯೋ... ಆದರೆ ಮನಃಪೂರ್ವಕವಾಗಿ ಆ ಪುಟ್ಟ ಕತ್ತಲಕೋಣೆಯಲ್ಲಿಯೇ ಆ ಮಗುವಿಗೊಂದು ವಿಚಿತ್ರ ಬದುಕು ಕಟ್ಟಿಕೊಟ್ಟುಬಿಟ್ಟಿದ್ದ ಮಲ್ಲಿ ಕೇವಲ ತಾಯಿಯಲ್ಲ... ಮಹಾತಾಯಿ...! ಅದು ಸರಿ. ಅಪ್ಪ...! ಅದು ಹೇಗೆ?

ತಟ್ಟನೆ ಮತ್ತೆ ಆ ಮಗುವನ್ನು ನಿಲ್ಲಿಸಿಕೊಂಡು,

"ಪುಟ್ಟೀ, ಇಷ್ಟೆಲ್ಲಾ ಮಾಡಿರೋ ಮಲ್ಲಿಯನ್ನ ನೀನು ಅಮ್ಮಾ ಅಂತ ಕರೀದೇ ಅಪ್ಪಾ ಅಂತ ಯಾಕ್ ಕರೀತೀಯಾ?" ಎಂದ.

ಒಂದು ಕ್ಷಣ ಆತನನ್ನೇ ನೋಡಿ ಮುಗುಳ್ನಕ್ಕ ಹುಡುಗಿ,

"ಹಾಗೆ ಕರೀ ಅಂತ ಅವನೇ ಹೇಳಿದ್ದುರೀ.." ಎಂದಿತು.

"ಯಾವಾಗ? ಯಾಕೆ? ನೀನು ಮೊದಲಿಂದಾನೂ ಅವನನ್ನ ಅಪ್ಪಾ ಅಂತಾನೇ ಕರೀತಾ ಇದ್ಯಾ..?"

"ಇಲ್ಲಾ ರೀ ಧಣೀ... ನಾನು ಅವನನ್ನ ಮೊದಲಿಂದಾನೂ ಅಮ್ಮಾ ಅಂತಾನೇ ಕರೀತಿದ್ದೆ ರೀ. ನನಗೆ ಏಳು ವರ್ಷಾ ಆದಾಗಿಂದಾರೀ... ಅವನನ್ನ ಅಪ್ಪಾ ಅಂತ ಕರೀತಾ ಅದೀನಿರೀ...".

ಧಿಗ್ಗನೆ ಸುನಿಲ ಬಾಯಿಬಿಟ್ಟುಕೊಂಡು ಮತ್ತಷ್ಟು ಜೋರಾಗಿ ಕಣ್ಣರಳಿಸಿದ!

ಅಧ್ಯಾಯ 24

"ಈ ಹಾಳು ಜಗತ್ತಿನಲ್ಲಿ ಜನ ನಮ್ಮನ್ನು ಅಥವಾ ನಮ್ಮಂಥವರನ್ನು ಪ್ರೀತಿಸಬೇಕು ಎಂದರೆ ಕೇವಲ ಸುಖಕ್ಕೆ ಮತ್ತು ಸ್ವಾರ್ಥಕ್ಕೆ ಮಾತ್ರಾ. ಹಾಗಂತ ಅಂಥವರನ್ನೂ ಕೂಡಾ ಪ್ರೀತಿಸದೇ ಬದುಕುವುದಕ್ಕೆ ನಮ್ಮಿಂದ ಸಾಧ್ಯವಿಲ್ಲಾ. ನೀನು ನನಗಿಂತಾ ಸೂಕ್ಷ್ಮ ಕಣೇ.. ನಿನಗೆ ದ್ವೇಷಿಸಲೇ ಗೊತ್ತಿಲ್ಲಾ. ಮಗಳೇ, ನನ್ನ ಕಾಲದ ನಂತರ ನಿನ್ನ ಬದುಕು ಹೇಗಿರತ್ತೋ ಎಂಬ ಆತಂಕ ನನಗೆ. ಅದಕ್ಕೇ ಹೇಳಿಬಿಡುತ್ತೇನೆ ಕೇಳು. ಹೆಣ್ಣಾಗಿರಲಿ ಗಂಡಾಗಿರಲಿ ಯಾರನ್ನೂ ನಂಬಬೇಡಾ. ಎಲ್ಲರಿಂದ ದೂರ ಇರು. ಅರ್ಥ ಮಾಡಿಕೊಳ್ಳದ, ಪ್ರೀತಿ ಇರದ, ಸ್ವಾರ್ಥ ತುಂಬಿದ ನೂರಾರು ಜನರ ನಡುವೆ ಬದುಕುವುದಕ್ಕಿಂತಲೂ... ಒಂಟಿ ಜೀವನವೇ ಸುಖ. ಪ್ರತಿಯೊಬ್ಬರ ಮೇಲೂ ಒಂದು ಅನುಮಾನ ಇಟ್ಟುಕೊಂಡೇ ಬದುಕು. ಯಾವುದೇ ಕಾರಣಕ್ಕೂ ಯಾರನ್ನೂ ಮನೆಗೂ ಮನಕೂ ಹತ್ತಿರ ಬಿಟ್ಟುಕೊಳ್ಳಬೇಡಾ. ನನ್ನ ಈ ಮಾತು ಮಾತ್ರಾ ಮರೆಯಲೇಬೇಡಾ" ಅಂತ ಸಾಯುವ ಕೆಲವು

ತಿಂಗಳುಗಳ ಮುಂಚೆ ರೇಣುಕಾ ಮಲ್ಲಿಕಾಳನ್ನು ಮಡಿಲಿಗೊರಗಿಸಿಕೊಂಡು ತಲೆಸವರಿ ಹೇಳಿದ್ದಳು.

ಅಂದು ಅವಳ ಮಾತಿಗೆ ಕೆರಳಿದ್ದ ಮಲ್ಲಿಕಾ 'ನೀನೂ ಇಲ್ಲವಾದರೆ ನಾನ್ಯಾಕೆ ಬದುಕಿರಲಿ? ಆವತ್ತೇ, ಅದೇ ದಿನ, ಅದೇ ಕ್ಷಣ, ನಾನೂ ಸತ್ತುಹೋಗುತ್ತೇನೆ. ಈಗ ತಾನೇ ಇಲ್ಲಿ ನನ್ನ ಪಾಲಿಗೆ ಏನು ಉಳಿದಿದೆ. ನಿನ್ನಿಂದಾಗಿ ನಾನು ಉಸಿರು ಹಿಡಿದಿದ್ದೇನೆ. ದಯವಿಟ್ಟು ಸಾಯುವ ಮಾತಾಡಬೇಡಾ' ಅಂತ ಕಣ್ಣೀರು ಹಾಕಿದ್ದಳು.

ಆ ಮಾತಿಗೆ ಉತ್ತರವಾಗಿ ಹೊಟ್ಟೆ ಬಿರಿಯುವಂತೆ ಜೋರಾಗಿ ನಕ್ಕಿದ್ದಳು ರೇಣುಕಾ. ನಂತರ ಮತ್ತೆ ಆಕೆಯನ್ನು ಎದೆಗವಚಿಕೊಂಡು, "ಮಗಳೇ, ಖಾಲಿತನಕ್ಕೆ, ಪ್ರೀತಿ ಸಿಕ್ಕದ್ದಕ್ಕೆ, ಒಂಟಿತನಕ್ಕೆ... ಇದಕ್ಕೆಲ್ಲ ಸಾಯುವ ಹಾಗಿದ್ದರೆ ನಾನು ನೀನು ನನ್ನನಿನ್ನಂಥವರು ಈ ಭೂಮಿ ಮೇಲೆ ಇರುತ್ತಲೇ ಇರಲಿಲ್ಲಾ. ನೋವು ಅವಮಾನ ನಮಗೆ ನಿತ್ಯದೂಟದ ಹಾಗೆ ಅಭ್ಯಾಸವಾಗಿ ಬಿಡುತ್ತದೆ. ಕೊನೆಗೆ ಸುಡುಗಾಡುಪ್ರೀತಿ ಹಾಳಾಗಿ ಹೋಗಲಿ, ಈ ನೋವು ಅವಮಾನ ಕೊಡುವುದಕ್ಕಾದರೂ ಜನ ಬೇಕು ಅನಿಸಿಬಿಡುತ್ತದೆ. ಎಂಥೆಂಥಾ ಕಷ್ಟ ನೋವು ಅವಮಾನ ಆದಾಗಲೂ ನಾನು ಸಾಯಲಿಲ್ಲ. ನೀನೂ ಸಾಯಲಿಲ್ಲಾ. ಅಷ್ಟೇ ಯಾಕೆ? ನಾನು ಸತ್ತರೂ ನೀನು ಸಾಯುವುದಿಲ್ಲ. ಇದೇ ನಿಜಾ. ನಾನು ನೀನೆಲ್ಲ ಬದುಕಿನಲ್ಲಿ ಬಂದದ್ದಕ್ಕೇ ಹೊಂದಿಕೊಂಡು, ಸಿಕ್ಕಿದ್ದನ್ನೇ ಮೃಷ್ಟಾನ್ನ ಅಂದುಕೊಂಡು, ಆ ಭಗವಂತ ನಾಳೆಗೆ ನಮ್ಮ ಜೀವನ ಹೇಗಾದರೂ ಬದಲಾಯಿಸುತ್ತಾನೆ ಅಂತ ನಂಬಿಕೊಂಡೇ ಬದುಕುವವರು. ನಾನಿಲ್ಲದೆ ಇದ್ದರೂ ನೀನು ಬದುಕುತ್ತೀಯಾ. ಆದರೆ, ಆ ಬದುಕಿನಲ್ಲಿ ನೀನು ಎಚ್ಚರಿಕೆ ವಹಿಸಲೇಬೇಕಾದ ಮಾತಿದು. ಮರೆಯಬೇಡಾ. ಯಾರನ್ನೂ ನಂಬಬೇಡಾ. ಯಾರನ್ನೂ ಮನೆಗೆ ಸೇರಿಸಬೇಡಾ" ಅಂದು ತಲೆಸವರಿ ಕಣ್ಣಲ್ಲಿ ಕಣ್ಣಿಟ್ಟು ನೋಡಿದ ರೇಣುಕಾಳನ್ನು ಮಲ್ಲಿಕಾ ಎಂದಿಗೂ ಮರೆಯಲಿಲ್ಲಾ.

ತೀರಾ ಅನಿವಾರ್ಯವಾದ ಕೆಲವೇ ಸಂದರ್ಭಗಳಲ್ಲಿ ಮಾತ್ರಾ ತನಗೆ ತೀರಾ ಬೇಕಾದವರನ್ನು ಅಪಾಯಕಾರಿಗಳಲ್ಲ ಎಂದು ಖಚಿತವಾದವರನ್ನು ತನ್ನ ಮನೆಗೆ ಕರೆತರುತ್ತಿದ್ದಳು, ಅದೂ ತಾನು ಎಚ್ಚರಿಕೆಯಲ್ಲಿದ್ದಾಗ ಮಾತ್ರಾ. ಮನೆ ಎಂದ ಕೂಡಲೇ ಕಣ್ಣಲ್ಲಿ ಕಣ್ಣಿಟ್ಟು ಹೇಳಿದಾಗಿನ ರೇಣುಕಾಳ ಮುಖವೇ ಕಣ್ಣಮುಂದೆ ಬರುತ್ತಿತ್ತು. ಹಾಗೆ ಕಣ್ಮುಂದೆ ಬರುತ್ತಿದ್ದಂತೆಯೇ ನಶೆಯೆಲ್ಲ ಜರ್‍ರನೆ ಜಾರಿ ಹೋಗುತ್ತಿತ್ತು. ಎಂತೆಂಥಾ ನಶೆಯ ಜಗತ್ತನ್ನು ನೋಡಿಬಿಟ್ಟಳು ಮಲ್ಲಿಕಾ!

ಗಾಂಜಾ, ಸಾರಾಯಿ, ವಿದೇಶೀ ಮದ್ಯ, ಲೋಕಲ್ ಸರಕು... ಅದು ಸುರಾಪಾನವೋ ರಸಾಪಾನವೋ... ಒಟ್ಟಿನಲ್ಲಿ ಅಧ್ವಾನದಲ್ಲಿ ಅಧ್ವಾನ..! ಬೆಳಗ್ಗೆದ್ದು ನೋಡಿದರೆ ಇದೂ ಒಂದು ಜೀವನವಾ? ಇಂಥಾದ್ದೊಂದು

ಜೀವನವೂ ಬೇಕಿತ್ತಾ ಅಂತ ಅವರಿಗೇ ಅನಿಸುವಷ್ಟು ಅಸಹ್ಯದ ಜೀವನ. ಆದರೆ, ಕತ್ತಲಾಗುತ್ತಿದ್ದಂತೆ ಮನಸ್ಸಿಗೂ ಕತ್ತಲಾಗುತ್ತಿತ್ತು. ಮೋಜಿನ ನೆಪದಲ್ಲಿ ಹುಚ್ಚುಕೋಡಿ ಮನಸ್ಸು ಸಂಗಸುಖ ಬಯಸುತ್ತಿತ್ತು. ಸಂತೋಷಕ್ಕೋ ದುಃಖಕ್ಕೋ ತಿಳಿಯದ ರಣಕೇಕೆಯಂತಹ ನಗುವಿನೊಂದಿಗೆ ಆ ರಸಸಂಜೆಯೆಂಬ ಸುರಾಸಂಜೆ ಕಾರ್ಯಕ್ರಮ ಆರಂಭವಾಗುತ್ತಿತ್ತು. ಆ ಉನ್ಮತ್ತತೆ, ಹಸಿಕಾಮ, ಹುಚ್ಚುತನದ ಪರಮಾವಧಿಯಲ್ಲಿ ರಾತ್ರಿಯೆಲ್ಲ ಅಬ್ಬರಿಸುತ್ತಿದ್ದ ದೇಹ... ಅಷ್ಟಾದ ಮೇಲೆ ಹಗಲು ಪೂರ್ತಿ ಸುಧಾರಿಸಿಕೊಳ್ಳಲು ಅವಕಾಶ ಕೇಳುತ್ತಿತ್ತು. ನಶೆ, ನಿರಾಶೆ, ಧಿಕ್ಕಾರ, ನೋವು, ಅವಮಾನ ಮತ್ತು ನಾನೇಕೆ ಸಾಯಬೇಕು ಎಂಬ ಪ್ರಶ್ನೆ... ಜೊತೆಗೆ ಅದೇ ಸಂಜೆ, ಅದೇ ರಾತ್ರಿ, ಅದೇ ಹಗಲು!

ಅಂತಹ ಬದುಕು ಕೂಡಾ ಅದೊಂದು ಘಳಿಗೆಯಲ್ಲಿ... ಆ ಪುಟ್ಟ ಕೂಸನ್ನು ಕೈಗೆತ್ತಿಕೊಂಡ ಘಳಿಗೆಯಲ್ಲಿ... ಅದಕ್ಕೆ ತಾನೇ ಎಲ್ಲ ಆಗಿ ಸಾಕುತ್ತೇನೆ ಎಂದು ನಿರ್ಧರಿಸಿದ ಘಳಿಗೆಯಲ್ಲಿ... ಬದಲಾಗಿ ಹೋಗಿತ್ತು! ಆ ಮಗುವಿನೊಂದಿಗೆ ಆಟವಾಡಿಕೊಳ್ಳುತ್ತಾ ಅದರ ಲಾಲನೆ ಪಾಲನೆ ಮಾಡುತ್ತಾ ಹೊರಗಿನ ಜಗತ್ತೇ ಅರ್ಥ ಮರೆತುಹೋಗಿತ್ತು. ಯಾವಾಗ ಆ ಮಗುವನ್ನು ಎಂದೆಂದಿಗೂ ತನ್ನ ಬಳಿ ಇರಿಸಿಕೊಳ್ಳಬೇಕೆಂಬ ನಿರ್ಧಾರ ತೆಗೆದುಕೊಂಡಳೋ ಅಲ್ಲಿಂದ ಮಲ್ಲಿಕಾಳ ಬದುಕು ಬೇರೆಯೇ ಗತಿಗೆ ಹೊರಳಿಕೊಂಡಿತು. ಅವಳು ಹೊರಗಿನ ಲೋಕಕ್ಕೆ ಗುಟ್ಟು ಗುಟ್ಟು ಆದಳು. ಆಕೆ ಊರೂರು ಸುತ್ತುವ ಅಭ್ಯಾಸ ಬೆಳೆಸಿಕೊಂಡಿದ್ದರಿಂದ ಆಕೆಯ ಇರುವಿಕೆಯಾಗಲೀ ಮರೆಯಾಗುವಿಕೆಯಾಗಲೀ ಯಾರಿಗೂ ಗಮನಕ್ಕೆ ಬಾರಲಿಲ್ಲಾ. ಬಂದರೂ ಮಲ್ಲಿಕಾ ಅದನ್ನು ಗುಟ್ಟಾಗಿ ನಿಭಾಯಿಸುವಷ್ಟು ಬದಲಾಗಿದ್ದಳು.

ಎಲ್ಲಕ್ಕಿಂತ ಹೆಚ್ಚಾಗಿ ಆ ಮಗುವನ್ನು ತಾನು ಕಾಪಾಡಿಕೊಳ್ಳುವುದರ ಬಗ್ಗೆ, ಪೋಷಿಸುವುದರ ಬಗ್ಗೆ ಆಕೆ ಮಾಡಿದ ಯೋಚನೆಗಳು ತೆಗೆದುಕೊಂಡ ಕಾಳಜಿಗಳು ಯಾರ ಅರಿವಿಗೂ ನಿಲುಕುವಂಥದ್ದಾಗಿರಲಿಲ್ಲಾ. ಆಕೆ ತನ್ನ ಮನೆಯನ್ನೇ ಮೆಲ್ಲಮೆಲ್ಲಗೆ ಆ ಮಗುವಿನೊಂದಿನ ಒಡನಾಟಕ್ಕಾಗಿ ಬದಲಾಯಿಸಿ ಕೊಳ್ಳತೊಡಗಿದಳು. ಆರೋಗ್ಯ ಕೆಟ್ಟಾಗ ಹೊರಗೆ ಕರೆದೊಯ್ಯಬೇಕೆಂದರೆ ಅದಕ್ಕಾಗಿ ರಾತ್ರಿಗಳಿಗೆ ಕಾಯುತ್ತಿದ್ದಳು. ದೂರದೂರುಗಳನ್ನು ಆಯ್ದುಕೊಳ್ಳುತ್ತಿದ್ದಳು. ಅದಕ್ಕಾಗಿಯೇ ನಾಟಿ ವೈದ್ಯಗಳನ್ನು ವಿಶೇಷವಾಗಿ ಅಭ್ಯಾಸ ಮಾಡಿದಳು. ಮನೆಗೆ ಗಾರೆ ಹಾಕುವುದರಿಂದ ಹಿಡಿದು ಆಕೆ ಮಾಡದ ಕೆಲಸಗಳಿಲ್ಲಾ. ಬೆಳಗ್ಗೆ ಎದ್ದರೆ ರಾತ್ರಿವರೆಗೂ ಮಾಡಲು ಅದೆಷ್ಟು ಕೆಲಸಗಳು..! ಅದೆಂಥ ಜೀವನೋತ್ಸಾಹ..! ರಾತ್ರಿಯಲ್ಲಿ ಆ ಮಗುವನ್ನು ಅವುಚಿ ಮಲಗಿದರೆ ಓಡುವ ಕಾಲವನ್ನು ಹಿಡಿದು ಕಟ್ಟಿಹಾಕಿಕೊಳ್ಳಬೇಕು ಎನಿಸುವಷ್ಟು ಉತ್ಕಟತೆ. ಸವಿಸವಿ ಕನಸು..!

ಇಷ್ಟೆಲ್ಲಾ ಜವಾಬ್ದಾರಿಯ ನಡುವೆ ಆಕೆಗೆ ಕಸುಬೇ ನೆನಪಿಗೆ ಬರುತ್ತಿರಲಿಲ್ಲ. ಮರೆತೇಹೋಗಿದೆ ಎನಿಸುತ್ತಿತ್ತು. ಅದರೂ ಹಿಡಿದ ಅಭ್ಯಾಸ ಘಾಟು ರುಚಿ ಬಿಡದೆ ಆಗಾಗ ಕೆಣಕುತ್ತಿತ್ತು. ಸುಮಾರು ಆರು ವರ್ಷಗಳು ಆಕೆಯ ಬದುಕಿನಲ್ಲಿ ತನ್ನಷ್ಟಕ್ಕೇ ತಾನೇ ನಗುವ, ತನಗೆ ತಾನೇ ಹೆಮ್ಮೆ ಪಡುವ, ಈ ಲೋಕದಲ್ಲಿ ಯಾರಿಗೂ ಗೊತ್ತಿರದ ಗುಟ್ಟೊಂದನ್ನು ತಾನು ಅಡಗಿಸಿಟ್ಟುಕೊಂಡಿರುವ ವಿಚಿತ್ರ ಹುಮ್ಮಸ್ಸು ಇರುತ್ತಿತ್ತು. ಮುಖದ ಮೇಲೆ ಅದೊಂದು ಕಳೆ. ಕಂಡೂ ಕಾಣದಂತೆ ತುಟಿಯ ಮೇಲೊಂದು ಮುಗುಳ್ನಗೆ. ಅವಳಿಗೆ ತನ್ನನ್ನು ಯಾರೂ ಗಮನಿಸಲಿ ಎನಿಸುತ್ತಿರಲಿಲ್ಲಾ. ಬದಲಿಗೆ ಆಕೆ ತನ್ನನ್ನು ತಾನು ಗಮನಿಸಿಕೊಂಡು ಹೆಮ್ಮೆ ಪಡುತ್ತಿದ್ದಳು.

ಒಂದು ದಿಕ್ಕಿಗೆ ಸ್ಮಶಾನ ಮತ್ತರೆಡು ದಿಕ್ಕಿನಲ್ಲಿ ಅಕ್ಕಪಕ್ಕದ ಇಂಥದೇ ಭೂತಬಂಗಲೆಗಳು ಇದ್ದವು ಅವಳ ಮನೆಗೆ. ಮನೆಯ ಕಾಂಪೋಂಡಿನುದ್ದಕ್ಕೂ ಬೆಳೆಸಿದ್ದ ದಟ್ಟ ಗಿಡಮರಗಳು ಅವಳ ಮನೆಯ ಚಟುವಟಿಕೆಗಳನ್ನು ಹೊರಗಿನವರಿಗೆ ಸಂಪೂರ್ಣವಾಗಿ ಅಪರಿಚಿತಗೊಳಿಸಿತ್ತು. ತನ್ನ ಮನೆಯ ಟೆರೇಸಿನಲ್ಲಿ ಸ್ಮಶಾನದ ಕಡೆಗೆ ಮಾತ್ರಾ ತೆರೆದಿಟ್ಟು ಉಳಿದೆರಡೂ ಕಡೆ ಬಿದಿರಿನ ಮರೆ ಏರಿಸಿದ್ದಳು ಮಲ್ಲಿಕಾ. ಏಕೆಂದರೆ ಆಕೆ ರಾತ್ರಿಗಳಲ್ಲಿ ಆ ಮಗುವನ್ನು ಟೆರೇಸಿಗೆ ಕರೆತಂದು ಅದಕ್ಕೆ ಚಂದ್ರನನ್ನು ತೋರಿಸುತ್ತ ಊಟ ಮಾಡಿಸುತ್ತಿದ್ದಳು. ಆ ಮಗು ಮನೆಯ ಹೊರಗೆ ಬಂದು ಸೂರ್ಯನನ್ನಾಗಲೀ ಚಂದ್ರನನ್ನಾಗಲೀ ಕಂಡಿದ್ದು ಆ ಮಾಳಿಗೆಯ ಮೂಲಕವೇ. ಉಳಿದಂತೆ ಆ ಮನೆಯ ಅಂಗಳ ದಾಟಬೇಕೆಂದರೆ ಅದು ಯಾರ ಕಣ್ಣಿಗೂ ಬೀಳದಂತಹ ರಾತ್ರಿಯ ಸಮಯವೇ ಆಗಬೇಕಿತ್ತು. ಆ ಮಗು ಚಂದಿರನನ್ನು ನೋಡುತ್ತ ನೋಡುತ್ತಲೇ ಚಂದಿರನ ತುಂಡು ಎಂಬ ಹಾಗೆ ಮೈದುಂಬಿಕೊಳ್ಳುತ್ತಿತ್ತು. ಆ ಮಗುವಿನ ಮುದ್ದು ಮಾತುಗಳಿಗೆ ನಕ್ಕಿದ್ದೆಷ್ಟು, ಅತ್ತಿದ್ದೆಷ್ಟು, ಕಲಿಸಿದ್ದೆಷ್ಟು, ಅದಕ್ಕೆ ಅಕ್ಷರಾಭ್ಯಾಸ ಮಾಡಿಸಿದ್ದೇನು... ಒಂದಾ ಎರಡಾ... ಮಲ್ಲಿಕಾಳ ಬದುಕಿನ ಅತ್ಯಂತ ಹರ್ಷದ ಸುಖಮಯ ಜೀವನದ ಆರೇಳು ವರ್ಷಗಳು ಅದು.

ಇಂದದ್ದೇ ಅದೊಂದು ರಾತ್ರಿ ಟೆರೇಸಿನಲ್ಲಿ ಕುಳಿತು ಮಲ್ಲಿಕಾಳ ಕೈಯಿಂದ ತುತ್ತು ತಿನ್ನಿಸಿಕೊಳ್ಳುತ್ತಿದ್ದ ಮಗು ಸ್ಮಶಾನದಾಚೆಗೆ ತಾರೆಗಳ ಕೆಳಗೆ ಮಿನುಗುತ್ತಿದ್ದ ದೀಪಗಳ ನೋಡಿ 'ಅದೇನು' ಅಂದಿತು. 'ಊರು, ಊರಿನಲ್ಲಿನ ದೀಪಾ' ಅಂದಳು ಮಲ್ಲಿಕಾ.

"ಅಮ್ಮಾ, ನೀನ್ಯಾಕ್ ನನಗೆ ಊರು ತೋರಿಸಲ್ಲಾ. ನಾವ್ಯಾಕೆ ಆ ಜನಗಳ ಜೊತೆ ಸೇರಿ ಓಡಾಡೋದಿಲ್ಲಾ? ನನಗ್ಯಾಕೆ ಆಟವಾಡಿಕೊಳ್ಳೋಕೆ ಯಾರೂ ಇಲ್ಲಾ? ನಾನು ನೀನು ಇಲ್ಲಿ ಕೋಟೆ ಒಳಗೆ ರಾಕ್ಷಸ ಬಂಧಿಸಿಟ್ಟ ರಾಜಕುಮಾರಿಯರ ಥರಾ ಇರ್ತೀವಿ" ಅಂದುಬಿಟ್ಟಿತು.

ಒಂದು ಕ್ಷಣ ಎತ್ತಿಟ್ಟಂತಾಗಿಹೋಯಿತು ಮಲ್ಲಿಕಾಳಿಗೆ. ಜರ್ರನೆ ಆನಂದ ಹೆಮ್ಮೆಗಳೆಲ್ಲ ಇಳಿದುಹೋಗಿತ್ತು. ಆ ಮಗುವಿನ ಮುಗ್ಧ ಪ್ರಶ್ನೆಯಲ್ಲಿ ಅವರಿಬ್ಬರ ಇಡೀ ಭವಿಷ್ಯದ ಪ್ರಶ್ನೆಗಳಿತ್ತು. ಆಕೆ ಹೇಳುತ್ತಿದ್ದ ಅಜ್ಜಿಕಥೆಗಳಲ್ಲಿನ ಅದೊಂದು ಪಾತ್ರದ ಪುಟ್ಟು ಹುಡುಗಿಯಾಗಿ ಆ ಕೂಸಿಗೆ ತನ್ನ ಬಗ್ಗೆ ಒಂದು ಅಸ್ಪಷ್ಟ ಕಲ್ಪನೆ ಬಂದುಬಿಟ್ಟಿತ್ತು. ಆ ಹೊತ್ತಿಗೆ ಮಗುವಿಗೆ ಹೇಗೋ ಸಮಾಧಾನಿಸಿ ಸುಮ್ಮನಾಗಿಸಿಬಿಟ್ಟಳು ಮಲ್ಲಿಕಾ. ಆದರೆ ಆ ಮಗು ಎತ್ತಿದ್ದ ಪ್ರಶ್ನೆ ಅವಳನ್ನು ಇನ್ನಿಲ್ಲದ ಹಾಗೆ ಕಾಡತೊಡಗಿತು. 'ಇದಾ? ಈ ಜೀವನವಾ ನಾನು ಈ ಮಗುವಿಗೆ ಕೊಡುತ್ತಿರುವುದು.? ಇದು ನಾನು ಆಟಕ್ಕೆಂದು ತಂದಿಟ್ಟುಕೊಂಡ ಬೊಂಬೆಯಾ? ಈ ಮಗುವಿಗೆ ಬೇರೆ ಬದುಕಿಲ್ಲವಾ? ಈ ಲೋಕದೊಂದಿಗೆ ಸೇರುವ ಅರ್ಹತೆಯಿಲ್ಲವಾ? ಕೇವಲ ನನ್ನಿಂದಾಗಿ ನನ್ನ ಸ್ವಾರ್ಥಕ್ಕಾಗಿ ಈ ಮಗು ತನ್ನೆಲ್ಲಾ ಸುಖಗಳಿಂದ ವಂಚಿತವಾಗಬೇಕಾ? ನಾನು ಈ ಮಗುವನ್ನು ಗುಟ್ಟಾಗಿ ಬೆಳೆಸುತ್ತಾ ನನ್ನ ಸಂತೋಷ ನಾನು ಅನುಭವಿಸುತ್ತಿದ್ದೇನೆ. ಆದರೆ ಈ ಮಗುವಿನ ಬದುಕನ್ನು ಕಿತ್ತುಕೊಳ್ಳುತ್ತಿದ್ದೇನಾ? ಸ್ವಚ್ಛಂದವಾಗಿ ಹಾರಾಡಬೇಕಿದ್ದ ಈ ಗಿಳಿಮರಿಯನ್ನು ತಂದು ನನ್ನ ಖುಷಿಗೆ ಪಂಜರದೊಳಗಿಟ್ಟು ಬೆಳೆಸುತ್ತಿದ್ದೇನಾ? ಎಂದೋ ಒಂದು ದಿನ ಪಂಜರದ ಬಾಗಿಲು ತೆರೆದಿದ್ದಾಗ ಆ ಗಿಳಿಮರಿ ಹೊರಗಿನ ಲೋಕ ನೋಡಿ ಹಾಗೇ ಹಾರಿಹೋದರೆ ಮತ್ತೆ ಹಿಂದಿರುಗುವುದಿಲ್ಲವಾ? ಆ ಖಾಲಿ ಪಂಜರ ನೋಡುತ್ತಾ ಬದುಕುವುದಷ್ಟೇ ನನಗೆ ಉಳಿದ ಜೀವನವಾ?

ನಿಧಾನಕ್ಕೆ ಮಲ್ಲಿಕಾಳ ಮನಸನ್ನು ನೂರಾರು ಪ್ರಶ್ನೆಗಳು ಜರಡಿ ಆಡತೊಡಗಿದವು. ಇದ್ದಕ್ಕಿದ್ದಂತೆ ಆಕೆಯ ಉತ್ಸಾಹದ ಬಲೂನು ಟುಸ್ಸೆಂದುಬಿಟ್ಟಿತ್ತು. ತನ್ನಿಂದೇನೋ ಘೋರ ಅಪರಾಧವೇ ನಡೆದುಹೋಗುತ್ತಿದೆ. ತಾನು ಮಹಾಪಾಪಿ. ತನಗೆ ಈ ಮಗುವಿನ ಹಕ್ಕು ಕಿತ್ತುಕೊಳ್ಳುವ ಹಕ್ಕಿಲ್ಲಾ. ಈ ಮಗುವಿನ ಮೇಲೆ ಪ್ರೀತಿ ಇದ್ದರೆ ಈಗಿಂದೀಗಲೇ ಈ ಮಗುವನ್ನು ಕೊಂಡೊಯ್ದು ಅನಾಥಾಶ್ರಮಕ್ಕೆ ಸೇರಿಸಿಬಿಡಬೇಕು. ದೂರದಿಂದ ನೋಡಿ ಹರಸಿ ಸುಮ್ಮನಿದ್ದು ಬಿಡಬೇಕು. ತನ್ನ ಹರಾಮೀ ಬದುಕು ಈ ಮಗುವಿನ ಭವಿಷ್ಯವನ್ನು ಕಿತ್ತುಕೊಳ್ಳಬಾರದು. ತಾನು ತಪ್ಪು ಮಾಡುತ್ತಿದ್ದೇನೆ ಎಂದೆಲ್ಲಾ ಅನಿಸಿ ಆಕೆ ನಿಧಾನಕ್ಕೆ ಡಿಪ್ರೆಶನ್‌ಗೆ ಜಾರತೊಡಗಿದಳು. ಮಗುವಿನ ಮೇಲೆ ಗಮನ ಕಮ್ಮಿಯಾಗತೊಡಗಿತು. ಕುಡಿತಗಳು ಮತ್ತೆ ಜೊತೆಯಾದವು. ಆ ಮಗುವನ್ನು ಬಿಟ್ಟು ಹೋಗಲಾಗದ, ಕಡುಸತ್ಯವನ್ನು ಒಪ್ಪಿಕೊಳ್ಳಲಾಗದ ಒದ್ದಾಟದಲ್ಲಿದ್ದ ಅದೊಂದು ದಿನ ಹಾಡಹಗಲೇ ಮದಿರೆ ಹಿಡಿದು ಕುಳಿತಿದ್ದ ಮಲ್ಲಿಕಾಳ ಬಳಿ ಬಂದಿತ್ತು ಆ ಕೂಸು.

ಮಲ್ಲಿಕಾ ತಲೆಯೆತ್ತಿ ನೋಡಿದಾಗ ಆ ಕೂಸಿನ ಮುಖದಲ್ಲಿ ಒಂದು ಚೋದ್ಯದ ನಗುವಿತ್ತು. ಮಲ್ಲಿಕಾ ಗೊಂದಲದಿಂದ ನೋಡುತ್ತಿರುವಾಗ ಹತ್ತಿರ ಬಂದ ಆ ಕೂಸು ನಗುತ್ತಾ ಅವಳ ಕೆನ್ನೆ ಸವರಿತು. ಇನ್ನೂ ಜೋರಾಗಿ ನಗುತ್ತಾ,

"ವಾ... ಅಮ್ಮ ಬರ್ತಾ ಬರ್ತಾ ಅಪ್ಪಾ ಆಗ್ತಾ ಇದ್ದಾಳೆ" ಅಂದಿತು.

ಒಂದು ಕ್ಷಣ ಮಲ್ಲಿಕಾಳಿಗೆ ಆ ಮಗು ಏನು ಹೇಳಿತೋ ಅರ್ಥವಾಗಲಿಲ್ಲಾ. ಯಾವಾಗ ಆ ಮಗು ಮತ್ತೆ ಆಕೆಯ ಗಡ್ಡ ಸವರಿತೋ ತಟ್ಟನೆ ಆಕೆಗೆ ಎಲ್ಲ ಅರಿವಾಗಿ ಧಡಧಡನೆ ಹೋಗಿ ಕನ್ನಡಿಯ ಮುಂದೆ ನಿಂತು ನೋಡಿಕೊಂಡಳು. ಆ ಮಗು ನಕ್ಕಿದ್ದು ಅರ್ಥಪೂರ್ಣವಾಗಿತ್ತು. ಕೆಲವು ದಿನಗಳಿಂದ ಈ ದುಃಖದಲ್ಲಿಯೇ ಹೊರಗೂ ಹೋಗದೆ ತನ್ನ ಬಗ್ಗೆಯೂ ಆಸ್ಥೆ ವಹಿಸದ ಮಲ್ಲಿಕಾಳ ಮುಖದ ಮೇಲೆ ಗಡ್ಡ ಮೀಸೆಗಳು ಮೂಡಿದ್ದವು. ಹಠಾತ್ತಾಗಿ ಮುಖ ಮುಚ್ಚಿ ಕಿರುಚಿಕೊಂಡಳು ಮಲ್ಲಿಕಾ. ನಿಧಾನಕ್ಕೆ ಮತ್ತೆ ಮತ್ತೆ ಕನ್ನಡಿಯಲ್ಲಿ ನೋಡಿಕೊಳ್ಳುತ್ತಾ ಕಿರುಚಾಡುತ್ತಾ ಮನೆಯೆಲ್ಲ ಸುತ್ತತೊಡಗಿದ್ದಳು. ಆ ಮಗು ಬೆಚ್ಚಿಬಿದ್ದಿತ್ತು. ಭಯದಿಂದ ನೋಡುತ್ತಿದ್ದ ಆ ಮಗುವನ್ನು ಕಂಡು ತನ್ನ ಕಿರುಚಾಟ ನಿಲ್ಲಿಸಿದ ಮಲ್ಲಿಕಾ ಹಠಾತ್ತನೆ ಬಂದು ಆ ಮಗುವನ್ನು ಕೈಗೆತ್ತಿಕೊಂಡಳು. ಸಮಾಧಾನಿಸಿಕೊಂಡಳು. ಆ ಮಗುವನ್ನೂ ಕೂಡಾ ಸಮಾಧಾನಿಸಲು ತೊಡಗಿದಳು. ಭಯವಾಯಿತಾ ಕೂಸೇ ಎಂದೆಲ್ಲಾ ಅಳುತ್ತಲೇ ಮುದ್ದು ಮಾಡುವಾಗ ಇಲ್ಲ ಎಂಬಂತೆ ತಲೆ ಆಡಿಸಿದ ಆ ಮಗು ಮತ್ತೆ ನಿಧಾನಕ್ಕೆ ನಗುತ್ತಾ ಆಕೆಯ ಗಡ್ಡ ಮೀಸೆ ಸವರಿ ಮತ್ತೆ 'ಅಮ್ಮಾ ಈಗ ಅಪ್ಪ' ಎಂದಿತು. ಉಮ್ಮಳಿಸಿ ಬರುತ್ತಿದ್ದ ತನ್ನ ಸಂಕಟವನ್ನು ಒತ್ತಾಯವಾಗಿ ತಡೆಹಿಡಿದ ಮಲ್ಲಿಕಾ ನಗುವಂತೆ ನಟಿಸುತ್ತಲೇ ಆ ಕೂಸನ್ನು ಎತ್ತಿಕೊಂಡು ಹೋಗಿ ತಟ್ಟಿ ಮಲಗಿಸಿದ್ದಳು. ಮಗು ನಿದ್ದೆ ಮಾಡುತ್ತಿರುವುದು ಖಚಿತವಾದ ಮೇಲೆ ಕನ್ನಡಿಯ ಮುಂದೆ ಬರುವ ಹೊತ್ತಿಗೆ ಮೈ ಅದುರುತ್ತಿತ್ತು. ಕನ್ನಡಿಯಲ್ಲಿ ತನ್ನನು ತಾನು ನೋಡಿಕೊಂಡ ಮಲ್ಲಿಕಾಳಿಗೆ ಏನೂ ಕಾಣದಷ್ಟು ಕಣ್ಣೀರು ತುಂಬಿಕೊಂಡಿತ್ತು. ಆಕೆ ಕಣ್ಣು ಉಜ್ಜಿಕೊಳ್ಳುತ್ತಲೇ ಉಜ್ಜಿಕೊಳ್ಳುತ್ತಲೇ ಕನ್ನಡಿಯಲ್ಲಿ ತನ್ನನ್ನು ನೋಡಿಕೊಂಡು ಸದ್ದಾಗದಂತೆ ಅಳಲು ತೊಡಗಿದ್ದಳು. ಅಳುತ್ತಾ ಅಳುತ್ತಾ ಕನ್ನಡಿಯನ್ನು ನೋಡುತ್ತಿದ್ದವಳಿಗೆ ಹಠಾತ್ತನೆ ಕನ್ನಡಿಯಲ್ಲಿ ತನ್ನ ಅಪ್ಪ ಕಾಣಿಸತೊಡಗಿದ. ಹೌದು! ತನ್ನಪ್ಪ! ತನ್ನ ಮುಖಚರ್ಯೆಯಲ್ಲಿ ಆತನನ್ನು ಹುಡುಕುತ್ತ ಹುಡುಕುತ್ತಾ ತನ್ನನ್ನು ಮರೆತಿದ್ದ ಮಲ್ಲಿಕಾಳಿಗೆ ಇದ್ದಕ್ಕಿದ್ದಂತೆ ಆ ಮಗು ಹೇಳಿದ 'ಅಮ್ಮ ಅಪ್ಪ ಆಗೋಗಿದ್ದಾಳೆ' ಅಂದದ್ದು ನೆನಪಾಯಿತು. 'ಅರೆ! ಹೌದಲ್ಲಾ. ತಾನೀಗ ತನ್ನ ಅಪ್ಪನ ಹಾಗೇ ಒಂದಷ್ಟು ಕಾಣುತ್ತಿದ್ದೇನೆ. ಈ ಕೂಸಿಗೆ ತಾನು ಅಪ್ಪನ ಹಾಗೆ ಕಾಣುತ್ತಿದ್ದೇನೆ. ನನ್ನ ತೃಪ್ತಿಗೆ ನಾನು ಅಮ್ಮನ ಹಾಗೆ ಅಂದುಕೊಳ್ಳಬಹುದು. ಅಲಂಕರಿಸಿಕೊಂಡು ಅಮ್ಮನ ಹಾಗೆ

ಕಾಣಿಸಿಕೊಳ್ಳಬಹುದು. ಆದರೆ ಈ ಮಗುವಿನ ಪಾಲಿಗೆ ನಾನ್ಯಾರು? ಅಪ್ಪನಾ? ಅಮ್ಮನಾ? ಗೊಂದಲದಿಂದ ನೋಡುತ್ತಾ ನೋಡುತ್ತಾ ಮಲ್ಲಿಕಾಳಿಗೆ ಈ ಮಗುವಿಗೆ ಅಪ್ಪನೂ ನಾನೇ, ಅಮ್ಮನೂ ನಾನೇ. ಹಾಗಾದರೆ ಅದೇ ರೀತಿ ಯಾಕೆ ನ್ಯಾಯ ಒದಗಿಸಬಾರದು? ತಾನು ಹೆದರುತ್ತಾ ಇದ್ದದ್ದು ಯಾಕೆ? ಈ ಮಗುವನ್ನು ಹೊರಗೆ ಕರೆದೊಯ್ದಾಗ ತಾನು ಈ ಮಗುವಿಗೆ ಏನಂತ ಪರಿಚಯಿಸಬೇಕು? ಯಾರು ನಂಬುತ್ತಾರೆ? ಯಾರಾದರೂ ಪೊಲೀಸರಿಗೆ ಕಂಪ್ಲೇಂಟ್ ಮಾಡಿದರೆ ಜೈಲು ಸೇರಬೇಕಾಗುತ್ತದೆ ಎಂಬ ಎಚ್ಚರಿಕೆಯಿಂದಲೇ ಇದೆಲ್ಲಾ ಮಾಡಿದ್ದಲ್ಲವೆ?

ಆದರೆ ತಾನು ಈ ಗೆಟಪ್ಪಿನಲ್ಲಿ ಈ ಮಗುವಿಗೆ ಅಪ್ಪನಾಗಿ ಹೋದರೆ ಆಗ ತನ್ನನ್ನೂ ಯಾರೂ ಗುರುತು ಹಿಡಿಯುವುದಿಲ್ಲಾ. ಈ ಮಗುವನ್ನು ತನ್ನ ಮಗು ಎಂದರೆ ಯಾರೂ ಪ್ರಶ್ನಿಸುವುದೂ ಇಲ್ಲಾ. ಹಾಗಾದರೆ... ಹಾಗಾದರೆ...

ಮಲ್ಲಿ ತನ್ನನ್ನೇ ಮತ್ತೆ ಮತ್ತೆ ಕನ್ನಡಿಯಲ್ಲಿ ನೋಡಿಕೊಳ್ಳತೊಡಗಿದಳು. ಅವಳಿಗೆ ತಲೆಯಲ್ಲಿ ಬೇರೆ ಏನೋ ಓಡತೊಡಗಿತ್ತು. ಕನ್ನಡಿಯ ಮುಂದೆ ಕುಳಿತು ಏನೋ ಹಂಚಿಕೆ ಹಾಕುತ್ತಾ ಹದಿನೈದು ದಿನಗಳೇ ಕಳೆದುಹೋಗಿತ್ತು. ಕುಡಿತ ಕೊರಗುಗಳೆಲ್ಲ ಬಿಟ್ಟುಹೋಗಿತ್ತು.

ಅದೊಂದು ದಿನ ಬಂದ ಕೂಸು ನಗುನಗುತ್ತಲೇ ನೀಳವಾಗಿ ಬೆಳೆದ ಮಲ್ಲಿಕಾಳ ಗಡ್ಡವನ್ನು ಸವರಿ ನಕ್ಕಿತು. ನಿಟ್ಟುಸಿರಿಟ್ಟು ನಕ್ಕ ಮಲ್ಲಿಕಾ ನಗುತ್ತಲೇ,

"ಕೂಸೇ, ನಿನಗೆ ಅಪ್ಪ ಬೇಕಾ ಅಮ್ಮ ಬೇಕಾ?" ಎಂದಳು.

ಆ ಮಗು ಅರ್ಥವಾಗದೇ ಆತನನ್ನೇ ಪಿಳಿಪಿಳಿ ನೋಡಿತು.

"ಅಮ್ಮ ನಿನ್ನನ್ನ ಈ ಮನೆಲೇ ಇಟ್ಟು ಚೆನ್ನಾಗ್ ನೋಡ್ಕೋತಾಳೆ. ಅಪ್ಪ ನಿನಗೆ ಹೊರಗಡೆ ಕರ್ಕೊಂಡೋಗಿ ಚೆನ್ನಾಗಿ ಸುತ್ತಿಸ್ತಾನೆ. ಆಟ ಆಡಿಸ್ತಾನೆ. ಎಲ್ಲಾರ್ ಜೊತೆ ಸೇರೋ ಹಾಗ್ ಮಾಡ್ತಾನೆ. ನಿನಗೆ ಯಾರ್ ಬೇಕು?" ಎಂದಳು.

ಆ ಮಗುವಿಗೆ ಈ ಪ್ರಶ್ನೆಯ ಕಾಂಪ್ಲಿಕೇಷನ್ಸ್ ಏನೂ ಅರ್ಥ ವಾಗದೇ 'ನಂಗೆ ಅಪ್ಪಾ ಅಮ್ಮಾ ಇಬ್ಬರೂ ಬೇಕು' ಅಂದಿತು.

ಆಕೆಯನ್ನೇ ನೋಡುತ್ತಾ ನಿಟ್ಟುಸಿರಿಟ್ಟು ನಿಧಾನಕ್ಕೆ ನಂತರ ಜೋರಾಗಿ ನಗತೊಡಗಿದಳು ಮಲ್ಲಿಕಾ... ಅರ್ಥವಾಗದೇ ನೋಡುತ್ತಿದ್ದ ಆ ಮಗುವನ್ನು ಎತ್ತಿಕೊಂಡು ಜೋರಾಗಿ ಮೇಲೆಸೆದು ಹಿಡಿದು,

"ನಿನಗೆ ಈ ಅಪ್ಪನ್ನ ನೋಡಿದ್ರೆ ಹೆದರ್ಕೆ ಆಗ್ತದೋ ಇಲ್ಲಾ ಪ್ರೀತಿ ಬರ್ತದೋ" ಅಂದಳು.

"ನನಗೆ ಹೆದರ್ಕೆ ಆಗೋದಿಲ್ಲಾ" ಎಂದಿತು ಕೂಸು. ಇನ್ನಷ್ಟು ಜೋರಾಗಿ ನಕ್ಕ ಮಲ್ಲಿಕಾ, ನಂತರ,

"ಹಾಗಾದ್ರೆ ಇನ್ನು ಮ್ಯಾಲ ನನ್ನನ್ನ ನೀನು ಅಪ್ಪ ಅಂತಲೇ ಕರಿ" ಅಂದಳು.

ಹಾಗೆ ಹೇಳಿದ್ದಕ್ಕೆ ತಕ್ಕಹಾಗೆ ನಡೆದುಕೊಂಡಳು ಮಲ್ಲಿಕಾ. ವರುಷದಲ್ಲಿ ನಾಲ್ಕು ತಿಂಗಳು ಗಡ್ಡಮೀಸೆ ಬಿಟ್ಟು ಪುರುಷನಂತೆ ಕಾಣತೊಡಗಿದಳು. ಅದಕ್ಕೆ ತಕ್ಕ ಹಾಗೆ ಅಂಗಿ ಪಂಚೆ ಧರಿಸತೊಡಗಿದಳು. ತಲೆಗೆ ಗಟ್ಟಿಯಾಗಿ ರುಮಾಲು ಸುತ್ತಿಕೊಂಡಳು. ಪಕ್ಕಾ ಉತ್ತರ ಕರ್ನಾಟಕದ ಯಜಮಾನನ ರೂಪ ಧರಿಸಿದ ಮಲ್ಲಿಕಾ ಒಂದು ಕಡುರಾತ್ರಿಯಲ್ಲಿ ತನ್ನ ಕೂಸನ್ನೆತ್ತಿ ಹೆಗಲ ಮೇಲೆ ಕೂರಿಸಿಕೊಂಡು ಆ ಮನೆ ಬಿಟ್ಟವಳು ಊರೂರು ಸುತ್ತಿಸತೊಡಗಿದಳು. ಜಾತ್ರೆಗಳು, ಹಬ್ಬಗಳು ವಿಶೇಷ ದಿನಗಳು... ವರುಷದಲ್ಲಿ ನಾಲಕ್ಕು ತಿಂಗಳು ಹೀಗೆಯೇ ಆ ಮಗುವನ್ನು ಹೆಗಲ ಮೇಲಿಟ್ಟಕೊಂಡು... ಅವರಿಬ್ಬರೂ ಸುತ್ತದ ಊರುಗಳಿಲ್ಲ. ಆ ಮಗುವು ಕೂಡಾ ಅಪ್ಪನ ಮಡಿಲು ಬಿಟ್ಟು ದೂರ ಹೋಗದೇ ಯಾರ ಬಳಿಯೂ ಹೆಚ್ಚಾಗಿ ಸೇರದೇ ಯಾರನ್ನೂ ಹಚ್ಚಿಕೊಳ್ಳದೇ ಲೋಕವನ್ನು ತನ್ನ ಬೆರಗು ಕಣ್ಣುಗಳೊಳಗೆ ತುಂಬಿಕೊಳ್ಳತೊಡಗಿತು. ಆ ಕೂಸಿಗೂ ತನ್ನ ಬಗ್ಗೆ ತನ್ನ ಅಪ್ಪನ ಅನಿವಾರ್ಯದ ಬಗ್ಗೆ ಈ ಜಗತ್ತಿನಲ್ಲಿ ತಾವಿಬ್ಬರೂ ಹೇಗಿರಬೇಕು ಎನ್ನುವುದರ ಬಗ್ಗೆ ಸ್ಪಷ್ಟವಾದ ಕಲ್ಪನೆಗಳು ಮೂಡತೊಡಗಿದ್ದವು ಮತ್ತು ಆ ಕೂಸು ಅದನ್ನು ತಿರುಗಿ ಪ್ರಶ್ನೆ ಮಾಡದೇ ಇಡಿಯಾಗಿ ಇರುವ ಹಾಗೆಯೇ ಒಪ್ಪಿಕೊಂಡಿತ್ತು.

ಹೀಗೆ ಸುತ್ತುತ್ತಾ ಸುತ್ತುತ್ತಾ ಒಮ್ಮೆ ತನ್ನ ಹುಟ್ಟೂರು ತಾನು ಬೆಳೆದ ಮನೆಯತ್ತಲೂ ಕಾಲಿಟ್ಟಿದ್ದ ಮಲ್ಲಿಕಾರ್ಜುನನಿಗೆ ದೊಡ್ಡದೊಂದು ಆಘಾತ ಕಾದಿತ್ತು.

ಅಂದು ಓಡಿಹೋಗು ಎಂಬ ತಾಯಿಯ ಮಾತು ಕೇಳುತ್ತಿದ್ದಂತೆಯೇ ಜೀವ ಅಂಗೈಯಲ್ಲಿ ಹಿಡಿದು ದೌಡೆತ್ತಿದ್ದ ಮಲ್ಲಿಕಾರ್ಜುನ ತಿರುಗಿ ನೋಡಿರಲಿಲ್ಲಾ. ಅಕಸ್ಮಾತ್ ತಿರುಗಿ ನೋಡಿದ್ದರೆ ಒಂದು ಹೃದಯವಿದ್ರಾವಕ ಘಟನೆಗೆ ಸಾಕ್ಷಿಯಾಗುತ್ತಿದ್ದ. ಮಗನನ್ನು ಓಡಿಹೋಗಲು ಬಿಟ್ಟ ಸಿಟ್ಟಿಗೆ ಪೈಲ್ವಾನ್ ಹನುಮ ತನ್ನ ಹೆಂಡತಿಯ ತಲೆಯ ಮೇಲೆಯೇ ಕೊಡಲಿ ಇಳಿಸಿಬಿಟ್ಟಿದ್ದ. ಬುರುಡೆ ಎರಡು ಪಾಲಾಗಿ ಹೋಗಿತ್ತು. ಚಿಮ್ಮಿದ ರಕ್ತ ಹನುಮನ ಮೈ ನಡುಗಿಸಿದ್ದೂ ಅಲ್ಲದೆ ಇನ್ನು ಈ ಮನೆಯ ಯಾರೂ ಕೂಡಾ ಇಂತಹ ಅವಮಾನಗಳ ಜೊತೆ ಬದುಕುವ ಅವಶ್ಯಕತೆಯಿಲ್ಲಾ ಎನಿಸಿ ತನ್ನ ಇಬ್ಬರು ಹೆಣ್ಣು ಮಕ್ಕಳ ಕಡೆಗೂ ಕೊಡಲಿ ಹಿಡಿದು ಏರಿ ಹೋಗಿದ್ದ. ಆಗ ಅವನಿಗೆ ಅಡ್ಡ ಬಂದ ಆತನ ತಾಯಿ ದೇವಮ್ಮ 'ಮೊದಲು ನನ್ನನ್ನು ಕಡಿದು ಹಾಕು. ನಿನ್ನ ಹೆತ್ತ ತಾಯಿಯನ್ನು ಕಡಿದು ಹಾಕಿ ಆಮೇಲೆ ನಿನ್ನ ಮಕ್ಕಳತ್ತ ಹೋಗು' ಎಂದು ಅಬ್ಬರಿಸಿದ್ದಳು. ದುಃಖ ನೋವು ಅವಮಾನ ಪಶ್ಚಾತ್ತಾಪಗಳಿಂದ ನರಳುತ್ತಿದ್ದ ಹನುಮ ವಿಧಿ ಇಲ್ಲದೇ ಕೊಡಲಿಯನ್ನು ತನ್ನ ಕತ್ತಿನ ಕಡೆಗೇ ತಿರುಗಿಸಿಕೊಂಡಿದ್ದ. ಅವನ

ಕೈಯಿಂದಲೇ ಬೀಸಿ ಬಂದ ಕೊಡಲಿ ಅವನ ರುಂಡ ಹಾರಿಸಿತ್ತು. ರಕ್ತದ ಮಡುವಿನಲ್ಲಿ ಆತನ ನಿಶ್ಚಲದೇಹ ಧರಾಶಾಯಿಯಾಗಿತ್ತು.

ಅವರಿವರಿಂದ ಗುಟ್ಟಾಗಿ ಈ ಮಾಹಿತಿ ಸಂಗ್ರಹಿಸಿದ ಮಲ್ಲಿಕಾ ಒಂಟಿಯಾಗಿ ಅದೆಷ್ಟು ಬಿಕ್ಕಿ ಬಿಕ್ಕಿ ಅತ್ತಳೋ. ತಾನು ಹೆತ್ತ ತಂದೆತಾಯಿಯರ ಬಲಿ ಪಡೆದ ನತದೃಷ್ಟ ಎಂಬ ನೋವು ಆಕೆಯನ್ನು ಬಹಳವಾಗಿ ಕಾಡಿತ್ತು. ತನ್ನ ಅಕ್ಕಂದಿರು ಅಂದು ಕಾಪಾಡಿದ ಅಜ್ಜಿಯಿಂದಾಗಿ ಹಾಗೂ ಹೀಗೂ ಬೆಳೆದು ಕಷ್ಟದಲ್ಲೇ ಅಲ್ಲೇ ಯಾರ್ಯಾರದೋ ಮನೆ ಸೇರಿಕೊಂಡು ಕಷ್ಟದಲ್ಲಿಯೇ ಬದುಕುತ್ತಿದ್ದರು. ಮಲ್ಲಿಕಾ ತನ್ನ ಅಕ್ಕಂದಿರಿಗೆ ಗೊತ್ತೇ ಆಗದ ಹಾಗೆ ತನ್ನ ಕೈಲಾದ ಸಹಾಯವನ್ನು ಒಂದು ವ್ಯವಸ್ಥೆಯ ಮೂಲಕ ಆಗಿನಿಂದಲೂ ನೆರವೇರಿಸುತ್ತಿದ್ದಳು.

ಅದೊಂದು ಅಳಿಸಲಾಗದ ಗಾಢ ಕಲೆಯಾಗಿ ಉಳಿದುಬಿಟ್ಟಿತು ಮಲ್ಲಿಕಾಳ ಮನದಲ್ಲಿ. ಆಕೆ ಅಂದೇ ತನ್ನ ಚರಮಗೀತೆ ಬರೆದಿಟ್ಟುಬಿಟ್ಟಿದ್ದಳು. ಆದರೆ ತನ್ನ ಸಾವಿಗೆ ಮುಂಚೆ ಈ ಕೂಸಿಗೊಂದು ದಾರಿ ತೋರಿಸಬೇಕಿತ್ತು. ತನಗೆ ಹೊಸಜಗತ್ತು ತೋರಿಸುತ್ತಿದ್ದ ಮಲ್ಲಿಕಾಳ ಮೇಲೆ ಪ್ರೀತಿ ಹೆಚ್ಚಾಗಿ ಕೂಸು 'ಅಪ್ಪಾ' ಎಂದೇ ಕರೆಯಲಾರಂಭಿಸಿತ್ತು. ಆ ಪಾತ್ರವನ್ನು ವೈಶಿಷ್ಟ್ಯಮಯವಾಗಿ ನಿಭಾಯಿಸಿದ ಹೆಮ್ಮೆ ತನಗೂ ಇದ್ದ ಮಲ್ಲಿಕಾಳಿಗೆ ಹಾಗೆ ಕರೆಸಿಕೊಳ್ಳುವುದು ಕೂಡಾ ಇಷ್ಟವಾಗತೊಡಗಿತು. ಅಪ್ಪ ಅಮ್ಮನ ರೂಪದಲ್ಲಿ ಆ ಮಗುವಿಗೆ ಎರಡೂ ದರ್ಶನ ಕೊಡುತ್ತಿದ್ದ ಮಲ್ಲಿಕಾಳಿಗೆ ತಾನು ನಿಜವಾಗಿ ಸಾಕ್ಷಾತ್ ಪರಶಿವನ ಅರ್ಧನಾರೀಶ್ವರ ಪಾತ್ರ ವಹಿಸುತ್ತಿರುವ ಬಗ್ಗೆ ಹೆಮ್ಮೆಯಾಗತೊಡಗಿತು.

ಆದರೆ, ಅಂದು ತನ್ನ ತಂದೆ ತಾಯಿಯ ಸಾವಿಗೆ ಕಾರಣಳಾದ ತನಗೆ ಇನ್ನು ಬದುಕುವ ಅರ್ಹತೆ ಇಲ್ಲಾ ಎನಿಸಿ ತನ್ನ ಕೂಸಿಗೊಂದು ದಾರಿ ಮಾಡಿ ತನ್ನ ಚರಮಗೀತೆ ಬರೆದೇಬಿಡಬೇಕು ಎಂದು ನಿರ್ಧರಿಸಿದ್ದ ಮಲ್ಲಿಕಾಳಿಗೆ ಇಂದು...

ಅಧ್ಯಾಯ 25

ಹಾಗೊಮ್ಮೆ ಅನಿಸುತ್ತಿದ್ದಂತೆಯೇ ಸುನಿಲ ಗಡಗಡನೆ ನಡುಗಿ ಹೋದ!

ಅಲ್ಲಿಯವರೆಗೂ ಮಲ್ಲಿಗಿಯೊಡನೆ ಮಾತುಕತೆಯಾಡುತ್ತಾ ಮಲ್ಲಿಗಿಯಾ ಮತ್ತು ಮಲ್ಲಿಯ ರೋಚಕ ಕಥಾನಕಗಳನ್ನು ಹೊರತೆಗೆಯುತ್ತಾ ವಿಸ್ಮಯಗೊಳ್ಳುತ್ತಿದ್ದ ಸುನಿಲನಿಗೆ ಅದೇನೋ ಮನಸಿಗೆ ಕೆಟ್ಟದ್ದು ಹೊಳೆದು ಗಾಬರಿ ಬಿದ್ದು ಯೋಚಿಸತೊಡಗಿದ.

ಅದಕ್ಕೆ ಕಾರಣ ಕೂಡಾ ಮಲ್ಲಿಗಿಯೇ... ಆಕೆ ಆತ ಕೇಳಿದ್ದೆಲ್ಲಾ ಪ್ರಶ್ನೆಗಳಿಗೂ ನಗುನಗುತ್ತಾ ಯಾವುದೇ ಮುಚ್ಚುಮರೆಯಿಲ್ಲದೇ ಉತ್ತರಿಸುತ್ತಾ ಹೋಗಿದ್ದಳು. ಆಕೆ ಎಷ್ಟೇ ಆತನಿಗೆ ತೆರೆದುಕೊಂಡಿದ್ದರೂ ಎಲ್ಲಿಯೂ ಮಲ್ಲಿಯ ವಿರುದ್ಧ ಒಂದು ಮಾತಿಗೂ ಅವಕಾಶ ಇರಲಿಲ್ಲಾ. ಯಾವುದೇ ಕಾರಣಕ್ಕೂ ಮಲ್ಲಿ ಸರಿಯಿಲ್ಲ ಎನ್ನುವ ಮಾತು ಮಲ್ಲಿಗಿಯ ಮುಂದೆ ಬರಲು ಆಸ್ಪದವೇ ಇರಲಿಲ್ಲಾ. ಹಾಗೆ ಮಾತು ಬಂದ ಕೂಡಲೇ ಮಲ್ಲಿಗಿಯ ಮುಖ ಸಿಟ್ಟಿನಿಂದ ಕೆಂಪಾಗುತ್ತಿತ್ತು. ಮತ್ತೆ ಆಕೆಯನ್ನು ಹಳಿಗೆ ತರಲು ಸುನಿಲ ಸಿಕ್ಕಾಪಟ್ಟೆ ಸರ್ಕಸ್ ಮಾಡಬೇಕಾಗುತ್ತಿತ್ತು.

"ಮಲ್ಲಿಗಿ, ನಿಮ್ಮಪ್ಪ ನಿನ್ನ ಬಗ್ಗೆ ಯೋಚ್ನೆ ಮಾಡಿರೋದು ಸರಿ ಇಲ್ಲಾ. ನೀನು ಇನ್ನು ಮುಂದೆ ಇಲ್ಲಿರೋದ್ ಬೇಡಾ. ನನ್ನ ಕೂಡಾ ಬಂದುಬಿಡು. ನಾನು ನಿನ್ನನ್ನ ಒಳ್ಳೇ ಸ್ಕೂಲು ಕಾಲೇಜಿಗ್ ಸೇರಿಸ್ತೀನಿ. ನೀನಿನ್ನೂ ಬಾಳಿ ಬದುಕ್ಬೇಕಾದವ್ಳು" ಅಂದ ಸುನಿಲ.

ನಾಚಿಕೆಯಿಂದ ಕೆಂಪಾಗುತ್ತಿದ್ದ ಮುಖ ತಟ್ಟನೆ ಸಿಟ್ಟಿನಿಂದ ಕೆಂಪಾಗಿತ್ತು.

"ಇಲ್ರೀ ಧಣೇರೇ... ನಾನು ನಮ್ಮಪ್ಪನ್ನ ಬಿಟ್ಟು ಎಲ್ಲಿಗೂ ಬರೋದಿಲ್ರೀ. ನನಗಾ ಬ್ಯಾರೆ ಏನೂ ಬ್ಯಾಡಾ ರೀ".

"ಇಲ್ಲಿ ಇದ್ದು ಏನ್ಮಾಡ್ತೀಯಾ ಮಲ್ಲಿಗಿ? ಈ ಕತ್ತಲೆಕೋಣೆನಲ್ಲಿ ಇನ್ನೂ ಎಷ್ಟು ವರ್ಷ ಕಳೀತೀಯಾ?"

"ನಾನು ಬದುಕಿರೋ ಮಟಾ ನಮ್ಮಪ್ಪ ಹೀಗೇ ಇರು ಅಂದ್ರೆ ಹೀಗೇ ಇದ್ದುಬಿಡ್ತೀನ್ರೀ... ಇದು ಅವ್ನೇ ಕೊಟ್ಟಿರೋ ಜೀವಾರೀ... ಅವ್ನಿಗೆ ಹೇಗ್ ಬೇಕೋ ಹಾಗೆ ಕೊಟ್ಟುಬಿಡ್ತೀನ್ರೀ"

ನಿಟ್ಟುಸಿರಿಟ್ಟು ಹತಾಶನಾದ ಸುನಿಲ ಮತ್ತೆ ಒತ್ತಾಯವಾಗಿ ಕೇಳಿದ.

"ನೀನು ಇಲ್ಲೇ ಇದ್ರೆ ಮಲ್ಲಿ ನಿನ್ನನ್ನೂ ತನ್ನ ಥರಾನೇ ರೆಡಿ ಮಾಡ್ತಾಳೆ. ಈಗ ನನ್ನ ಹತ್ರ ಕಳಿಸಿಲ್ವಾ...? ಹಾಗೆ. ಅದೆಲ್ಲಾ ಚೆನ್ನಾಗಿರಲ್ಲಾ. ನೀನಿನ್ನೂ ಮಗು. ಈಗ್ಲೇ ಹೀಗಾದ್ರೆ ಹ್ಯಾಗೆ?" ಎಂದ ದನಿಯೇರಿಸಿ. ತಟ್ಟನೆ ತಾನೂ ದನಿಯೇರಿಸಿತು ಕೂಸು.

"ನಮ್ಮಪ್ಪನ್ನ ಬೈಯಬ್ಯಾಡ್ರೀ ಧಣೇರೇ. ಅಂವ ನನ್ನ ಬಗ್ಗೆ ಯಾರ್ ಹತ್ರಾನೂ ಒಂದೂ ಮಾತ್ ಆಡ್ದೋನಲ್ಲಾ. ಯಾರ್ಗೂ ನನ್ನ ಗುಟ್ಟು ಬಿಟ್ಟುಕೊಟ್ಟೋನಲ್ಲಾ. ನನಗೆ ಇನ್ನೂ ನಾಲಕ್ ವರ್ಷಾ ಕಳೆದು ಮುತ್ತು ಕಟ್ಟಿಸ್ತೀನಿ ಅಂತಿದ್ದಾರೀ. ಅದಕ್ಕೆ ಅಂತ ಒಳ್ಳೇ ಮಂದಿ ಹುಡುಕ್ತಿದ್ದಾರೀ. ಅಂವ ಯಾರ್ನೂ ನಂಬಂಗಿಲ್ಲಾರೀ. ನನಗೆ ಮುತ್ತು ಕಟ್ಟಿಸಿ ಆದ್ಮೇಲೂ ಜತೀಗೇ ಇದ್ದು ನನ್ನನ್ನ ಹುಷಾರಾಗ್ ಕಾಪಾಡ್ಕೊಳ್ತೀನೀ ಅಂತಿದ್ದಾರೀ. ನನಗ್ ಮುತ್ತು ಕಟ್ಟಿಸಿ ಆ ಮನ್ಷ ನನ್ನನ್ನ ಚೆನ್ನಾಗ್ ನೋಡ್ಕೊಂತಾನಂತ ನಂಬಿಕಿ ಬಂದ್ರಾ... ಆಮ್ಯಾಗ ಈ ಜೀವಕ್ಕಿನ್ನು ಏನೇನೂ ಬೇಡಾಂತ ದಿಕ್ಕಿಲ್ಲದ್ ಕಡೀಗ್ ಹೊಂಟೋಗ್ತೀನಿ ಅಂತಿದ್ದಾರೀ. ನೀ ಹಾಂಗೇನಾದ್ರೂ ಮಾಡಿದ್ರಾ ನಾನೂ ಎಲ್ಲಾ ಬಿಟ್ಟು ನಿನ್ನ ಕೂಡೇ ಬಂದ್‌ಬಿಡ್ತೀನಿ ಅಂತಿದ್ದೆರೀ. ಅದಕ್ಕೆ ಅಂವ ಜೋರಾಗಿ ನಗ್ತಾ ರೇಣುಕಾ ಈ ಕೂಸು ನನ್ನಂಗಲ್ಲಾ. ನೀನಿದಕ್ಕ ಬುದ್ಧಿ ಹೇಳು ಅಂತಿದ್ದಾ ರೀ."

ಎಲ್ಲೋ ಕಳೆದುಹೊದಂತೆ ಈ ವಿಷಯವನ್ನು ಭಾವುಕವಾಗಿ ಹೇಳುತ್ತಿದ್ದ ಆ ಮಗುವಿನ ಕಣ್ಣಲ್ಲಿದ್ದ ನೋವನ್ನು ಮಲ್ಲಿಯ ಮೇಲಿದ್ದ ಅಭಿಮಾನವನ್ನೂ ಸ್ಪಷ್ಟವಾಗಿ ಗುರುತಿಸಿದ್ದ ಸುನಿಲ. ಒಂದು ಚಿಕ್ಕ ನಿಟ್ಟುಸಿರಿಟ್ಟು ಆತನ ಕಣ್ಣಲ್ಲಿ ಕಣ್ಣಿಟ್ಟು ನೇರವಾಗಿ ನೋಡಿದ ಮಲ್ಲಿಗಿ,

"ಧಣೇರೇ. ನೀವು ತುಂಬ ಒಳ್ಳೇವ್ರಿರಬೇಕು ರೀ. ನಮ್ಮಪ್ಪ ಯಾರನ್ನೂ ನಂಬೋನಲ್ಲಾರೀ. ಹಂಗ್ ನೋಡಿದ್ರಾ ನಮ್ಮಪ್ಪ ನಂಬಿದ್ದ ಮೊದಲ್ನೇ ಮನುಷ್ಯಾ ನೀವೇರೀ. ನಿಮ್ಮನ್ನ ಮನೀಗ್ ಕರದು ನನ್ನನ್ನೇ ಒಪ್ಪಿಸ್ಯಾನ ಅಂದ್ರೆ ನೀವ್ ಭಾಳಾ ದೊಡ್ಡ ಮನುಷ್ಯರೇ ಇರ್ಬೇಕು ರೀ. ನಿಮ್ಮಪ್ಪ ನಿಮ್ಮ ಬಗ್ಗೆ ನನ್ನ ಹತ್ರಾ ಕಣ್ಣೀರ್ ಹಾಕ್ಕೊಂತಾ ಹಾಕ್ಕೊಂತಾ ಭಾಳಾ ವಿಷ್ಯಾ ಹೇಳ್ಯಾನ್ರೀ. ದೇವರ ನಂಬಿದ್ರೂ ಅಂವ ಕೈಕೊಡ್ತಾನೆ. ಆದ್ರೆ ಈ ಮನ್ಷ ಹಂಗಲ್ಲಾ. ದೇವರಂಥಾ ಮನ್ಷಾ ಇಂವಾ. ನಿನ್ನ ಪಾಲಿಗೆ ದೇವರಿಗಿಂತಾ ದೊಡ್ಡಾಂವ. ಅವ್ರ್ ಏನ್ ಕೇಳಿದ್ರೂ ಅದಕ್ಕೆ ಸುಳ್ಳು ಪಳ್ಳು ಹೇಳ್ಬೇಡಾ. ನಿನ್ನ ಬಗ್ಗೆ ಏನೇ ಕೇಳಿದ್ರೂ ಎಲ್ಲಾದಕ್ಕೂ ಉತ್ರ ಕೊಡು. ನೀನು ಇನ್ನು ಮ್ಯಾಲ ನನ್ನನ್ನ ನಂಬೋದಕ್ಕಿಂತ ಇವರನ್ನೇ ನಂಬಬೇಕು. ಇವ್ರು ಕರಗಿದ್ರೆ ನಿನ್ನ ಬಾಳು ಬಂಗಾರ ಆಗ್ತತಿ. ನನಗೂ ಜೀವನಾ ಸಾರ್ಥಕ ಆಗ್ತತಿ. ಅವ್ರ್ ಹೆಂಗ್ ಹೇಳ್ತಾರೋ ಹಂಗ್ ಕೇಳು. ಅದಷ್ಟೇ ನಾನು ನಿನ್ನನ್ನ ಕೇಳ್ಕೊಳ್ಳೋದು ಅಂತಾ ಕಣ್ಣೀರ್ ಹಾಕ್ಕೊಂಡು ಕೈಹಿಡ್ಕೊಂಡಾ ರೀ. ಇವತ್ತು ನಮ್ಮಪ್ಪನ್ನ ನೋಡ್ದಾಗೆ ನಾನ್ಯಾವತ್ತೂ ನೋಡಿರ್ಲಿಲ್ಲಾ ರೀ." ಅಂದಿತು ಕೂಸು.

ಒಂದು ಕ್ಷಣ ಸುನಿಲನಿಗೆ ತನ್ನ ಬಗ್ಗೆ ತನಗೇ ಹೆಮ್ಮೆ ಆಯಿತು. ಗುರುತು ಪರಿಚಯವೇ ಇಲ್ಲದೆ ಆ ದಿನ ಜೊತೆಗೆ ಬಂದ ವ್ಯಕ್ತಿಯೊಬ್ಬರು, ಜಗತ್ತಿನ ಯಾರನ್ನೂ ನಂಬದ ವ್ಯಕ್ತಿಯೊಬ್ಬರು, ತನ್ನನ್ನು ನಂಬುತ್ತಾರೆ ಎಂದರೆ ಅಂಥದ್ದೊಂದು ವ್ಯಕ್ತಿತ್ವ ಯಾವ ಮಟ್ಟಕ್ಕಿರಬೇಕು? ಅದಿನ್ನೆಂಥಾ ಗೌರವ ತನಗೆ ಮಲ್ಲಿಕಾಳ ಕಡೆಯಿಂದ ಸಿಕ್ಕಿರಬೇಕು? ಅದನ್ನು ನೆನೆಸಿ ಆಕೆಗೆ ಮನಸ್ಸಿನಲ್ಲೇ ಕೃತಜ್ಞತೆ ಹೇಳಿ 'ಡೋಂಟ್‌ವರಿ ಮಲ್ಲಿ, ನಾನು ನಿನ್ನ ನಂಬಿಕೆಯನ್ನ ಉಳಿಸಿಕೊಳ್ತೀನಿ' ಎಂದುಕೊಂಡ. ಹಾಗೆ ಅಂದುಕೊಂಡ ಮರುಕ್ಷಣದಿಂದಲೇ ಅವನಲ್ಲಿ ಅದೊಂದು ಅನುಮಾನದ ಸುಳಿ ತಿರುಗತೊಡಗಿತು.

ಈ ಅನುಮಾನಗಳಿಂದಲೇ ಆತ ಅವರಿಬ್ಬರ ಗತಬದುಕಿನ ಬಗ್ಗೆ ಇನ್ನಷ್ಟು ಮತ್ತಷ್ಟು ವಿವರಗಳನ್ನು ಕೆದಕುತ್ತಾ ಮಲ್ಲಿಯ ಮನಸ್ಸಿನಲ್ಲಿ ಈಗ ನಡೆದಿರಬಹುದಾದ ಸಂಘರ್ಷ ಏನಿರಬಹುದು ಎಂದು ಯೋಚಿಸತೊಡಗಿದ.

ತನ್ನ ಜೀವಕ್ಕಿಂತ ಹೆಚ್ಚಾಗಿ ಪ್ರೀತಿಸುತ್ತಿರುವ ಈ ಕೂಸನ್ನು ಮಲ್ಲಿ ತನಗೆ ಅರ್ಪಿಸಿರುವುದು ಯಾಕೆ? ಆತನ ಮೇಲಿನ ತನ್ನ ಪ್ರೀತಿಗೆ ಆಕೆ ಬೇರೆ ಏನಾದರೂ ಕೊಡಬಹುದಿತ್ತು, ಪ್ರೀತಿಯೊಂದೇ ಸಾಕಿತ್ತು. ಅದನ್ನು ಬಿಟ್ಟು ತಾನು ಬೇಡಾ ಎನ್ನುತ್ತಿದ್ದರೂ ಇಂಥದ್ದೊಂದು ಮುಗ್ಧ ಕೂಸನ್ನು ಕಳಿಸುವ ಜರೂರತ್ತು ಏನಿತ್ತು? ಯಾರನ್ನೇ ಆದರೂ ಮನುಷ್ಯತ್ವದಿಂದ ನೋಡುವ ತನಗೆ ಈ ವಿಚಾರದಲ್ಲಿ ಮಲ್ಲಿ ಎಸೆದಿರುವ ಸವಾಲಾ ಇದು? ನನ್ನನ್ನು ಪರೀಕ್ಷಿಸಲು ಈ ಮಟ್ಟದ ಪ್ರಯೋಗ ನಡೆಸಿರಬಹುದಾ? ಒಂದು ವೇಳೆ ನಾನೇನಾದರೂ

ಈ ಹುಡುಗಿಯ ಒತ್ತಾಯಕ್ಕೆ ಕಟ್ಟುಬಿದ್ದು ಸೇರಿಬಿಟ್ಟರೆ ಮುಂದೆ ನಾನು ಇವಳ ಕೈಬಿಡುವುದಿಲ್ಲಾ ಅಂತಲೆ? ಅಥವಾ ಇವನೂ ಕೂಡಾ ನಾಲಾಯಕ್ ಅಂತಾ ಮಲ್ಲಿ ನಿರ್ಧಾರ ತೆಗೆದುಕೊಂಡು ತನ್ನನು ದೂರ ಇಡಬಹುದೆ? ಅಂಥದ್ದೊಂದು ನಿರ್ಧಾರಕ್ಕೆ ಇಂಥಾ ದೊಡ್ಡ ರಿಸ್ಕ್ ತೆಗೆದುಕೊಳ್ಳುವ ಅವಶ್ಯಕತೆ ಇದೆಯಾ? ಯಾರನ್ನೂ ನಂಬದ ಹಾಗೆ ನನ್ನನ್ನೂ ನಂಬದೇ ಇದ್ದರೆ ಸಾಕಲ್ಲವೆ? ಅಕಸ್ಮಾತ್, ಮಲ್ಲಿ ನಾಲಕ್ಕು ವರ್ಷ ಕಳೆದು ಮುತ್ತು ಕಟ್ಟಿಸಬೇಕು ಅಂತ ಹುಡುಕುತ್ತಿದ್ದ ಹುಡುಗ ನಾನೇನಾ? ಅದು ನಿಜವೇ ಆದರೂ ಇನ್ನೂ ಹದಿನೆಂಟು ತುಂಬದ ತನ್ನ ಹತ್ತಿರ ಈ ಹುಡುಗಿಯನ್ನು ಕಳಿಸುವುದು ಸರಿಯೆ? ಸುನಿಲನ ಮನದಲ್ಲಿ ಇನ್ನೂ ತಿರುಗಿ ಬಾರದ ಮಲ್ಲಿಗಾಗಿ ಚಡಪಡಿಕೆ ಹೆಚ್ಚಾಗತೊಡಗಿತು.

ಬೆಳಗಿನ ಸುಮಾರು ನಾಲ್ಕು ಗಂಟೆಯವರೆಗೂ ಖುಷಿಖುಷಿಯಾಗಿ ಆತ ಕೇಳಿದ್ದೆಲ್ಲಕ್ಕೂ ಮುಚ್ಚುಮರೆಯಿಲ್ಲದೆ ಉತ್ತರಿಸುತ್ತಿದ್ದ ಮಲ್ಲಿಗಿ ನಾಲ್ಕು ಗಂಟೆ ಕಳೆಯುತ್ತಿದ್ದಂತೆ ಏನೋ ಟೆನ್ಷನ್‌ನಲ್ಲಿ ಇರುವ ಹಾಗೆ ಚುಟುಕಾಗಿ ಉತ್ತರಿಸತೊಡಗಿದಳು. ಆಕೆಯಲ್ಲೂ ಏನೋ ಚಡಪಡಿಕೆಗಳು ಹೆಚ್ಚಾದ ಹಾಗೆ ಕಾಣತೊಡಗಿತು. ಆಕೆ ಮಾತಿಗೊಮ್ಮೆ ಮೇಲೆ ಬಿದ್ದು ಬರುವುದು 'ಅರಿವಿ ತೆಗೀಲೇನ್ರೀ?' ಎಂದು ಮತ್ತೆ ಮತ್ತೆ ಹಠ ಮಾಡುವುದು ಹೆಚ್ಚಾಗತೊಡಗಿತು. ಇದು ಆತನಿಗೆ ಇನ್ನೂ ಹೆಚ್ಚಿನ ಟೆನ್ಷನ್ ಕೊಡತೊಡಗಿತು. ಕೊನೆಕೊನೆಗೆ ಆಕೆಯ ಈ ವರ್ತನೆಗೆ ಬೇಸತ್ತ ಸುನಿಲ ಬೇರೆ ದಾರಿ ಇಲ್ಲದೇ,

"ನೋಡು ಮಲ್ಲಿಗಿ, ನೀನು ಸಾವಿರ ಬಾರಿ ಅಲ್ಲಾ ಲಕ್ಷ ಬಾರಿ ಕೇಳಿದರೂ ನಾನು ನಿನ್ನನ್ನು ಮುಟ್ಟಲಾರೆ. ನಿಮ್ಮಪ್ಪ ಅಲ್ಲಾ ಆ ಭಗವಂತನೇ ಬಂದು ಹೇಳಿದರೂ ನಾನು ಈ ಕೆಲಸ ಮಾಡುವುದಿಲ್ಲಾ. ಅರ್ಥ ಆಯ್ತಾ? ಮತ್ತೆ ಈ ಪ್ರಯತ್ನ ಮಾಡಬಾರದು. ಬಾ ಕೂತುಕೋ. ಇನ್ನಷ್ಟು ಮಾತಾಡು. ಸುಸ್ತಾಗಿದೆಯಾ? ನಿದ್ದೆ ಬಂದರೆ ನಿದ್ದೆ ಮಾಡು. ಬೇಕಾದರೆ ನಿದ್ದೆ ಮಾಡಲು ನನ್ನ ಮಡಿಲು ಕೊಡುತ್ತೇನೆ. ನನ್ನ ಮಡಿಲಲ್ಲಿ ನೀನು ಕೂರುವ ಅವಶ್ಯಕತೆ ಇಲ್ಲಾ. ಬಾ... ಬೆಚ್ಚಗೆ ಅಮ್ಮನ ಮಡಿಲಿಗಿಂತ ಹೆಚ್ಚಾಗಿ ಮಲಗು. ಆದರೆ ಮತ್ತೆ ಮತ್ತೆ ಈ ವಿಷಯದ ಬಗ್ಗೆ ಒತ್ತಾಯಿಸಲೇಬೇಡಾ. ತಿಳಿಯಿತಾ?" ಅಂತ ಅತ್ಯಂತ ಸಮಾಧಾನದಿಂದ ಆದರೆ ಆದಷ್ಟೂ ಗಂಭೀರವಾಗಿ ಆಕೆಗೆ ತಲೆಸವರಿ ತಿಳಿಹೇಳಿದ ಸುನಿಲ.

ಅಷ್ಟು ಹೊತ್ತೂ ಏನೋ ಉತ್ಸಾಹದಲ್ಲಿದ್ದ ಮಲ್ಲಿಗಿಯ ಮುಖದಲ್ಲಿ ನಿಧಾನಕ್ಕೆ ಸೋತ ಕಳೆ ಕಾಣಿಸುತ್ತಾ ಕಣ್ಣಲ್ಲಿ ನೀರು ಜಿನುಗಿತು.

"ಯಾಕೆ ಮಲ್ಲಿಗಿ? ಯಾಕೆ ಬೇಸರ ಮಾಡ್ಕೋತೀ? ಬೇಡ ನನ್ನವ್ವಾ. ನಿನ್ನ ಅಪ್ಪನ ಮನಸಲ್ಲಿ ಬೇರೆ ಏನೋ ಇದೆ. ಅದಕ್ಕೇ ಅವನು ನಿನ್ನನ್ನು ಇಂತಹ ಅಗ್ನಿಪರೀಕ್ಷೆಗೆ ದೂಡಿದ್ದಾನೆ. ಅವನು ಬರಲಿ. ನಾನು ಅವನ ಹತ್ತಿರ ಮಾತಾಡಿ

ಎಲ್ಲ ಸರಿ ಮಾಡುತ್ತೇನೆ. ನಾವಿಬ್ಬರೂ ಸೇರಿ ನಿನಗೊಂದು ಒಳ್ಳೇ ಭವಿಷ್ಯ ರೂಪಿಸುತ್ತೇವೆ. ಇನ್ನು ಮುಂದೆ ನಿನಗೆ ಅಪ್ಪ ಮಾತ್ರಾ ಅಲ್ಲಾ. ನಾನೂ ಜೊತೆಗೆ ಇದ್ದೇನೆ. ಮಲ್ಲಿ ಬರಲಿ." ಎಂದು ಮತ್ತೆ ತಲೆ ಸವರಿ ಉತ್ತರಿಸಿದ.

ಮಲ್ಲಿಗಿ ನಿಟ್ಟುಸಿರಿಟ್ಟು ನಂತರ ನೋವಿನಿಂದ,

"ಇಲ್ಲಾರೀ, ನಾನು ನಿಮ್ಮ ಕೂಡಾ ಸೇರೀನಿ ಅನ್ನೋದು ಅವನಿಗೆ ತಿಳಿಯೋ ಮಟಾ ಅಂವಾ ಮನೀಗ್ ಬರೋದಿಲ್ಲಾರೀ ಧಣೇರೇ" ಅಂದಿತು ಕೂಸು.

ಅಚ್ಚರಿಯಿಂದ ನೋಡಿದ ಸುನಿಲ. ಹೇಗೆ? ಅವನು ಮನೆಗೆ ಬರದೇ ಅವನಿಗೆ ಈ ವಿಷಯ ತಿಳಿಯುವುದು ಹೇಗೆ? ಮಲ್ಲಿ ಹೊರಗೆ ಹೋದಾಗಿನಿಂದಲೂ ಅವನ ಫೋನ್ ಸ್ವಿಚ್ ಆಫ್ ಆಗಿತ್ತು. ಮನೆಗೆ ಬೀಗ ಬೇರೆ ಹಾಕಿಕೊಂಡು ಹೋಗಿದ್ದಾನೆ. ಸುನಿಲ ಅದೆಷ್ಟು ಬಾರಿ ಪ್ರಯತ್ನಿಸಿದರೂ ಆತನ ಫೋನ್ ಸ್ವಿಚ್ ಆಫ್ ಎಂದೇ ಬರುತ್ತಿತ್ತು. ಹಾಗಾದರೆ ಅವನಿಗೆ ನಾನು ಮಲ್ಲಿಗಿಯನ್ನು ಸೇರಿದ್ದೀನಿ ಅನ್ನೋದು ತಿಳಿಯೋದು ಹೇಗೆ?

"ಮಲ್ಲಿಗಿ, ನಾನು ನೀನು ಸೇರಿದ ವಿಷಯ ಅವನಿಗೆ ನೀನು ತಿಳಿಸೋದು ಹೇಗೆ? ಅದನ್ನು ಹೇಳು." ಅಂದ.

ತಟ್ಟನೆ ಆ ಮಗು ಬೆಚ್ಚಿಬಿದ್ದಿತು. ಮುಖವೆಲ್ಲಾ ಅರಕ್ತವಾಯಿತು. ಆಕೆಗೆ ತಾನು ತಪ್ಪಾಗಿ ಮಾತನಾಡಿದ್ದು ಅರಿವಾಗಿಹೋಗಿತ್ತು. ಯಾವ ವಿಷಯ ಸುನಿಲನಿಗೆ ತಿಳಿಯಲೇಬಾರದೆಂದು ಮಲ್ಲಿ ಕಟ್ಟಪ್ಪಣೆ ಮಾಡಿ ಹೋಗಿದ್ದಳೋ ಅದೀಗ ಅರ್ಧಂಬರ್ಧವಾಗಿ ಸುನಿಲನಿಗೆ ತಿಳಿದುಹೋಗಿತ್ತು. ಆತನ ಪ್ರಶ್ನೆಗೆ ಸರಿಯಾಗಿ ಉತ್ತರ ಕೊಡಲು ಆಗದೆ ಒದ್ದಾಡತೊಡಗಿತು.

ಈಗ ಸುನಿಲನಿಗೆ ಖಚಿತವಾಯಿತು. ಇಲ್ಲಿ ತನಗೆ ಅರಿವಿಲ್ಲದ ರಹಸ್ಯ ಏನೋ ಇದೆ! ಇಷ್ಟಾದರೂ ಹಠ ಬಿಡದ ಮಲ್ಲಿಗಿ ವಿಧಿಯಿಲ್ಲದೇ ಮತ್ತೆ ಮತ್ತೆ ಕಣ್ಣಲ್ಲೇ ಆತನನ್ನು ಪ್ರಾರ್ಥಿಸುತ್ತಾ, 'ಅರಿವಿ ತೆಗೀಲೇನ್ರೀ ಧಣೇರೇ' ಎಂದು ಮತ್ತೆ ಮತ್ತೆ ಕೇಳುತ್ತಾ, ಆತ ನಿರಾಕರಿಸುತ್ತಿದ್ದರೂ ಬಿಡದೇ ಆತನ ಮೇಲೆ ಬಿದ್ದು ಬರುತ್ತಾ, ಆತ ತಡೆಯುತ್ತಲೇ ಇರುವಾಗ ಕೊನೆಗೊಮ್ಮೆ ಜೋರಾಗಿ ಅಳಲುತೊಡಗಿತು.

ಆಕೆಯನ್ನು ಗಟ್ಟಿಯಾಗಿ ಅಪ್ಪಿ ಹಿಡಿದ ಸುನಿಲ ಆಕೆಯನ್ನು ಸಮಾಧಾನಿಸುತ್ತಾ,

"ಮಲ್ಲಿಗೀ, ಅಳಬೇಡಾ ಪುಟ್ಟೀ. ಯಾಕೆ ಅಳ್ತಾ ಇದ್ದೀಯಾ? ಏನು ಬೇಕು ನಿನಗೆ? ಯಾವ ವಿಷಯ ನನ್ನಿಂದ ಮುಚ್ಚಿಡ್ತಾ ಇದ್ದೀಯಾ? ನಿಮ್ಮಪ್ಪ ನಿನಗೆ ಬೇರೆ ಏನು ಹೇಳಿದ್ದಾನೆ? ಅದನ್ನು ಹೇಳು. ನನ್ನ ಹತ್ತಿರ ಮುಚ್ಚಿಡಬೇಡಾ" ಎಂದು ಸಮಧಾನದಿಂದಲೇ ಒತ್ತಾಯಿಸತೊಡಗಿದ.

ಆ ಮಗು ಅಳುತ್ತಾ ಅಳುತ್ತಾ,

"ಇಲ್ಲ ಧಣೇರೇ, ನೀವು ನನ್ನನ್ನ ಸೇರಲೇಬೇಕು. ಇಲ್ಲಂದ್ರೆ ನಮ್ಮಪ್ಪ ಮನೀಗ್ ಬರೋದಿಲ್ಲರೀ. ನೀವು ಸೋಲೋವರೆಗೂ ನಿಮ್ಮನ್ನ ಇಲ್ಲಿಂದ ಹೊರಗೆ ಹೋಗೋದಕ್ಕೂ ಬಿಡೋದಿಲ್ಲಾರೀ' ಎನ್ನುತ್ತಾ ಅಳತೊಡಗಿದಳು.

ಅರೆ...! ಮಲ್ಲಿ ತನಗಾಗಿ ಇದ್ಯಾವ ವಿಷಚಕ್ರ ಹೆಣೆದಿದ್ದಾಳೆ. ಈ ಮಗುವಿನ ಮಾತಿನ ಮರ್ಮ ಏನಿರಬಹುದು? ಅಚ್ಚರಿಯಾಯಿತು ಸುನಿಲನಿಗೆ.

"ಆಯ್ತು. ಆಯ್ತು ಮಲ್ಲಿಗಿ. ನಾನು ಸೋತೆ ಅಂದ್ಕೋ. ಆಗ ನೀನು ಏನು ಮಾಡ್ತೀ? ನಿಮ್ಮಪ್ಪಂಗೆ ಹೆಂಗೆ ವಿಷ್ಯ ತಿಳಿಸ್ತೀ? ಆಮೇಲೆ ಅಂವ ಏನು ಮಾಡ್ತಾನೆ ಹೇಳು. ಮೊದಲು ನಿಮ್ಮಪ್ಪ ಮನೆಗ್ ಬರಬೇಕು. ಅದಕ್ಕೆ ನಾವು ಏನು ಬೇಕಾದರೂ ಮಾಡೋಣಾ" ಎಂದ ಸುನಿಲ.

ಆತನ ಮಾತು ಈಗ ಆಕೆಗೆ ಯೋಚಿಸುವಂತೆ ಮಾಡಿತು. 'ಹೌದು. ಮೊದಲು ಈಗ ಅಪ್ಪ ಮನೆಗೆ ಬರಬೇಕು. ಅದಕ್ಕೆ ಅವನು ಏನು ಹೇಳಿದ್ದಾನೋ ಅದನ್ನು ಮಾಡಬೇಕು. ಅದಕ್ಕಾಗಿ ಅಪ್ಪನಿಗೆ ಕೊಟ್ಟ ಮಾತು ಮೀರಿದರೂ ಪರವಾಗಿಲ್ಲಾ. ಈ ಧಣೇರು ನನ್ನೊಂದಿಗೆ ಕೂಡುವ ಮಾತೇ ಬೇಡಾ ಎನ್ನುತ್ತಾರೆ. ಅಪ್ಪ ಕೂಡಲೇಬೇಕು ಎನ್ನುತ್ತಾನೆ. ನಾನು ಬೇರೆ ಏನು ಮಾಡಲಿ?' ಎಂದೆಲ್ಲಾ ನಾನಾ ರೀತಿಯಲ್ಲಿ ಯೋಚಿಸುತ್ತಾ ಮಲ್ಲಿಗಿ ಚಿಂತೆಗೆ ಬಿದ್ದಳು.

ಕಬ್ಬಿಣ ಹದವಾಗಿ ಕಾದಿದೆ ಎನಿಸಿದಾಗ ಸುನಿಲ ಮೆಲ್ಲಗೆ ಆಕೆಯನ್ನು ಅಪ್ಪಿಕೊಂಡು,

"ಮಲ್ಲಿಗಿ, ನಿನಗೆ ನಾನು ಮುಖ್ಯಾನೋ, ನಿಮ್ಮಪ್ಪಾ ಮುಖ್ಯಾನೋ? ನಾನು ಇವತ್ತು ಬಂದು ನಾಳೆ ಹೊರಟೋಗೋ ಮನುಷ್ಯಾ. ನಿಮ್ಮಪ್ಪ ಏನೇ ಆದ್ರೂ ಜೊತೆಗಿರ್ಬೇಕು ಅಲ್ವಾ? ಅಂದ್ಮೇಲೆ ಮೊದಲು ಅವನನ್ನ ಮನೆಗೆ ಬರೋದಕ್ಕೆ ಏನು ಮಾಡ್ಬೇಕು ಅದನ್ನ ಮಾಡೋಣಾ. ನಿಮ್ಮಪ್ಪ ಏನು ಹೇಳಿದ್ದಾನೆ ಹೇಳು" ಎಂದೆಲ್ಲಾ ಮೆಲ್ಲಗೆ ಪೂಸಿ ಹೊಡೆಯತೊಡಗಿದ.

ಎಷ್ಟೋ ಹೊತ್ತಿನ ಆ ಪ್ರಯತ್ನಗಳ ನಂತರ ಸಮಯ ಮೀರುತ್ತಾ ಇದೆ ಎಂದು ಮಲ್ಲಿಗಿಗೂ ಅನಿಸಿದ ನಂತರ ಮಲ್ಲಿಗಿ ಮೆಲ್ಲಗೆ,

"ಧಣೇರೇ ಧಣೇರೇ... ಇದೊಂದು ವಿಷ್ಯ ಮಾತ್ರಾ ನಾನು ನಿಮ್ಮ ಹತ್ರ ಹೇಳ್ಬಾರ್ದು ಅಂತ ನಮ್ಮಪ್ಪಾ ನನ್ನ ಹತ್ರಾ ಮಾತು ತಗೊಂಡಿದ್ದಾರೀ. ಅದೇನಂದ್ರಾ ರೀ... ನಾವಿಬ್ಬರೂ ಸೇರಿದ್ವಿ ಅಂದ್ ಮ್ಯಾಲ... ಆ ಮೂಲೆನಲ್ಲಿ ಅಗಿಷ್ಟಿಕಿ ಇದೆಯಲ್ರೀ... ಅಲ್ಲಿ ದೊಡ್ಡದಾಗ್ ಬೆಂಕಿ ಹಾಕು ಅಂತಾ ಹೇಳ್ಯಾನ್ರೀ. ಹೊರಗೇ ದೂರದಿಂದ ನಾನದನ್ನ ನೋಡ್ತಾ ಇರ್ತೀನಿ. ಅಲ್ಲಿ ದೊಡ್ಡದಾಗಿ ಹೊಗೆ ಬಂದ್ರೆ ಆಗ ಕೆಲಸ ಆತು ಅಂತಾ. ಆಲ್ಲಿಗೆ ನನ್ನ ಜೀವನಾ ಸಾರ್ಥಕ

ಅಂತಾ. ಆಮೇಲೆ ಏನ್ ಮಾಡಬೇಕು ಅನ್ನೋದು ನಾನ್ ಹೇಳೋದಿಲ್ಲ. ಎಲ್ಲ ನಿನಗೇ ತಿಳೀತದೆ ಅಂದಾನ್ರೀ" ಎಂದಳು ಅಳುತ್ತಾ.

ಈಗ ತನಗೆ ಬೇಕಾದ ಉತ್ತರ ಸಿಕ್ಕಿದ್ದಕ್ಕೆ ನಕ್ಕ ಸುನಿಲ. 'ಪರವಾಗಿಲ್ಲಾ ಮಲ್ಲೀ. ನೀನು ಜಾಣೆ. ನಿನಗೆ ಏನು ಬೇಕೋ ಅದಕ್ಕೆ ಚೆನ್ನಾಗಿ ಯೋಚನೆ ಮತ್ತು ಯೋಜನೆ ಮಾಡುತ್ತೀಯಾ? ಭೇಷ್! ಇಷ್ಟೇ ತಾನೇ ನಿನಗೆ ಬೇಕಾಗಿರೋದು? ಆಯ್ತು ಬಿಡು' ಎಂದು ನಗುತ್ತಾ,

"ಈ ವಿಷ್ಯಾನ ಇಷ್ಟು ದೊಡ್ಡದಾಗಿ ಯಾಕೆ ಮುಚ್ಚಿಡಬೇಕಿತ್ತು ಮಲ್ಲಿಗಿ? ಬಾ. ಈಗ್ಲೇ ಇಬ್ಬರೂ ಸೇರಿ ಬೆಂಕಿ ಹಾಕೋಣಾ. ಕೂಡಲೇ ನಿಮ್ಮಪ್ಪ ಬರಲಿ. ಆಮೇಲೆ ಮೂರೂ ಜನ ಒಟ್ಟಿಗೆ ಕೂತು ಮುಂದಕ್ಕೇನು ಅಂತಾ ಮಾತಾಡೋಣಾ. ಮುಗೀತಲ್ಲಾ" ಎಂದ.

ತಕ್ಷಣ ಮಲ್ಲಿಗಿಯ ಮುಖದಲ್ಲಿ ಸಾವಿರ ಕ್ಯಾಂಡಲಿನ ಬಲ್ಬು ಬೆಳಗಿತು. ಅರೆ! ಹೌದಲ್ಲಾ? ಮೊದಲು ಅಷ್ಟು ಮಾಡಿಬಿಡೋಣಾ. ಎಲ್ಲೋ ದೂರದಲ್ಲಿ ಒಂದೆಡೆ ಅವಿತು ಕುಳಿತು ಕಾಯುತ್ತಾ ಇರುವ ಅಪ್ಪನಿಗೆ ವಿಷಯ ಗೊತ್ತಾಗಲಿ. ಅಂವ ಮನೆಗೆ ಬರಲಿ. ಆಮೇಲೆ ಮುಂದಿನದು ಯೋಚಿಸೋಣಾ ಎನಿಸಿ ಆಕೆ ಸರಸರನೆ ಆತ ಹೇಳಿದ್ದಕ್ಕೆ ಸಿದ್ಧಳಾದಳು.

ಇನ್ನೇನು ಬೆಂಕಿ ಹಚ್ಚಬೇಕು ಎನ್ನುವಾಗ ಸುನಿಲನ ಮನಸಿನಲ್ಲಿ ಇದ್ದಕ್ಕಿದ್ದಂತೆ ಒಂದು ಅನುಮಾನ ಕಾಡತೊಡಗಿತು. ಇಷ್ಟು ಸರಳವಾದ ವಿಷಯವನ್ನು ಮಲ್ಲಿ ನಮ್ಮಿಂದ ಮುಚ್ಚಿಡಲು ಕಾರಣವೇನು? ಆ ಮಗುವಿಗೆ ಹೇಳಿದ ಮಾತುಗಳನ್ನು ಮತ್ತೆ ಮತ್ತೆ ಕೇಳಿ ನೋಡಿದ. ಅಲ್ಲಿ ಅವನಿಗೆ ಇನ್ನೂ ಅನುಮಾನದ ಹುತ್ತ ಕಟ್ಟತೊಡಗಿತ್ತು. ಖಂಡಿತವಾಗಿ ಮಲ್ಲಿಯ ಮನಸಿನಲ್ಲಿ ಬೇರೆ ಇನ್ನೇನೋ ಇದ್ದಂತಿದೆಯಲ್ಲವೆ? ಇಲ್ಲಿ ಹೊಗೆ ನೋಡಿದ ಮೇಲೆ ಆಕೆ ಮನೆಗೆ ಮರಳುತ್ತಾಳಾ? ಅವಳು ಹಾಗೆ ಹೇಳಿಲ್ಲವಲ್ಲಾ? ನಾನು ಎಂಥವನು ಅಂತಾ ಗೊತ್ತಿದ್ದರೂ ಇಲ್ಲಿ ಬೆಂಕಿ ಏಳಬಹುದು ಎಂದು ನಂಬಿದ್ದಾಳಾ? ಅಕಸ್ಮಾತ್ ಇಲ್ಲಿ ಹೊಗೆ ಕಾಣದೇ ಹೋದರೆ ಮಲ್ಲಿ ಬರುವುದೇ ಇಲ್ಲವಾ? ಹೊಗೆ ಕಾಣುವವರೆಗೂ ಬರುವುದಿಲ್ಲವಾ? ಅಥವಾ ಹೊಗೆ ಕಂಡ ಮೇಲೆ ಇನ್ನು ತಾನು ಆ ಮನೆಗೆ ಕಾಲಿಡುವ ಅವಶ್ಯಕತೆ ಇಲ್ಲಾ ಅಂತ ಹಾಗೇ ಹೊರಟುಹೋಗುತ್ತಾಳಾ?

ಈ ಯೋಚನೆ ಬರುತ್ತಿದ್ದಂತೆಯೇ ಸುನಿಲನಿಗೆ ಮೈ ನಡುಗಿತು. ಆ ಚಳಿಯಲ್ಲಿಯೂ ಆತ ಸಳಸಳನೆ ಬೆವರಲಾರಂಭಿಸಿದ. ನಿಂತಲ್ಲಿ ನಿಲ್ಲಲಾಗದೆ ಕಾಲುಸುಟ್ಟ ಬೆಕ್ಕಿನಂತೆ ಮನೆಯ ಮೂಲೆಮೂಲೆಗು ಶತಪಥ ಹಾಕತೊಡಗಿದ. ನಡೆದಷ್ಟೂ ಹೆಜ್ಜೆಗಳು. ಕೇಳಿಕೊಂಡಷ್ಟೂ ಬರೀ ಪ್ರಶ್ನೆಗಳೇ... ಮಲ್ಲಿಯ ಜೊತೆ ತಾನು ಕಳೆದ ಎಲ್ಲ ಸಮಯದ ಎಲ್ಲ ಮಾತುಗಳನ್ನೂ ನೆನಪು ಮಾಡಿಕೊಳ್ಳುತ್ತಾ

ಮಲ್ಲಿಯ ಮನಸ್ಸಿನಲ್ಲಿ ನಡೆದಿರಬಹುದಾದ ನಿರ್ಧಾರ ಅಥವಾ ಸಂಘರ್ಷ ಏನಿರಬಹುದು ಎಂದು ಯೋಚಿಸತೊಡಗಿದ.

"ಬೆಂಕಿ ಹಚ್ರೀ ಧಣೇರೇ. ನಮ್ಮಪ್ಪ ಎಲ್ಲೋ ದೂರದಾಗ ಅವಿತು ಕುಂತಿರ್ತಾನ. ಕೆಲಸ ಆತಂತ ಗೊತ್ತಾದ್ರೆ ಬಂದೇ ಬರ್ತಾನಾ" ಎಂದಳು ಮಲ್ಲಿಗೆ.

ಕರುಳೆಲ್ಲ ಕಲಸಿಹೋಯಿತು ಸುನಿಲನಿಗೆ. ಹೇಗೆ ಹೇಳಲಿ ಈ ಮಗುವಿಗೆ? ಮಲ್ಲಿ ಹೊಗೆಯ ಸೂಚನೆಗಾಗಿ ಕಾಯುತ್ತಾ ಕುಳಿತಿರುವುದು ನಿಜವಾಗಿದ್ದರೆ ಹೊಗೆ ಕಂಡ ಮೇಲೆ ಮುಂದೆ ಆಕೆಯ ನಿರ್ಧಾರ ಏನು? ಇಷ್ಟು ಮಾಡಿದ ಸುನಿಲ ಇನ್ನು ಮುಂದೆ ಈ ಹುಡುಗಿಯ ಸಂಪೂರ್ಣ ಜವಾಬ್ದಾರಿ ವಹಿಸಿಕೊಳ್ಳುತ್ತಾನೆ ಎಂಬ ನಿರ್ಧಾರದೊಂದಿಗೆ ಹಾಗೇ ಹೊರಟುಹೋಗುತ್ತಾಳಾ? ಮರಳಿ ಬಂದು ಇಷ್ಟೆಲ್ಲಾ ಆದ ಮೇಲೆ ಇನ್ನೇನು? ಆಕೆಯನ್ನು ನಿನ್ನೊಂದಿಗೆ ಕರೆದುಕೊಂಡು ಹೋಗು ಎನ್ನುತ್ತಾಳಾ? ಅಥವಾ ಇಲ್ಲಿಗೆ ಮುಗಿಯಿತು ನೀನಿನ್ನು ಹೊರಡು, ನೀನೂ ಎಲ್ಲರಂತೆ ಆಗಿಬಿಟ್ಟೆಯಾ ಎನ್ನುತ್ತಾಳಾ? ಅವಳು ಬರಲು ನಿರ್ಧಾರ ಮಾಡಿದ್ದರೆ ಸರಿ. ಆದರೆ, ತನ್ನ ಕರ್ತವ್ಯಗಳೆಲ್ಲ ಮುಗಿಯಿತು. ಇನ್ನು ಇಲ್ಲಿರುವ ಅವಶ್ಯಕತೆಯಿಲ್ಲಾ ಎಂದು ಹೊರಟೇ ಹೋದರೆ..?

ಅವಳೇಕೆ ಹಾಗೆ ಮಾಡಬೇಕು?

ಅವಳ್ಯಾಕೆ ಹಾಗೆ ಮಾಡಬಾರದು?

ಎಂತೆಂಥಾ ಸಮಯದಲ್ಲೋ ಸಾಯದ ಮಲ್ಲಿ ಇಂಥಾ ಹೊತ್ತಲ್ಲಿ ಸಾವು ಯಾಕೆ ಬಯಸುತ್ತಾಳೆ?

ಯಾಕೆ ಬಯಸಬಾರದು?

ಎಷ್ಟೆಲ್ಲಾ ನೋಡಿ ಸೋತ ಮೇಲೆ ಬದುಕಿನ ಒಂದೇ ಗುರಿಯಾಗಿದ್ದ ಮಲ್ಲಿಗಿಯ ಬದುಕು ಪೂರ್ಣವಾದದ್ದು ನೋಡಿ ಈ ನಿರ್ಧಾರಕ್ಕೆ ಬಂದುಬಿಟ್ಟರೆ? ಅಂದರೆ ನನ್ನ ಮೇಲೆ ಆಕೆಗೆ ಅಷ್ಟೊಂದು ನಂಬಿಕೆ ಬಂದಿದೆಯಾ? ಇಲ್ಲದೆ ಇದ್ದರೆ ಅವಳೇಕೆ ಈ ಮಗುವನ್ನು ತನ್ನ ಬಳಿ ಹೀಗೆ ಕಳಿಸುತ್ತಿದ್ದಳು? ಯಾವುದನ್ನೂ ಮುಚ್ಚಿಡದೆ ಎಲ್ಲವನ್ನೂ ತಿಳಿಸು ಎನ್ನುತ್ತಿದ್ದಳು? ಮಲ್ಲಿಯ ಬದುಕಿಗೇ ಕರಗಿದ ತಾನು ಮಲ್ಲಿಗಿಯ ಬದುಕಿನ ಬಗ್ಗೆ ಕರಗುವುದಿಲ್ಲವಾ? ಅವಳನ್ನು ಮತ್ತೆ ಇದೇ ಬದುಕಿನಲ್ಲಿ ಬಿಟ್ಟುಬಿಡುತ್ತೀನಾ? ಮಲ್ಲಿಯನ್ನು ಕಾಡಿಬೇಡಿಯಾದರೂ ಹೆದರಿಸಿ ಬೆದರಿಸಿ ಆಕೆಯಿಂದ ಮಲ್ಲಿಗಿಯನ್ನು ದೂರ ಮಾಡುತ್ತೇನೆ ತಾನೆ? ಇದು ಅವಳಿಗೆ ಗೊತ್ತಿದೆಯಲ್ಲವಾ? ಆಕೆ ನಿರೀಕ್ಷೆ ಮಾಡಿರುತ್ತಾಳಲ್ಲವಾ? ಕೊನೆಗೂ ತಾನು ಸೋತು ಮಲ್ಲಿಗಿಯನ್ನು ಅವನೊಂದಿಗೆ ಕಳುಹಿಸಿಕೊಡುವ ಪರಿಸ್ಥಿತಿ ಬಂದೇ ಬರುತ್ತದೆ ಎಂದು ಆಕೆ ನಿರೀಕ್ಷೆ ಮಾಡಿದ್ದಾಳಾ? ಆಕೆ ತನ್ನನ್ನು ನಂಬುವುದಕ್ಕಿಂತಲೂ ಹೆಚ್ಚಾಗಿ ನನ್ನಲ್ಲಿರುವ ಮನುಷ್ಯತ್ವದ ಮೇಲೆ ನಂಬಿಕೆ ಇಟ್ಟುಬಿಟ್ಟಳಾ? ಹಾಗಾದರೆ ಮಲ್ಲಿಗಿಯನ್ನು ಆತನೊಂದಿಗೆ ಕಳುಹಿಸಿ

ತಾನು ಇನ್ನು ಬದುಕಿರಲು ಸಾಧ್ಯವೇ ಇಲ್ಲಾ ಎಂದು ನಿರ್ಧರಿಸಿ ತನ್ನ ಕರ್ತವ್ಯ ಮುಗಿಸಿದ ನೆಮ್ಮದಿಯಲ್ಲಿ ಹೊರಟುಬಿಡುತ್ತಾಳಾ?

ಮತ್ತೆ ಮತ್ತೆ ಅದೇ ಪ್ರಶ್ನೆ... ಅದೇ ಸಂದಿಗ್ಧ... ಎಲ್ಲಿ ಹೋದರೂ ಅಲ್ಲೇ ಬಂದು ನಿಲ್ಲುವ ಚಕ್ರಸುಳಿ...!

ಇಲ್ಲಿ ಹೊಗೆ ಕಂಡರೆ ಮಲ್ಲಿ ಹಿಂದಿರುಗುತ್ತಾಳಾ ಅಥವಾ ಹೊರಟುಹೋಗುತ್ತಾಳಾ? ತಾನೀಗ ಏನು ಮಾಡಬೇಕು? ಏನೇ ಮಾಡಿದರೂ ಮಲ್ಲಿ ಬರುವ ಸಾಧ್ಯತೆ ಕೇವಲ ಹತ್ತು ಪರ್ಸೆಂಟ್ ಮಾತ್ರವೇ. ತನ್ನ ಕೂಸಿಗೆ ಏನಾದರೂ ತೊಂದರೆ ಆಯಿತೆಂದರೆ ಆಕೆ ಗೋರಿಯಲ್ಲಿ ಮಲಗಿದ್ದರೂ ಎದ್ದು ಬರುತ್ತಾಳೆ. ಅದರೆ ತನ್ನ ಕೂಸಿಗೆ ಈಗ ಸರಿಯಾದ ಆಶ್ರಯ ಸಿಕ್ಕಿದೆ ಎಂದರೆ ಬರುತ್ತಾಳಾ? ಇಷ್ಟಕ್ಕೂ ಇದೊಂದು ವಿಷಯ ಮಾತ್ರಾ ಹೇಳಲೇಬೇಡ ಎಂದದ್ದು ಯಾಕೆ? ಅದೇ ತಾನೇ ಇಷ್ಟೆಲ್ಲಾ ಅನುಮಾನಗಳನ್ನು ಹುಟ್ಟಿಸುತ್ತಿರುವುದು? ಮಲ್ಲಿಗಿ ಅದೇನೇ ಆದರೂ ಇದೊಂದು ವಿಷಯ ಬಾಯಿಬಿಡುವುದಿಲ್ಲವೆಂಬ ನಂಬಿಕೆ ಆಕೆಗೆ ಇದ್ದೇ ಇದೆ. ತನಗೆ ವಿಷಯ ಗೊತ್ತಾಗಿದೆ ಎಂದು ಆಕೆಗೆ ಗೊತ್ತಾಗುವುದು ಹೇಗೆ?

ಸುನಿಲನ ತಲೆಯೊಳಗೆ ಇದ್ದಕ್ಕಿದ್ದಂತೆ ಸಾವಿರಾರು ಜೇನುಗಳು ಗೂಡು ಕಟ್ಟಿ ಗುಂಗುಡತೊಡಗಿದವು. ಅದರ ರಭಸಕ್ಕೆ ಅವನ ತಲೆ ಸಂಪೂರ್ಣ ನಿಷ್ಕ್ರಿಯವಾಗಿ ಹೋಗಿತ್ತು. ಇದರ ನಡುವೆ ಮಲ್ಲಿಗಿ ಬೇರೆ ಬಂದು ಬಂದು 'ಬೆಂಕಿ ಹಾಕೋಣಾ ಬಾ. ಅಪ್ಪ ಬರಲಿ' ಎಂದು ಒತ್ತಾಯಿಸತೊಡಗಿತ್ತು. ಸುನಿಲನಿಗೆ ಏನು ಹೇಳಬೇಕೋ ತಿಳಿಯದ ಗೊಂದಲ. ಇದೆಲ್ಲಿಯ ಸುಳಿಯಲ್ಲಿ ಬಂದು ಸಿಲುಕಿದೆ ಎಂದು ಪದೇ ಪದೇ ಮನಸ್ಸು ವಿಲಪಿಸುತ್ತಿತ್ತು.

ಮಾಳಿಗಿಯ ಮೇಲೆ ಮಲ್ಲಿಗಿಯನ್ನೂ ಕರೆದುಕೊಂಡು ಹೋದ ಸುನಿಲ. ಇಬ್ಬರಿಗೂ ಆಗುವಂತೆ ಕಂಬಳಿಯನ್ನು ಹೊದ್ದುಕೊಂಡು ದೂರದಲ್ಲಿ ಎಲ್ಲೋ ಈ ಮನೆಯ ಕಡೆಗೇ ದೃಷ್ಟಿ ನೆಟ್ಟು ಕುಳಿತಿರಬಹುದಾದ ಮಲ್ಲಿಗಾಗಿ ಆ ಕತ್ತಲಿನಲ್ಲೂ ನಿರುಕಿಸತೊಡಗಿದ. ಕಾಲವೆಂಬುದು ಅತಿ ಭಾರವಾಗಿ ಎದೆಗೆ ಒದೆಯುತ್ತಾ ಓಡುತ್ತಿತ್ತು.

ಆ ಕಾದಕಾವಳದಲ್ಲಿ ಮಿನುಗುವ ನಕ್ಷತ್ರಗಳ ಕೆಳಗೆ ಮಿನುಗುವ ದೂರದ ಬೀದಿ ದೀಪಗಳನ್ನು ಗಮನಿಸುತ್ತಾ ಸುನಿಲ ಬೆಳಕಿಗಾಗಿ ಕಾಯತೊಡಗಿದ. ಒಮ್ಮೆ ತಿರುಗಿ ನೋಡಿದರೆ ಆತನ ಬೆಚ್ಚನೆಯ ಮಡಿಲಲ್ಲಿ ಎಲ್ಲ ಮರೆತು ಮಲ್ಲಿಗಿ ನಿದ್ದೆ ಮಾಡುತ್ತಿದ್ದಳು.

ಪಾಪ ಮಗು! ಅದೇನಾದರೂ ಇದು ಇನ್ನು ತನ್ನದು...!

ನಿಟ್ಟುಸಿರಿಟ್ಟು ಮತ್ತೆ ಕತ್ತಲಿಗೆ ಕಣ್ಣು ಕೀಲಿಸಿದ ಸುನಿಲ ಹಾಗೇ ಕಾಯುತ್ತಾ ಕುಳಿತಿದ್ದ. ಅವನಲ್ಲಿ ಇದ್ದದ್ದು ಒಂದೇ ಪ್ರಾರ್ಥನೆ.

'ಬಂದು ಬಿಡು ಮಲ್ಲೀ. ನಿನಗಾಗಿ ಇಲ್ಲಿ ಒಂದಲ್ಲಾ ಎರಡು ಜೀವವಿದೆ. ಅವೆರಡಕ್ಕೂ ನೀನು ಬೇಕಿದೆ. ನಿನಗೆ ಬೇಕಿಲ್ಲದ ಜೀವವನ್ನು ನೀನು ತೆಗೆದುಕೊಂಡುಹೋಗುವ ಹಕ್ಕು ನಿನಗಿಲ್ಲಾ. ಅದು ನಮ್ಮದು. ನಮಗಾಗಿಯಾದರೂ ಬಾ. ನೀನು ಬಂದೇ ಬರುವ ಆಸೆಯೊಂದಿಗೆ ಕಾಯುತ್ತಾ ಕುಳಿತಿದ್ದೇನೆ. ಇಲ್ಲಿ ಬೆಂಕಿ ಉರಿವುದು ಹೊಗೆ ಹಾಕುವುದು ಅದೆಲ್ಲಾ ನಿನಗೆ ನೆಪ ಮಾತ್ರಾ. ನಿನ್ನ ಎದೆಯಾಳದ ಬೇಗುದಿ ನನಗೆ ತಿಳಿದಿದೆ. ಯಾವುದೇ ಕಾರಣಕ್ಕೂ ನೀನು ಬದುಕಿನಿಂದ ವಿಮುಖಳಾಗಬೇಡಾ. ರೇಣುಕಾ ಹೇಳಿದ್ದು ಸತ್ಯ. ನಿನ್ನಂತಹವರು ಯಾವುದೇ ನೋವು ಅವಮಾನಗಳಿಗೆ ಬಲಿಯಾಗಿ ಸಾಯುವುದಿಲ್ಲಾ. ಆದರೆ ಪ್ರೀತಿ ಮತ್ತು ತೃಪ್ತಿಗಾಗಿ ಸೋತುಬಿಡುತ್ತಾರೆ. ಯಾವುದೇ ಕಾರಣಕ್ಕೂ ನೀನು ಸೋಲಬಾರದು.

ನೀನು ಮರಳಿಬಾರದ ಉದ್ದೇಶದಿಂದಲೇ ಹೋಗಿದ್ದೀಯಾ ಎಂಬುದು ನನ್ನ ನಂಬಿಕೆ. ಆ ನನ್ನ ನಂಬಿಕೆ ಸುಳ್ಳಾದರೆ ನನಗಿಂತ ಸಂತೋಷಪಡುವವರು ಯಾರೂ ಇಲ್ಲಾ. ಬಾ ನನ್ನ ನಂಬಿಕೆಯನ್ನು ಸೋಲಿಸಲಾದರೂ ಬಾ. ನೀನು ಕೋರಿದ ಹಾಗೆ ಇಲ್ಲಿ ಬೆಂಕಿ ಹಾಕಲೂ ನನಗೆ ಮನಸಿಲ್ಲಾ. ಹಾಕದೇ ಇರಲೂ ಮನಸ್ಸಿಲ್ಲಾ. ನಿಜವಾಗಿ ನನಗೆ ಏನು ಮಾಡಬೇಕು ಎಂಬುದೇ ತಿಳಿಯುತ್ತಿಲ್ಲಾ. ಬಾ ಮಲ್ಲೀ ಬಾ"

ಆ ದೀರ್ಘವಾದ ರಾತ್ರಿಯಲ್ಲಿ...

ತನ್ನ ಮಡಿಲಲ್ಲಿ ಮಗುವಂತೆ ಬೆಚ್ಚಗೆ ಮಲಗಿದ್ದ ಮಲ್ಲಿಗೆಯ ತಲೆಸವರುತ್ತಾ... ಬೆಳಕಿನ ಸುಳಿವೇ ಇಲ್ಲದ ಕತ್ತಲನ್ನೇ ದಿಟ್ಟಿಸುತ್ತಾ.

ಮಲ್ಲಿಗಾಗಿ ಮತ್ತು ಬೆಳಕಿಗಾಗಿ...

ಸುನಿಲ ಕಾಯುತ್ತಾ ಕುಳಿತಿದ್ದ!

ವೀರಲೋಕದ ಪ್ರಕಟಣೆಗಳು

1. ಕೈ ಹಿಡಿದು ನೀ ನಡೆಸು ತಂದೆ-ವಿಶ್ವೇಶ್ವರ ಭಟ್ 250/-
2. ವಿಶ್ವಸುಂದರಿ-ಕುಂ. ವೀರಭದ್ರಪ್ಪ........160/-
3. ನಿಮಗೆಷ್ಟು ಹಣ ಬೇಕು?-ಅನಂತ ಹುದೆಂಗಜೆ........250/-
4. ಆರ್ಟ್ ಆಫ್ ಸಕ್ಸಸ್-ರಮೇಶ್ ಅರವಿಂದ್........120/-
5. ಮನಿ ಮನಿ ಏಕಾನಮಿ-ರಂಗಸ್ವಾಮಿ ಮೂಕನಹಳ್ಳಿ........160/-
6. ಇವರು ಅವರು ದೇವರು-ಜೋಗಿ........200/-
7. ಲಾಸ್ಟ್ ಡೇಸ್ ಆಫ್ ಲೆಜೆಂಡ್ಸ್-ಗಣೇಶ್ ಕಾಸರಗೋಡು 225/-
8. ಒಳ್ಳೆಯ ಬದುಕಿನ ಸೂತ್ರಗಳು-ರವಿ ಕೃಷ್ಣಾರೆಡ್ಡಿ........150/-
9. ಸೋಲೆಂಬ ಗೆಲುವು-ದೀಪಾ ಹಿರೇಗುತ್ತಿ........150/-
10. ಬೆಳ್ಳಿತೆರೆಯ ಬಂಗಾರದ ಗೆರೆ-ಗಣೇಶ್ ಕಾಸರಗೋಡು 150/-
11. ನಟನ ಕಥೆ-ಮಂಡ್ಯ ರಮೇಶ್-ಎನ್. ಧನಂಜಯ 250/-
12. ತ್ಯಾಗಕ್ಕಿಲ್ಲ ನೂಕುನುಗ್ಗಲು-ಡಾ. ಗವಿಸ್ವಾಮಿ ಎನ್. 140/-
13. ಬದುಕೇ ಭಗವಂತ-ಡಾ. ಡಿ.ಎಸ್. ಶ್ರೀನಿವಾಸ ಪ್ರಸಾದ್ 170/-
14. ಮಾದಕ ದೊರೆ-ಸಂತೋಷಕುಮಾರ ಮೆಹೆಂದಳೆ........375/-
15. ದ್ವೈತ-ರಾಘವ್ 140/-
16. ಹೃದಯದ ಮಾತು ಕೇಳಿ-ಮಂಜುನಾಥ್ ಚಾಂದ್........150/-
17. ಹಿಂದಿನ ನಿಲ್ದಾಣ-ಶುಭಶ್ರೀ ಭಟ್ಟ........120/-
18. ಪ್ರೀತ್‌ಸು-ರಾಜೀವ ನಾರಾಯಣ ನಾಯಕ 170/-
19. ಕೃಷಿ ಯಾಕೆ ಖುಷಿ?-ನರೇಂದ್ರ ರೈ ದೇರ್ಲ........140/-
20. ಕ್ಷಯ-ಡಾ. ವಾಸುದೇವ ಶೆಟ್ಟಿ........120/-
21. ಅರ್ಧ ಬಿಸಿಲು ಅರ್ಧ ಮಳೆ...-ಸದಾಶಿವ ಸೊರಟೂರು........120/-
22. ಯಾರೂ ಹೇಳದ ಕಥೆಗಳು-(ಸಂ.) ಸುದರ್ಶನ ಚೆನ್ನಂಗಿಹಳ್ಳಿ........150/-
23. ಕಥಾ ಸಾಗರಿ-ನಾಗವೇಣಿ ವೆಂ. ಹೆಗಡೆ ಹೆಗ್ಗರ್ಸಿಮನೆ........120/-
24. ಮೆಮರೀಸ್ ಆಫ್ ಬಾರ್ಸಾ-ರಂಗಸ್ವಾಮಿ ಮೂಕನಹಳ್ಳಿ........160/-
25. ಮೇರುನಟ-ಡಾ. ಶರಣು ಹುಲ್ಲೂರು........120/-
26. ನಾ ಸೆರೆಹಿಡಿದ ಕನ್ಯಾಸ್ತ್ರೀ-ಶಶಿಧರ ಹಾಲಾಡಿ 200/-
27. ಟ್ರಾಯ್-ಗಾಯಿತ್ರಿ ರಾಜ್........200/-
28. ಫಾರೆಸ್ಟರ್ ಪೊನ್ನಪ್ಪ-ನೌಶಾದ್ ಜನ್ನತ್ತ್........300/-
29. ವಿಶ್ವಯಾನಕ್ಕೆ ಗಣಿತವಾಹನ-ಎಸ್.ವಿ. ಶ್ರೀನಿವಾಸಮೂರ್ತಿ 200/-
30. ಲೆಟ್ಸ್ ಮೇಕ್ ಎ ಶಾರ್ಟ್ ಫಿಲಂ-ಜಯರಾಮಾಚಾರಿ 120/-
31. ಕುಣಿಗಲ್ ಟು ಕಂದಹಾರ್-ಮಂಜುನಾಥ್ ಕುಣಿಗಲ್........260/-
32. ಗದಾಯುದ್ಧಂ-ಡಾ. ಎಂ.ಎ. ಜಯರಾಮ್ ರಾವ್........350/-
33. ಫೀನಿಕ್ಸ್-ದೀಪಾ ಹಿರೇಗುತ್ತಿ........120/-
34. ಹಿಟ್ಲರ್ ಲವ್ ಪಾಲಿಟಿಕ್ಸ್-ಸತೀಶ ಬಳೆಗಾರ 170/-
35. ಭಾನುಮತಿಯ ಪರಿವಾರ-ಕುಮಾರಸ್ವಾಮಿ ತೆಕ್ಕುಂಜ........140/-
36. ನೀ ದೂರ ಹೋದಾಗ-ಫೌಝಿಯ ಸಲೀಂ........220/-
37. ವ್ಯಗ್ರ ಮತ್ತು ಇತರ ಕಾದಂಬರಿಗಳು-ಕುಮಾರ ಬೇಂದ್ರೆ........180/-
38. ಸತ್ಯದ ಅನಾವರಣ-ಕೆ.ಎಸ್. ರಮಾಸುಂದರಿ 100/-
39. ಅಂತಾರಾಷ್ಟ್ರೀಯ ಕುಂಬಳಕಾಯಿ ಮತ್ತು ಇತರ ಕಥೆಗಳು-ಅಬ್ದುಲ್ ರಶೀದ್........120/-
40. ಅನಾಥ ಪ್ರೀತಿಯ ಅನುಬಂಧ-ಬಿ. ಮಂಜುನಾಥ್ ಕಾಮತ್ ಹಾಲಾಡಿ 140/-
41. ಹಕ್ಕಿ ಮತ್ತು ಹುಡುಗಿ (ಕವನ ಸಂಕಲನ)-(ಸಂ.) ಪ್ರಜಾವಾಣಿ ಬಳಗ........150/-

42. ಹಾವಿನ ಮನೆ–ಅನು ಬೆಳ್ಳೆ (ರಾಘವೇಂದ್ರ ಬಿ. ರಾವ್)..............................250/–
43. ಈಗಲ್ಸ್ ಲೈನ್–ರಾಜೇಶ್ ಕುಮಾರ್ ಕಲ್ಯಾ..............................220/–
44. ನಂಬಿಕೆಯೆಂಬ ಗಾಳಿಕೊಡೆ–ಡಾ. ಪ್ರೇಮಲತ ಬಿ. 180/–
45. 10 ಕುಟುಂಬ 18 ಗೋತ್ರದ ಗೌಡ ಪರಂಪರೆ–ಪುತ್ತೂರು ಅನಂತರಾಜ ಗೌಡ......300/–
46. ಗಿಳಿಯು ಬಾರದೆ ಇರದು (ಕಥಾಸಂಕಲನ)–ಪಿ.ಎಸ್. ಶ್ರೀಧರನ್ ಪಿಳ್ಳ
(ಅನುವಾದ: ಮೇರಿ ಜೋಸೆಫ್) 85/–
47. ಒಂದು ಆದಿಮ ಪ್ರೇಮ (ಕವನ ಸಂಕಲನ)–ನಂದಿನಿ ಹೆದ್ದುರ್ಗ..............................150/–
48. ಮಣ್ಣೇ ಮೊದಲು... (ಕವನ ಸಂಕಲನ)–ಪಾಪುಗುರು..............................120/–
49. ಬಿಂಜೆಮುಳ್ಳು (ಕವನ ಸಂಕಲನ)–ಫಾಲ್ಗುಣ ಗೌಡ ಅಚವೆ..............................120/–
50. ಅಮೋಘವರ್ಷ–ಡಾ. ಲಕ್ಷ್ಮಣ ಕೌಂಟೆ..............................420/–
51. ಗಾಯಗೊಂಡ ಸಾಲುಗಳು (ಕವನ ಸಂಕಲನ)–ಸದಾಶಿವ ಸೊರಟೂರು 110/–
52. ನಿನ್ನ ಧ್ಯಾನದ ನೂರೊಂದು ಹಣತೆ (ಕವನ ಸಂಕಲನ)–ವಾಸುದೇವ ನಾಡಿಗ್......170/–
53. ಕ್ರಿಕೆಟಾಯಣ–ಎಚ್. ಪ್ರೇಮಾನಂದ ಕಾಮತ್ 230/–
54. ಹೂವಿನಕೊಲ್ಲಿ–ಅಬ್ದುಲ್ ರಶೀದ್ 270/–
55. ಕನಸುಗಳ ಶ್ರಾದ್ಧ–(ಅನುವಾದ) ಡಾ. ಗೀತಾ ಸುನಿಲ್ ಕಶ್ಯಪ್..............................200/–
56. ವೀರ ಸಿಂಧೂರ ಲಕ್ಷ್ಮಣ–ಕೌಂಡಿನ್ಯ..............................190/–
57. ಸಹಭಾಷಿಕರ ಕನ್ನಡ ಪ್ರೇಮ–ಡಾ. ಡಿ.ಎಸ್. ಶ್ರೀನಿವಾಸ ಪ್ರಸಾದ್..............................400/–
58. ಚಿತ್ರ–ವಿಚಿತ್ರ–ರವೀಂದ್ರ ವೆಂಶಿ..............................220/–
59. ಜನಮಿತ್ರ ಅರಸು–ಡಾ. ಡಿ.ಎಸ್. ಚೌಗಲೆ 80/–
60. ಹಂಸಾಕ್ಷರ–ಜಯರಾಮಾಚಾರಿ 165/–
61. ನದಿಯೊಂದು ಕಡಲ ಹುಡುಕುತ್ತಾ–ಸಂತೆಬೆನ್ನೂರು ಫೈಜ್ನಟ್ರಾಜ್ 180/–
62. ನೀಲಿ ಮತ್ತು ಸೇಬು–ಸುಧಾ ಆಡುಕಳ..............................180/–
63. ಕಾಗೆ ಮೇಷ್ಟ್ರು–ವಿಕ್ರಮ ಹತ್ವಾರ..............................125/–
64. ಪರಿಮಳದ ಪಡಸಾಲೆ (ಎಸ್. ದಿವಾಕರ್ ಪ್ರಪಂಚಕ್ಕೊಂದು ಪ್ರವೇಶಿಕೆ)..............................190/–
65. ಈ ಹೊತ್ತಿನ ಕಥೆಗಳು–(ಸಂ) ವಿಜಯ ಕರ್ನಾಟಕ..............................250/–
66. ನಿಶ್ಚಲವ ಕಲಕಿದ ಹಕ್ಕಿ–ವಿಕ್ರಮ ಹತ್ವಾರ..............................100/–
67. ಹರಿವ ಕನ್ನಡಿ–ಸ್ವಯಂಪ್ರಭಾ ಮಹೇಶ..............................120/–
68. ನರಕದ ಕೆನ್ನಾಲಿಗೆಯಂಥ ನಿನ್ನ ಬೆನ್ನಹುರಿ–ಅಬ್ದುಲ್ ರಶೀದ್ 130/–
69. ಚಿಕ್ಕಪುಟ್ಟಮ್ಮನವರ ಗೃಹನ್ಯಾಯ–ಕೆ. ಸತ್ಯನಾರಾಯಣ 140/–
70. ಹಕ್ಕಿ ಅಟೆಂಡೆನ್ಸ್–ಡಾ. ಲೀಲಾ ಅಪ್ಪಾಜಿ..............................495/–
71. ದಡ ಸೇರದ ದೋಣಿಗಳು–ಬೇಲೂರು ರಾಮಮೂರ್ತಿ..............................275/–
72. ನಿಷಿತೆ–ಪ್ರೀತಿನಿ ಧನಂಜಯ..............................250/–
73. ಮಲೆನಾಡ ಅಜ್ಜಿ–ಶೋಭಾ ರಾವ್ 175/–
74. ಮಲ್ಲಿಮಲ್ಲಿಗಿ–ಎಂ.ಎಲ್. ಪ್ರಸನ್ನ..............................210/–
76. ಆರೋಹಣ–ವಿವೇಕಾನಂದ ಕಾಮತ್ 190/–

www.ingramcontent.com/pod-product-compliance
Lightning Source LLC
LaVergne TN
LVHW100300051026
849517LV00006B/2151

* 9 7 8 9 3 9 4 9 4 2 7 0 7 *